và,
để tưởng nhớ đạo hữu
Nguyễn Văn Ngô
(1955-2024)

OSHO
KINH PHÁP CÚ
PHẬT ĐẠO
CON ĐƯỜNG ĐƯA ĐẾN CHÂN LÝ TỐI THƯỢNG
• *Quyển X*

OSHO
THE DHAMMAPADA
KINH PHÁP CÚ
Phật ĐẠO
CON ĐƯỜNG ĐƯA ĐẾN CHÂN LÝ TỐI THƯỢNG

Quyển 10

NGUYỄN DIỆU THẮNG
Chuyển ngữ

Đọc bản thảo: Đinh Lý Đoan Thục
Thiết kế mẫu bìa: Nguyễn Thanh Hiền @ Nhiên Art

Tranh minh họa: sưu tầm
Ảnh bìa 1: Đạo hữu Nguyễn Văn Ngô *(hình chụp của NDT)*
Lập bìa & dàn trang: Lê Giang Trần

Phát hành: NXB Sống - 2024
E-Mail: nhaxuatbansong@gmail.com
Email dịch giả: nguyendieuthang@gmail.com
(độc giả mua trực tiếp với dịch giả qua email sẽ nhận bản có chữ ký)

Tom Nguyen©. All Rights Reserved. 2024
ISBN # 979-8-3302-1046-6

Sách có bán trên mạng Amazon và Nhà sách Tự Lực

Ấn phí: $35 USD

OSHO

NGUYỄN DIỆU THẮNG
Chuyển ngữ

the Dhammapada
Kinh Pháp Cú

PHẬT ĐẠO
CON ĐƯỜNG ĐƯA ĐẾN CHÂN LÝ TỐI THƯỢNG

NXB SỐNG - 2024

Đạo Sư OSHO

*Những bài giảng ứng khẩu
giảng cho đệ tử và thân hữu của Osho
tại thính đường Phật Cồ Đàm ở Poona, Ấn Độ
từ ngày 21/02/1980 đến ngày 04/03/1980*

Lời Mở Đầu

Đức Phật bị hiểu lầm quá nhiều, không chỉ bởi những người chống đối mà còn luôn cả những vị theo ngài nữa – thật ra, ngài bị hiểu lầm bởi những người theo ngài nhiều hơn những người chống lại ngài.

Đức Phật bị hiểu lầm nhiều hơn bất kỳ người nào khác trên thế gian này. Lý do: ngài là một trong những bậc tôn sư uyên thâm nhất.

Sự minh triết của ngài quá sâu sắc nên bắt buộc phải bị hiểu lầm.

Tôi hoàn toàn không diễn dịch đức Phật chút nào cả, vì tôi không phải là Phật tử, không phải môn đồ. Tôi có cùng chứng nghiệm như Phật Cồ Đàm, nên khi tôi nói về đức Phật như thể đang nói về chính mình vậy.

Điều tôi nói không phải là bài chú giải, không phải là sự phiên dịch, đức Phật chỉ là cái cớ để tôi nói với bạn, một duyên lành để tôi truyền đạt điều chứng nghiệm của riêng tôi tới bạn.

Nên nhớ rằng điều tôi đang nói về, đều từ kinh nghiệm tự bản thân. Tôi mượn đức Phật như một cơ duyên để truyền tải kiến giải và chứng nghiệm của mình.

Và tôi kính yêu con người này. Tôi say mê thương yêu con người này, vì chưa ai từng chạm đến những đáy sâu và đỉnh cao đến thế, như Phật Cồ Đàm đã làm. Ngài vĩnh viễn ngự trên chóp đỉnh Everest, vô thượng đỉnh, nơi tâm thức nhân loại chưa từng với tới.

Osho

(Trích từ quyển 5, Kinh Pháp Cú - Phật Đạo)

Nguyễn Diệu Thắng

DẪN NHẬP

TỰ DO GIẢI THOÁT

Hầu như mỗi người chúng ta đều khao khát một thứ tự do nào đó, dù hết sức mơ hồ, nhưng lúc nào cũng âm ỉ nung nấu trong lòng. Ngay cả những lúc đã có đầy đủ các thứ mình mong muốn, đã đạt được nguyện vọng mình từng ấp ủ, vậy mà ta vẫn cứ có cảm giác như chưa hoàn toàn được tự do. Tại sao? Có bao giờ ta thắc mắc thực trạng này và tự tìm câu trả lời cho mình hay chưa?

Tự do tự nó là một khái niệm rất trừu tượng. Khi chạm tới thế giới trừu tượng thì, đối với con người bình thường và tầm thường như chúng ta, thường hay hiểu biết nó qua sách vở hoặc truyền thống hoặc niềm tin mà mình đã bị ảnh hưởng, chứ chưa bao giờ dám vượt qua định kiến để đối diện với thực tại, để tự truy cầu chân lý hầu tìm ra được ý nghĩa rốt ráo của vấn nạn.

Tự do là một trong những đề tài được nói đến nhiều nhất; người ta đã tốn không biết bao nhiêu giấy mực để tranh luận về tự do. Từ triết gia đến tư tưởng gia, từ tôn giáo đến chính trị, mọi thành phần trong xã hội đều nêu lên quan điểm riêng của họ về khái niệm tự do. Đôi lúc những quan điểm này đối nghịch hẳn với nhau để đưa đến tương tranh tạo nên những đau thương tang tóc đáng tiếc. Người ta đã lợi dụng danh từ tự do làm chiêu bài để đi đánh giết người khác, để bắt đối phương phải chấp nhận định nghĩa về tự do của mình.

Nhưng mãi đến hôm nay, nhân loại thực sự đã có tự do chưa, hay vẫn cứ còn lay hoay trong khái niệm mơ hồ của nó?

…

Dù được định nghĩa theo bất kỳ quan niệm hay lập trường nào, **tự do** cũng chỉ thể hiện qua hai phương diện: *tự do của-cái-tôi* (freedom of the I) và *tự do từ-cái-tôi* (freedom from the I).

Tự do của-cái-tôi là thứ tự do mà hầu hết chúng ta, những người chưa đủ thông tuệ để tri nhận thực tại, đều cố gắng đạt được. Đây là tự do của thế gian thường tình, là tự do do bản ngã đòi hỏi để thoát ra khỏi những hoàn cảnh nó không vừa lòng, không toại nguyện. Mỗi mỗi cá nhân đều muốn được tự do cho riêng mình, bất chấp điều mình muốn có xâm phạm đến tự do của người khác hay không, có thực tế hay không.

Chúng ta không cần phải mất thời giờ để phê phán cũng như ủng hộ hay chống đối lại thứ tự do của-cái-tôi này vì nó là đòi hỏi của cái tôi hư ngụy nên bản thân của nó cũng không thật. Trong phạm vi nhỏ hẹp của bài dẫn nhập này, chúng ta chỉ giới hạn về tự do từ-cái-tôi, vì đây là thứ tự do đích thực, thứ tự do tuyệt đối mà đức Phật đã chỉ dạy cho nhân loại để giúp con người giải thoát vĩnh viễn khỏi khổ đau thúc phược.

Xin trích dẫn một đoạn bài giảng của Osho trong *quyển thứ 10, "Kinh Pháp Cú"* (do người viết chuyển ngữ) để thấy rõ hơn tính chất thực tế và quan trọng của sự *tự do từ-cái-tôi*:

"... Toàn bộ giáo pháp của đức Phật Cồ Đàm có thể tối giản thành một chữ duy nhất, đó là *tự do giải thoát*. Đấy là thông điệp chủ yếu, là làn hương thơm vi diệu của ngài. Chưa ai từng đưa tự do giải thoát lên cao đến mức ấy. Trong viễn kiến của Phật, đấy là giá trị tối thượng – *summun bonum* – điều cao quý nhất, không gì cao hơn điều này.

Và phải hiểu lý do tại sao đức Phật lại nhấn mạnh yếu tố *tự do* nhiều đến thế dường như là một điều vô cùng chủ yếu. Thượng Đế hay thiên đàng hay tình yêu không được ngài chú tâm bằng *tự do giải thoát*, bởi lý do là tất cả mọi thứ đó chỉ trở nên có giá trị trong bầu không khí giải thoát. Tình yêu cũng chỉ tăng trưởng trên mảnh đất giải thoát; không có tự do giải thoát, tình yêu không thể phát triển. Không có tự do thì cái gì mọc lên nhân danh tình yêu đều chỉ là nhục dục. Không có tự do giải thoát cũng không có Thượng Đế, vì cái bạn nghĩ là Thượng Đế chỉ là sự tưởng tượng, nỗi sợ hãi, tánh tham lam của bạn. Không có thiên đàng nếu không có tự do giải thoát, bởi chính tự do giải thoát là thiên đàng. Và nếu bạn cho là có thiên đàng nào đó thì thứ thiên đàng ấy chẳng có giá trị, chẳng phải thực tại; đấy chẳng qua chỉ là ảo mộng phù du.

Tất cả mọi giá trị của đời sống phát triển trong bầu không khí tự do; do đó tự do là giá trị căn để nhất và cũng là đỉnh cao nhất. Nếu muốn hiểu đức Phật, bạn sẽ phải thưởng thức phần nào hương vị *giải thoát* mà ngài đang nói về.

Tự do của ngài không thuộc về thế gian, không mang tính xã hội, chính trị hay kinh tế, mà nằm trong phạm trù tâm linh. Với "tự do giải thoát" ngài ngụ ý một trạng thái tâm thức không còn chướng ngại bởi tham dục, không bị trói buộc bởi ham muốn, không bị giam hãm bởi bất kỳ thói tham lam hay thèm khát muốn-có-thêm nào. Với "tự do giải thoát" ngài muốn nói đến một tâm thức không có tâm trí, một trạng thái phi tâm. Đấy là trạng thái hoàn toàn trống không, bởi nếu có thứ gì thì nó sẽ ngăn ngại cho sự giải thoát; do đó nó phải thực sự trống rỗng.

Tự do giải thoát là mục đích tối thượng của tôn giáo đích thực – không phải Thượng Đế, không phải thiên đàng, ngay cả đến chân lý cũng không phải. Điều này phải được hiểu cho thật rõ vì đấy là thông điệp chủ yếu của đức Phật Cồ Đàm gửi đến nhân loại. Theo ngài, tự do giải thoát có giá trị tột đỉnh, *summum bonum* – điều cao quý nhất, không gì có thể cao quý hơn. Nhưng tự do của ngài không phải là thứ tự do chính trị, xã hội, kinh tế. Ngụ ý của ngài là *tự do của tâm thức*.

Tâm của chúng ta ở trong tình tình trạng bị câu thúc, bị gông cùm đè nặng. Bên trong chúng ta mới chính là nhà tù, chứ không phải bên ngoài. Các bức tường của nhà giam không nằm bên ngoài, mà ẩn giấu sâu kín trong vô thức của ta; chúng tồn tại trong bản năng, trong tham ái, trong sự bất giác của ta.

Tự do giải thoát là mục tiêu chính.

Chánh niệm tỉnh giác là phương pháp để đạt đến mục tiêu này.

Bạn là chủ nhân khi thực sự tự do giải thoát, bởi tình trạng nô lệ biến mất. Thường tình, dường như chúng ta có tự do, nhưng không hẳn vậy; dường như chúng ta là người chọn lựa, nhưng không hẳn vậy. Chúng ta bị lôi, bị kéo bởi những thế lực của vô thức."

(ngưng trích.)

Chính sự đòi hỏi tự do của-cái-tôi là nguyên nhân khiến ta mất tự do. Đấy là đòi hỏi của bản ngã, là thứ ham muốn có-thêm không bao giờ thỏa mãn được. Chính sự ham muốn liên tục của bản ngã là xiềng xích vô hình trói buộc thân tâm, làm ta lúc nào cũng cảm thấy như bị cầm tù.

Vì luôn luôn hướng ngoại, nên ta qui tội cho môi trường chung quanh, cho người khác, cho nhà nước, cho chính quyền, cho thế gian… là nguyên do chính đưa đến bất mãn, bất toại nguyện. Cứ tưởng những nguyên nhân ngoại tại này làm mình mất tự do nên chúng ta vùng lên tranh đấu đòi quyền này quyền nọ, mà không biết rằng đã vô tình làm nạn nhân cho những thế lực đen tối đang lợi dụng sự vô minh của mình để trục lợi.

Thế rồi bất mãn chồng lên bất mãn, vừa được tự do này thì lại mất tự do kia; và cái vòng lẩn quẩn này không bao giờ chấm dứt…. Tại sao thế? – khi còn bị bản ngã kềm chế, con người không hề có tự do thực sự vì luôn luôn muốn trở-thành (hữu) cái gì đó. Theo Krishnamurti, con người bị mất tự do bởi sự xung đột giữa cái tôi *đang-là* và cái tôi *phải-là*, tức là giữa hiện thể và lý tưởng; giữa cái tôi *đang-là* và cái tôi *muốn-là*, nghĩa là giữa hiện thể và hy vọng.

Cũng chính vì luôn nhìn ra bên ngoài nên ta không nhận chân được thực tánh của tự do, không biết rằng tự do mà chúng ta đòi hỏi chỉ là cái bóng của bản ngã. Bản ngã đã phi thực thì làm sao những yêu cầu của nó thực hữu, và lẽ tất nhiên, cái gì không thực hữu thì không thể hiện thực, do đó, không thể thực hiện được.

Nếu hướng nội, nếu quay nhìn vào đời sống nội tâm để chú tâm quan sát từng cảm xúc, ta sẽ thấy sự ràng buộc mà ta muốn bứt bỏ không phải do ngoại cảnh, nhưng xảy ra từ tiến trình *ái-thủ-hữu* của chính mình. Nếu không cố bám thủ để trở thành hay đạt được cái mình ham muốn thì tất nhiên sẽ không có sự ràng buộc, và chính ngay khoảnh khắc đó là tự do giải thoát. Có thể nói chính ngay khoảnh khắc trực nhận được thực tướng của ái-thủ-hữu cũng chính là lúc ta phá được vòng luân hồi của *thập nhị nhân duyên*, cũng chính là lúc chúng ta thoát ra khỏi bức màn vô minh che mờ chân tánh.

Đức Phật, trước khi giác ngộ, cũng đã từng hướng ngoại cầu tìm tự do giải thoát. Tuy nhập được mức định cao nhất, Phi Tưởng Phi Phi Tưởng Xứ, nhưng ngài cảm thấy tâm mình vẫn còn chưa tự tại, vẫn còn bị vướng mắc bởi tham, sân, si…. Rồi ngài lại thử thách với thân thể bằng những phương pháp ép xác tới mức cơ thể chỉ còn da bọc xương, đến khi kiệt sức ngài mới phát giác ra mình đã đi tìm không đúng hướng. Sau đó, ngài quay vào bên trong để quán chiếu sự vận hành của tâm thức và khám phá được nguyên nhân bí mật của mọi thúc phược đưa đến sự mất tự do khiến con người cứ mãi trầm luân trong muôn trùng khổ hải.

Bằng phương pháp nội quán, đức Phật thấy rõ thực tánh của vạn pháp nên ngài hoàn toàn được tự do giải thoát khỏi bản ngã. Đấy là trạng thái Niết Bàn, hay trạng thái tự do mà Krishnamurti gọi là *"đầu tiên và cuối cùng."* Phương pháp này được Phật gọi là **nghịch lưu** vì đi ngược lại (hướng vào trong) với cách của chúng sanh (hướng ra ngoài).

Tri kiến và thực chứng được thực tánh vô thường, khổ, vô ngã của vạn pháp là giác ngộ giải thoát, là hoàn toàn tự tại vô ngại, là không còn bị kềm tỏa bởi cuộc đời dù đang sống trong đời sống. Theo Phật, sở dĩ con người không có tự do là vì bị trói buộc và sai sử bởi mười món căn bản phiền não được gọi là **Thập Kiết Sử**:

1. Tham: Muốn lấy thứ mình thích (hữu ái).
2. Sân: Không muốn cái mình không thích (phi hữu ái).

3. **Si:** Mê tối, không phân được chánh tà.
4. **Mạn:** Thấy mình hơn hoặc thua người (tự tôn hoặc tự ti).
5. **Nghi:** Nghi mình, nghi người, nghi pháp.
6. **Thân kiến:** Thấy thân này là thật.
7. **Biên kiến:** Thấy biết một bên.
8. **Tà kiến:** Thấy biết sai lầm về chân lý.
9. **Kiến thủ:** Chấp giữ sự thấy biết sai lầm cho là đúng.
10. **Giới cấm thủ:** Chấp thủ vào những giáo điều, lễ nghi sai lầm.

Đây cũng chính là *Tập Đế*, nơi chứa nhóm nguyên nhân của mọi đau khổ, trong *Tứ Diệu Đế*. Nên nhớ, Tam Pháp Ấn (vô thường, khổ, vô ngã) là ba ấn tướng của cùng một pháp chứ không phải ba đặc tính riêng biệt của pháp, do đó, khi thấy ra một tướng là ta sẽ thấy được hai tướng còn lại. Vì thế, tuy Phật pháp vô biên, nhưng hễ thông suốt một điểm là có thể thông suốt tất cả. Thí dụ khi tri kiến và thực chứng được tự tánh của Tham thì ta thấy luôn chân tướng của những thứ phiền não khác, giống như chỉ bước vào nhà bằng một cửa, nhưng khi đã vào được bên trong thì tất cả mọi thứ trong nhà đều hiển bày.

Con người chỉ hoàn toàn tự do giải thoát khi không còn bị khống chế và sai sử bởi bản ngã nữa. Muốn được như vậy, phương pháp thực tiễn nhất không gì khác hơn là *Chánh Niệm Tỉnh Giác*. Xin, thêm một lần, lặp lại lời giảng của Osho:

"Tự do giải thoát là mục tiêu chính.

Chánh niệm tỉnh giác là phương pháp để đạt đến mục tiêu này."

***

Thưa quý độc giả,

Bằng vào hiểu biết nông cạn so với biển pháp bao la thâm diệu, dù hết sức cố gắng, người viết vẫn không thể trình bày vấn đề một cách rõ ràng rành mạch hơn. Rất mong được quý bạn đọc rộng lượng châm chước, góp ý sửa sai những khiếm khuyết của bài viết và chuyển ngữ của dịch giả trong bộ Kinh Pháp Cú này.

Xin giới thiệu với quý bạn **Quyển thứ 10** trong bài giảng về bộ **Kinh Pháp Cú** của Osho.

Cám ơn các bạn đã cùng đồng hành với người dịch tới đây, tới dặm thứ mười của *"con đường đưa đến chân lý tối thượng"* dài mười hai dặm của Osho.

Chân thành đa tạ.

Om muni muni mahamuni Shakyamuni svaha.

Trung Đạo Am, Conroe, Texas.
May 2024
Nguyễn Diệu Thắng

Mục Lục

Quyển X

DẪN NHẬP - Tự Do Giải Thoát 9
1. Vượt Qua Hạnh Phúc Là Hỷ Lạc 20
2. Bất Cứ Sự Việc Gì Xảy Ra Đều Tốt 54
3. Thiền Cần Tính Can Đảm 82
4. Siêu Việt Là Liệu Pháp Đích Thực 116
5. Giác Ngộ Là Tính Bẩm Sinh Của Bạn 142
6. Đời Sống Siêu Việt Luận Lý 178
7. Ngu Muội Là Kẻ Thù Của Chính Mình 208
8. Không Phải Phúc Âm, Chỉ Là Chuyện Tầm Phào 238
9. Hoan Hỷ Trong Thiền Định 266
10. Tình Thương Là Phần Thưởng Của Chính Nó 296
11. Không Có Gì Mất, Chỉ Không Kịp 324
12. Con Người Mới Với Tri Kiến Mới 350
13. Tôn Giáo Là Bài Ca, Thơ Phú, Vũ Khúc Của Con Tim 384

KINH VĂN
• BÀI GIẢNG 1

Vượt Qua Hạnh Phúc Là Hủ Lạc

Bài giảng tại Phật Đường sáng ngày 21 tháng Hai, 1980

KINH PHÁP CÚ: PHẬT ĐẠO
BỘ 12 QUYỂN • QUYỂN MƯỜI

Ba mươi sáu bộc lưu,
Tham ái, khoái lạc, dục…
Đang chảy xiết về ngươi,
Nếu luôn mơ tưởng chúng,
Ngươi sẽ bị cuốn trôi.

Những cuồng lưu mãnh liệt!
Đang tràn từ mọi nơi.

Như dây leo mạnh mẽ,
Nếu thấy nó vừa mọc,
Nên hết sức cẩn thận!
Hãy nhổ ngay từ gốc.

*Dòng ái dục chảy khắp,
Nếu nổi trôi theo chúng,
Ngươi đời đời trầm luân.*

*Chạy như thỏ bị đuổi,
Người săn bị mồi săn,
Thúc phược không thể dứt.*

*Hỡi người tìm chân lý!
Hãy buông bỏ tham ái,
Hãy cắt đứt xích xiềng.*

*Đã thoát nơi trũng tối,
Ra ngoài vùng trống trải,
Trống trải là rỗng rang,
Tại sao quay trở lại?*

*Ham muốn là trũng tối,
Người bảo, "Hãy xem kìa!
Có kẻ được tự do,
Nay lại đánh mất rồi!"*

TOÀN bộ giáo pháp của đức Phật Cồ Đàm có thể tối giản thành một chữ duy nhất, đó là *tự do giải thoát*. Đấy là thông điệp chủ yếu, là làn hương thơm vi diệu của ngài. Chưa ai từng đưa tự do giải thoát lên cao đến mức ấy. Trong viễn kiến của Phật, đấy là giá trị tối thượng – *summun bonum* – điều cao quý nhất, không gì cao hơn điều này.

Và phải hiểu lý do tại sao đức Phật lại nhấn mạnh yếu tố tự do nhiều đến thế dường như là một điều vô cùng chủ yếu. Thượng Đế hay thiên đàng hay tình yêu không được ngài chú tâm bằng tự do giải thoát, bởi lý do là tất cả mọi thứ đó chỉ trở nên có giá trị trong bầu không khí giải thoát. Tình yêu cũng chỉ tăng trưởng trên mảnh đất giải thoát; không có tự do giải thoát, tình yêu không thể phát triển. Không có tự do thì cái gì mọc lên nhân danh tình yêu đều chỉ là nhục dục. Không có tự do giải thoát cũng không có Thượng Đế, vì cái bạn nghĩ là Thượng Đế chỉ là sự tưởng tượng, nỗi sợ hãi, tánh tham lam của bạn. Không có thiên đàng nếu không có tự do giải thoát, bởi chính tự do giải thoát là thiên đàng. Và nếu bạn cho là có thiên đàng nào đó thì thứ thiên đàng ấy chẳng có giá trị, chẳng phải thực tại; đấy chẳng qua chỉ là ảo mộng phù du.

Tất cả mọi giá trị của đời sống phát triển trong bầu không khí tự do; do đó tự do là giá trị căn để nhất và cũng là đỉnh cao nhất. Nếu muốn hiểu đức Phật, bạn sẽ phải thưởng thức phần nào hương vị giải thoát mà ngài đang nói về.

Tự do của ngài không thuộc về thế gian, không mang tính xã hội, chính trị hay kinh tế, mà nằm trong phạm trù tâm linh. Với "tự do giải thoát" ngài ngụ ý một trạng thái tâm thức không còn chướng ngại bởi tham dục, không bị trói buộc bởi ham muốn, không bị giam hãm bởi bất kỳ thói tham lam hay thèm khát muốn-có-thêm nào. Với "tự do giải thoát" ngài muốn nói đến một tâm thức không có tâm trí, một trạng thái phi tâm. Đấy là trạng thái hoàn toàn trống không, bởi nếu có thứ gì thì nó sẽ ngăn ngại cho sự giải thoát; do đó nó phải thực sự trống rỗng.

Danh từ 'tính trống rỗng – emptiness – *shunyata* – *tính Không*' thường bị nhiều người hiểu lầm một cách trầm trọng, bởi nó mang ý nghĩa tiêu cực. Ta hay nghĩ về điều gì đó có tính tiêu cực mỗi khi nghe đến chữ 'không'. Trong ngôn ngữ của Phật, tính Không tuyệt đối tích cực chứ chẳng tiêu cực chút nào; nó còn tích cực hơn cả trạng thái được gọi là tràn đầy – fullness – của bạn nữa, vì trong tính Không thì mọi thứ khác đều được dọn sạch, nên đầy tràn tự do. Nó không có giới hạn, và chỉ trong một không gian vô hạn thì tự do giải thoát mới khả thể. Tính Không của đức Phật hoàn toàn không giống như sự trống không thường tình; nó không chỉ là sự vắng mặt của thứ gì đó, nhưng còn là sự hiện diện của một điều vô hình nào đó.

Thí dụ khi dọn trống căn phòng của bạn: khi dời mọi thứ trong phòng như bàn ghế tranh ảnh các cái... thì, một mặt, căn phòng trở nên trống rỗng vì mọi thứ được mang ra ngoài nên không còn vật gì trong đó, nhưng mặt khác, có hiện tượng vô hình nào đó khởi sự làm đầy căn phòng. Cái vô hình đó chính là sự rộng rãi khoáng đãng; căn phòng trở nên to rộng hơn. Bạn càng dọn nhiều đồ đạc ra ngoài, nó càng trở nên rộng lớn hơn; và khi không còn lại món gì, kể cả các bức tường, thì gian phòng sẽ to rộng như bầu trời.

Đấy là toàn bộ tiến trình của thiền định: loại bỏ mọi thứ, dẹp luôn cả bản thân, để hoàn toàn không gì còn lại đằng sau – thậm chí đến hành giả cũng không còn. Trong sự im lặng tuyệt đối đó là tự do giải thoát. Trong sự hoàn toàn tĩnh lặng đó mọc lên đóa thiên diệp bảo liên của giải thoát. Và đóa sen này tỏa diệu hương thơm ngát mùi vị của bình an, từ ái, thương yêu, hỷ lạc. Hoặc, nếu muốn dùng danh từ 'thượng đế' thì bạn vẫn có thể, tuy đấy không phải là lời của Phật, nhưng chẳng có gì phương hại trong sự chọn lựa này.

Hãy thiền quán trên những lời kinh thâm diệu này:

Ba mươi sáu bộc lưu,
Tham ái, khoái lạc, dục...
Đang chảy xiết về ngươi,

"Ba mươi sáu" chỉ là cách ẩn dụ trong đạo Phật, có nghĩa là "nhiều."[1] Nhiều dòng cuồng lưu đang tràn về hướng bạn. Mỗi khoảnh khắc bạn đều bị vây bủa bởi hàng ngàn lẻ một

---

1 Lục Căn + Lục Trần + Lục Thức -> Thập Bát Giới x 2 (Quá Khứ + Tương Lai) = 36

ham muốn, và chúng đang cùng lúc lôi kéo bạn đi về nhiều hướng khác nhau. Bạn là nạn nhân và đang rã tan thành nhiều mảnh vụn.

Chàng thanh niên bước vào khách sạn, trông thấy một phụ nữ xinh đẹp đang ngồi uống cà phê một mình nơi góc phòng. Không thể cưỡng lại sự cám dỗ bởi nhan sắc hấp dẫn của nàng, chàng bước đến gần bên, "Tôi có thể ngồi chung với cô được không?"

Người phụ nữ nhìn anh thanh niên vài giây rồi nói, "Bộ anh tưởng tôi đang rã ra từng mảnh hay sao vậy?"[2]

Nhưng đấy chính xác là thực trạng: mọi người đều đang phân rã, luôn cả người phụ nữ trong câu chuyện. Nếu ở trong vị trí của cậu thanh niên kia, tôi sẽ nói, "Vâng, cô cần được kết hợp lại."

Mọi người đều đang bị phân hóa. Bạn không là một nhất thể, mà bị phân chia ra thành nhiều nhiều mảnh vụn, và những mảnh này đang văng vải tứ tung về mọi hướng. Đấy là lý do tại sao có quá nhiều thống khổ trong bản thể bạn, vì bạn cảm thấy cái đau đớn của những thành phần, những thứ mà thực chất là căn cốt nội tại của bạn đang bị lôi kéo về trăm phương ngàn hướng. Đấy là ý nghĩa của thống khổ: nỗi đau của cảm giác khi bản thể cùng lúc bị rơi vào, bị cuốn đi theo nhiều hướng đối nghịch. Chính nỗi đau này là căn do tạo nên sự điên cuồng quẩn trí.

Đức Phật dạy: *Ba mươi sáu bộc lưu, Tham ái, khoái lạc, dục…, Đang chảy xiết về ngươi!* Hãy cẩn thận! Không phải một, mà rất nhiều dòng ái dục đang đổ dồn về bạn. Và nếu không cẩn thận, không tỉnh táo, bạn sẽ bị chúng làm chủ; nếu cứ sống vô ý thức, cứ ngủ mê, bạn sẽ bị chúng cuốn phăng

---

2 Nguyên văn: … "Can I join you?" và câu trả lời, "Do you think I am falling apart?" *Join*: nhập bọn, nối liền lại, kết hợp…

đi mất. Nhưng những cuồng lưu này vốn dĩ không phải là kẻ thù của bạn, bởi chúng chỉ là năng lượng thuần túy, và năng lượng bao giờ cũng trung tính. Khi bạn ngủ say thì những dòng thác này rất nguy hiểm; nhưng khi tỉnh thức, chúng lại trở thành những nguồn năng lượng sáng tạo lớn lao cho bạn. Những dòng cuồng lưu ái dục này cũng tràn về với chư giác giả, nhưng trong tay của người đã giác ngộ thì cát bụi đều biến thành vàng ròng, bởi ý thức tỉnh giác của họ chính là thuật luyện kim. Trong tay bạn, thậm chí có cơ hội gặp được vàng ròng, nó cũng biến thành cát bụi. Trong giấc miên trường, bạn chuyển luôn trạng thái ngủ mê của mình cho bất cứ thứ gì bạn gặp.

Ba mươi sáu dòng cuồng lưu mà đức Phật đang nói về này thực sự là món quà của cuộc tồn sinh, là những tặng phẩm năng lượng vĩ đại. Chúng đến từ mọi phía, liệu bạn có thể chuyển hóa những năng lượng đó thành một tổng thể tích hợp hài hòa hay không, liệu bạn có thể tạo ra một bản giao hưởng từ tất cả mọi nguồn năng lượng đó hay không, đều tùy thuộc vào bạn. Nếu được như thế, bạn sáng tác ra âm nhạc tuyệt vời; và đời bạn trở thành bài ca, trở thành giai điệu.

Nhưng nếu không thể chuyển hóa những luồng năng lượng đó, bạn sẽ biến thành nạn nhân của chúng và sẽ bị chia chẻ thành nhiều mảnh vụn. Bạn sẽ mất đi tính nhất quán, tự thân sẽ trở thành một đám đông, sẽ không còn là một cá nhân độc lập nữa.

Ba mươi sáu bộc lưu, Đang chảy xiết về ngươi,
Tham ái, khoái lạc, dục....

Vân vân và vân vân. Ham muốn là gì? Ham muốn nghĩa là muốn có nhiều hơn. Đấy là một đòi hỏi không thể thành toàn. Không thể đáp ứng được thói ham muốn có nhiều hơn, bởi thuộc tính của "nhiều hơn" là vô giới hạn. "Nhiều hơn" đơn giản là một hiện tượng vô hạn lượng. Có mười ngàn đồng, bạn muốn một trăm ngàn; rồi ngày nào đó có được số tiền này, bạn lại muốn được nhiều hơn. Bạn muốn nhiều thêm và nhiều nhiều hơn. Có bao nhiêu cũng mặc, nhưng khoảng cách giữa bạn và mục tiêu sẽ chẳng hề thay đổi; nó không bao giờ thu ngắn lại, thậm chí không giảm đi dù vỏn vẹn chỉ một phân.

Đấy là lý do tại sao ăn mày là ăn mày, hiển nhiên rồi, nhưng đại đế cũng vẫn là kẻ ăn mày. Cả hai đều khao khát có nhiều thêm. Vậy sự khác biệt là gì? Trên phương diện phẩm chất ý thức của họ thì chẳng có gì khác biệt; đương nhiên, tên ăn mày không sở hữu nhiều bao nhiêu so với vị đại đế, nhưng đấy không phải là vấn đề. Vấn đề là khoảng cách giữa tài sản và lòng ham muốn có thêm của cả hai đều chính xác bằng nhau. Một là tên ăn xin nghèo mạt, còn người kia là kẻ ăn xin giàu có; bạn có thể xác định sự khác nhau tới mức đó, ngoài ra cả hai đều giống hệt.

Bị rơi vào thế kềm kẹp của thói tật "muốn có nhiều hơn" thật sự là một hiện tượng kỳ quái. Nếu không thể nhìn ra điều quái gở này thì bạn hoàn toàn không thông minh chút nào. Đấy chỉ là một hiện tượng đơn giản nên chỉ cần một ít thông minh là có thể thấy được. Cả đời bạn đã từng cố gắng để thỏa mãn khao khát "muốn có nhiều hơn" này và không phải bao giờ bạn cũng thất bại, mà chỉ *có vẻ* như bạn bao giờ cũng thất bại. Bạn đã thành công nhiều lần, nhưng mỗi lần như thế, lòng ham muốn có nhiều hơn lại được phóng chiếu; thế rồi bạn vẫn còn ở tại vị trí cũ cùng với tâm trạng thống khổ, bất mãn, thất vọng. Bạn sẽ bất mãn nếu không đạt được điều mình muốn; và cũng sẽ thất vọng nếu đạt điều mình mong muốn. Dường như bất mãn thất vọng là tất mệnh, là một thứ định mệnh tuyệt đối dành cho con người sống không tỉnh thức.

Bác sĩ tâm thần đến thăm bệnh viện tâm trí. Ông thấy một bệnh nhân đang bứt tai bứt tóc, đánh đấm chính mình, có vẻ như muốn tự sát. Người bệnh này bị nhốt trong phòng biệt giam vì rất nguy hiểm. Bác sĩ hỏi người quản đốc, "Chuyện gì đã xảy ra với người này?"

Viên quản đốc trả lời, "Anh ta yêu tha thiết một người đàn bà nhưng không được đáp lại. Kể từ khi cô ấy lấy một người khác thì anh ta rơi vào trạng thái điên loạn như thế. Anh chỉ muốn tự sát chứ chẳng màng đến mạng sống vì đời không còn ý nghĩa nữa. Anh ta nói: 'Ý nghĩa cuộc đời tôi ở trong người đàn bà đó. Nếu không lấy được nàng, có nghĩa là cuộc đời tôi chấm dứt!"

Cảm thấy thương xót cho người thanh niên thanh tú này và hai người tiếp tục đi. Họ thấy trong phòng biệt giam khác có một người thậm chí trông còn hung tợn lộ tính sát nhân hơn.

Bác sĩ tâm thần lại hỏi, "Chuyện gì đã xảy ra với người đàn ông này?"

Viên Quản đốc đáp, "Đây là người đàn ông cưới được người đàn bà mà anh kia yêu say đắm! Anh ta muốn giết vợ kể từ lúc mới lấy nhau, và nếu không giết được nàng, hắn sẽ giết bất cứ ai để thay thế, vì hắn cố ý chỉ muốn giết hại và tiêu diệt. Hắn muốn tàn sát cả nhân loại! Bởi vì người đàn bà đó làm cho hắn phát điên!"

Một người bị điên vì *không lấy được* nàng, còn người kia phát điên vì *lấy được* nàng. Hầu như, nhiều hay ít, đấy là toàn bộ lịch sử của mỗi một con người. Có thể trường hợp của bạn không đến nỗi cùng cực cho lắm nên bạn không thấy ra, nhưng sự khác biệt chỉ là mức độ. Con người nằm trong sự kềm kẹp của ham muốn sẽ nhất định trở thành điên loạn.

Và đức Phật nói: *Khoái lạc*... Khoái lạc nghĩa là bạn tưởng chỉ có thân xác mới là nguồn hạnh phúc duy nhất. Đấy là ý tưởng hoàn toàn ngu xuẩn. Khoái lạc thân xác rất phù du, chúng không phải là những niềm vui đích thực. Nhưng mọi người đều bị vướng vào lưới của thân xác. Sinh ra như là những thể xác, nhưng chúng ta không nhất thiết phải chết như thể xác. Nếu chết khi thân xác chết, thì toàn bộ cuộc đời ta chỉ hoàn toàn phí hoài. Bạn phải trưởng thành.

Hãy nhớ: trở nên lớn tuổi không có nghĩa là trưởng thành. Ai cũng trở thành già lão, nhưng chỉ vài người, rất hiếm người trưởng thành. Ta chỉ trưởng thành khi nào trở thành một vị phật, bởi trưởng thành nghĩa là bạn bắt đầu cảnh giác về khoái lạc thân xác – rằng chúng chỉ là những cảm giác nhất thời và có thể thay đổi qua trạng thái trái ngược lại một cách hết sức dễ dàng.

Chẳng hạn như nếu mê thích ăn uống, bạn sẽ tọng vào bụng quá nhiều đồ ăn thức uống; khi ấy khoái cảm của việc ăn uống biến thành đau đớn. Khởi đầu là khoái lạc, nhưng sự khoái lạc này có giới hạn của nó. Tương truyền là Nero phải dùng đến bốn y sĩ luôn đi theo cạnh mình, thậm chí ngay trong lúc đang ra trận. Toàn bộ công việc của họ là giúp Nero ói ra những thứ vừa nuốt vào để có thể ăn tiếp. Ông ham ăn tới mức có khả năng ăn hai mươi đến hai mươi lăm lần trong một ngày. Bạn sẽ gọi ông ta là kẻ điên – và ông điên thật.

Nào, thế thì lạc thú ăn uống là gì? Có thể chỉ một chút khoái cảm của vị giác... Trên lưỡi của bạn có những chồi tế bào li ti có khả năng nếm vị đồ ăn khi đưa vào miệng; chúng vận hành một cách dễ dàng nhanh chóng và ngay sau đó bạn sẽ hoàn toàn không còn cảm giác nào với món ăn vừa mới nuốt xong. Khi ấy, toàn bộ tiến trình khoái khẩu biến mất. Đây là tình trạng xảy ra khi bạn bị sốt: những tế bào vị giác trở nên cùn lụt, vô cảm; thế nên dù bạn ăn nhưng không cảm thấy mùi vị gì cả. Thường tình hầu như người ta sống để mà ăn, chỉ rất hiếm người ăn để mà sống. Hàng triệu triệu người chỉ sống để ăn.

Nhân loại có thể được chia thành hai loại người điên: một loại bị ám ảnh với thức ăn, một loại với tính dục. Và có một mối tương quan mật thiết giữa hai tình trạng này. Người bị ám ảnh bởi tính dục sẽ không màng đến thức ăn, và người bị đè nén tính dục thì trở nên bị thức ăn ám ảnh.

Khi một dân tộc bị dồn nén về tính dục thì nó trở nên hết sức bị ám ảnh với thức ăn. Đấy là điều xảy ra trong xứ Ấn Độ này: một dân tộc bị đè nén về tính dục hàng bao nhiêu thế kỷ. Đấy là lý do tại sao người Ấn rất có tính sáng tạo về đồ ăn – các loại đồ ngọt mới, hàng ngàn món, được sáng chế, những thứ mà thế giới hoàn toàn không biết đến! Thức ăn của người Ấn cay xé miệng... Người ngoại quốc mới tới không thể ăn những món này; họ không hình dung tại sao dân bản xứ lại có thể ăn thứ cay cháy lưỡi như thế! Tại sao thức ăn lại cay đến thế? Bởi sự đè nén tính dục! Nếu tính dục của bạn không bị kềm nén thì bạn sẽ không ăn cay nhiều đến thế.

Mới mấy hôm trước tôi nhận được hai bức thư, một từ một sannyasin Tây phương, cô Mudita. Cô viết, *"Sự Phụ kính yêu, con cảm thấy rất vui khi lắng nghe sư phụ giảng, nhưng đột nhiên con trở nên nổi hứng bất tử."* Chắc cô phải được nuôi dưỡng với quan niệm và lối giáo dục Victorian – những tư tưởng lỗi thời.

Còn bức thư kia của Rekha, một sannyasin Ấn Độ. Cô viết, *"Đang lắng nghe sư phụ giảng, bất chợt con thấy thèm đồ ăn cay quá chừng."* Hiển nhiên cô ấy là một người Ấn! Phụ nữ Ấn thậm chí không thể tự nhận ra mình đang nổi hứng, bởi đấy là điều bất khả thể; toàn thể sự ham muốn tính dục đều phải hướng về thức ăn cay. Cả hai người đều giống nhau, chẳng có gì khác biệt cả.

Thực phẩm và tính dục có cùng một điểm chung. Thực phẩm cần cho sự sinh tồn của cá nhân; bạn sẽ không tồn tại nếu không có thức ăn. Và tính dục cần cho sự tồn vong của chủng loại; không có tính dục thì chủng loại sẽ biến tích.

Còn một hiện tượng khác: người sống một đời sống thiên nhiên sẽ không bị thức ăn cũng như tính dục ám ảnh. Họ hoàn toàn không bị hai thứ này ảnh hưởng chút nào. Nhưng các hệ thống tôn giáo không cho phép thái độ này: bạn phải bị ám ảnh bởi thứ này hay thứ khác. Nếu không bị ám ảnh, bạn sẽ chẳng thèm đi đến đình chùa nhà thờ giáo đường... Đấy chính là bí mật nghề nghiệp của họ. Toàn thể hệ thống thương nghiệp tôn giáo này cứ tiếp tục phát triển chứ chưa thấy dấu hiệu dừng lại, chỉ vì lý do đơn giản là bạn cứ bị ám ảnh không bởi thứ này thì vì thứ khác.

Người bị thực phẩm ám ảnh sẽ ích kỷ hơn người bị ám ảnh bởi tính dục; lý do giản dị là thực phẩm nghĩa là sự *sinh tồn của bạn*, còn tính dục là sự *sinh tồn của chủng loại*. Thà thiên về tính dục và chạy theo dục lạc còn tốt hơn chỉ sống để ăn.

Xứ sở này đã trở nên quá ích kỷ chỉ vì lý do đơn giản là tính dục hoàn toàn bị phủ nhận; thuyết *brahmacharya* – độc thân, tiệt dục – đã được đề xuất qua nhiều thế hệ như một trong những giá trị vĩ đại nhất. Và kết quả tối hậu là mọi người đã trở nên bị thức ăn ám ảnh. Khi nào bị thức ăn ám ảnh thì người ta trở thành ích kỷ, hiển nhiên là thế, vì họ chẳng thèm quan tâm đến nòi giống chủng loại nữa.

Immanuel Kant, một trong những tư tưởng gia lỗi lạc trên thế giới, nói rằng: Đối với tôi, điều này là tiêu chuẩn căn bản cho mọi đạo đức: bất cứ nguyên tắc nào, nếu được tuân thủ, đều phá hủy nhân loại. Thế nên, nguyên tắc là *vô đạo đức*. Bây giờ, Immanuel Kant sẽ nói gì về brahmacharya? Nếu thuyết brahmacharya là nguyên tắc được toàn thể nhân loại tuân theo thì nó sẽ tiêu diệt nhân loại; sẽ là một hiện tượng tự sát. Theo Kant, *brahmacharya* là vô đạo đức, còn vô đạo đức hơn ăn cắp, bất lương, thất hứa…, còn vô đạo đức hơn bất kỳ tội lỗi nào khác.

Tôi đồng ý với Immanuel Kant hơn là với toàn thể truyền thống Ấn Độ. Tiêu chuẩn là như thế này: bạn phải nghĩ xem nếu mọi người đều tuân theo nguyên tắc này thì kết quả sẽ ra sao. Chắc chắn hậu quả sẽ là cuộc tự sát, cuộc tự sát toàn cầu; và không còn ai sót lại để tiệt dục nữa.

Và cũng đúng như thế với trường hợp của cái được gọi là truyền thống xuất gia trốn đời cổ xưa – từ bỏ, ly gia cắt ái; thái độ này cũng vô đạo đức. Nếu mọi người đều tuân theo quan niệm chạy trốn thế gian rồi bỏ ngang đời sống để trốn lên Hy Mã Lạp Sơn, thì toàn thể nhân loại sẽ chết mất.

Thật ra, các vị được mệnh danh đại thánh và thánh của bạn vẫn sống sót là nhờ bạn còn đang ở trong thế gian và tiếp tục ủng hộ họ. Nếu bạn không ở trong thế gian nữa, nếu bạn cũng đi theo chư vị lên Hy Mã Lạp Sơn, chắc chắn họ sẽ bị lúng túng. Ai sẽ cung cấp lương thực cho họ? Ai sẽ là người hỗ trợ cho họ? Họ sẽ phải cùng tự tử chung với đám môn đồ của mình – và nếu muốn tự sát, thì rặng Tuyết Sơn thực sự là nơi tuyệt vời nhất thế giới cho bạn. Nếu không thể sống một cách tốt đẹp, ít ra bạn có thể chết tại một chỗ đẹp. Các vị đại thánh của bạn được hỗ trợ bởi những con người thế gian, thế mà họ vẫn cứ lên án thế gian. Đấy là một hành động vô đạo đức. Khuynh hướng thoát ly là thái độ vô đạo đức.

Tôi đồng ý với Immanuel Kant; tiêu chuẩn của ông có điều gì đó thực sự giá trị về đạo đức.

Khoái lạc có nghĩa là hoặc khoái cảm của lưỡi và thức ăn, hoặc lạc thú tính dục. Cả hai trường hợp đều hết sức ấu trĩ vì bạn không chỉ là thân xác, mà còn bao gồm nhiều thành tố nữa.

Hãy vươn lên từ khoái lạc đến hạnh phúc. Hạnh phúc thuộc về tâm lý, còn khoái lạc chỉ thuộc về sinh lý. Lắng nghe khúc nhạc hay, đọc bài thơ trữ tình, ngắm ánh tà dương, hoặc chỉ nhẹ nhàng thưởng thức cuộc đi bộ buổi sáng và nghe tiếng thông reo rì rào khi cơn gió vờn qua, hay tiếng suối nước đang chảy róc rách – khiến bạn có cảm giác rộn ràng sảng khoái. Dù cảm giác này cũng đến từ thân thể, nhưng nó chạm vào tâm tư bạn sâu hơn, sâu hơn cái chạm của khoái cảm từ thức ăn và tính dục. Tuy tròn đầy hơn, nhưng cảm giác này vẫn chưa phải là thứ rốt ráo, vì bất cứ sự việc nào thuộc về tâm lý đều nhất định mang tính phù du nhất thời.

Vượt qua khỏi hạnh phúc là hỷ lạc thuộc về tâm linh, là một hiện tượng phi thời gian. Bạn vượt ra khỏi thời gian, vượt ra khỏi cả thân xác lẫn tâm trí. Khi ấy bạn biết mình là ai. Khi ấy bạn vận hành từ trung tâm của mình. Lần đầu tiên bạn trở nên định tâm, chứ không còn bông lung lệch lạc như trước. Lần đầu tiên bạn có gốc rễ trong bản thể và những gốc rễ này kết nối bạn với Thượng Đế, với cái toàn thể. Bạn chỉ trở nên thánh thiện khi ở trong trạng thái hỷ lạc; nhưng khoái lạc ngăn cản bạn lại, giữ bạn lại ở mức thấp nhất.

Tôi không chống lại khoái lạc, nên nhớ; tôi chẳng hề chống lại điều gì cả. Mọi thứ phải được sử dụng như viên đá lót đường để đi lên đến đỉnh tối thượng. Thân thể cũng đẹp đẽ và thưởng thức thức ăn cũng tốt; chỉ đừng bị nó ám ảnh là được. Nhưng nếu chư thánh của bạn liên tục kết án cái món bạn thích, bạn sẽ bị món đó ám ảnh.

Chính chư thánh của bạn là những người tạo ra nỗi ám ảnh. Bất cứ điều gì bị họ kết án đều trở thành nỗi ám ảnh của bạn. Thật ra, họ càng lên án chừng nào, thì cái bị họ kết tội càng trở nên hấp dẫn hơn, càng trở nên lôi cuốn hơn.

Tôi cũng chẳng chống lại tính dục, nhưng muốn bạn vượt ra khỏi nó. Hãy dùng nó như viên đá lót đường, như cái thang để leo. Tự bản thân tính dục tốt đẹp, nhưng đấy không phải cứu cánh mà chỉ mới là bước khởi đầu. Đừng dừng lại ở chương thứ nhất của đời mình, bởi còn rất nhiều điều, rất nhiều giá trị ẩn mật cần phải được khám phá.

... Và *dâm dục*. Dâm dục thậm chí còn thấp hèn hơn khoái lạc. Ít ra khoái lạc còn có sự kính trọng người khác.

Nếu yêu người đàn bà hoặc người đàn ông, yêu sự quan hệ với người ấy… bạn kính trọng đối tượng của mình. Nhưng trong dâm dục thì không có bất kỳ sự kính trọng nào, bạn chỉ đơn giản sử dụng người khác. Dâm dục thậm chí còn hạ cấp hơn khoái lạc, và đấy là trạng thái rơi xuống thấp dưới mức con người. Bạn dùng người khác làm phương tiện.

Khi làm tình với người đàn bà mà bạn không có chút kính trọng nào, thì việc bạn đang làm không gì khác hơn việc thủ dâm: bạn đang sử dụng người ấy chỉ để tự đánh lừa mình, bởi giữa bạn và người ấy không có sự kết nối nào. Khi tìm đến cô gái giang hồ thì đấy không phải là khoái lạc, mà là thái độ dâm dục. Bạn trả tiền, nhưng tiền chỉ có thể mua thân xác, chứ không thể mua được tình yêu.

Và nên nhớ, khi bạn mua một thân thể, thì đó chỉ là một xác chết, vì tâm hồn của người đó không hiện hữu. Người đàn bà ấy cần tiền, nên, bằng cách nào đó, tha thứ cho bạn. Cảm thấy ghét cay ghét đắng đến muốn giết bạn chết, nhưng vì được trả tiền nên cô ấy phải giả bộ yêu thương vậy thôi. Với đôi mắt nhắm lại, cô đang nghĩ đến những việc khác; cô ấy chỉ đơn giản tha thứ cho bạn. Người này sử dụng người kia như một phương tiện: cô gái cần tiền, bạn cần thể xác; đấy là sự lợi dụng lẫn nhau.

Lloyd ghé thăm nhà cô gái bán hoa. Hắn nhấn chuông nhưng không nghe tiếng trả lời, nên đeo mắt kính vào rồi đọc tờ giấy dán trên cánh cửa: "Đi nghỉ hè. Tự làm lấy."

Đấy là hành động thủ dâm song phương không hơn kém – vô cùng bẩn thỉu, còn tệ hại hơn khoái lạc. Phật dạy:

Mọi dòng cuồng lưu đang đổ về ngươi – Tham ái và khoái lạc và dâm dục…
Nếu cứ mơ tưởng chúng, Ngươi sẽ bị cuốn trôi.

Con người của bạn đầy tràn mơ tưởng. Làm tình với vợ mình nhưng thật sự không nghĩ đến nàng, mà bạn đang mơ tưởng tới Sophia Loren hay Lollobridgida, còn nàng có thể đang nghĩ đến người đàn ông nào khác. Cả hai đều giả bộ đồng tình, nhưng trí tưởng tượng của họ thì lang thang đâu đó. Nếu có thể nhìn vào tâm trí của hai người đang làm tình, bạn sẽ ngạc nhiên khi thấy rất hiếm khi chỉ có hai người trên giường, mà hầu hết là một đám đông, tối thiểu cũng phải đến bốn người. Thường thì đấy là cuộc làm tình tập thể, bởi tâm trí của họ đang ở trong trạng thái mộng mơ ảo tưởng.

Không riêng gì trẻ em, ngay cả đến người lớn tuổi – những người được gọi là trưởng thành – cũng đang sống trong tưởng tượng. Người ta vẫn tiếp tục chơi với những món đồ chơi chứ không bao giờ tỉnh thức. Trí tưởng tượng liên tục giữ họ trong giấc miên trường.

Một lần nữa chúng ta lại bước vào chiếc xe thời gian tiện dụng để làm cuộc hành trình trở về những năm tuổi sáu mươi nập nợn, những năm tuổi năm mươi chưng diện đúng mốt, bốn mươi hưng phấn chiến đấu, ba mươi đểu giả bẩn thỉu, và bước vào những năm tuổi hai mươi ồn ào với chiếc nón đội lệch trên đầu và áo sơ mi vạt sau dài bỏ ngoài quần, thì chúng ta dừng lại hành trình vượt thời gian trở về quá khứ nhanh chóng và mát mẻ phơi phới này. Chúng ta đang ở thời điểm mà việc cấy các tuyến của loài khỉ và những cuộc giải phẫu đại loại như thế để phục hồi sinh lực cho đám đàn ông đang trong thời kỳ thịnh hành.

Cuộc giải phẫu để phục hồi tuổi thanh xuân cho một lão ông bảy mươi tuổi vừa được thực hiện. Ông đã hy vọng sau kết quả của cuộc giải phẫu, các nhiễm sắc thể của mình sẽ bật lên cao đến tận trần nhà. Nhưng khi tỉnh dậy sau ảnh hưởng của thuốc mê, ông lại bắt đầu khóc lên rưng rức.

Bà Bernstein, người y tá trực, cúi xuống gần người ông, ân cần nói, "Này ông, cuộc giải phẫu đã thành công mỹ mãn nên không cần phải cảm thấy lo lắng. Tin tôi đi, chắc chắn sau khi rời khỏi đây, ông sẽ cảm thấy trẻ hơn hai mươi tuổi; có thể còn trẻ hơn nữa, ai biết?"

Nhưng ông già tội nghiệp vẫn tiếp tục khóc, nước mắt nước mũi cứ lăn xuống má rồi biến mất trong chòm râu quai nón dài bạc trắng như cước.

Người y tá nài nỉ, "Xin đừng khóc nữa. Cơn đau sẽ dứt sớm thôi mà."

Bệnh nhân nức nở, "Ai khóc vì đau đâu? Em sợ bị trễ giờ học chớ bộ!"

Chỉ cần nhìn sâu vào bên trong bản thân và bạn sẽ gặp đứa trẻ con vẫn còn nguyên vẹn nơi đó; nó vẫn chưa trưởng thành chút nào. Độ tuổi tinh thần bình thường của mỗi người thường không lớn hơn mười hai tuổi; dù thể xác sinh lý có thể tám mươi, nhưng về phương diện tâm lý, bạn chỉ khoảng chừng mười hai là cùng. Do đó, thỉnh thoảng bạn bắt đầu hành xử như một đứa bé – bất chấp bản thân lớn tuổi đến đâu. Nếu bị xô đẩy quá mức vào một tình huống nào đó, bạn sẽ quên mất mình đã là người lớn. Sâu trong tiềm thức, đứa trẻ vẫn đang ngồi đấy và được trùm kín bởi quá nhiều kinh nghiệm, nhưng những kinh nghiệm này chưa được tiêu hóa; nó được che phủ bởi vô số kiến thức, nhưng những kiến thức này chưa trở thành trí tuệ bởi nó đã không được sở đắc qua tỉnh giác. Bạn đã sưu tầm và tích lũy mớ kiến thức bề bộn này trong giấc ngủ mê của mình, nên bạn tích chứa luôn cả bao nhiêu đấy rác rưởi kèm theo chúng. Vâng, đôi khi bạn cũng có thể nhặt được viên kim cương, nhưng lại không biết nó là ngọc quý mà cứ tưởng đây là cục đá có màu.

Nếu cứ mơ tưởng chúng, Ngươi sẽ bị cuốn trôi. Nếu để cho tất cả những bộc lưu của tham ái và khoái lạc và dâm dục và tham lam và sân hận và đố kỵ và chiếm hữu và bạo động này chảy tràn về phía mình, thì chúng sẽ cuốn phăng bạn đi mất. Đừng đùa dai với chúng trong trí tưởng tượng của bạn, bởi hành động này giúp chúng tăng cường sức mạnh và bạn sẽ bị kềm tỏa dưới thế lực của chúng.

Và ai cũng có thể thấy ra tưởng tượng của người khác ngoại trừ của chính mình, là một hiện tượng hết sức kỳ lạ. Khi ai đó sa vào lưới tình, bạn chê, "Điên hết chỗ nói!" Mọi người đều nghĩ hắn đang bị điên. "Nhìn xem, cái mặt người đàn bà đó giống hệt bức tranh của Picasso! Không biết sao hắn lại si mê cô ta đến thế? Chẳng biết hắn thấy cái gì nơi con người ấy?" Nhưng đến khi bạn lọt vào bẫy tình thì vấn đề lại hoàn toàn khác: nàng giống như Cleopatra! Đấy là sự tưởng tượng của bạn thôi chứ chẳng ai đồng ý cả. Và thực trạng như vậy cứ liên tục tiếp diễn ở những lãnh vực khác, phạm trù khác trong cuộc sống.

Điều phi lý được viết ra trong các kinh sách tôn giáo của bạn thì tuyệt đối hữu lý, có tính khoa học; nhưng khi được ghi xuống trong những kinh sách khác lại hoàn toàn vô lý một cách rõ rệt, không thắc mắc nghi ngờ gì nữa. Tín đồ Ấn giáo có thể thấy ra mọi thứ ngu xuẩn trong Thánh kinh, và Ki Tô hữu cũng nhìn được mọi loại xuẩn ngốc trong kinh điển Ấn giáo. Nhưng những điều đó ngược lại dường như thực sự là phép mầu: không một người Ấn giáo nào nhìn ra bất kỳ điều gì sai trái trong kinh sách của họ; mọi thứ được viết trong đó đều mang tính khoa học. Không những chỉ nghĩ là kinh điển của mình rất khoa học, họ còn cố gắng chứng minh điều mình tin tưởng là đúng.

Có lần một tu sĩ Ấn Độ giáo cùng với nhiều tín đồ đến gặp tôi. Một trong những tín đồ của ông nói, "Thầy tôi là một học giả uyên bác. Ông đã viết nhiều sách, và toàn bộ nỗ lực của đời ông dành cho việc chứng minh rằng Ấn Độ giáo là tôn giáo có tính khoa học duy nhất trên thế giới."

Tôi hỏi, "Ông ấy có thể đưa ra thí dụ nào không?" Người môn đệ trả lời, "Ông có thể hỏi bất cứ điều gì và thầy tôi sẽ giải thích tại sao nó mang tính khoa học."

Tôi hỏi, "Tại sao người theo Ấn giáo hớt hết tóc nhưng chỉ chừa lại một chóp nhỏ – *choti* – trên đỉnh đầu vậy?" Vị tu sĩ trả lời, "Đơn giản thôi! Ông có từng nhìn thấy cây cột sắt nhỏ trên nóc các tòa nhà cao tầng không?"

Tôi không thể hiểu ngay ý ông ấy muốn nói gì. Ông nói tiếp, "Cây cột đó dùng để bảo vệ tòa nhà khỏi bị sét đánh, Ấn giáo đã khám phá ra điều này lâu lắm rồi: nếu giữ chùm tóc nhỏ dựng đứng giữa đỉnh đầu, thì nó sẽ bảo vệ ta khỏi bị điện giật khi có sấm sét."

Nào, ông ta đang nói cái điều quỷ quái gì thế! Vậy mà ông được biết đến như một thánh nhân vĩ đại, vì ông đang củng cố bản ngã của bạn, đang chứng minh tôn giáo của bạn có tính khoa học. Ông đến gặp tôi với tất cả môn đồ của ông, và cả bọn đều mang đôi guốc gỗ – chappals kharhaon – nên tạo ra âm thanh ồn ào. Guốc gỗ rất nặng nề và khó mang, bởi phải giữ nó thật chặt bằng mấy ngón chân. Thế mà tín đồ Ấn giáo đã dùng chúng từ bao thế kỷ nay.

Tôi hỏi ông, "Tại sao đi guốc gỗ? Có tính khoa học gì trong việc này chăng?"

Ông ta trả lời, "Đi guốc gỗ giúp ta tịnh dục, bởi sức ép của nó đối với bàn chân quá mạnh khiến các tuyến tình dục của người mang guốc gỗ không hoạt động được."

Vĩ đại, quả là pháp môn vĩ đại! Thế nên tôi nói, "Vậy Ấn Độ không phải bận tâm về vấn đề dân số. Chỉ cần đưa mỗi người một đôi guốc gỗ để tính dục không ảnh hưởng đến họ, và bảo họ để chỏm tóc trên đỉnh đầu để khỏi bị sét đánh. Mọi người sẽ trở thành thánh nhân. Thật là những công thức đơn giản!"

Nhưng tín đồ Ấn giáo tin rằng ông thầy mình đang mang lại sự phục vụ lớn lao cho tôn giáo của họ. Thực kiện này xảy ra với hầu hết mọi tôn giáo. Sự tưởng tượng của bạn là chân lý, còn chân lý của người khác thì chỉ là tưởng tượng.

Một giáo sĩ Do Thái đang tranh luận với một linh mục về sự khác biệt giữa kinh Cựu Ước và Tân Ước. Luận điểm của vị linh mục là Tân Ước đưa ra nhiều bằng chứng về sự hợp tác siêu phàm nhờ vào tất cả những phép lạ nổi tiếng được viết ra trong đó.

Vị linh mục luận giải, "Hãy nhớ, đức Chúa của chúng tôi đi trên mặt nước, cứu người chết sống lại, ban cho hàng trăm người ăn chỉ với vài miếng bánh mì và mấy con cá nhỏ tí, biến nước thành rượu vang, và tự thân bay bổng lên thiên đàng."

Giáo sĩ Do Thái khăng khăng hỏi lại, "Thế thì chứng minh được điều gì nào? Trong Cựu Ước cũng chứa bao nhiêu phép lạ như thế, như rẽ nước biển Hồng Hải, làm cho mặt trời đứng yên, thánh Moses bay lên núi Sinai để đích thân nói chuyện với Thượng Đế và nhận được Mười Điều Răn (Decalogue) từ chính tay của đấng Toàn Năng."

Vị linh mục gật đầu thừa nhận, "Tôi cũng tin những phép lạ ấy. Nhưng thành thực mà nói về vấn đề này – ông có thực sự nghĩ rằng những phép mầu của ông có thực chất bằng những phép mầu của chúng tôi không?"

Giáo sĩ Do Thái nhìn trừng trừng vị linh mục, rồi cáu kỉnh táp lại, "Ông bị sao thế? Bộ ông không thể phân biệt được giữa sự thật và giả tưởng hay sao?"

Chuyện *giả tưởng của chúng tôi* là sự thật, còn chuyện *giả tưởng của các anh* chỉ là giả tưởng – và luôn cả sự thật của các anh cũng là giả tưởng luôn.

Hãy coi chừng sự tưởng tượng, bởi nó có thể che mờ tâm trí, có thể phá hủy khả năng nhìn thấy rõ ràng của bạn. Vì vậy nên tôi nói: Trừ phi dẹp bỏ quan niệm là tín đồ Ấn, Hồi, Ki Tô, bạn sẽ không thể nhìn thấy thực tại một cách trong sáng, bởi trí tưởng tượng của bạn đã bị tiêm nhiễm rác rưởi bụi bặm qua hàng bao thế kỷ rồi.

Tất cả mọi quan niệm và ý thức hệ phải được dẹp qua một bên để cho đôi mắt của bạn có thể đối diện, có thể chạm trán với thực tại như nó đang là. Sự tưởng tượng giữ bạn lại trong giấc ngủ mê, nên nếu thoát ra khỏi tưởng tượng của mình, có nghĩa là bạn bắt đầu thức tỉnh.

Gurdjieff thường bảo đệ tử của mình rằng điều quan trọng nhất phải nhớ trong giấc chiêm bao là "Đấy là giấc mơ." Nhưng làm thế nào để nhớ được? Dường như là việc bất khả thi, vì trong giấc chiêm bao thì làm sao nhớ được "nó là giấc chiêm bao"? Nhưng nếu bạn thực tập phương pháp Gurdjieff, sẽ có ngày bạn có thể nhớ được.

Phương pháp này rất đơn giản. Suốt ngày, khi thấy bất cứ sự việc gì, bạn phải luôn nhớ rằng "đây là giấc mộng." Đang đi trên đường, "đây là giấc mộng"; con chó đang sủa, "đây là giấc mộng." Trọn ngày hãy cứ tập nhớ như thế, "đây là giấc mộng, đây là giấc mộng." Phải mất từ ba đến chín tháng để cho ý niệm này thấm sâu vào tâm khảm của bạn; rồi một ngày, hốt nhiên, trong giấc chiêm bao bạn bỗng nhớ ra rồi thốt lên, "đây là giấc mộng!" – và đó là khoảnh khắc bừng sáng mãnh liệt. Giấc mơ lập tức biến mất. Ngay giây phút bạn nói đấy là giấc chiêm bao, giấc chiêm bao tức thì biến tích, còn bạn thức dậy, hoàn toàn tỉnh thức giữa đêm khuya.

Dĩ nhiên những cây cối và người đi trên đường không phải là giấc mộng nên không biến mất. Bạn có thể cứ nói "đây là giấc mộng." vì đấy chỉ là một phương pháp thực tập; nhưng sẽ hữu dụng khi bạn thực sự nhớ điều này trong giấc mơ: giấc mơ sẽ biến mất. Mộng mị chỉ có thể tồn tại khi ta tin vào nó, còn như nếu ta không tin thì nó không thể tồn tại được. Trí tưởng tượng của ta đang bị thấm thuốc.

Lắng nghe cuộc đối thoại này, xảy ra vào khoảng năm 1936, khi Tiến sĩ William Goldman đang là giáo sư Anh ngữ tại trường đại học Brandeis.

Hôm ấy là ngày lễ tốt nghiệp nên ông bố của một sinh viên đến ăn mừng ngày con mình ra trường, tuy ông không còn sáng suốt cho mấy, nhưng mọi việc vẫn hoàn tất tốt đẹp.

Khi ở trong bãi đậu xe kề bên khu đại học xá, ông đang nhìn chằm chằm vào mấy chiếc xe thì thấy Tiến sĩ Goldman đi ngang qua, nên lên tiếng hỏi: "Này ông ơi, xe của tôi là chiếc bên trái hay bên phải vậy?"

Vị giáo sư trả lời, "Thưa ngài, xe của ngài là chiếc bên phải. Còn chiếc bên trái chỉ là một hiện tượng chủ quan mà thôi."

Nó không thực hữu, mà chỉ là hiện tượng có tính ảo tưởng. Đấy chính xác là ý nghĩa của chữ *maya:* ảo ảnh, hiện tượng chủ quan chứ không thực sự tồn tại. Nhưng nếu bạn tin vào nó thì nó sẽ trở thành hiện thực. Tùy theo bạn; bạn có thể làm cho nó vận hành y như thật. Có nhiều sự việc không hiện hữu, nhưng nếu tin vào chúng, thì đối với bạn chúng là những thực tại. Và bạn bị bao vây bởi những điều giả tưởng như tôn giáo, tâm linh, siêu hình... Có quá nhiều thứ hảo huyền hư cấu đang vây bủa chung quanh bạn – và bạn phải thức tỉnh khỏi tất cả những thứ ấy.

Phật dạy:

> *Những cuồng lưu mãnh liệt!*
> *Đang tràn từ mọi nơi.*

Những dòng cuồng lưu bất thiện ấy vô cùng mạnh bạo, trong lúc bạn đang ngủ quá say đến độ dường như rất khó lòng tỉnh dậy – nhưng bạn có thể thức giấc. Theo quan sát của tôi thì những dòng thác này chỉ mạnh theo tỉ lệ với giấc ngủ của bạn. Nếu ít ngủ mê thì năng lực của chúng yếu hơn, còn như bạn hoàn toàn thức tỉnh thì sức mạnh của chúng hoàn toàn biến mất.

Tên say rượu đang bước qua tuyến đường trạm xe bus thì bị một con chó Saint Bernard to tướng ùa tới vật ngã xuống đất. Ngay sau đó, một chiếc xe thể thao ngoại quốc từ góc đường lao ngang gây thêm thương tích trầm trọng hơn.

Một người đứng gần đó giúp anh chàng ngồi dậy rồi hỏi, "Anh có sao không?"

Đệ tử lưu linh đáp, "Quèo, con chó không làm đau bao nhiêu, nhưng cái lon nhôm cột ở đuôi của nó suýt giết tôi chết."

Khi không còn tỉnh táo thì bạn cứ trông thấy sự việc hoàn toàn không thực có, hoặc cứ phóng hiện ra mọi thứ. Khi ấy thế giới trở thành màn ảnh và bạn sống trong thế gian riêng tư của mình. Đấy chính xác là ý nghĩa của chữ 'idiot – thằng ngố': sống trong thế giới riêng, sống trong hiện tượng chủ quan.

Trong quán rượu, mỗi lần uống xong một ly, Murphy móc trong túi áo ra một con mèo nhỏ lông xù, đặt lên trên quầy và nhìn nó chăm chăm. Không cầm được tò mò nữa, người pha rượu cuối cùng phải hỏi Murphy đang làm gì thế.

Murphy trả lời, "Ồ, anh thấy đây, như thế này: Chừng nào tôi còn có thể nhìn thấy một con mèo thì tôi uống tiếp. Nhưng khi thấy tới hai con thì lúc đó phải có hành động."

"Hành động gì?"

"Tôi bắt hai con mèo bỏ vào túi rồi đi về nhà." Tửu đồ Ái Nhĩ Lan nói.

Nếu bị say, bạn sẽ nhìn cùng cái thế giới này nhưng theo kiểu cách khác, bởi trí tưởng tượng của bạn sẽ được pha trộn vào đó. Bạn sẽ không có khả năng phân biệt giữa cái nào là hư cấu và cái gì là sự thật; bạn sẽ không còn bất cứ năng lực phán xét nào. Đấy chính xác là căn do khiến cho những dòng thác bất thiện ấy trở nên mãnh liệt. *Những cuồng lưu mãnh liệt! Đang tràn từ mọi nơi.*

> *Như dây leo mạnh mẽ,*
> *Nếu thấy nó vừa mọc,*
> *Nên hết sức cẩn thận!*
> *Hãy nhổ ngay từ gốc.*

Thế nên bạn phải cảnh giác mỗi khi nhận thấy có sự tưởng tượng đang khởi lên trong tâm. Đừng để nó tăng trưởng, đừng để nó trở thành cổ thụ. Khi ấy sẽ khó cho bạn tiêu diệt nó vì bạn có thể trở nên bám víu vào nó, có thể đầu tư nhiều thứ vào nó, có thể bắt đầu ưa thích sự bầu bạn của nó, có thể cảm thấy trơ trọi nếu thiếu vắng nó. Tốt nhất là nên cắt tận gốc rễ ngay từ lúc nó vừa mới mọc. Ngay khoảnh khắc sự tưởng tượng vừa chớm sinh khởi trong tâm trí, hãy cẩn thận, hãy cảnh giác – cảnh giác nghĩa là ý thức tỉnh giác – *Hãy nhổ ngay từ gốc.*

Thường tình thì người ta không thay đổi; họ không giải quyết tận gốc vấn đề, mà chỉ thay thế giả tưởng này bằng một giả tưởng khác. Thái độ này có thể cho bạn chút thoải mái trong phút chốc, nhưng không chuyển hóa được cuộc đời của bạn. Người nào đó chạy theo tiền tài, rồi bỏ tiền tài để đeo đuổi quyền lực; khi chán quyền lực lại bắt đầu chạy theo Thượng Đế hoặc thiền định hoặc giác ngộ. Nhưng hắn cứ liên tục theo đuổi thứ này hoặc thứ kia, cứ tiếp tục thay thế ảo tưởng cũ bằng ảo tưởng mới, vì cái cũ đã không còn hiệu dụng. Hắn đã nhìn ra tính hư cấu của nó, nhưng chưa thấy điều cần yếu là ta phải bứng tận gốc tất cả mọi tưởng tượng trong bản thể của mình.

Vẹt xanh được cho là hết sức chung tình với nhau, nếu một con chết đi thì con kia cũng chết theo vì tim vỡ. Một bà có nuôi một cặp vẹt xanh rất dễ thương, chẳng may căn nhà bị cháy, một con vẹt bị chết ngạt vì khói. Tức thì con còn lại bắt đầu héo hon đau khổ thống thiết. Bà chủ tự hỏi, liệu có cách nào đó giúp con vật sống còn, nên thử đặt một tấm gương soi vào lồng. Con chim vừa mất bạn tình hót lên một tiếng vui mừng và đến ôm ấp tấm gương. Nó sống thêm hai năm nữa, nhưng sau cùng cũng chết vì tấm gương vỡ.

Ta có thể triển hạn – nhưng đừng cứ tiếp tục triển hạn mãi mãi, bởi cuộc đời của ta rất quý giá. Nếu một con vẹt xanh chết đi thì ta nên ý thức rõ ràng thực trạng, còn tốt hơn là việc thay thế bằng tấm gương hay bằng cái gì khác.

Dòng ái dục chảy khắp,
Nếu nổi trôi theo chúng,
Ngươi đời đời trầm luân.

Hãy coi chừng. Tình trạng quá bám thủ vào tham ái, vào tưởng tượng của bạn là một hiện tượng đầy rủi ro nguy hiểm, bởi đấy là lý do tại sao bạn bị trầm luân đời đời kiếp kiếp. Hạt giống hay chủng tử của luân hồi sinh tử chính là thèm muốn, ảo tưởng, ham muốn có được nhiều hơn. Và nên nhớ, chính trí tưởng tượng của bạn khiến bạn cảm thấy đời mình quá ư thất vọng; càng tưởng tượng chừng nào, bạn càng có cảm giác bất mãn chừng nấy.

Thi sĩ là những người rất bất mãn, họa sĩ cũng thế, bởi lý do đơn giản là họ có trí tưởng tượng rất phong phú. Họ có thể tưởng tượng một thế giới tốt đẹp đến mức, nếu so sánh, thì thế gian này giống như địa ngục. Vì không có sức tưởng tượng như thế, nên người thường ít bất mãn hơn; thế giới dường như đủ tốt đẹp cho họ.

Khi tưởng tượng biến mất trong tâm bạn, thì cõi giới này, chính trái đất này, là liên hoa hỷ lạc địa. Bởi do tưởng tượng mà bạn cứ liên tục lên án thế giới này. Và cũng nên nhớ rằng trí tưởng tượng sẽ đi theo bạn ngay cả nếu bạn được đưa vào thiên đàng bằng cửa hậu. Bạn sẽ kết án, sẽ tìm thấy lỗi lầm, kẽ hở, sai sót trên đó. Sẽ tìm ra một ngàn lẻ một sự việc mà theo bạn thì chúng chẳng nên hiện hữu ở đấy. Thậm chí trên thiên đàng bạn cũng cảm thấy thống khổ. Nhưng với người không tưởng tượng, không ham muốn, ngay cả dù đang ở địa ngục, họ cũng thấy ra thiên đàng. Thiên đàng và địa ngục không tồn tại bên ngoài, nhưng ở ngay chính bên trong tự thể của bạn.

Nếu tâm trí không bị mây mù che phủ, nếu có thể nhìn thấy rõ ràng không qua định kiến, thì bạn sẽ gặp phúc lạc rưới xuống ở bất cứ nơi nào. Mỗi giây mỗi phút bạn sẽ gặp thiên đường hạ xuống với bạn, sẽ thấy bản thân được bao bọc bởi chư thiên. Bạn không cần phải đi đến thánh địa Kaaba hoặc Kashi; không cần phải đi đâu cả, vì Thượng Đế đang đến với bạn trong ba mươi sáu dòng thác năng lượng, nhưng do bạn đang ngủ mê nên những điều có thể là ân sủng đã biến thành tai họa. Hãy tỉnh thức để chuyển hóa tai họa của mình thành ân sủng. Chỉ cần ý thức tỉnh giác là sự chuyển hóa tự động xảy ra theo cánh riêng của nó.

> *Chạy như thỏ bị đuổi,*
> *Người săn bị mồi săn,*
> *Thúc phược không thể dứt.*

Bạn tưởng mình là người săn đuổi, bạn tưởng mình là thợ săn; điều đó không đúng đâu. Bạn tưởng là người chiếm hữu; điều đó không đúng đâu. Người chiếm hữu thực sự bị sở hữu: vật sở hữu bắt đầu chiếm hữu bạn. Hãy quan sát và bạn sẽ thấy thực kiện này trong đời sống của chính bản thân mình: *sở-hữu-vật* sở hữu *sở-hữu-chủ*. Bạn không sử dụng chúng, trái lại, chúng đang sử dụng bạn. Và bạn không phải là người thợ săn… thật ra, bạn bị săn đuổi bởi chính ham muốn của mình; những tham ái này mới thực sự là những tay thợ săn. Bạn đang chạy theo để săn đuổi những cái bóng mà bạn sẽ không bao giờ bắt gặp. Nhưng ai đang thúc đẩy bạn từ đằng sau? Ai khiến cho bạn chạy? Quyền lực đích thực đang nằm trong tay của những ham muốn, tưởng tượng, trạng thái vô ý thức của bạn.

> *Hỡi người tìm chân lý!*
> *Hãy buông bỏ tham ái,*
> *Hãy cắt đứt xích xiềng.*

Một hôm, bà cô già Tilly thấy con mèo đực to con của mình đang dồn một con gián vào góc bếp. Lúc nó định giết con gián thì con vật nói với Tilly: "Bảo con mèo của bà đừng giết chết tôi và tôi sẽ cho bà ba lời ước."

"Một triệu đô la?" Tilly hỏi.

"Được ngay!" con gián trả lời rồi biến ra tiền.
"Ta muốn được trẻ và đẹp!"
"Bà toại nguyện!" và Tilly biến thành cô gái thanh xuân mỹ miều.
"Bây giờ, hãy biến con mèo đực của ta thành một hoàng tử cao lớn đẹp trai nằm trên giường cạnh bên ta." Lời ước thứ ba cũng được thực hiện.
"Ta vô cùng sung sướng!" Tilly xuýt xoa.
"Ta cũng vui mừng," hoàng tử nằm bên nói. "Nhưng bây giờ bà có hối tiếc về việc bà đã thiến tôi không?"

Ngay cả nếu ham muốn của bạn được thành toàn, thì nó vẫn thiếu thứ này hay thứ khác.

Hỡi người tìm chân lý! Hãy buông bỏ tham ái, Hãy cắt đứt xích xiềng. Càng nhiều tham ái, bạn càng bị cầm tù. Người ta bị giam hãm trong đồ vật mình sở hữu, bị giam giữ bởi vợ hay chồng, bởi quyền lực của họ. Họ tạo ra quá nhiều nhà tù – nhà tù bên trong nhà tù, hộp bên trong hộp – và vẫn mong cầu hạnh phúc, vẫn muốn vui sướng. Làm thế nào bạn có thể vui sướng được? Đời bạn đang bị chết ngạt! Và hãy nhớ, bạn là người chịu trách nhiệm cho đời mình chứ không người nào khác.

Bà vợ của thầy giáo tế tử tế hỏi, "Này thiện nhân, nói cho tôi biết tại sao ông uống hết chai rượu whisky vậy?"

Thiện nhân trả lời, "Thưa bà, tôi đâu biết làm gì khác với nó?"

Bạn không biết có thể làm gì khác hơn với cuộc đời của mình, ngoài việc tạo ra nhiều nhà tù và nhiều nỗi thống khổ. Bạn đã trở nên thực sự thiện nghệ! Trải qua bao thế kỷ, bao nhiêu kiếp liên tiếp, bạn chỉ làm một việc duy nhất là tạo ra xiềng xích, tạo ra khổ đau, tạo ra đau đớn cho bản thân lẫn người khác. Bạn là người mang tính khổ dâm; đấy là biệt tài của bạn. Hoặc hành hạ người khác hoặc hành hạ bản thân, nhưng bạn phải gây ra đau đớn. Bạn không biết rằng đời sống có thể là cuộc luân vũ, là lễ hội liên hoan. Không thể biết đến trạng thái ấy của đời sống cho đến khi nào bạn vứt bỏ được ham muốn của mình.

Ham muốn như đám mây mù đang vây kín chung quanh làm cho bạn không thể thấy bất cứ sự thể nào một cách rõ ràng. Và bạn lại cứ tiếp thêm nhiên liệu, cứ liên tục tạo ra càng nhiều màn khói mù mịt che khuất bản thân. Chính hành thái này làm mắt bạn bị cay nhòe nên bao giờ cũng tràn đầy khổ lệ khiến bạn không thể nhìn thấy rõ ràng hiện trạng, vậy mà bạn vẫn tưởng rằng việc mình đang làm sẽ giúp bạn, một ngày nào đó, đạt được niềm vui cuộc đời. Nhưng thực ra, điều bạn đang làm chỉ tạo cho bản thân thêm nhiều quần quại đớn đau thống khổ mà thôi.

> *Đã thoát khỏi trũng tối,*
> *Được vào vùng trong sáng,*
> *Trong sáng là rỗng rang,*
> *Tại sao quay trở lại?*

Đôi khi trạng thái mà bạn thấy mình thoát ra khỏi hố đen – hố đen của tham ái – cũng xảy ra với bạn nữa. Thỉnh thoảng bạn có thể trực nhận chân lý.

Hiện giờ nhiều người trong các bạn có thể trực nhận ra sự thật… một sự thật sâu sắc sinh khởi trong bản thể. Bạn biết rất rõ là mình đang tạo nên đau khổ cho chính mình, và bạn không muốn như thế… Nhưng chỉ vì bạn quá thành thạo trong công việc tự gây khổ đau phiền lụy này, nên không còn biết gì khác hơn là cứ làm tiếp tục. Bởi không làm vậy thì bạn cảm thấy tâm tư vô cùng trống trải, và bạn rất sợ rơi vào trạng thái đó.

Hàng bao thế kỷ qua, người ta đã lên án sự trống rỗng, 'cái không'. Nhưng 'cái không' là một trạng thái tuyệt vời. Thế mà có những kẻ ngu ngốc từng bảo bạn, "Cái tâm trống rỗng là nơi sản sinh ra ma quỷ." Nhưng chính cái tâm rỗng rang mới là trú xứ của Thượng Đế! Còn cái tâm *bận rộn phóng dật* mới là nơi chứa ma quỷ.

Nhưng tâm ta phải thực sự trống rỗng. Lười biếng, không làm việc gì cả, thì không có nghĩa là tâm rỗng rang, bởi hàng ngàn ý tưởng đang ồn ào huyên náo trong đó. Có thể bề ngoài bạn đang lờ đờ biếng nhác, nhưng trong đầu lại đang liên tục suy nghĩ lung tung. Nhiều bức tường được xây lên, nhiều nhà tù mới được sửa soạn để khi thấy chán với nhà tù cũ, bạn có thể dời vào căn tù mới. Xiềng xích cũ có thể bị đứt bất cứ lúc nào, nên bạn phải chế tạo cái mới, để có thể trói cột tâm trí mình cho đỡ cảm thấy trống vắng.

Vì chính bản chất của bạn là tự do, nên trạng thái phi tâm, tâm trí rỗng rang, thỉnh thoảng vẫn xảy ra một cách tự nhiên. Nên đôi khi, dù không cố ý... như lúc đang ngắm cảnh hoàng hôn, hốt nhiên bạn quên hết mọi tham ái. Bạn quên hết mọi thèm khát nhục tính, mọi ham muốn khoái lạc. Buổi hoàng hôn đẹp tuyệt vời chiếm trọn tâm hồn làm cho bạn quên luôn quá khứ lẫn tương lai, chỉ còn duy nhất hiện tại ở lại. Ngay khoảnh khắc ấy bạn hợp nhất với cảnh quan, không còn năng tác và sở tác; người quan sát trở thành cái bị quan sát, bạn không còn tách rời với cảnh hoàng hôn.

Nhịp cầu được nối giữa bạn và vạn hữu, và trong sự giao cảm đằm thắm ấy, bạn thể nhập với cái trong sáng, nhờ đó mà bạn cảm thấy hân hoan. Nhưng rồi bạn lại rơi vào hố đen bởi lý do đơn giản là khi đi vào vùng sáng sủa khoáng đãng đó, bạn cần can đảm mới có thể tồn tại trong bầu trời trống rỗng.

Tôi gọi thái độ đó là sannyas.

Tôi gọi sự can đảm này là sannyas – không chạy trốn mà bước vào vùng sáng tỏ để thấy được bầu trời quang đãng không bóng mây che, để nghe được tiếng chim hót líu lo không bị lạc điệu. Rồi sau nhiều lần thể nghiệm thực trạng này, càng lúc bạn càng trở nên hài hòa với cái không và niềm vui của trạng thái phi tâm trí. Và dần dần, bạn sẽ thấy *cái không* không còn là rỗng không nữa, nhưng là sự tràn đầy, một sự tràn đầy bạn chưa từng nhận biết, chưa hề thưởng thức từ trước tới giờ. Thế nên, khởi đầu thì nó có vẻ trống không, nhưng cuối cùng nó lại tràn đầy viên mãn. Cái không đó dung chứa đầy sự an bình, tĩnh mặc, ánh sáng.

Đã thoát khỏi trũng tối, Được vào vùng trong sáng. Thỉnh thoảng trạng thái này xảy ra trong lúc thiền định, đang lắng nghe âm nhạc, đang khiêu vũ, hoặc chỉ ngồi lặng thinh. Đấy là tất cả hoạt dụng của thiền: cho phép những khoảnh khắc này xảy đến càng nhiều hơn, chào đón và ấp ủ những giây phút như thế, để bạn dễ dàng có khả năng thoát ra khỏi hố đen của ái dục. Khi trở nên quen thuộc với sự trong sáng cũng như với sự tốt đẹp và phúc lạc của nó, bạn càng ít quay trở lại vùng tăm tối. Một ngày nào đó, bất chợt bạn bỏ rơi cái hố đen; nó không còn là trú xứ của bạn nữa, bởi vùng trong sáng quang đãng trở thành nhà của bạn. Đấy là ngày đại hoan hỷ.

Ham muốn là trũng tối,
Người bảo, "Hãy xem kìa!
Có kẻ được tự do,
Nay lại đánh mất rồi!"

Tôi có thể thấy điều này đang xảy ra trong các bạn. Nhiều lần tôi thấy được một cá nhân nào đó thể nghiệm được sự trong sáng nhưng lại lui trở vào hố đen của tâm trí.

Tình trạng này đang xảy ra với Somendra. Anh đã bước vào vùng khoáng đãng, đã thưởng thức chút ít hương vị của nó, nhưng rồi chính kinh nghiệm của chứng nghiệm đó đã khiến anh ngã mạn, đã cho anh thái độ tự cao tự đại. Anh khởi sự cảm thấy đặc biệt, vì thế, mới mấy hôm trước, anh đòi hỏi sự chứng đắc của anh được công nhận. Anh thường ngồi ở hàng thứ ba, nhưng sau khi ấy anh muốn giành ngồi ở hàng thứ nhất. Bây giờ không thấy anh ở hàng thứ ba nữa, mà ngồi đâu đó tuốt đằng sau, không những thế, anh còn ngồi quay lưng về phía tôi nữa. Lại thêm chuyến hồi hương về miền hắc đồng!

Điều này đang xảy đến với nhiều người. Nhiều người vừa ra đến vùng quang đãng lại dễ dàng lui lại trũng lầy đen tối. Theo cách nào đó, thái độ này dường như hữu lý, bởi họ đã sống trong đấy quá lâu rồi. Kinh nghiệm mới quá mới lạ khiến họ sợ hãi và chốn cũ quen thuộc cứ thôi thúc họ lui về.

Tình trạng này đang xảy đến với Turiya. Cô ấy đã tìm gặp chỗ sáng, nhưng bây giờ lại tự mình quay trở về nơi tăm tối. Và cái ngộ nghĩnh của toàn bộ vấn đề là khi tìm được chỗ sáng thì họ chẳng hề cám ơn tôi lấy một lời, không hề viết thư tri ân tôi. Nhưng khi trở về với hố đen tăm tối của linh hồn, họ lại gửi cho tôi những lá thư nặng nề than trách: *"Tại sao ông lại làm thế với tôi? Tại sao ông lại lấy đi sự trong sáng đó?"* Họ chưa bao giờ cám ơn tôi. Trước hết, tôi đã không đưa trạng thái ấy cho họ, thì làm thế nào tôi có thể lấy nó đi? Những trạng thái này không được đưa cho hoặc lấy đi.

Những trạng thái này, bạn phải hiểu, xảy ra từ ngay chính trung tâm của bạn. Và bạn phải học một nguyên tắc rất căn bản là: khi chúng xảy ra thì vẫn còn nhiều khả tính cho bạn quay trở lại với thói quen cũ. Bạn quá thân thiết, quá quen thuộc với tâm trí phiền muộn buộc ràng – bạn đã sống trong môi trường như thế quá lâu rồi, nên nó có vẻ an toàn, an ninh, thoải mái, ấm cúng; còn trạng thái tâm thức nhẹ nhàng trống rỗng dường như lạnh lẽo, mênh mông, rỗng không, bất an. Nhưng trạng thái phi tâm này mới thực sự an toàn bởi nó là vĩnh cửu; còn cái hố đen u ám mà bạn quen thuộc chỉ là tâm trí nhỏ nhen của bạn.

Bạn phải học cách thương yêu cái không quen, cái chưa biết, và cuối cùng một ngày nào đó, bạn có thể có khả năng làm quen với cái không thể biết. Rồi càng lúc bạn càng thể nghiệm được cõi giới của những điều bí ẩn, và chỉ khi ấy, bạn mới có thể thốt ra câu "Tôi không biết gì cả" – bởi sự tồn tại là bất khả tri, là huyền nhiệm, là không thể giải thích được. Đời sống không phải là vấn đề cần được giải quyết, nhưng là sự bí nhiệm để sống, để yêu thương, để chia sẻ.

Ham muốn là trũng tối, Người bảo, "Hãy xem kìa! Có kẻ được tự do, Nay lại đánh mất rồi!" Và bạn sẵn sàng từ bỏ tự do của mình, nghĩa là bạn sẵn sàng từ bỏ mọi thứ chỉ vì mấy món đồ chơi trẻ con. Bạn không biết được giá trị của tự do.

Khi đứa con gái của một gia đình quý tộc người Pháp tuyên bố định đính hôn với một người đàn ông da đen, Sam Bự, thì cha mẹ cô quyết định phải tìm cách ngăn cản cuộc hôn nhân này cho bằng được.

Họ gọi Sam Bự đến, bảo rằng con gái của họ đã quen với nếp sống cực kỳ xa hoa nên phải ở trong căn nhà to đẹp nhất thành phố Ba Lê mới xứng đáng. Chàng da đen đứng vụt dậy tuyên bố, "Khi Sam Bự yêu, Sam Bự mua," rồi đi ra khỏi nhà.

Chắc như bắp! Hắn mua ngôi biệt thự to đẹp nhất Ba Lê.

Cha mẹ cô gái lại gọi hắn đến và bảo hắn rằng con gái của họ thèm có được viên kim cương to nhất và chói lọi nhất trên toàn nước Pháp.

"Khi Sam Bự yêu, Sam Bự sắm," chàng rể tương lai trả lời, bước ra khỏi nhà, rồi trở lại với viên kim cương to nhất, sáng nước nhất mà cha mẹ của cô gái chưa từng thấy qua.

Chiêu sau cùng trong nỗ lực ngăn chặn cuộc hôn nhân là người cha đến gặp riêng chàng rể tương lai và bảo rằng để làm cho con gái của họ sung sướng thì "đệ tử" của anh ta phải dài ba mươi sáu phân.

Chàng da đen trả lời một cách dứt khoát, "Khi Sam Bự yêu, Sam Bự chặt."

Đã đủ cho hôm nay.

VẤN ĐÁP
• BÀI GIẢNG 2

Bất Cứ Sự Việc Gì Xảy Ra Đều Tốt

Bài giảng tại Phật Đường ngày 22 tháng Hai, 1980

KINH PHÁP CÚ: PHẬT ĐẠO BỘ 12 QUYỂN • QUYỂN MƯỜI

Câu hỏi thứ nhất:

Thưa Sư phụ,

Các giáo sĩ, bằng cách này hay cách khác, không thể giúp ích gì cho nhân loại được sao?

VEERESH, các giáo sĩ đã từng giúp nhân loại hàng bao thế kỷ, nhờ thế mới có được thực trạng thảm thương này ngày hôm nay. Họ đã cố công ráng sức tạo ra càng nhiều điều hư ngụy càng tốt – những điều dối trá nghe qua có vẻ rất thoải mái dễ chịu. Nhưng chung cuộc, dối trá vẫn là dối trá. Những lời bịp bợm này, ngay lúc ban đầu, có thể cho bạn cảm giác ấm áp thoải mái an toàn, nhưng chỉ được một lúc thôi, bởi sớm muộn bạn cũng rơi vào trạng thái đen tối hơn, lạnh lẽo hơn bao giờ.

Qua bao thời đại, các giáo sĩ đã từng sáng chế ra những chiến lược để bạn giữ nguyên tình trạng của mình. Bạn không muốn thay đổi, mà chỉ muốn nghe những lời láo khoét êm tai để có thể cứ kéo dài cuộc sống theo cách mình thích. Ta cần can đảm để thay đổi cách sống, nhưng các giáo sĩ giúp bạn tiếp tục làm kẻ nhát gan. Bạn sợ chết thì họ liên tục an ủi, "Đừng lo. Linh hồn của bạn bất tử." Trong khi bạn hoàn toàn chả có chút ý niệm nào về linh hồn.

George Gurdjieff thường bảo rất hiếm khi gặp một người có linh hồn. Đại đa số đều trống không, chẳng có gì bên trong cả. Vâng, ai cũng có khả năng tạo ra linh hồn cho mình, nhưng đấy không phải là một hiện thực. Bạn có thể là một linh hồn, có thể là thành phần của cõi vĩnh hằng, có thể bất tử, nhưng đó mới chỉ là khả tính. Để biến khả hữu tính này trở thành thực tại, để hiện thực hóa nó, đòi hỏi nhiều công việc gay go nặng nhọc cần phải được thực hiện.

Nhưng hàng bao thế kỷ, các giáo sĩ đã từng bảo rằng bạn đã có sẵn linh hồn; chỉ thân xác chết đi chứ linh hồn vẫn còn tiếp tục chuyến hành hương miên viễn. Điều hư ngụy này an ủi bạn, theo ý nghĩa nào đó, giúp bạn an tâm, khiến bạn trở nên không quá sợ hãi về cái chết. Thật ra, nếu bạn sợ chết thì tốt hơn nhiều, bởi chính nỗi sợ đó có thể khởi sự cuộc truy tầm trong lòng bạn. Chính sự chấn động đó có thể kích hoạt một tiến trình chuyển hóa bên trong bạn.

Đức Phật thường bảo đệ tử của ngài đi quan sát những thi thể đang được hỏa táng, để thiền quán trong khi nhìn thấy ngọn lửa đang thiêu đốt dần dần thân xác, đến phút cuối cùng chỉ còn trơ trụi vài lóng xương lẫn trong tro bụi. Đây là cách ngài thường dùng cho những người mới xuất gia: gửi họ đi quan sát các cuộc hỏa táng tối thiểu là ba tháng, để họ có thể cảm nhận được thực tại cái chết, để thực kiện này ăn sâu vào tim của họ. Chỉ như thế mới có thể làm bạn tỉnh thức.

Nhưng các giáo sĩ lại đang giúp đỡ bằng cách đưa cho bạn thuốc an thần để giữ bạn ngủ say một cách thoải mái nhất có thể được. Đấy là sự phục vụ của họ và chúng ta đã trả đủ tiền thù lao cho dịch vụ này. Họ là những người cũng vô minh như bạn, cũng vô ý thức như bạn; họ có cùng trạng huống như bạn: cũng cần được an ủi. Họ đọc tụng kinh sách để tìm lời an ủi. Họ cứ đọc, cứ liên tục lặp đi lặp lại cùng một bài kinh, bởi vì đấy là cách người ta bị tự thôi miên. Giáo sĩ Ki Tô cứ mãi đọc cùng quyển Thánh Kinh, còn giáo sĩ Ấn giáo cứ mãi tụng đi tụng lại cùng quyển Gita. Mỗi ngày, mỗi buổi sáng đều tụng cùng một bài kinh nên việc làm này trở nên máy móc, trở thành giống như cái máy hát đĩa. Vì mãi lặp đi lặp lại như con vẹt, nên lời kinh trở thành thành phần của trí nhớ của người đọc tụng, chứ không hề chứa đựng một chút ý nghĩa, một chút giá trị nào. Nhưng hành động này cho người ấy sự an ủi. Lặp đi lặp lại những sự thật nào đó khiến bạn bị thôi miên.

Krishna nói: Khi thể xác chết, linh hồn không chết. Bạn có thể đốt cháy thân xác, nhưng lửa nóng không thể thiêu hủy linh hồn. *Na Hanyate Hanyyamate Shareere* – bạn có thể giết chết thân xác nhưng không thể giết chết tinh thần, không thể giết chết linh hồn, vì không mũi tên nào có thể chạm tới nó, không thanh gươm nào có thể cắt đứt nó. *Nainam Chhindanti Shastrani, Nainam Dahati Pavakah* – không có bất kỳ một thứ khí giới nào có thể chém đứt ta hoặc một ngọn lửa nào có thể thiêu đốt ta. Cứ tiếp tục lặp đi lặp lại câu này hết năm nọ tới năm kia thì thế nào bạn cũng bị tự thôi miên. Bạn khởi sự tin vào điều ấy, cho dù bạn chưa tạo được cho mình một linh hồn nào cả.

Krishna nói đúng: linh hồn là bất diệt – nhưng trước hết bạn phải có linh hồn đã, vì nó chưa hiện hữu. Linh hồn nghĩa là ý thức tỉnh giác, nghĩa là sự tích hợp. Linh hồn nghĩa là qua kinh nghiệm trực tiếp, bạn tri nhận được rằng mình không là thể xác cũng chẳng phải tâm trí. Linh hồn khởi lên qua sự chứng kiến cơ chế thân/tâm, chứ không được tạo ra do sự lặp lại kinh điển, bởi lặp đi lặp lại là thôi miên. Linh hồn chỉ được thể nghiệm theo cách khác: bạn phải ở trong tình trạng không còn bị thôi miên, không còn bị ước định. Bạn phải quên hết tất cả kinh điển cũng như toàn thể giáo sĩ và phải tự quán chiếu chính mình. Dù hãi hùng đến đâu chăng nữa, bạn cũng phải đối mặt với nội tâm của bạn.

Giáo sĩ giúp bạn giữ nguyên vị trí trên vùng ngoại diện; họ có vẻ như người bạn tốt, nhưng rốt cuộc, chính họ mới là những kẻ thù tệ hại nhất. Chính các giáo sĩ, trưởng giáo, thánh nhân, vân vân và vân vân, mới là kẻ thù đích thực của tôn giáo, chứ không phải Adolf Hitler hay Joseph Stalin hay Mao Trạch Đông. Không biết mình đang làm gì thì làm thế nào họ có thể giúp bạn? Họ chỉ đơn giản lặp lại truyền thống, chỉ trao lại cho bạn những quy ước – những quy ước cổ xưa, nhưng đã chết cứng.

Veeresh, bạn hỏi tôi, *"Các giáo sĩ, bằng cách này hay cách khác, không thể giúp ích gì cho nhân loại được sao?"*

Vâng, có, họ có thể giúp ích… nếu họ biến mất! Con người hôm nay đã trưởng thành, chúng ta không cần đến họ cũng như mọi lời an ủi của họ nữa. Chúng ta cần người, những con người nổi loạn, chứ không cần những giáo sĩ tuân theo quy ước truyền thống. Chúng ta cần những vị phật, những bậc đã giác ngộ để đánh thức bạn dậy. Chúng ta cần những giác giả, chứ không phải các giáo sĩ chỉ cứ đưa đồ chơi mới chế biến cho bạn tiếp tục chơi. Sau lưng họ là hàng bao nhiêu thế kỷ kinh nghiệm trong việc bóc lột và làm thế nào để lợi dụng yếu điểm của nhân loại, nên họ rất khôn lanh và láu cá trong lãnh vực chế tạo ra các món đồ chơi rất đẹp, chắc chắn là thế.

Nhưng hãy nhớ: về phương diện tỉnh thức thì họ chẳng khác với bạn chút nào. Có lẽ họ biết hơn bạn một chút, thông tin của họ nhiều hơn của bạn một chút, nhưng đấy chỉ là sự khác nhau về số lượng, chứ không phải sự khác biệt làm nên sự khác biệt. Cần có sự khác biệt về phẩm chất.

Và được người mù dẫn đường là điều nguy hiểm. Họ đã tàn phá toàn bộ vẻ đẹp của nhân loại, đã hủy hoại tự do của con người, đã làm tan nát mọi thứ có giá trị nơi con người, và để lại cho bạn chỉ là những gì hoang tàn, trống vắng, vô nghĩa. Điều này được cảm nhận trên toàn thế giới. Tại sao người ta lại cảm thấy đời mình trống rỗng và vô nghĩa? Ai đã tạo ra tình trạng này cho họ? Hàng bao thế kỷ của giới tu sĩ, của nhiều tôn giáo khác nhau, đã mang đến cho con người những lời an ủi hư ngụy. Con người đã chính chắn hơn trước, nên những lời an ủi giả dối đó không còn áp dụng được nữa. Cho trẻ con đồ chơi thì tốt, nhưng khi ai đó đã khôn lớn mà bạn vẫn cứ đưa đồ chơi con nít để họ chơi thì họ sẽ bắt đầu cảm thấy cuộc đời vô ý nghĩa, bởi họ cần thứ gì có giá trị hơn, thực chất hơn.

Hãy coi chừng bị dẫn dắt bởi những người mù!

Một thiếu phụ, đúng hơn là một cô gái, đến gặp thầy giáo đạo địa phương. "Thầy không biết con," cô gái khàn giọng mở lời, "nhưng con phải nói ra việc này. Thầy thấy đấy, con mồ côi mồ cút và chẳng biết chút gì về việc đời."

Thầy giáo đạo đỡ lời, "Con không cần phải nói thêm, ta đã hiểu rõ rồi. Là một người đàn ông, phải thế không?" "Vâng, anh ấy luôn muốn hôn con. Hôn, hôn, hôn – hắn chỉ nghĩ đến chừng ấy mà thôi."

Thầy giáo đạo nói một cách nghiêm khắc, "Con phải cương quyết. Con không cần thứ đàn ông đó, bảo hắn là con không cho phép những loại hành động như thế."

Ông nói với theo khi cô gái ra về, "Tuần sau hãy trở lại báo cho ta biết sự việc diễn biến thế nào."

Tuần sau, y như rằng, cô gái trở lại, nhưng hôm nay còn bất an nhiều hơn lần trước.

"Chuyện gì thế?"

"Con đã bắt ảnh ngưng lại mấy cái trò hôn hít," cô gái trẻ đau khổ nói, "nhưng bây giờ… ôi, con không biết phải diễn tả thế nào…"

Thầy giáo đạo thuyết phục, "Nói, nói đi! Với ta thì không có gì con phải ngại ngùng cả."

Cô gái thẹn thùng lắp bắp, "Anh ấy dùng tay… định sờ mó con."

Thầy giáo đạo giận dữ đứng vụt lên khỏi ghế quát tháo, "Con bảo cái tên vô dụng đó hãy dùng bàn tay dơ cho chính nó đi! Đối xử với một cô gái Do Thái đoan trang theo kiểu nào thế? Bảo hắn dừng hành động đó lập tức, nghe chưa?"

Nhưng cô gái muốn rơi nước mắt khi gặp thầy giáo đạo lần sau, cô than van, "Con làm hết những gì thầy dặn, nhưng bây giờ anh ấy cứ nằng nặc đòi ngủ với con."

Ông thầy nóng giận la lớn, "Cái gì? Cả đời ta chưa hề nghe qua chuyện trơ tráo đến thế. Trở về ngay và khi gặp thằng tồi ấy, ta muốn con quẳng nó ra khỏi nhà. Có hiểu không? Ta ra lệnh cho con đấy! Quẳng nó ra ngoài!"

Vài ngày sau, cô gái với đôi mắt đỏ vì khóc nhiều và gương mặt là cả một bức tranh đau khổ, đến gặp thầy giáo đạo.

Thầy hỏi, "Con có làm theo lệnh của ta không vậy?"

Cô gái gật đầu, và, trong thổn thức, nói qua màn nước mắt, "Bây giờ thì anh ấy muốn ly dị con!"

Các vị giáo sĩ của bạn cũng vô ý thức như bạn, hay thậm chí còn hơn, bởi ngay cả họ còn không biết được tình huống của con người đang trải qua. Họ cứ trao cho mọi người những phương pháp cổ lỗ sĩ đã không còn thích hợp nữa; họ cứ đưa ra những lời khuyên, những điều khả dĩ hữu dụng vào thời nào đó trong quá khứ, nhưng hoàn toàn không còn liên hệ dính dáng gì đến tình huống hiện tại.

Bạn không cần nhiều giáo sĩ cũng như sự giúp đỡ của họ. Điều bạn cần là một vài người đã tỉnh thức trên thế giới. Bạn cần nhiều thiền giả, *meditators* – chứ không phải kẻ trung gian, *mediators*. Giới giáo sĩ đã từng làm trung gian giữa bạn và Thượng Đế. Bạn cần nhiều thiền giả, những người có thể quán chiếu sâu vào bên trong bản thể của họ, những người trở nên định tâm, những người biết được sự im lặng nội tại thuần khiết và nét đẹp tuyệt vời của nó. Họ giúp đỡ nhân loại, nhưng sẽ không bằng cách trực tiếp, mà chính sự hiện diện của họ sẽ phát ra những rung cảm mới lạ có thể chuyển hóa người khác.

Một con người đích thực, một bậc chân nhân, bao giờ cũng giúp người khác bằng cách gián tiếp. Họ không quyết đoán, không ra lệnh cho bạn, "Phải làm điều này, không được làm điều nọ." Chỉ đơn giản sống cuộc đời theo ánh sáng trí tuệ mà họ đã tự tìm thấy trong tự thể, thế nên, họ không xâm phạm tự do của bạn trên bất kỳ hình thức nào, vì vậy, khi thân cận với họ, bạn cảm thấy có điều gì đó câu thông giữa hai người.

Một bậc chân sư thì không bao giờ là giáo sĩ. Tôi chưa hề nghe một giáo sĩ nào là bậc chân sư. Nếu muốn là chân sư, bạn phải đừng làm giáo sĩ; còn như là giáo sĩ thì chẳng bao giờ bạn thành bậc thầy đích thực được. Giáo sĩ thuộc về một hệ thống tư tưởng nào đó – Ấn giáo, Ki Tô giáo, Hồi giáo – nhưng bậc thầy thì không lệ thuộc vào hệ thuyết nào cả. Chân sư là người có nhiều ý thức tỉnh giác chứ không phải thông thạo kinh điển, là người thực hữu chứ không nặng kiến thức, là linh hồn bao dung chứ không phải trí nhớ to lớn. Có thể không biết gì về kinh điển – bởi chính bản thân vị ấy đã là kinh điển rồi! Bạn sẽ chẳng bao giờ có thể tìm thấy chân sư tại các đình chùa và giáo đường và nhà thờ.

Tôi được nghe chuyện một người da đen rất ngoan đạo muốn đi nhà thờ, nhưng trong vùng anh ở chỉ có duy nhất một nhà thờ dành riêng cho người da trắng.

Một hôm, cha xứ, một người tử tế như các giáo sĩ thường hay có tính như thế, ra mở cửa khi người da đen đến gõ. Cha bị lâm vào tình cảnh lúng túng không biết phải trả lời làm sao cho hợp lý. Cho phép anh vào thì rất nguy hiểm vì cả họ đạo sẽ chống lại, bởi đây là nhà thờ của người da trắng chưa từng có người da đen nào được phép bước vào; đấy là một thỏa thuận ngầm. Nhưng phải nói cách nào để từ chối người đàn ông mộc mạc với đôi mắt đẫm ngấn lệ đang nài nỉ, "Tôi muốn được vào trong để cầu nguyện với Chúa Jesus"?

Nhưng giáo sĩ là những tay xảo trá, ngoài mặt có vẻ nhân từ tử tế nhưng sâu bên dưới, họ chứa đầy mưu mẹo. Vì nếu không xảo trá thì họ sẽ hoàn toàn không thể hành nghề giáo sĩ, một thứ nghề tệ hại hơn bất kỳ ngành nghề nào khác. Thậm chí còn tệ hơn nghề nghiệp mãi dâm! Ít ra, người buôn hương chỉ bán thân thể, nhưng giới giáo sĩ còn dám bán ngay cả linh hồn của mình.

Cha xứ lập tức sáng chế ngay ra một mưu chước. Ông bảo, "Tốt, anh có thể vào dự lễ, nhưng không phải liền bây giờ. Trước hết phải tự thanh tẩy, chỉ sau khi sạch sẽ thì lời cầu nguyện của anh mới được Chúa nghe đến."

Đấy là một mưu kế hết sức gian xảo, bởi chưa một người da trắng nào bị đòi hỏi phải tự thanh tẩy trước khi bước vào nhà thờ. Hơn nữa, ai sẽ quyết định khi nào người này đã rửa sạch tội lỗi? Quyết định này tùy thuộc vào giáo sĩ, và ông có thể cứ luôn phán rằng, "Anh chưa đủ trong sạch."

Chàng da đen trở về nhà. Thực sự đắm sâu trong tình yêu với Thượng Đế, anh không ngừng khóc than và, bằng mọi cách, cố gắng không làm điều bất thiện hay bất cứ hành động nào có thể làm anh trở nên không trong sạch. Anh miên mật sống độc cư, nhịn đói, cầu nguyện liên tiếp trong ba tuần lễ. Và sau ba tuần lễ, Thượng Đế đã hiện đến với anh. Thế là anh được thỏa nguyện.

Sau chứng nghiệm đó, anh đi đến nhà thờ. Cha xứ hết sức lo ngại – người này trở lại với vầng hào quang bao phủ quanh thân rực rỡ đến mức làm ông phát sợ, không dám thốt lên câu, "Anh chưa đủ trong sạch." Nét thanh sạch của anh tỏa sáng giống như vầng thái dương ló dạng rạng chiếu trên đường chân trời.

Thực kiện bừng tỏa này rõ ràng tới độ nếu phủ nhận nó sẽ là tội lỗi, vì thế vị linh mục cảm thấy run sợ.

Người da đen chỉ bước lên mấy bậc thềm gần tới cánh cửa, đứng lại và phá lên cười nắc nẻ, rồi quay lưng bỏ đi.

Cha xứ vô cùng ngạc nhiên không hiểu sao người này lại có hành động như thế, nên chạy theo níu lại hỏi, "Tại sao anh làm thế? Anh không muốn vào nhà thờ hay sao?"

Người da đen đáp, "Không, tôi không muốn vào nhà thờ. Tôi chỉ đến đây gặp cha và giáo đường một lần chót, bởi đêm rồi, khi chính bản thân Thượng Đế xuất hiện, tôi đã hỏi ngài, 'Con có thể bước vào nhà thờ được chưa? Con đã đủ thanh khiết chưa?' Và Thượng Đế bảo, 'Ngươi trong sạch, trong sạch hơn bất cứ người nào đi nhà thờ, trong sạch còn hơn cả bản thân cha xứ. Nhưng làm ơn đừng bước vào nhà thờ, bởi họ không cho phép ngươi đâu. Ta biết điều này bằng chính kinh nghiệm của mình, đã nhiều năm ta cố gắng vào đấy nhưng đều bị ngăn cản. Đến TA còn không được phép vào thì làm sao họ lại có thể cho phép người như ngươi? Hãy vứt bỏ hoàn toàn ý định này đi. Bản thân ta đã dứt khoát rồi!'"

Nhà thờ của bạn, đền chùa của bạn, chỉ là những nơi trống rỗng, chỉ là những nấm mồ tôn giáo. Tôn giáo không còn nở hoa ở đấy. Vâng, khi chúa Jesus, khi đức Phật còn tại thế, tôn giáo đã từng nở rộ những bông hoa lộng lẫy sắc hương, nhưng không phải trong giáo đường Ki Tô hay trong ngôi chùa Phật.

Giáo sĩ là những kẻ lợi dụng chư vị giác ngộ. Một khi bậc giác ngộ rời bỏ nhục thân thì họ nhảy ngay vào giáo lý của ngài và khởi sự làm thương vụ lớn từ đó, bằng cách giảng giải theo ý riêng của họ.

Ki Tô giáo chẳng dính dáng gì đến chúa Ki Tô, nên nhớ, Phật giáo không liên quan gì đến đức Phật, Kỳ Na giáo chả ăn nhập gì đến Mahavira. Đấy là một hiện tượng lạ lùng, nhưng lại thường xuyên xảy ra. Chẳng có tôn giáo nào liên quan đến cội nguồn đầu tiên. Thật ra, tín đồ Ki Tô giáo phá hoại thông điệp của chúa Ki Tô còn hơn bất kỳ ai khác, và các giáo sĩ là những người đứng đầu giáo đồ Ki Tô. Họ không can hệ gì với Chúa – không thể được. Họ rất sợ ngài, sâu trong lòng họ lo sợ ngày nào phải chạm mặt và ngài hỏi, "Các ngươi đã làm gì với thông điệp của ta?" thì không biết phải trả lời như thế nào?

Tôi được nghe:

Có lần điện thoại trong phòng đức giáo hoàng ở Vatican kêu vang, vì không ai ở đấy nên đích thân giáo hoàng phải nghe. Đấy là cú điện thoại từ ngài tổng giám mục ở New York. Với giọng run run, tổng giám mục báo cáo, "Trông này! Nghe này! Hãy tin tôi – một người đàn ông vừa bước vào nhà thờ trông giống chúa Jesus y hệt. Tôi phải làm gì bây giờ?"

Đức giáo hoàng ngẫm nghĩ một chút rồi bảo, "Hãy làm ra vẻ bận rộn đi!"

Chứ còn biết làm gì khác?

Các giáo sĩ đã thống trị nhân loại. Họ là chính trị gia của thế giới nội tại, cũng như chính trị gia là giáo sĩ của thế giới ngoại tại. Có sự đồng mưu giữa các giáo sĩ và nhà chính trị, một thỏa thuận song phương không chính thức, một phân ranh: "Các ngài cai trị con người trên phương diện chủ thể của hắn, còn bề ngoài của hắn thì cứ để chúng tôi lo." Họ đã lợi dụng, đã áp bức, đã phá hủy nhân loại quá nhiều.

Và, Veeresh, bạn hỏi tôi, *"Các giáo sĩ, bằng cách này hay cách khác, không thể giúp ích gì cho nhân loại được sao?"*

Cách duy nhất mà tôi có thể nghĩ ra là con người không cần đến họ nữa, vì thế, tốt nhất họ nên biến mất. Đấy sẽ là sự phục vụ vĩ đại nhất của họ cho nhân loại.

Câu hỏi thứ hai:

Thưa Sư phụ,

Con cảm thấy có sự thôi thúc muốn được diễn tả nghệ thuật, và đã học về môn âm nhạc cổ điển Tây phương. Nhưng con thường cảm thấy sự học tập này nhốt cứng tính sáng tạo tự nhiên, và gần đây không còn hăng hái luyện tập thường xuyên. Con không còn biết chắc chắn về phẩm chất của chân nghệ thuật là gì nữa và bằng với tiến trình nào người nghệ sĩ sáng tạo và chuyển tải được nó. Làm sao con có thể cảm nhận được người nghệ sĩ trong bản thân mình?

Barbara Limberger, sự nghịch lý của nghệ thuật là trước hết bạn phải học hỏi quy luật của nó, rồi sau đó phải hoàn toàn quên hết những điều bạn đã học. Nếu không biết được căn bản của nghệ thuật, bạn sẽ không bao giờ có thể đi sâu vào nó; nhưng nếu chỉ biết kỹ thuật rồi cả đời cứ tiếp tục tập luyện trên phần kỹ thuật đó thì bạn chỉ có thể trở nên rất có kỹ năng trong lãnh vực này, nhưng vẫn giữ nguyên cương vị của một chuyên viên kỹ thuật, chứ không bao giờ trở thành nghệ sĩ.

Thiền gia hay nói, nếu muốn làm họa sĩ, bạn phải học vẽ suốt mười hai năm đầu và mười hai năm tiếp theo phải quên hết mọi thứ về hội họa. Hãy hoàn toàn quên tất cả điều bạn đã học được, cứ xem như nó chẳng dính líu gì đến bạn cả. Suốt mười hai năm đó bạn có thể thiền định, bửa củi, gánh nước, làm gì cũng được, ngoại trừ hội họa.

Thế rồi một ngày nào đó bạn sẽ có thể vẽ. Hai mươi bốn năm tập luyện: mười hai năm trau dồi kỹ thuật và mười hai năm tập quên những điều mình học được. Sau đó bạn có thể bắt tay vào hội họa; bây giờ thì kỹ thuật đã trở thành thành phần của bản thể, đã thấm sâu trong máu trong xương trong tủy của bạn, chứ không còn là kiến thức chuyên nghiệp nữa. Bây giờ bạn có thể sáng tạo một cách tự nhiên, bởi quy luật về hội họa sẽ không còn gò bó cản trở bạn nữa.

Đấy đích xác cũng là kinh nghiệm của tôi nữa.

Hiện thời bạn đừng thực tập nữa. Hãy quên hết mọi thứ liên quan đến âm nhạc cổ điển; hãy làm những công việc khác như làm vườn, điêu khắc, hội họa, nhưng đừng nhớ chút gì về âm nhạc, giống như nó chưa hề hiện hữu vậy. Hãy để kiến thức về âm nhạc của bạn thấm sâu vào tiềm thức trong vài năm cho đến khi nó được hoàn toàn tiêu hóa. Khi ấy nó không còn là một kỹ thuật nữa. Thế rồi, ngày nào đó sự thôi thúc đột nhiên nổi lên tóm lấy bạn – và bạn bắt đầu chơi nhạc trở lại. Lần này đừng bị bận tâm quá nhiều về kỹ thuật nữa, bằng không, bạn sẽ chẳng bao giờ chơi một cách tự nhiên được.

Nên đổi mới cách chơi một chút vì đấy chính là sự sáng tạo. Hãy thử những phương cách mới, những diễn tả mới lạ chưa ai từng dùng qua. Sự sáng tạo độc đáo nhất thường xảy đến với những người được huấn luyện về bộ môn khác hơn lãnh vực họ đang làm.

Thí dụ, nếu nhà toán học bắt đầu chơi nhạc, người này sẽ mang lại tiết tấu tân kỳ nào đó cho thế giới âm nhạc. Nếu một nhạc sĩ trở thành nhà toán học, người ấy cũng sẽ mang đến cho lãnh vực này kiến giải nào đó mới lạ hơn. Những sáng tạo phi thường thường xảy đến với những người thay đổi từ ngành chuyên môn này sang ngành khác. Giống như sự lai giống, và những đứa con lai thường xinh đẹp và khỏe mạnh hơn những đứa trẻ có cha mẹ cùng nòi giống.

Đấy là lý do tại sao mọi quốc gia trong nhiều thế kỷ đã cấm đoán việc kết hôn giữa anh chị em. Cuộc hôn nhân sẽ tốt đẹp hơn nếu hai người, trên phương diện huyết thống, hoàn toàn không bà con họ hàng gì với nhau. Nếu hai người khác chủng tộc lấy nhau thì còn tốt hơn nữa. Và nếu ngày nào chúng ta khám phá được con người ở hành tinh khác, cách tốt nhất sẽ là việc lai giống giữa người trái đất và người hành tinh. Khi ấy những chủng loại mới, con người mới sẽ xuất hiện.

Sự cấm đoán, kiêng kỵ đối với việc lấy nhau giữa hai anh em cùng huyết thống rất có ý nghĩa, nhất là về phương diện khoa học. Nhưng vấn đề này chưa được triển khai thành chi tiết để đưa đến cực điểm hữu lý của nó. Cực điểm hữu lý của nó là người Ấn không nên kết hôn với người Ấn, người Đức không nên lấy người Đức. Tốt nhất là người Đức kết hôn với người Ấn, người Ấn kết hôn với người Nhật…, tín đồ Do Thái giáo kết hôn với tín đồ Ki Tô giáo, người Ki Tô giáo lấy người Ấn Độ giáo…. Đấy là cách tốt nhất, bởi nó sẽ nâng cao tâm thức của toàn thể hành tinh, sẽ sinh sản ra những trẻ em thông minh hơn, bén nhạy hơn, sinh động hơn, phong phú hơn trên mọi bình diện khả thể.

Nhưng chúng ta ngu ngốc tới độ có thể làm bất cứ việc gì, có thể chấp nhận bất cứ điều kiện gì. Thế thì tôi đang nói gì đây...?

Chauncey, chàng trẻ tuổi đẹp trai, gần như xinh xắn, đang nghiêm chỉnh nói chuyện với mẹ.

"Mẹ à, thật sự đã đến lúc mẹ con mình phải tâm sự về chuyện tình của con với Myron rồi. Thành thật mà nói, sự liên hệ của chúng con đã nảy nở thành – con phải nói thế nào để nghe không có vẻ khiếm nhã đây? – thế này, thành điều gì đó tốt đẹp và thậm chí còn linh thiêng. Sự thật là, mẹ à, con yêu Myron và Myron cũng yêu con nữa. Chúng con muốn được kết hôn càng sớm càng tốt và hy vọng mẹ sẽ chấp thuận."

"Nhưng Chauncey," bà mẹ phản đối, "có biết là con đang nói gì không vậy? Con thật tình muốn mẹ đồng thuận cuộc hôn nhân như thế này sao? Rồi thiên hạ sẽ dị nghị thế nào? Rồi bạn bè và láng giềng sẽ nghĩ gì?"

"A, Mẹ, mẹ sẽ buồn thảm – con biết chắc như thế, ngay cả sau khi chúng con là bạn thân với nhau. Con không bao giờ tin ở mẹ, ở tất cả mọi người. Con chỉ còn biết khóc mà thôi!"

"Nhưng, này con, con không thể đi ngược lại tập tục như thế đâu!"

"Được rồi, Mẹ, chúng ta hãy thật tình nói thẳng ra như những người văn minh. Lý do đích xác và chính xác nào mà mẹ và mọi người khác có thể phản đối việc Myron và con trở thành chồng và chồng?"

"Con biết rất rõ lý do tại sao mẹ phản đối mà: anh ta là người Do Thái!"

Bà mẹ không phản đối cuộc hôn nhân đồng tính, nhưng không đồng ý vì anh ta là người Do Thái. Con người rất mực chống đối lẫn nhau; họ bị ước định bởi sự đối kháng này quá lâu đến độ đã hoàn toàn quên mất rằng tất cả chúng ta đều cùng là con người, rằng chúng ta đều thuộc về cùng trái đất, cùng hành tinh.

Khoảng cách chủng tộc giữa người vợ và người chồng càng xa thì con cái của họ càng tốt đẹp hơn.

Kết quả tương tự của việc lai giống cũng xảy ra trong những lãnh vực như âm nhạc, toán học, vật lý, hóa học…. Khi một người chuyển đổi từ bộ môn này sang bộ môn khác, người đó thường mang đến hương vị của bộ môn cũ, mặc dù không còn thực hành được trong hoàn cảnh hiện tại. Bạn có thể làm gì với kiến thức âm nhạc của mình khi đi vào ngành vật lý? Bạn phải hoàn toàn quên hết quy luật về âm nhạc, nhưng nó vẫn còn nằm trong tiềm thức, vẫn là thành phần của bạn, vì thế, nó sẽ ảnh hưởng đến bất cứ việc gì bạn làm. Môn vật lý khá xa vời với bạn, nhưng nếu đã từng luyện tập âm nhạc thì sớm muộn gì bạn cũng sẽ tìm ra những lý thuyết, giả thuyết mà, theo cách nào đó, mang màu sắc và hương vị của âm nhạc. Có thể bạn bắt đầu cảm thấy thế giới là một bản hòa tấu, là hài hòa chứ không hỗn độn. Khi nghiên cứu sâu hơn vào địa hạt vật lý, có thể bạn bắt đầu cảm thấy sự tồn tại là một dàn nhạc giao hưởng. Những sự kiện như thế không thể nào xảy đến cho người không biết chút gì về âm nhạc.

Nếu một vũ công đổi qua chơi nhạc, người ấy sẽ cống hiến cho âm nhạc thể điệu gì đó mới lạ.

Đề nghị của tôi là mọi người nên chuyển từ bộ môn này sang bộ môn khác. Một khi quá quen thuộc với một lãnh vực, một khi bị hạn chế trong kỹ thuật, hãy thoát ra khỏi môi trường đó để bước qua lãnh vực khác. Chuyển đổi từ lãnh vực này sang lãnh vực khác là một ý tưởng hay ho độc đáo, bởi bạn sẽ thấy mình càng ngày càng trở nên sáng tạo hơn.

Nhưng phải nhớ một điều: nếu là người có tính sáng tạo đích thực, có thể bạn sẽ không trở thành người nổi tiếng.

Người thực sự sáng tạo cần phải có thời gian để trở nên nổi tiếng vì họ phải tạo ra những nguyên tắc mới, những tiêu chuẩn mới. Chỉ sau đó họ mới có thể được đánh giá. Tối thiểu cũng phải năm mươi năm sau người ta mới bắt đầu thưởng thức tác phẩm của họ, và khi ấy, có thể họ đã chết lâu rồi. Nếu muốn danh tiếng, bạn đừng bận tâm đến sáng tạo, mà chỉ nên luyện tập và thực hành, chỉ cứ tiếp tục làm những gì bạn đã thành thạo khéo léo, đã nắm vững kỹ thuật một cách hoàn hảo – và bạn sẽ nổi tiếng vì mọi người đều hiểu và sẵn sàng công nhận việc bạn làm.

Bất cứ khi nào mang lại điều tân kỳ cho thế giới, bạn nhất định bị người ta chối bỏ. Thế gian không bao giờ tha thứ người mang đến cho họ bất kỳ thứ gì quá mới lạ; người sáng tạo nhất định bị thế giới trừng phạt, nên nhớ. Thế gian chỉ đánh giá cao những ai không sáng tạo nhưng có kỹ xảo, có trình độ kỹ thuật hoàn hảo, bởi khả năng này có nghĩa là sự hoàn mỹ của quá khứ. Mọi người đều được giáo dục để hiểu biết quá khứ, thế nên không một ai có thể thưởng thức giá trị của điều mới được sáng tạo. Nó quá mới lạ đến mức không bất kỳ tiêu chuẩn nào có thể dùng để so sánh, không phương thức nào sẵn có để giúp người ta hiểu biết nó. Phải mất ít nhất là năm mươi năm, và tới lúc thiên hạ bắt đầu thưởng thức giá trị của nó thì người nghệ sĩ sáng tạo ấy chắc đã qua đời.

Lúc còn sinh thời, Vincent van Gogh đã không được tán thưởng. Không một họa phẩm nào của ông được chiếu cố, nhưng bây giờ thì mỗi bức tranh của ông được bán với giá hàng triệu đô la – cũng cùng những bức tranh mà vào thời ông, người ta không biết thưởng thức, thậm chí chẳng thèm nhận khi được tặng không. Ông đã đưa cho bạn bè, cho bất cứ ai sẵn sàng treo chúng trong phòng của họ, nhưng không một ai muốn làm việc này bởi họ lo ngại có người hỏi, "Bị điên hay sao vậy? Đây là loại tranh quỷ quái gì thế?"

Vincent van Gogh có thế giới của ông; ông đã mang lại góc nhìn nghệ thuật hoàn toàn mới lạ. Phải mất nhiều nhiều thế hệ, dần dần, nhân loại mới bắt đầu cảm thấy có điều gì đó tiềm ẩn bên trong tác phẩm. Khả năng tiếp nhận của con người thường lờ đờ chậm chạp, luôn đi sau thời gian; và người sáng tạo bao giờ cũng vượt thời gian, vì vậy mới có khoảng cách lớn.

Thế nên, Barbara, nếu muốn sáng tạo, bạn phải chấp nhận thực kiện là mình không thể vang danh nổi tiếng. Nếu muốn sáng tạo, bạn phải học hiện tượng đơn giản này: nghệ thuật vì nghệ thuật, chứ không vì bất cứ động lực nào khác. Khi ấy bạn sẽ thích thú với việc mình làm. Nếu có thể tìm được người đồng điệu để cùng chia sẻ niềm vui, tốt; nếu không, tự vui một mình. Nếu bạn thưởng thức, nếu bạn cảm thấy thành tựu qua công việc đang làm, thế là đủ rồi.

Bạn hỏi tôi, *"Con không còn biết chắc chắn về phẩm chất của chân nghệ thuật là gì nữa."*

Chân nghệ thuật là thứ gì giúp bạn trở nên an bình tĩnh lặng hân hoan; là thứ gì cho bạn sự mở hội, khiến bạn nhảy múa – dù có người cùng tham dự hay không không thành vấn đề. Nếu nó trở thành nhịp cầu giữa bạn và Thượng đế, đấy là chân nghệ thuật. Nếu nó trở thành cơn thiền định, đấy là chân nghệ thuật. Nếu bạn trở nên bị hấp thu trong nó, hoàn toàn bị hòa tan đến độ bản ngã của mình biến mất, đấy là chân nghệ thuật.

Chân nghệ thuật rất gần với tôn giáo. Thế nên bạn không cần phải bận tâm chân nghệ thuật là gì. Nếu cảm thấy hoan hỉ, cảm thấy bị mất hút, cảm thấy tràn ngập niềm vui và bình an, thì công việc bạn đang làm là chân nghệ thuật. Cũng đừng nên bận tâm đến lời khen chê của những nhà phê bình, bởi họ chẳng biết chút gì về nghệ thuật cả. Kỳ thật, những người không thể trở thành nghệ sĩ thì thường trở thành bình luận gia. Nếu không thể tham gia cuộc chạy đua, nếu không thể là lực sĩ điền kinh, ít ra bạn cũng có thể ngồi bên đường để ném đá vào những vận động viên khác; đấy là việc bạn có thể làm một cách dễ dàng.

Và đấy là điều các nhà phê bình đang làm. Họ không thể tham gia, không thể sáng tạo bất cứ thứ gì.

Tôi được nghe kể về một nhà huyền môn Sufi rất thích vẽ tranh nhưng cứ bị mấy nhà bình luận cùng thời với ông chê bai. Họ đến để chỉ cho ông xem, "Cái này sai, cái kia không đúng."

Chán ngấy với bọn họ, nên một hôm, ông mang tất cả tranh của mình treo lên trước nhà rồi mời hết các nhà bình luận, bởi họ đã phê bình đủ điều, nên bây giờ là lúc họ nên mang theo cọ và nước sơn đến để có thể chỉnh sửa tùy ý.

Chẳng thấy ma nào tới. Phê bình thì dễ, nhưng chỉnh sửa mới khó. Kể từ hôm ấy, mấy tay bình luận không còn bén mảng đến bình phẩm tranh của ông nữa. Ông đã hành động rất đúng.

Người không biết sáng tạo thường hay chê bai chỉ trích người khác, thế nên không cần bận tâm về họ. Điều tiên quyết là cảm giác, là sự sôi nổi và nhiệt tình bên trong của bạn. Nếu việc sáng tác nhạc cho bạn cảm giác thoải mái dễ chịu, làm niềm vui sinh khởi, khiến bản ngã biến mất, thì nó trở thành nhịp cầu kết nối giữa bạn và Thượng Đế. Và nghệ thuật có thể là phương tiện cầu nguyện, thiền định tốt nhất. Nếu trong bất kỳ nghệ thuật nào, âm nhạc, hội họa, điêu khắc, khiêu vũ – nếu nó có thể hoàn toàn thu hút bản thể của bạn, thì đấy là cách cầu nguyện tốt nhất, thiền định tốt nhất. Khi ấy, bạn không cần bất cứ phương pháp thiền định nào khác, bởi chính công việc bạn đang làm là thiền định. Công việc ấy sẽ dần dần, từng bước một, đưa bạn thể nhập với Thượng Đế. Thế nên, đây là tiêu chuẩn của tôi: nếu nghệ thuật hướng bạn đến với Thượng Đế, thì đấy là chân nghệ thuật, là nghệ thuật đích thực.

Câu hỏi thứ ba:

Thưa Sư phụ,

Sư phụ nghĩ gì về đời sống sau cái chết?

Sargamo, tôi hoàn toàn đồng ý với Tristan Bernard, nhà văn Pháp-Do Thái, người có lần đã được hỏi cùng câu hỏi này. Ông đã trả lời, "Về phương diện khí hậu, tôi thích thiên đàng, nhưng về mặt bạn bè, thì tôi thích địa ngục."

Câu hỏi thứ tư:

Thưa Sư phụ,

Con phải làm gì với cảm giác bực dọc của sự đối kháng dường như bất tận trong lòng?

Amit Prem, hãy chấp nhận chứ đừng nên chống lại nó. Đừng chống lại sự đối kháng. Đấy là điều bạn đang làm. Sự đối kháng đầu tiên hoàn toàn không là vấn đề, nhưng đối kháng nổi lên sau đó mới tạo ra phiền não. Thái độ chống lại sự phản kháng chính là lý do khiến cho phiền não của bạn tăng lên một cách không cần thiết. Dẹp bỏ thái độ chống lại này và bạn sẽ ngạc nhiên khi nhận ra sự phản kháng cũng sẽ biến mất theo cách riêng của nó.

Chúa Jesus dạy: Đừng chống lại điều ác. Thật là một lời nói lạ đời... không bậc giác ngộ nào từng có lời phát biểu nổi loạn đến thế. Các giáo sĩ, các nhà truyền giáo Ki Tô đều hoàn toàn không đá động đến lời này; họ giảng về những thứ khác, nhưng không nói gì về tuyên bố lạ lùng này: đừng chống lại điều ác. Câu nói dường như phi lý, phi tôn giáo. Điều ác phải bị chống đối, trong khi Jesus nói ngược lại. Tại sao?

Có một bí mật trong lời nói này. Nếu chống lại điều ác tức là bạn cho nó năng lực. Mỗi sự đối kháng đều mang đến sức mạnh cho cái bị đối kháng. "Đừng chống lại điều ác" nghĩa là nếu đừng phản kháng nó, nó sẽ tự động rơi mất, bởi khi không nuôi dưỡng nó bằng năng lực của mình thì bạn sẽ lập tức tách rời ra khỏi nó.

Amit Prem, bạn nói, *"Phải làm gì với cảm giác bực dọc của sự đối kháng dường như bất tận trong lòng?"*

Không cần phải làm gì hết. Làm bất cứ điều gì đều tạo ra càng nhiều phản kháng hơn, đấy chính là lý do bạn biến nó thành bất tận. Chỉ Thượng Đế mới bất tận, không có gì khác. Làm thế nào sự phản kháng của bạn có thể bất tận được chứ? Nhưng bạn đang đổ dồn năng lượng của mình vào nó nên nó có vẻ như vô tận. Bạn đang cố gắng chống lại nó, chiến đấu với nó, đè nén nó theo nhiều cách vi tế – vì thế nó cứ mãi chường mặt lên.

Đề nghị của tôi là: hãy chấp nhận nó rồi xem điều gì xảy ra. Bất cứ điều gì xảy ra đều tốt đẹp cả. Có thể lúc khởi đầu bạn sợ phải chấp nhận thực kiện, bạn sẽ nghĩ rằng, "Nếu chấp nhận thì tôi sẽ phải đi theo nó." Không, sự thật không phải thế. Nếu hoàn toàn chấp nhận, bạn sẽ thấy nó tiêu tan ngay lập tức – bạn đã cắt đứt nó tận gốc. Đấy là ngụ ý của chúa Jesus khi nói: Đừng chống lại điều ác. Ngài muốn tiêu diệt điều ác một cách toàn triệt. Nếu còn phản kháng, bạn sẽ cứ mãi tiếp tục nuôi dưỡng nó.

Sự phản kháng lần thứ nhất không bao giờ là vấn đề, lần thứ nhì mới thực sự là vấn đề. Không thể hành xử gì về cái thứ nhất, nhưng với cái thứ nhì thì có thể, vì nó là của bạn. Nếu sự phản kháng có mặt thì nó có mặt, bạn có thể làm được gì? – hãy chào đón nó, hãy chấp nhận nó. Nhưng bạn đang làm việc này theo nhiều cách.

Amit Prem cứ viết thư cho tôi: *"Tôi cảm thấy rất buồn phiền và chán nản vì bị mặc cảm tự ti."* Khi đang đọc thư của anh nói về mặc cảm tự ti tôi chợt nhớ đến chuyện một chính khách đang điều trị bệnh này bằng phương pháp phân tâm học….

Sau ba năm cật lực phân tích tâm lý, một hôm nhà phân tâm học vui mừng chào đón bệnh nhân của mình và bảo. "Vào đây. Tôi đã tìm ra mọi thứ. Bây giờ không cần phải làm bất cứ phân tích tâm lý nào nữa. Vấn đề của ông đã được giải quyết!"

Nhà chính khách cũng vô cùng sung sướng hỏi, "Ông đã tìm được giải pháp gì?"

Bác sĩ phân tâm trả lời, "Ông không bị bệnh tự ti mặc cảm, mà đơn giản là ông thấp kém, thế nên, chẳng có vấn đề gì cả!"

Đấy là thái độ chấp nhận. Amit Prem, bạn đơn giản thấp kém - hãy chấp nhận thực kiện! Đau khổ với mặc cảm kém cỏi chỉ vì bạn ham muốn được cao cả. Chính sự khích động của ham muốn này tạo nên mặc cảm tự ti. Hãy chấp nhận nó.

Hãy nhìn tôi này… tôi thấp kém! Bạn không thể nào kém cỏi hơn tôi. Tôi rất tầm thường! Tôi không thể làm phép lạ, không thể bước trên mặt nước. Đúng ra tôi phải bị mặc cảm tự ti vì chúa Jesus làm được việc này. Bạn thấy tôi tầm thường thế nào! Nhưng tôi vẫn hết sức an vui vì cứ luôn tự nhủ, "Thế thì đã sao chứ?" Tôi không thể đi trên mặt nước, đấy là sự thật. Tôi chẳng thấy vấn đề gì về sự thật này; nhưng bạn lại có thể tạo ra vấn đề từ mọi thứ.

Tôi đã nghe chuyện này:

Khi Moses đang từ Ai Cập chạy trốn và bị kẻ thù theo sau bén gót đến tận bờ biển, đúng là thế tấn thoái lưỡng nan. Phải làm gì bây giờ? Đại dương cản lối và quân thù đang sáp lại mỗi lúc một gần hơn.

Nhưng bỗng nhiên một phép lạ xảy ra: nước biển chợt chẻ thành hai phần. Hai cột nước khổng lồ được vạch ra hai bên tạo thành một con đường nhỏ….

Moses ngước nhìn lên trời than thở, "Lạy cha, con muốn hỏi cha một điều: tại sao lúc nào con cũng phải là người đầu tiên vậy? Giờ thì con phải bước vào chốn nguy hiểm này! Tại sao con luôn là người thứ nhất vậy?"

Bạn có thể phàn nàn ngay cả đến phép lạ của mình, còn tôi chẳng hề kêu ca gì về sự tầm thường của tôi cả.

Golda Meir, cựu thủ tướng Do Thái, nhiều lần than phiền, "Tôi không thể tha thứ cho Moses về việc suốt bốn mươi năm trời hướng dẫn người của chúng ta đi trong sa mạc để lập ra nước Do Thái – một nơi duy nhất không có mỏ dầu, trong khi ông ta vượt qua nhiều vùng có vô số mỏ. Tôi không thể tha thứ cho ông ấy!"

Này Amit Prem, hãy đơn giản chấp nhận con người của mình. Bạn không thể là người nào khác. Bởi cố gắng trở thành người khác nên bạn tự tạo ra rắc rối cho chính bản thân.

Anh ấy viết cho tôi, *"Tôi muốn được làm người trong nội bộ của đạo tràng nhưng vẫn còn ở vòng ngoài."* Ở vòng ngoài thì có gì không đúng chứ? Ngay cả tôi còn chưa được ở vòng ngoài đây! Ít ra bạn còn hơn tôi, hãy vui vẻ với vị thế của mình đi. Nếu có thói quen tạo nên đau khổ cho chính bản thân, thì thậm chí ở ngay trung tâm, bạn cũng vẫn bị thống khổ như thường. Bạn sẽ kêu ca, "Thượng Đế, tại sao lúc nào con cũng phải đứng giữa để gồng gánh toàn thể trách nhiệm thế này?"

Tôi nói tôi không đứng ở trung tâm vì tôi hoàn toàn chẳng có trách nhiệm gì cả. Tôi hoàn toàn vô trách nhiệm; bạn sẽ không thể tìm ra người nào vô trách nhiệm hơn tôi trên trái đất này. Bạn vẫn còn trách nhiệm dù ở vòng ngoài; ngay cả người gác cổng cũng phải có trách nhiệm.

Hãy tập hân hoan với thực trạng của mình chứ đừng nên làm rùm beng về chuyện ấy. Nếu có sự phản kháng thì đấy là điều tự nhiên, vì toàn bộ tiến trình ở đây là huân tập thái độ từ bỏ. Sannyas là từ bỏ. Đối kháng là tự nhiên. Thế nên hãy chấp nhận nó, và qua sự chấp nhận, sự đối kháng sẽ tự nhiên biến mất.

Câu hỏi thứ năm:

Thưa Sư phụ,

Có phải sư phụ chống lại phong trào Giải Phóng Phụ Nữ hay không?

Shakti, tôi hoàn toàn ủng hộ, chứ không chống lại phụ nữ. Nhưng phong trào giải phóng phụ nữ là thứ gì đó chẳng đẹp đẽ tí nào – và tôi biết trách nhiệm cho việc này là do thái độ trọng nam khinh nữ. Qua bao thời đại, đám đàn ông đã từng phương hại giới phụ nữ quá nhiều đến độ bây giờ họ muốn phục hận. Nhưng bất cứ khi nào có ý định trả thù, bạn đều trở nên có tính phá hoại. Phong trào này vẫn còn đang ở trong giai đoạn phá hoại, chứ chưa trở thành sáng tạo. Và tôi chống lại sự phá hoại.

Nhìn lại vết thương cũ là điều vô ích; trả thù quá khứ là hành động bằng thừa. Ta phải tập tha thứ và quên chuyện đã qua. Vâng, việc xảy ra không đúng – hãy chấp nhận nó. Những gì đã áp đặt cho nữ giới qua bao thế hệ đến nay tuyệt đối sai quấy. Với thú tánh, đàn ông đã bốc lột họ, đã đối xử với họ một cách tàn bạo. Đàn ông đã biến phụ nữ thành nô lệ, thậm chí còn tệ hơn thế, đã hạ cấp người phụ nữ xuống thành sở hữu vật. Nhưng trả thù việc này thì có lợi ích gì? Khi ấy phụ nữ trở thành người đi săn và đàn ông thành kẻ bị săn. Khi ấy một kiểu "khinh-trọng" khác lại bắt đầu thành hình, một kiểu trọng nữ khinh nam lại phát sinh. Và hiện tượng này sẽ không mang lại điều gì hoàn chỉnh, bởi phụ nữ sẽ khởi sự phương hại đàn ông, và sớm muộn gì đám đàn ông cũng nổi dậy trả thù. Vòng lẩn quẩn này sẽ chấm dứt ở đâu?

Cảm nghĩ của tôi là thay vì đàn ông thì phụ nữ nên chấm dứt tệ trạng này để thoát ra khỏi vòng luân hồi nhân quả, bởi họ có nhiều tình thương và từ ái hơn. Đàn ông mang tính ngang ngược và bạo hành, nên tôi không đặt nhiều hy vọng nơi họ, mà chỉ kỳ vọng vào nữ giới. Do đó tôi không ủng hộ quan điểm hung hăng và cách tiếp cận của phong trào Giải Phóng Phụ Nữ.

Bà Farid xuất hiện trước cổng thiên đàng và run rẩy gõ cửa.

Tổ phụ Abraham nhìn qua lỗ nhìn ở cửa và hỏi một cách ngờ vực, "Thưa bà, bà từ đâu đến?"

"Tôi đến từ Flatbush,[1]" với những giọt mồ hôi lốm đốm trên trán, bà Farid thẹn thùng trả lời.

"Không hề gì, con gái của ta," vị giáo trưởng từ ái trả lời. "Con có thể quên đi quá khứ vì vĩnh hằng là thời gian rất dài."

Nhưng bà lo lắng nói tiếp, "Thưa ngài, con muốn được xưng tội."

---

1 Flatbush là một vùng ở thành phố Brooklyn, New York.

"Trong tôn giáo của chúng ta không có việc xưng tội."

"Nhưng tội của con thì khác. Nếu nhìn vào sổ bộ của ngài, ngài sẽ thấy có lẽ con không được lên thiên đàng. Con… con… thế này… con đã thuốc chết chồng mình và đã bằm thây thằng em chồng. Không những thế, con còn…."

Đột nhiên tổ phụ Abraham trở nên nghiêm khắc. "Hành vi tàn bạo của con quả thực tạo ra vấn đề. Có phải con là thành viên của phong trào Giải Phóng Phụ Nữ hay không?"

"Thưa không."

Cánh cửa ngọc mở bung ra trên mấy nhánh bản lề bằng vàng tạo ra âm thanh mê hồn, và vị giáo trưởng hạ thấp người mời, "Hãy bước vào nơi an nghỉ vĩnh hằng của con."

Nhưng Farid hơi do dự, "Vụ hạ độc, vụ bằm thây, vụ… vụ…." Bà lắp bắp.

"Chẳng có vấn đề gì cả, ta bảo đảm với con. Chúng tôi sẽ không làm khó dễ người phụ nữ không theo phong trào Giải Phóng Phụ Nữ. Hãy cầm cây đàn hạc lên."

"Con đã xin làm thành viên nhưng họ không nhận."

"Vậy thì cầm hai cây."

Đừng bận tâm, Shakti. Nơi này có nhiều phụ nữ từng theo phong trào Giải Phóng Phụ Nữ. Nhưng khi càng thân cận với tôi, thái độ và cách tiếp cận đối với đàn ông của họ đã thay đổi. Vấn đề của đời sống chỉ có thể giải quyết bằng tình yêu thương, chứ không thể bằng con đường bạo hành.

Đàn ông và đàn bà là hai thế giới khác biệt, do đó khó thông cảm lẫn nhau. Đã có quá nhiều hiểu lầm giữa hai phái trong quá khứ, nhưng không cần thiết phải như thế trong tương lai. Chúng ta có thể học bài học của quá khứ, và bài học duy nhất là người nam và người nữ phải trở nên hiểu biết cũng như chấp nhận sự khác biệt của nhau nhiều hơn. Những dị biệt này hết sức giá trị chứ không cần thiết phải tạo ra bất cứ xung đột nào, kỳ thật, chúng là duyên hấp dẫn giữa hai phái. Nếu sự khác biệt giữa nam và nữ biến mất, nếu họ có cùng một loại tâm lý, thì tình yêu cũng biến mất vì không còn đối cực. Đàn ông và đàn bà giống như hai cực âm dương của dòng điện: chúng là những cực đối lập nên hút lẫn nhau về mặt từ trường. Vì thế nên xung đột là điều tự nhiên. Nhưng qua hiểu biết, qua từ ái, qua yêu thương, qua tầm nhìn thông suốt vào thế giới của đối tượng và sự đồng cảm với thực trạng, tất cả mọi tương phản đều có thể được giải quyết. Không cần phải tạo thêm xung đột – đủ là đủ.

Nam giới cũng cần được giải phóng như nữ giới. Cả hai cần giải phóng – giải thoát khỏi tâm trí. Họ phải hợp tác và giúp đỡ lẫn nhau để giải thoát khỏi tâm trí. Đấy mới là phong trào giải phóng đích thực.

Đấy là toàn bộ ý nghĩa về tính chất sannyas.

Câu hỏi chót, câu thứ sáu:

Thưa Sư phụ,

Có phải sư phụ là Đáng Sáng Tạo không?

Sudheer, bạn tưởng tôi điên hay sao vậy?

Lão già Sulzberg đã liên tục làm cho gia đình ông ngượng nghịu gần suốt một năm trời. Ông thường dựng cái thùng đựng xà phòng ở góc đường trong khu láng giềng rồi đứng đó tuyên bố mình là đấng cứu thế. Ông bắt đầu hùng hồn diễn thuyết cho đám đông hiếu kỳ bu quanh, thét to lên những lời cảnh cáo và cấm lệnh gay gắt, nhắc nhở họ những hậu quả khốc hại của cách sống ác xấu của họ. Trong chiếc áo dài trắng do ông tự chế từ miếng vải trải giường và chùm râu bạc phất phơ, trông ông thực sự giống như vị tổ phụ trong kinh thánh.

Ảo tưởng của già Sulzberg càng ngày càng nặng hơn, sau cùng con cái cháu chắt phải hợp ý cùng nhau và, một cách bất đắc dĩ, đưa ông vào dưỡng trí viện, hy vọng nơi này với cách chữa trị thích hợp, sẽ giúp ông bình thường trở lại rồi về với gia đình.

Tại viện tâm thần, "đấng cứu thế" rất được các bệnh nhân cùng viện thương mến và nể trọng. Mãi tới lúc ông phạm phải sai lầm là việc hô hào đám đông từ bỏ thái độ vô thần của họ.

Giọng sấm rền như nhà tiên tri cổ, ông tuyên bố, "Ta là hóa thân của Moses. Ta là đấng cứu thế đây!"

Một trong các bệnh nhân la to, "Ồ thật sao? Ai đã nói thế?"

Già Sulzberg trong hóa thân đấng cứu thế hét lại, "Ta sẽ cho ngươi biết ai nói. Thượng Đế đã nói như thế!"

Ngay lúc ấy, từ bên ngoài vòng đám bệnh nhân có giọng phẫn nộ vang lên, "Ta không nói thế!"

Đã đủ cho hôm nay.

KINH VĂN
• BÀI GIẢNG 3

Thiền
Cần
Tính Can Đảm

Bài giảng tại Phật Đường sáng ngày 23 tháng Hai, 1980

KINH PHÁP CÚ: PHẬT ĐẠO
BỘ 12 QUYỂN • QUYỂN MƯỜI

Dây sắt, đay, hay gỗ,
Không trói buộc được ngươi.
Nhưng chính những tham ái,
Vàng bạc và vợ con.

Những xiềng xích này mềm,
Nhưng cột ngươi thật chặt.
Liệu bứt khỏi được chăng?

Người từ bỏ thế gian,
Khước từ mọi ái dục,
Để đi theo chánh đạo,
Có thể bứt ra được.

Ôi, này kẻ tham ái,
Trôi lênh đênh giữa dòng.
Như nhện sa vào lưới,
Của nó vừa giăng xong.
Hoặc muốn thoát cảnh này,
Hãy từ bỏ sầu đau,
Để đi theo chánh đạo.

Bỏ quá khứ, vị lai,
Bỏ luôn cả hôm nay.
Vượt qua bờ bên kia,
Thoát khỏi dòng sinh tử.

Ý nghĩ có làm phiền?
Đam mê có xao động?
Hãy coi chừng khát ái,
Kẻo mơ trở thành tham,
Và tham trói buộc ngươi.

THÔNG điệp chủ yếu nhất của đức Phật Cồ Đàm không phải là Thượng Đế, không phải là linh hồn… mà là giải thoát: sự tự do tuyệt đối, toàn bộ, vô điều kiện. Ngài không muốn đưa cho bạn một ý thức hệ nào, bởi mỗi ý thức hệ đều tạo ra sự ràng buộc của chính nó. Ngài cũng không muốn đưa cho bạn một tôn giáo, vì tôn giáo trói buộc bạn. Đấy chính xác là ý nghĩa tiếng Anh của danh từ 'religion – tôn giáo' – cái trói buộc bạn. Tôn giáo là sự triền phược một cách vi tế, vi tế đến mức, nếu không hết sức ý thức, bạn sẽ không thể nào nhìn thấy thực kiện này. Ngài cũng không muốn đưa cho bạn một triết lý sống, bởi bất cứ nền triết học nào do người khác đưa ra đều sẽ cùm chân bạn lại. Bạn phải sống theo ánh sáng của chính mình chứ không phải của người nào khác.

Toàn thế giới đầy dẫy nô lệ vì lý do đơn giản là ai cũng sống theo một người nào khác. Người sống theo Chúa Jesus, người thì sống theo Mahavira hoặc theo Krishna hay theo Phật.

Đức Phật dạy: Hãy là ánh sáng cho chính mình. Trừ phi tạo được ánh sáng trong bản thể của mình, bạn sẽ vẫn còn là kẻ nô lệ, vẫn sẽ bị thống trị. Và thế gian có đầy những giáo sĩ xảo trá, mánh khóe, rất lanh lợi và lõi đời; họ dày kinh nghiệm và biết cách tạo ra những trói buộc mới cho bạn. Nếu vừa trốn thoát khỏi một ngục tù này, họ sẽ lập tức tạo ra một ngục thất mới cho bạn. Rất khôn khéo trong việc sử dụng chữ nghĩa, họ cứ diễn dịch kinh sách theo những cách hết sức vi tế đến độ bạn không bao giờ có khả năng hiểu được pháp ngữ của chư phật đã bị vo tròn bóp méo như thế nào. Những lời lẽ thay vì mang đến cho bạn tự do giải thoát đã bị biến thành xiềng xích trói buộc bạn.

Nhưng con người hết sức vô ý thức, vì thế họ cứ tiếp tục làm nạn nhân – nạn nhân cho mọi hình thức bóc lột tâm lý.

Đức Phật dạy bạn tự do giải thoát là mục tiêu tối thượng, *summum bonum*, là điều cao quý nhất. Không gì cao quý hơn tự do giải thoát, bởi mọi giá trị khác chỉ là phụ sản, là hậu quả của nó.

Chúa Jesus nói: Trước hết hãy tìm vương quốc của Thượng Đế, rồi mọi thứ khác sẽ được thêm cho ngươi. Nhưng Phật không nói thế, mà sẽ nói: Trước hết hãy tìm tự do hoàn toàn và tuyệt đối, rồi mọi thứ khác sẽ được thêm cho ngươi. Nếu tìm Thượng Đế, bạn lại đi tìm một nhà tù mới, có thể khá hơn cái cũ, có thể được làm bằng vàng bạc rất quý báu – nhưng mọi nhà tù đều giống nhau. Dù xiềng xích của bạn được làm bằng sắt hay bằng vàng thì cũng chẳng hề khác biệt. Thật ra, nếu được làm bằng vàng thì bạn càng khó thoát ra khỏi chúng hơn; bạn sẽ bám vào, sẽ không nghĩ chúng là xiềng xích mà tưởng là đồ trang sức. Bạn sẽ bảo vệ, sẽ canh gác chúng cẩn thận vì lo sợ có người lấy trộm mất.

Tự do giải thoát là hương thơm của toàn bộ thông điệp của Phật. Không một bậc giác ngộ nào từng đề cao tự do giải thoát đến thế. Tại sao đức Phật nhấn mạnh điều này? – vì lý do đơn giản là ngài đã thấy mọi lý tưởng khác đều bị biến thành những tù ngục. Ngài đã thấy mọi triết thuyết đẹp đẽ đều bị chuốc độc bởi các giáo sĩ. Hãy coi chừng giới này!

Phật không phải là giáo sĩ, ngay cả Jesus hay Mahavira cũng thế. Không một bậc giác ngộ nào là giáo sĩ. Giới giáo sĩ sống nhờ vào giáo lý của các bậc giác ngộ và tiếp tục đi lợi dụng những người chưa giác ngộ. Chắc chắn là họ lanh lợi nhưng không thông tuệ, thông thái nhưng chưa chứng đắc. Họ thành công trong việc khuynh đảo bạn bởi vì bạn vô ý thức.

Vì vậy, điều thứ hai đức Phật chú trọng đến là thiền định, là chánh niệm tỉnh giác. Giải thoát chỉ có thể thành tựu qua trạng thái càng lúc càng tỉnh giác hơn. Với tự do giải thoát, ngài không ngụ ý nói đến bất kỳ hiện tượng xã hội hay thay đổi chính trị nào. Có những người… tôi đã bắt gặp những quyển sách được viết bởi những người theo chủ nghĩa cộng sản, Marxist, xã hội, những người cố gắng chứng minh rằng danh từ "tự do" của Phật nghĩa là chủ nghĩa cộng sản, chủ nghĩa xã hội, rằng "tự do" của ngài có nghĩa là cuộc cách mạng xã hội, chánh trị. Thật là điều hoàn toàn vô lý! Đức Phật chẳng hề dính dáng gì đến thế giới ngoại tại; ngài chỉ quan tâm đến phần nội tâm của bạn. Ngài muốn chuyển hóa trạng thái vô ý thức của bạn thành có ý thức, muốn đổi bóng tối trong tâm hồn bạn thành ánh sáng, muốn biến cái chết của sinh mệnh bạn thành bất tử.

Ngài thực sự làm công việc của những nhà tiên tri Upanishad, những người đã cầu nguyện Thượng Đế rằng, *"Asato Ma Sadgamaya*. Hỡi Thượng Đế, hỡi đấng Thế Tôn, hãy mang chúng con từ sai lầm, từ hư ngụy, đến với chân lý. *Tamaso Ma Jyotirgamaya*. Hỡi Thượng Đế, hỡi đấng Thế Tôn, hãy mang chúng con ra khỏi vùng đen tối đến nơi có ánh sáng. *Mrityor Ma Amritamgamaya*. Hỡi Thượng Đế, hỡi đấng Thế Tôn, hãy mang chúng con từ cõi tử đến nơi bất tử." Nhưng họ cầu xin Thượng Đế, còn đức Phật thì không làm việc này.

Phật dạy: Cầu nguyện chẳng giúp ích gì. Trừ phi bạn có hành động gì đó, chứ lời cầu nguyện của bạn chỉ là thứ bất lực. Không cần cầu nguyện, nhưng thiền định là một yêu cầu bức thiết. Tôn giáo của ngài không phải là tôn giáo của cầu nguyện, mà rất khoa học theo nghĩa ngài không giả định bất kỳ niềm tin nào. Bạn không cần tin vào Thượng Đế, không cần tin vào hậu kiếp. Phật dạy khi bạn có thể kinh nghiệm được, tại sao phải tin? Tất cả mọi niềm tin cuối cùng đều hạ thấp bạn xuống thành nô lệ.

Đức Phật chống lại mọi niềm tin cũng như hoài nghi. Ngài là người có tính bất khả tri (agnostic). Ngài nói ta nên mở rộng, bởi khi tin vào điều gì đó, bạn trở nên đóng kín. Tín đồ Ấn giáo, Hồi giáo, Ki Tô giáo đều bị đóng kín vì họ đã có kết luận rồi. Họ sẵn sàng chấp nhận một tín điều nào đó như là sự thật chứ không thông qua kinh nghiệm bản thân. Đấy là thái độ bất chính! Vậy mà những người này lại được xem là người tôn giáo, trong lúc họ thậm chí không đích thực, không chân thật chút nào – huống hồ nói gì về đức tính tôn giáo của họ? Họ đã bất chính ngay từ khởi đầu; niềm tin khiến bạn gian dối.

Chính tiến trình của niềm tin là tin tưởng vào thứ gì đó mà bản thân bạn chưa từng chứng nghiệm qua. Làm thế nào bạn có thể tin mình chân thành? Nếu cuộc truy cầu chân lý của bạn là chân thực thì bạn không thể tin cũng nhưng không thể không tin. Bạn không thể nói Thượng Đế hiện hữu hay không hiện hữu, mà chỉ có thể nói, "Tôi không biết điều đó nên đang đi tìm kiếm và thử nghiệm cũng như đang cố gắng chứng nghiệm nó."

Đấy là con đường thiền định.

Cầu nguyện đòi hỏi niềm tin như là một sự giả định trước, bằng không thì không có khả tính cho sự cầu nguyện. Bạn sẽ cầu nguyện ai? Lời nguyện cầu của bạn sẽ nhắm vào người nào? – chắc chắn là phải tới vị thần thánh nào đó mà bạn công nhận, vì được dạy bảo điều này từ thời thơ dại nên bạn đã bị thôi miên.

Mọi tín điều đều chẳng gì khác hơn là sự thôi miên. Người bị thôi miên để thành tín đồ Ấn giáo, kẻ khác bị thôi miên để thành Hồi giáo, nhưng cả hai đều đang sống trong một loại giấc ngủ sâu. Thôi miên nghĩa là ngủ say; chính thực nghĩa của nó là ngủ say. Được đưa cho độc dược, dần dần, qua niềm tin, bạn rơi vào giấc ngủ. Bạn không còn ý thức lý do cũng như việc mình đang làm. Tại sao mình đi chùa? Tại sao mình quỳ lạy một tượng đá? Tại sao mình tụng đọc những lời vô nghĩa? Tại sao mình đi hành hương ở Kaaba hay Kashi hoặc Girnar? Để làm gì? Bạn phải có một tiên nghiệm nào đó. Không chứng nghiệm, không truy cầu, bạn lại sẵn sàng tin rằng đấy là tôn giáo.

Đấy là đường lối của kẻ nhát gan, là cách của người hành động thiếu suy nghĩ.

Thiền định đòi hỏi tính can trường. Yêu cầu căn bản của nó là thiền giả phải có tính nhất quán, sự chân thành và kính trọng bản thân. Tối thiểu là không nên tự lường gạt chính mình.

Phật dạy: Hãy để sự chứng nghiệm của bạn quyết định. Nếu hiểu được giáo nghĩa này, thay vì cầu nguyện, bạn nhất định sẽ hướng về con đường thiền định. Khi ấy thiền định sẽ mang lại sự cầu nguyện của riêng nó – tính cầu nguyện thì đúng hơn. Sẽ không có hành động cầu nguyện, nhưng sẽ ở trong trạng thái nguyện cầu vì càng lúc bạn càng trở nên tĩnh lặng hơn. Càng ở sâu trong tĩnh lặng bạn sẽ chứng nghiệm được hiện hữu, được sự huyền diệu của hiện hữu đang tràn ngập và thấm đượm vạn hữu. Có thể bạn thích, hoặc không thích gọi hiện tượng đó là Thượng Đế, đều không thành vấn đề; hay có lẽ bạn chẳng muốn định danh gì cả mà chỉ im lặng về nó, vì đấy là hành động thích hợp nhất. Trạng thái này không thể diễn tả bằng bất cứ từ ngữ nào; không lời nào đủ sức để diễn đạt được nó.

Nhưng chẳng ai nghe lời Phật dạy. Nhân loại vẫn ở nguyên trong cách cũ kỹ, mê ngủ, dở sống dở chết. Con người vẫn còn trong tình trạng bị thôi miên, vô ý thức.

Howard Rabinowitz, một thanh niên lực lưỡng, lì đòn, có bàn tay cứng như đá hoa cương. Đang ngồi uống whisky trong quán rượu chợt nghe bản tin về 'Cuộc Chiến Sáu Ngày' từ máy thu thanh. Đầy kích động và nhiệt tình với dân Do Thái, anh vội vã ra phi trường và đáp chuyến bay sớm nhất để đi Israel, nơi anh có thể gia nhập quân đội ngay lập tức.

Nhưng sự đón tiếp tại căn cứ có vẻ hờ ơ; các binh sĩ Do Thái không hẳn hoàn toàn né tránh, nhưng chẳng ai thèm bước đến chào đón anh. Anh phàn nàn với viên trung sĩ, "Nghe này, chuyện gì với các anh? Từ nửa vòng trái đất đến đây để giúp các anh, thế mà tôi hầu như bị làm ngơ. Một người Mỹ phải làm gì để được nhận vào quân đội này?"

Viên trung sĩ đưa mắt nhìn chàng thanh niên gân bắp, len lén ngó quanh như sợ có người nghe trộm, rồi với giọng gần như thì thầm, "Bí mật và không được ghi lại, có ba việc anh phải hoàn thành nếu thực sự muốn là người của chúng tôi."

Howard Rabinowitz nóng nảy, "Nói đi."

Viên trung sĩ nêu ra, "Thứ nhất, anh phải uống một hơi cạn hết lít Mount Carmel, thứ rượu mạnh nhất của chúng tôi. Thứ hai, anh phải giết chết một tên sĩ quan Á Rập. Thư ba, anh phải làm tình với một em Do Thái đẹp."

Thế là Howard Rabinowitz ngửa cổ nốc một hơi cạn lít Mount Carmel, rồi yêu cầu, "Bây giờ tôi có thể tìm tên sĩ quan Á Rập ở đâu?"

"Ngay bên kia sông Suez. Nếu sống sót, tôi ngại là anh phải lội qua sông đến hai lần."

"Tôi sẽ còn mạng," chàng người Mỹ hứa chắc, lầm bầm trong lúc loạng choạng rời đi. "Éo, ta là tên cừ nhất, mạnh nhất, to nhất Miền Đông đây. Việc mạo hiểm cỏn con như vậy thì nhằm nhò gì?"

Vài giờ sau anh trở về, người ướt sũng vì vừa lội sông, quần áo nhàu nát và gương mặt đầy máu me từ nhiều vết trầy xước.

Anh ta gầm gừ, "Xong rồi, tôi đã xử êm thắm tên sĩ quan Á Rập. Bây giờ tới cô Do Thái đẹp mà ông muốn giết thì ở đâu?"

Đấy đích xác là tình huống của nhân loại. Trước hết, bạn không biết mình là ai, đang làm gì và tại sao mình làm thế. Ngay cả dù có thành công trong công việc, bạn cũng hoàn toàn chẳng biết mục đích của nó. Nhưng bạn cứ tiếp tục làm điều gì đó, bởi thái độ này giúp bạn bận bịu và không ý thức được trạng thái vô ý thức của mình.

Về mặt căn bản, mọi công việc của bạn chẳng khác hơn là cố tình không ý thức được sự bất giác của bạn – bởi tình trạng này làm bạn đau đớn. Sẽ bị tổn thương khi biết rằng "Mình là kẻ dở sống dở chết," "Mình là một tên nô lệ." Vì thế bạn cứ ba hoa về tình trạng nô lệ của mình như là thứ gì đó có giá trị trân quý; bạn cứ khoe khoang về quốc tịch Ấn Độ Pakistan Do Thái Đức Mỹ của mình; bạn cứ phô trương về việc bạn là tín đồ Ấn Hồi Ki Tô Kỳ Na giáo của mình – và hoàn toàn không biết rằng bạn đang khoa trương về những nhà tù của bạn!

Giống như hai tên tù đang kháo nhau: "Nhà tù của tôi tốt hơn của anh rất nhiều. Hãy nhìn lá cờ kìa! Nhà tù của tôi có lá cờ đẹp nhất và cột cờ cao nhất thế giới. Nhớ đừng bao giờ nói lời chê bai nào về nhà tù của tôi, bằng không, bạn sẽ đau khổ, sẽ phải trả giá cho hành động của bạn đấy."

Tổ quốc *của tôi*, xứ sở *của tôi*, nhà thờ *của tôi*, tôn giáo *của tôi* đều tốt đẹp và cao quý hơn *của anh* rất nhiều – và chúng ta đang khoác lác về những nhà tù của mình. Thực kiện này hết sức ngu xuẩn, nhưng tại sao chúng ta cứ tiếp tục làm? – bởi đấy là cách duy nhất để giữ thể diện.

Nếu có thể nhìn thấu vấn đề những thứ đó đều là thứ ngục tù, thì làm thế nào chúng ta tránh khỏi việc nhận ra mình đang là tội nhân – không chỉ của một, mà còn của nhiều nhà tù, ngục thất trong ngục thất? Và thực kiện này sẽ phá tiêu bản ngã. Thế nên, để giúp tăng trưởng bản ngã, tốt hơn chúng ta nên tuyên bố rằng "Tổ quốc chúng ta vĩ đại," rằng "Lịch sử của chúng ta đầy dũng cảm," rằng "Chúng ta đã tạo ra những chiến sĩ đại tài" … hay những bậc thánh lỗi lạc hoặc gì gì đó. "Chúng ta đã tạo nên một xã hội có tính tôn giáo nhất thế giới," hoặc dân chủ hay cộng sản nhất thế giới. Hành động này giúp chúng ta bảo vệ bản ngã của mình. Trên mọi phương diện, chúng ta cố tìm phương pháp và phương tiện, mưu chước và chiến lược để bản ngã của chúng ta không bị va chạm.

Và bản ngã là hiện tượng hư ngụy nhất trong đời sống; không có gì giả dối hơn nó. Bản ngã không có thực chất; nó chỉ là quả bóng đầy khí nóng – hoặc có lẽ chả có cái bong bóng nào nhưng chỉ toàn là khí nóng mà thôi! Nhưng chúng ta lại sống theo mệnh lệnh của vị thượng đế giả hiệu này, tức là bản ngã. Cạnh đó còn có giới giáo sĩ luôn sẵn sàng giúp đỡ chúng ta, luôn đưa cho chúng ta chiến lược mới, diễn dịch mới (để duy trì bản ngã). Theo thời gian thay đổi, các tu sĩ sẵn sàng đưa cho chúng ta những diễn giải mới.

Trong buổi học thánh kinh ngày Chúa Nhật, một bé trai hết sức rối trí khi nghe vị linh mục nói Thượng Đế tạo ra mọi thứ. Thấy vẻ mặt ngẩn ngơ, cơ hồ như trong mắt em hiện lên dấu hỏi, linh mục lên tiếng hỏi, "Có chuyện gì thế, John? Trông con bối rối thế?"

Bé John nói, "Dạ. Cha nói mọi thứ – cha thật sự có ý là *mọi thứ* hay không? Vậy việc Thượng Đế tạo ra xe lửa thì có thể tham khảo ở đâu? Con chưa hề gặp qua tài liệu này."

Vị linh mục trả lời, "Có, có điểm tham khảo, chắc con đã bỏ sót đoạn đó rồi. Trong thánh kinh có nói rằng Thượng Đế đã làm ra mọi thứ dần dần, kể cả xe lửa!"

Họ không những lừa trẻ nhỏ, mà còn lừa luôn cả bạn nữa.

Người cha lo lắng nói, "Giáo trưởng, tôi hy vọng ông nói chuyện với con trai của tôi. Nó đây này, tới tuổi trưởng thành rồi mà suốt ngày chỉ nghĩ tới bóng chày thôi."

Vị giáo trưởng thở dài tự nghĩ, "Với bao nhiêu đứa bé phạm pháp đang bị rắc rối, thì việc này thực sự chỉ là vấn đề cỏn con."

Che giấu thái độ bực mình, ông bảo người cha, "Xin lỗi làm ông thất vọng, nhưng tôi không thể la rầy con ông về việc nó làm mà người Do Thái chúng ta đã từng tập luyện qua hàng ngàn năm. Thật ra có nhiều đoạn tham chiếu về bóng chày trong Thánh Kinh."

Người cha ngờ vực hỏi, "Ông nói thật không? Mấy đoạn đó là gì?"

"Thế này, chẳng hạn như, ông sẽ nhớ ngay ra rằng Eva 'chiếm gôn' trước và Adam 'chiếm gôn' thứ nhì; Gideon làm 'người ném bóng' hoảng hốt; Goliath bị David 'loại'; và đứa con hoang đã 'ghi điểm!'"[1]

Giáo sĩ là những người xảo trá nhất thế gian.

Khoảng đầu thế kỷ, ở Baltimore có nhà thuyết giáo lưu động, *maggid*, một người giống như nhà tiên tri cổ tìm khắp thế gian mới có, trong bộ áo choàng trắng tinh với chòm râu bạc oai phong phất phơ, được mời đến giảng tại giáo đường Do Thái Sanhedrin. Vị giáo trưởng thường trực của giáo đường hơi lo ngại về quan điểm cực chính thống (ultra-orthodox) của ông già này, nhưng dù sao thì ông ấy cũng đã đến, do được nhiều người giới thiệu. Nhưng nỗi lo của vị giáo trưởng đã thành sự thật.

Vị maggid đã hô hào giáo đoàn với bài giảng nóng như lửa kiểu nhồi Thánh kinh vào đầu của mấy tay thuyết giáo Baptist chính thống. Khi gần kết thúc buổi giảng, vị thánh tổ hét to, "Và tôi báo với các người là Ngày Phán Quyết đang gần kề, trừ phi sống nghiêm khắc tuân thủ theo luật lệ được trao bởi đích thân thánh Moses, còn không, các người sẽ than van khóc lóc và nghiến răng!"

---

[1] Nguyên văn: "Well, for example, you will recall that Eve stole first and Adam stole second; Gideon rattled the pitchers; Goliath was put out by David; and the prodigal son made a home run!"

Nghe đến đây, một lão bà ngồi hàng ghế phía trước, điếng kinh hồn vía, thét lên, "Nhưng Rebbe, tôi rụng răng hết rồi!"

Nhà thuyết giáo chân chính gầm lên như sấm, "Này thiện nữ, răng sẽ được cung cấp cho bà!"

Đức Phật không phải giáo sĩ, cũng không phải nhà tiên tri; ngài là hạng người hoàn toàn khác. Ngài là một người tỉnh thức, người đã đạt đến mức hiểu biết chính mình. Ngài không phải là hóa thân của Thượng Đế – ngài không có tuyên bố nào như thế. Ngài không là sứ giả đặc biệt của Thượng Đế – ngài không có bản ngã nào như thế. Ngài không tự cho là "Ta là đứa con trai độc nhất." Tất cả những điều này đều có vẻ ngớ ngẩn nếu bạn nghĩ về đức Phật. Ngài rất giản dị nhưng thông điệp của ngài lại thực tiễn nhất, khoa học nhất, thâm nhập sâu nhất.

Ngài nói, "Ta cũng vô ý thức như các ông, nhưng bây giờ ta đã tỉnh thức nên mọi sợ hãi và phiền não đều biến mất. Một ngày ta đã giống các ông, vậy một ngày các ông có thể giống ta, bởi giữa chúng ta không có khác biệt về phẩm chất, nhưng chỉ khác ở một điểm duy nhất: Ta đã tỉnh thức, còn các ông đang ngủ say. Không là người phi thường, ta chỉ bình thường như các ông, có khác chăng là ta đã mở mắt còn các ông thì đang nhắm lại. Hãy mở mắt ra để tự mình trông thấy!"

Kệ ngôn:

Dây sắt, đay, hay gỗ,
Không trói buộc được ngươi.
Nhưng chính những tham ái,
Vàng bạc và vợ con.

Dây sắt, đay, hay gỗ, Không trói buộc được ngươi... ngục tù của bạn không hiển nhiên đến thế nhưng lại rất tinh vi, vô hình, trong suốt nên rất khó nhìn thấy. Không phải là bạn đang ở trong nhà tù, ngược lại, nhà tù đang bao bọc chung quanh bạn và di chuyển theo bạn như hình với bóng. Sự trói buộc không phải ở chung quanh cơ thể, nhưng nằm trong tâm trí của bạn, trong chính mỗi mỗi cách bạn tiếp cận cuộc đời.

Ngài nói: *Dây sắt, đay, hay gỗ, Không trói buộc được ngươi. Nhưng chính những tham ái, Vàng bạc và vợ con....*

Nào, một điều hết sức quan trọng cần phải nhớ là những lời kinh này đã bị diễn dịch sai trong hàng bao thế kỷ. Hai mươi lăm thế kỷ của sự giải thích lệch lạc. Lần đầu tiên tôi nói với các bạn rằng kệ ngôn này không mang ý nghĩa như các Phật tử thường nói nó ngụ ý. Họ tưởng Phật dạy phải từ bỏ vàng bạc, nhưng không phải thế – *Nhưng chính những tham ái, Vàng bạc...* rất rõ ràng. Không phải vàng bạc mà chính lòng *tham ái vàng bạc* mới trói buộc bạn. Nếu không có lòng ham muốn thì ngay cả đang sống trong cung vàng điện ngọc, bạn vẫn ung dung tự tại như người đang ở trong rặng tuyết sơn. Còn như vẫn ham muốn cái hang động trong rặng tuyết sơn của mình thì bạn vẫn mất tự do như người đang sống trong cung điện. Đây là vấn đề tâm lý.

Và thêm một điều nữa là tại sao bạn ham thích cung điện, vàng bạc, đồ trang sức, kim cương? Bởi những vật chất đó trang trí cho bản ngã của bạn. Vì bản ngã tự nó trống rỗng, phi thực, nên bạn phải liên tiếp trút vào đó nhiều thứ để nó cho bạn cảm giác nó là thứ gì đó có thực chất. Bản ngã cứ liên tục đòi hỏi, "Đưa cho tôi cái này, mang cho tôi món kia." Nó chỉ tồn tại nhờ vào đòi hỏi, nhờ vào ham muốn.

Hệt như khi đi xe đạp bạn phải đạp liên tục, nếu ngưng đạp thì chiếc xe, nhờ lực quán tính, chỉ có thể chạy thêm vài thước, nhưng nhất định sẽ ngã xuống đất. Bản ngã cũng giống thế: bạn phải đạp liên tục, bằng không, nó sẽ ngã lăn ra đất.

Thế nên nếu đang sở hữu một lâu đài, bản ngã sẽ đòi hỏi một cung điện khác to hơn và sẽ hết sức thích thú, sẽ ba hoa, sẽ cảm thấy dương dương tự đắc về cái mới có. Nó sẽ vênh váo nếu bạn là tổng thống của một quốc gia, nếu bạn trở nên nổi tiếng, được trọng vọng. Cách bản ngã vận hành rất vi tế; nó di chuyển bên trong vô thức, dưới những tầng lớp tăm tối mịt mờ của bản thể bạn. Nó có thể tìm thấy lạc thú trong vàng bạc, cũng có thể tìm thấy hoan lạc trong việc *từ bỏ* vàng bạc nữa, nhưng cả hai vẫn cùng là một thái độ ham muốn làm chủ.

Tôi biết nhiều vị mệnh danh là thánh nhân nhưng sau ba bốn mươi năm xuất gia vẫn còn khoe khoang rằng họ đã từ bỏ nhiều tiền bạc châu báu. Họ vẫn cứ tiếp tục nói về việc này! Bốn mươi năm dài trôi qua, nhưng họ vẫn còn thích thú về cái họ đã từng sở hữu.

Bạn thấy điểm này không? Bạn có thể cảm thấy vui thích khi *có* vàng bạc, bạn có thể cảm thấy vui thích khi *từ bỏ* vàng bạc. Kỳ thật, khi có vàng, bạn không thể thích thú nhiều bằng khi bạn từ bỏ nó. Tại sao? – bởi cả triệu người khác cũng sở hữu vàng như bạn nên chẳng có gì đặc biệt cả. Nhưng khi từ bỏ nó thì bạn trở thành một người hiếm hoi, do đó bản ngã của bạn trở nên phi thường, cao cả hơn, thánh thiện hơn người.

Tôi quen biết một người làm bác sĩ chuyên dùng liệu pháp vi lượng đồng căn[2]. Bạn biết mấy ông bác sĩ khoa này mà – bằng cách nào đó họ kiếm sống qua ngày. Rất hiếm khi bệnh nhân đến tìm ông; vâng, thỉnh thoảng cũng có vài

---

2 *Homeophatic* – phương pháp 'dĩ độc trị độc', dùng một lượng nhỏ (vi lượng) chất gây ra triệu chứng ở một người khỏe mạnh để điều trị một căn bệnh có triệu chứng tương tự (đồng căn).

người, nhưng họ chỉ đến để đọc báo! Thật ra, đấy cũng là lý do tôi ghé qua phòng mạch của ông ấy – để đọc báo và nói chuyện thời sự rồi trở thành bạn bè. Lúc nào ông ấy cũng lo lắng và luôn nói về những tình trạng rắc rối của mình.

Thế rồi một ngày nọ tôi nghe nói ông ấy xuất gia và đã trở thành một vị thánh. Ba năm sau, tôi gặp ông ở Calcutta, lúc đó ông được nhiều người sùng bái và người ta bảo tôi rằng ông đã từ bỏ gia tài hàng triệu rupees. Tôi nói, "Chớ dại mà nghe. Tôi biết con người này! Ông ta chỉ có ba trăm sáu mươi rupees trong nhà băng mà thôi!" Bây giờ thì số tiền trở thành hàng triệu!

Khi từ bỏ gia sản, bạn có thể tăng giá trị gia tài của mình nhiều lên vì không ai ngăn cản bạn tuyên bố như thế, cũng như chẳng ai có thể kiểm soát được – không thể kiểm toán. Bạn có thể cứ tiếp tục loan tin vịt về trị giá gia tài mà bạn đã từ bỏ.

Khi gặp ông ấy, tôi hỏi, "Bác sĩ..."

Ông ngắt lời, "Tôi không còn làm bác sĩ nữa."

Tôi nói, "Ông vẫn không khác. Tôi biết rõ ông chỉ có ba trăm sáu mươi rupees gửi trong bưu điện! Ông đang nói đến hàng triệu rupees nào vậy? Ông phải nói mình đã từ bỏ ba trăm sáu mươi rupees mới đúng chứ!"

Ông ấy nhìn tôi và nói, "Đừng nói to quá. Ông sẽ phá tan toàn bộ danh tiếng của tôi đấy!"

Thanh danh tùy thuộc vào giá trị tài sản ông đã bỏ lại, thế nên khi đi từ thị trấn này đến thị trấn khác, số tiền này cứ tăng dần lên. Thực trạng này cứ tiếp diễn và chẳng có gì lạ; nó cũng đã xảy ra trước đây.

Ngay cả trong truyện kể về cuộc đời của Phật, các Phật tử viết rằng ngài đã bỏ lại quá nhiều vương xa bằng vàng và voi và ngựa và bao nhiêu cung điện. Thật hoàn toàn vô lý, bởi ngài không phải là con của một vị đại đế hay gì đó vĩ đại. Vương quốc thuộc dòng họ của ngài, Kapilvatu, chỉ là một nơi rất nhỏ, hiện thời gần như biến mất trên mặt đất, không còn để lại vết tích gì…. Tất cả những cung điện được kể trong truyện đều đã không để lại bất kỳ phế tích nào cả. Không có cung điện và một ngôi làng nhỏ mà có thể chứa vương xa bằng vàng cùng với bầy voi và ngựa nhiều đến thế là điều không thể có được. Nhưng những người viết truyện cứ phải làm cho sự việc có vẻ lớn hơn và to tát thêm.

Đã có sự cạnh tranh giữa tín đồ Kỳ Na và Phật tử, vì Mahavira và đức Phật là người cùng thời. Thế nên bạn có thể tìm thấy trong kinh sách… Người Kỳ Na viết, "Bao nhiêu là ngựa, bao nhiêu là voi, bao nhiêu là xe," và rồi kinh sách Phật giáo kế đó tự cho mình có nhiều hơn. Rồi đến kinh sách Kỳ Na rồi qua kinh sách Phật giáo – cứ thế tiếp diễn hàng bao trăm năm cho tới bây giờ thì dường như cả Mahavira và Phật đều là những vị đại đế đã chiếm lĩnh toàn thể lãnh thổ Ấn độ.

Sự thật là vào thời đức Phật, ở Ấn Độ có khoảng hai ngàn vương quốc. Hai ngàn vương quốc? – có nghĩa là mỗi vương quốc, tối đa, không thể rộng lớn hơn một quận, và cha của đức Phật không hơn gì người phụ tá thu thuế hay người thu thuế, còn như nếu bạn cố nài thì cũng cỡ như đại biểu là cùng, chẳng thể lớn hơn được.

Người ta quá ham thích vàng bạc đến độ khi từ bỏ nó, họ vẫn còn nghĩ tưởng về, vẫn còn dây dưa với lòng ham thích. Bản ngã có thể tự toại nguyện hoặc với việc sở hữu, hoặc với sự từ bỏ tiền bạc, nhưng nó bao giờ cũng cần tiền và luôn luôn cần nhiều nhiều tiền hơn. Hãy nhớ điều này.

Đức Phật nói: *Nhưng chính những tham ái, Vàng bạc…* lòng tham ái mới chính là ngục tù thực sự; chính nó tạo ra sự trói buộc cho bạn, chứ không phải vàng bạc. Vàng bạc thì có thể làm được gì? Làm thế nào chúng có thể trói buộc bạn chứ?

Tôi đã từng sống trong những túp lều nghèo nàn, chúng không thể ràng buộc bạn; tôi đã từng sống trong cung điện, chúng không thể ràng buộc bạn. Tôi đã từng sống như một kẻ nghèo – nghèo khó không thể trói buộc bạn; tôi đã từng sống như một người giàu – phú quý không thể trói buộc bạn. Những thứ này chỉ ở bên ngoài, nhưng nếu bạn khởi sự ham thích chúng, khởi sự có sự hài lòng nào đó, thì khi ấy bắt đầu có thúc phược. Nếu bạn vui thích với… *vợ con*. Điều này cũng bị diễn dịch sai lạc: *từ bỏ vợ con*.

Không cần phải từ bỏ bất kỳ thứ gì, chỉ cần hiểu rõ.

Theo cách giải thích của tôi về Phật thì sự từ bỏ không phải là vấn đề, vấn đề là *hiểu rõ*. Bởi qua sự hiểu biết tường tận mà có điều gì đó biến mất trong đời bạn, thì đấy không phải do bạn từ bỏ, nhưng tự nó đơn giản rơi xuống như chiếc lá chết lìa cành. Bạn không thể đòi hỏi công trạng gì cho sự việc này.

Cứ nhìn vào mối quan hệ với vợ với con với chồng của bạn, để thấy tính hoàn toàn mong manh của nó. Mối liên hệ này chẳng có thực chất, nó chỉ có tính chất thi ca và hư cấu, chứ không là sự thật.

Mới vài hôm trước, có người đến nói với tôi, *"Tôi muốn trở thành một sannyasin, nhưng vợ tôi hăm sẽ tự sát nếu tôi làm thế!"*

Tôi bảo, "Hãy thử xem, để thay đổi, vì tôi chưa bao giờ thấy bất cứ người nào… Tôi có một trăm ngàn sannyasin trên khắp thế giới, nhưng chưa có bà vợ hay ông chồng nào của họ tự sát cả, mặc dù nhiều người trong bọn họ đã nói như vậy."

Người ta hay nhìn sự quan hệ này một cách quá nghiêm trọng. Vợ của bạn có thể nói, "Em không thể sống thiếu anh" – và nàng đã sống ngon lành trước khi gặp bạn! Chỉ vài ngày trước đây thậm chí nàng còn chưa biết về bạn nhưng vẫn sống phây phây – thật ra, có lẽ cô ấy sống thoải mái hơn bây giờ! Nhưng nàng bảo nàng không thể sống không có bạn, và bạn vẫn cứ tin vào lời đó bởi vì nó nuôi dưỡng bản ngã của bạn.

Bà Goldfarb đang đứng khóc bên mộ chồng thì một người lạ mặt phong cách rất lịch sự tiến đến.

"Thưa bà, rất tiếc là tôi nói điều này trong hoàn cảnh không thích hợp," hắn lễ phép mở lời, "nhưng tôi phải nói với bà là tôi yêu bà ngay từ cái nhìn đầu tiên."

Kinh ngạc trước sự xấc láo đường đột ấy, Bà Goldfarb phẫn nộ la lớn, "Đồ tồi! Đồ mất dạy! Cút khỏi mắt tao ngay lập tức, nếu không tao sẽ gọi cảnh sát! Bộ lúc này là lúc nói chuyện yêu đương hay sao?"

Người lạ mặt lịch sự giải thích, "Thưa bà, tôi quả quyết với bà là tôi không có ý thổ lộ tâm tình của mình vào lúc buồn bã này đâu, nhưng tôi bị choáng váng với sắc đẹp thanh tú của bà!"

"Nghe này, ông phải nhìn thấy tôi lúc tôi không khóc kìa!"

Mọi sự thay đổi chỉ trong thoáng chốc. Trên thế gian này, tất cả mọi quan hệ của bạn chỉ được dệt bởi chất liệu như thi ca được làm ra, như chuyện giả tưởng, thậm chí còn chưa được như tản văn. Mọi người đang sống trong giả tưởng, và họ cứ liên tục tô đi vẽ lại để làm cho thế giới giả tưởng của họ tiếp tục sinh tồn.

Bà Saperstein vừa đưa mấy đứa con đến trường thì nghe điện thoại reo. Một giọng nói buồn buồn từ đầu dây bên kia hỏi, "Có phải chồng bà tên Philip Saperstein không?"
Bà trả lời, "Rồi sao nữa?"

"Đây là phòng giảo nghiệm tử thi. Rất tiếc báo với bà tin này, chúng tôi nhận được một người bị chết vì tai nạn và tìm thấy số điện thoại của bà trong túi áo nạn nhân. Xin bà vui lòng đến nhà xác để nhận diện người chết."

Chừng nửa giờ sau, bà Saperstein tới nơi và nhân viên trực đưa đi gặp một xác chết được phủ bằng tấm vải trắng muốt. Nhân viên giở một góc vải lên để lộ ra gương mặt nạn nhân, rồi hỏi, "Có phải người này là chồng bà không?"

Bà Saperstein mở tròn mắt, "Ai-ai-ai! Bằng cách nào – vâng, đấy là chồng tôi – mà sao ông giặt được tấm vải trắng đến thế?"

Đừng tin vào giả tưởng. Vợ chồng con cái cha mẹ của bạn đều toàn là những tác phẩm giả tưởng đẹp đẽ. Tôi không bảo hãy từ bỏ họ, nhưng chỉ đơn giản nói rằng bạn phải hiểu rõ tính hư cấu của mọi quan hệ. Hãy sống với những thứ bạn đang có, nhưng đừng bị đồng hóa với những vai trò tưởng tượng này. Hãy đóng vai của mình, nhưng đừng bị đồng hóa với vai tuồng mình đang đóng. Đấy đích xác là điều đức Phật ngụ ý:

> *Những xiềng xích này mềm,*
> *Nhưng cột ngươi thật chặt.*
> *Liệu bứt khỏi được chăng?*

Những quan hệ này không phải là thứ xiềng xích cứng chắc, chúng rất mềm, nhưng *Liệu bứt khỏi được chăng?* Không thể bứt ra khỏi chúng nếu bạn không ý thức, nhưng khi trở nên ý thức tỉnh giác thì bạn chẳng cần phải làm gì – bởi chúng không còn tồn tại. Bạn chỉ cần thấy rõ vấn đề là ta đơn độc đến với thế giới này, sống đơn độc và ra đi cũng đơn độc. Vâng, ta gia nhập vào nhiều cuộc chơi – trò chơi làm chồng, làm vợ, làm bạn hay thù.

Chơi nhiều trò chơi vì chúng ta phải lấp khoảng trống thời gian với thứ gì đó, nếu không, chúng ta phải, như họ thường nói, "giết thời giờ" bằng cách chơi bài, đánh cờ… nhưng tất cả những cuộc chơi này đều cùng một loại, chẳng có gì nghiêm trọng hơn. Bạn đã thấy qua những quân bài –

vua (già) và hoàng hậu (đầm) – nhưng khi chơi bài thì chúng trở thành như thật. Bạn có thể trở nên nghiêm trọng trong ván bài để đưa đến việc ẩu đả, ngay cả người ta còn chém giết lẫn nhau!

Chúng ta bị đồng hóa chỉ vì hoàn toàn vô ý thức, nên ý thức tỉnh giác sẽ giúp bạn thoát khỏi tình trạng bị đồng hóa với vai tuồng của mình.

Khi ấy bạn cứ chơi đủ loại trò chơi bạn thích – tôi không chống lại trò chơi. Hãy chơi hết lòng một cách nghệ thuật; hãy để đời bạn tràn đầy vui vẻ! Tôi không muốn thấy bạn nghiêm trọng, không muốn thấy gương mặt dài thòng của bạn. Bao nhiêu đấy đã đủ rồi! Những người tôn giáo đã chịu đựng tính nghiêm trọng này nhiều rồi, không cần phải thêm nữa. Bạn có thể cười đùa vui vẻ, nhưng hãy nhớ một điều: tất cả đều chỉ là một trò chơi. Cái chết sẽ đến và bức màn sân khấu hạ xuống và cuộc chơi biến mất và vở tuồng chấm dứt.

Người từ bỏ thế gian,
Khước từ mọi ái dục,
Để đi theo chánh đạo,
Có thể bứt ra được.

Ai là người có thể bứt ra khỏi những sự đồng hóa này? Họ là những người can đảm, những thiền giả, những người cố gắng mang lại tỉnh giác cho đời họ, cho hành vi, ý nghĩ, cảm xúc của họ.

Nỗ lực liên tục của đức Phật chỉ tập trung vào một điều: làm cho bạn có ý thức trong mọi hành xử của mình. Nếu đang đi, hãy đi với tỉnh giác; nếu đang ăn, hãy ăn với tỉnh giác, chứ đừng tọng đồ ăn vào miệng một cách máy móc. Hãy tự mình giải trừ tính tự động hóa, hãy đừng làm một cái máy, mà nên làm một con người.

Và khi ấy bạn sẽ ngạc nhiên khi biết những ham muốn khởi sự bỏ đi mất và chánh đạo mở ra.

Moe, chín mươi, và Ike, chín mươi hai, cả hai cùng góa vợ đã nhiều năm. Có lẽ thời tiết Florida thích hợp với họ, nên mặc dù cao tuổi, cả hai đều khỏe mạnh và đẹp lão, vì thế nhiều bà giá chồng dễ yêu vẫn muốn theo đuổi họ.

Một hôm Moe nói với Ike, "Ike này, tôi cảm thấy cô đơn quá. Đã nhiều năm từ lúc mất Becky của tôi tới nay và tôi chưa bao giờ lấy vợ khác. Nhưng tôi nghĩ bây giờ đã đến lúc, dù ở tuổi này, tôi sẵn lòng bước thêm bước nữa."

Ike trả lời, "Nghe có vẻ hấp dẫn đấy. Thật ra, có lẽ, tôi cũng nên có người vợ mới."

Sau đó không lâu, cả hai Moe và Ike, mỗi người đều cưới được người vợ dễ thương tròm trèm tuổi tác với họ. Họ cùng nhau đi hưởng tuần trăng mật.

Vài ngày sau, Moe và Ike gặp nhau trên đường đi bách bộ.

Moe hỏi, "Thế nào, tuần trăng mật của anh ra sao?"

"Nói thật với anh, Moe, tôi không thể làm tròn cuộc hôn nhân của chúng tôi."

"Này, thú thật, thậm chí tôi còn không dám nghĩ tới nó!"

Ngay cả đến tuổi chín mươi, người ta vẫn còn muốn tiếp tục chơi những trò trẻ con như xưa. Trẻ tuổi còn có thể tha thứ được, bởi họ cần chơi đùa, cần gắn bó, cần đi chệch hướng, cần phạm lỗi lầm sai trái, vì đấy là cách duy nhất để học hỏi và trưởng thành. Nhưng thậm chí đến lúc về già, họ vẫn cư xử như thể họ chưa trưởng thành chút nào.

Nên nhớ, bạn chỉ tăng trưởng theo tỷ lệ của mức tỉnh giác của bạn. Bạn chỉ khôn lớn theo tỉ lệ bạn trở nên bất đồng hóa với mọi trò chơi mà cuộc đời dành sẵn cho.

*Ôi, này kẻ tham ái,
Trôi lênh đênh giữa dòng.
Như nhện sa vào lưới,
Của nó vừa giăng xong.
Hoặc muốn thoát cảnh này,
Hãy từ bỏ sầu đau,
Để đi theo chánh đạo.*

Phật gọi những ai chỉ làm nô lệ cho dục vọng không khác gì hơn khúc gỗ trôi sông, là nạn nhân của những năng lực mù quáng. Họ không biết vận mệnh của mình, không biết chút ý nghĩa gì về cuộc đời họ đang sống. Đời họ chỉ là một sự ngẫu nhiên; họ không trải nghiệm bất kỳ biến cố nội tại quan trọng nào trong đời. Dời từ cuộc chơi này qua trò chơi khác; toàn bộ cuộc đời của họ là những chuỗi cố gắng làm cho bận bịu liên tục để, bằng cách nào đó, không trở nên ý thức thực trạng là họ đã phí hoài một vận hội lớn để trưởng thành, để trở về nhà, để làm một con người có ý thức tỉnh giác, để trở thành cái mà họ được dự định trở thành. Họ cứ tiếp tục làm lỡ cơ hội. Phật nói *Như nhện sa vào lưới, Của nó vừa giăng xong.*

Đấy là tạo tác của chính bạn. Thế giới bạn đang sống là do bạn tạo ra, giống như con nhện tự giăng lưới rồi bị vướng vào trong đấy không thể thoát ra được. Bạn phóng hiện thế giới riêng của mình từ chính tâm trí của bạn, bạn dự kiến hàng ngàn ham muốn. Những ham muốn đó chính là mạng lưới do bạn giăng ra để rồi tự mình sa vào. Người bị sa lưới vì ham tiền, kẻ bị dính chấu vì ham quyền lực, người bị mắc kẹt vì ham từ bỏ, kẻ bị vướng bẫy vì mê thiên đàng – toàn là tham muốn!

Một người liễu tri đích thực thì không tham cầu. Người ấy sống từng khoảnh khắc trong hiện tại với bất kỳ hiện trạng nào sẵn có và hoàn toàn hoan hỷ. Người ấy sống hết lòng và trọn vẹn từng giây phút một! Tận dụng những gì có thể dùng được, người ấy ăn, ngủ, nhưng luôn tỉnh thức trong từng hành tác của mình.

Có người hỏi thiền sư Lâm Tế (Rinzai), "Thiền của ngài là gì?"

Ngài trả lời, "Tôi ăn khi cảm thấy đói, tôi ngủ khi cảm thấy buồn ngủ, vậy thôi. Ngoài ra chẳng có thứ thiền nào khác."

Ngài quả là đệ tử đích thực của Phật! Nhưng sẽ không nắm được vấn đề nếu bạn không được nói thêm: khi thiền sư Lâm Tế bảo, "Tôi ăn khi thấy đói," ngài ăn với toàn vẹn ý thức tỉnh giác.

Thật ra, người sống trong ý thức tỉnh giác cũng ngủ trong ý thức tỉnh giác.

Trong Chí Tôn Ca, Krishna nói: Hành giả đích thực vẫn tỉnh thức ngay cả khi mọi người khác đang ngủ. Ban đêm là cho người khác, nhưng với người ấy vẫn là ban ngày. Có dòng năng lượng nào đó sâu bên trong bản thể người ấy vẫn luôn liên tục cảnh giác.

Cái là đêm cho mọi người khác thì không phải là đêm với người tỉnh thức, cảnh giác, thiền định, cân bằng, quân bình, tĩnh tại. Có lực nào đó sâu bên trong giữ họ tỉnh thức. Cơ thể ngủ, tâm trí ngủ, nhưng thần thức thì lúc nào cũng cảnh tỉnh, vì nó không bao giờ mệt mỏi nên hoàn toàn chẳng cần đến giấc ngủ. Nó chính là bản thân của ý thức tỉnh giác; nó được tạo ra từ ý thức tỉnh giác.

Như nhện sa vào lưới, Của nó vừa giăng xong.

Vợ chồng Hilda và Hermon trải qua một buổi tối yên tĩnh tại nhà. Nói một cách khác, Herman im lặng cắm đầu trên quyển sách, còn Hilda đang ở trong trạng thái thích nói.

Nàng bắt đầu, "Cưng à, nếu em chết trước, anh sẽ hứa với em vài điều quan trọng không?"

Vẫn không rời mắt khỏi trang sách đang đọc, Herman càu nhàu, "Hứa."

"Hãy hứa là anh sẽ giữ nấm mồ của em luôn xanh tươi nghe."

"Ô, đừng nhảm nhí thế. Nói về cái chết có ích lợi gì? Anh thấy em khỏe mạnh lắm mà."

Anh ta lại chúi mũi vào quyển sách, lại bị thu hút hoàn toàn, hy vọng không bị cắt ngang lần nữa.

"Thế này cưng à, đúng, em cảm thấy khỏe mạnh," Hilda lại quấy lên chỉ sau một phút im lặng ân sủng, "nhưng em muốn biết chắc nơi an nghỉ sau cùng của mình sẽ không bị bỏ bê. Có thể anh muốn lấy vợ hoặc bận bịu việc gì đó rồi hoàn toàn quên mất em luôn."

"Nhìn này, Hilda, anh sẽ nhớ em vĩnh viễn. Hãy ngừng lại việc tìm nhà quàn đi để tôi còn đọc sách."

Lần này thì Herman được thưởng trọn vẹn ba phút bình an và yên tĩnh, cho đến khi bà vợ bắt đầu lại câu chuyện chính xác ngay lúc nó bị ngắt ngang.

"Em ghét bị bỏ quên bởi chính người chồng của mình. Em nghĩ mình quá nhạy cảm bởi em rất dễ xúc động. Cưng à, có chắc là anh sẽ giữ mồ em xanh tươi không?"

Mắt vẫn dán dính vào trang sách, chàng gầm gừ, "Vâng, anh hứa chắc."

"Tốt, đấy là một an ủi lớn. Chỉ có điều, em thích anh nói câu đó với nhiều cảm xúc hơn.... Anh yêu, anh có tuyệt đối, chắc chắn là sẽ giữ mộ của em..."

"Hilda," Herman quăng quyển sách sang bên, khó chịu nạt ngang, "Anh sẽ giữ cái mộ éo của em màu xanh nếu anh phải tự tay sơn nó!"

Trước hết người ta tạo ra quan hệ vợ chồng, rồi bắt đầu khao khát có con, mong mỏi những đứa con mình xuất hiện... và cứ thế tiếp diễn. Sau đó họ muốn con cái lập gia thất rồi sinh con để họ có cháu ẩm bồng. Đây là một chuyện dài không đoạn kết. Cứ tưởng những thứ này sẽ làm hài lòng họ; nếu điều này không được thì phải có điều gì khác... Cả đời bạn bị phí hoài.

Tôi không bảo đừng yêu cũng như đừng có vợ chồng con cháu; ý tôi muốn nói là trước hết bạn phải nhìn thấy điểm cốt yếu của vấn đề. Trước nhất hãy có ý thức, thiền định, rồi nếu cảm thấy thích thưởng thức một chút vui, một chút buồn phiền thì bạn cứ tự nhiên! Lập gia đình, sinh con rồi có cháu, nhưng đừng quên ý thức tỉnh giác vì vỏn vẹn chỉ có thứ này đi theo với bạn mà thôi. Ý thức tỉnh giác là thứ duy nhất vượt qua được ngọn lửa tử thần, còn mọi thứ khác đều bị bỏ lại đàng sau.

Và thêm một điều quan trọng, Phật dạy: *Hoặc muốn thoát cảnh này, Hãy từ bỏ sầu đau, Để đi theo chánh đạo.*

Người ta thấy hết sức khó khăn để từ bỏ nỗi đau buồn của họ. Trên bề mặt, sự thể này có vẻ không hợp lý. Tại sao người ta phải lại đắn đo trong việc từ bỏ đau khổ để lên đường?

Bậc chân sư không bao giờ đòi hỏi bạn bất cứ điều gì ngoài việc hy sinh nỗi muộn phiền khổ đau của bạn. Ngài muốn bạn đưa chúng cho ngài, chứ không còn lý do nào khác. Nhưng trút bỏ đau khổ là việc khó nhất, bởi vì bạn đã sống với chúng quá lâu rồi nên trở thành thân thuộc, vả lại, bạn cảm thấy đầm ấm khi sống với những nỗi đau quen thuộc – giống như những người bạn cũ, thế nên vứt bỏ chúng... Bỗng dưng bốn bức tường chung quanh biến mất khiến bạn bị trơ trụi dưới bầu trời bao la, vì mấy bức tường đó không gì khác hơn là những thống khổ của bạn. Ngục thất của bạn đột nhiên biến mất! – và bạn đã sống trong đó quá lâu, quá nhiều kiếp tới mức nó trở thành ngôi nhà của mình.

Tôi biết nhiều tù nhân. Họ quay trở lại nhà tù chỉ ba bốn tháng sau khi được thả; họ cố tình làm việc bậy bạ gì đó để được ở tù. Tôi thường tới thăm nhiều nhà tù và đã hỏi một vài tù nhân, những người đã bị nhốt đi nhốt lại nhiều lần, "Chuyện gì đã xảy ra?"

Họ trả lời, "Cảm giác khi rời khỏi nhà tù giống như rời khỏi nhà mình vậy! Chúng tôi đã ở đây quá lâu, hơn nữa, bạn bè của chúng tôi đều ở đây cả." Một người nói, "Không chỉ bằng hữu, mà cả gia đình của tôi đều ở đây! Ra ngoài đời, tôi chỉ là một kẻ lạ và cảm thấy nhớ nhà nên cố ý làm điều phạm pháp để vào tù trở lại."

Rất hiếm khi một người đã bị vào tù mà không quay trở lại. Hắn sẽ quay lại vì nhà tù cho hắn sự an ninh, an toàn nào đó. Hắn chẳng cần bận tâm, chẳng cần phải lo lắng về tương lai. Mọi việc ăn, ngủ, thức dậy đều được lo liệu chu đáo và đúng giờ. Cuộc sống hết sức kỷ luật chẳng khác gì trong tu viện!

Thật ra, tu viện và nhà tù chẳng khác nhau gì mấy, chỉ khác cái danh hiệu. Tu viện thì khó khăn hơn một chút, thế thôi! Nhà tù tuy vậy vẫn còn nhân đạo hơn; những nhà tù tân tiến, đặc biệt là ở những nước phát triển, còn ngon lành hơn các tu viện rất xa. Thế nên ở tù còn tốt hơn ở trong tu viện.

Tôi được nghe câu chuyện về đan viện Trappist. Một người vừa gia nhập được cha trưởng tu viện dặn dò, "Hãy nhớ, quy luật của chúng ta là anh chỉ có thể nói chuyện một lần mỗi sáu năm." Thế là anh im lặng suốt sáu năm dài, nhưng trong lòng sôi sục.

Sau sáu năm, viện trưởng gọi anh lên hỏi, "Anh có gì để nói không?"

"Có, cái giường quá cứng, tôi muốn một cái giường khác."

"Được, yêu cầu được thỏa mãn ngay. Anh có thể về chỗ."

Anh lại sôi sục trong lòng thêm sáu năm nữa. Sáu năm sau đó, tu viện trưởng gọi anh lên hỏi, "Anh có gì để nói không?"

Anh tức giận trả lời, "Có, Mấy người mang đến cái giường mới cho tôi đã làm bể kính cửa sổ nên trong phòng lạnh không chịu thấu."

"Được, kính cửa sổ sẽ được sửa chữa. Anh có thể về chỗ."

Anh lại sôi sục trong lòng thêm sáu năm nữa. Rồi lại được gọi lên hỏi, "Anh có gì để nói không?"

Anh vừa sắp lên tiếng thì bị ngắt lời, "Khoan đã! Suốt mười tám năm anh làm được trò gì ngoài mấy chuyện kêu ca than phiền. Rời khỏi tu viện ngay đi! Anh không xứng đáng làm tu sĩ; anh chỉ muốn sống đời sống thoải mái dễ chịu mà thôi."

Nhà tù, nhất là nhà tù hiện đại với truyền hình màu và đầy đủ phương tiện, tốt hơn và đáng sống hơn tu viện rất nhiều!

Hàng bao thế kỷ qua, con người cải tiến liên tục nên họ đã làm cho những nhà tù của mình tốt đẹp hơn. Họ trở nên tinh xảo hơn, có văn hóa hơn, văn minh hơn. Nhưng những tiến bộ này chẳng gì khác hơn là sơn son phết vàng những bức tường nhà tù để chúng xinh đẹp lên. Rồi bất chợt một bậc giác ngộ đi đến bảo, "Hãy ra bên ngoài. Hãy từ bỏ những muộn phiền thống khổ của bạn đi." Bạn không thể bỏ chúng một cách dễ dàng như thế được!

Đấy là lý do tại sao những người xuất gia, những người từ bỏ thế gian, thường tạo ra nỗi thống khổ riêng cho chính họ. Nếu không có người khác tạo ra đau khổ cho họ – nếu không có vợ hoặc chồng hay ai đó giúp tạo ra đau khổ – thì bạn sẽ tự tạo. Họ nằm ngủ trên giường có gai nhọn… Nào, không có vợ soạn giường nên tự họ phải làm công việc nặng nhọc này! Họ tự tuyệt thực đến mức gần bỏ mạng. Đấy là do ý kiến của chính họ, chứ chẳng ai gây ra thảm trạng này.

Khổ hạnh tu là những người có tính tự hủy diệt, tự sát, khổ dâm, đồi bại, nhưng lại được sùng bái. Họ được tôn sùng vì tự gây nên thống khổ cho chính bản thân họ! Thế mà bạn lại tôn thờ những kẻ đó như bậc đại thánh! Đúng ra họ phải được đưa đi điều trị trong bệnh viện tâm thần! Họ cần được trị liệu. Chẳng là đại thánh gì cả, họ đơn giản chỉ là những kẻ khổ dâm. Họ đã từ bỏ thế gian nhưng không thể vứt bỏ được đau khổ nên phải tự tạo ra đau khổ cho chính họ. Và khi một kẻ tự tạo ra đau khổ cho bản thân hắn lại được tất cả bạn bè kính trọng, vì các bạn được dạy rằng đấy là hành động vĩ đại: người ấy hy sinh cuộc đời của mình cho Thượng Đế.

Thượng Đế không phải là kẻ bạo dâm; ngài chẳng thích thú gì với nỗi buồn đau thống khổ của bạn. Đừng điên khùng, đừng ngu ngốc tin theo! Nhưng lý do là người ta không thể vứt bỏ đau khổ của họ. Tuy có thể từ bỏ vòng vàng tiền bạc lâu đài quyền lực, mọi thứ, nhưng khi đụng tới đau khổ thì họ lại phải đối đầu với vấn đề khó khăn nhất, bởi họ đã ở trong tình trạng này quá lâu đến độ không còn biết bất kỳ phong cách sống nào khác hơn. Cách duy nhất mà họ quen thuộc là cách sống với nỗi phiền muộn.

Đấy là lý do tại sao các bậc thánh của bạn trông xấu xí, buồn thảm, nghiêm trọng đến thế. Nhưng càng nghiêm trọng, càng buồn thảm, họ càng được sùng bái, nên bản ngã của họ càng được nuôi dưỡng. Khi bản ngã càng phồng to, họ càng tự hành hạ bản thân thêm nữa, rồi được bạn càng sùng kính hơn, rồi họ tự hành hạ nhiều thêm. Thực trạng này trở thành một vòng lẩn quẩn.

*Bỏ quá khứ, vị lai,
Bỏ luôn cả hôm nay.
Vượt qua bờ bên kia,
Thoát khỏi dòng sinh tử.*

Nếu thực sự muốn đạt tới cái tối hậu, tới cõi giới bất tử, tới cõi vô tận, bạn phải từ bỏ quá khứ. Cái gì đã qua là qua vĩnh viễn; đừng nhìn lại cũng đừng nhìn tới trước. Cái còn chưa có thì vẫn chưa có; đừng nên tìm kiếm tương lai.

Và thiên hạ hết sức điên rồ: không những chỉ tìm kiếm trong tương lai, họ còn tìm kiếm cuộc đời sau khi chết; thậm chí họ còn tưởng tượng đến những lạc thú trên thiên đàng nữa kìa. Họ hớn hở trong ý tưởng là sẽ có khả năng hưởng thụ vĩnh viễn những thứ ngớ ngẩn mà họ đã từ bỏ trên thế gian này. Thật là một lối lý luận lạ đời! Tại đây họ bảo, "Đừng uống rượu, đấy là hành động phi tôn giáo." Nhưng trên *Bahist*, thiên đường của Hồi giáo, lại có những con sông rượu, dòng suối rượu, thác rượu! Trên đó, bạn có thể uống rượu thoải mái, chẳng những thế, bạn còn có thể lặn hụp trong rượu nữa, thêm nữa, bạn chẳng phải trả xu nào!

Tại phàm trần này, họ bảo, đặc biệt là kinh điển Ấn giáo, "Phụ nữ là cửa địa ngục." Nhưng chuyện gì xảy ra trên thiên đàng? Thiên đàng của họ có nhiều thiếu nữ trẻ trung xinh đẹp liên tục nhảy múa! Làm thế nào những thiếu nữ này có thể lọt vào nơi ấy? Họ là địa ngục môn mà…

Hết thảy chư thiên của bạn chắc phải xuống địa ngục từ lâu! Họ đã từ bỏ đàn bà ở đây và sẽ được thưởng gái đẹp trên thiên đàng. Bạn có biết không? – những cô gái này không bao giờ già. Đàn ông có già hay không thì chẳng được nói đến trên thiên đàng Ấn giáo, nhưng tuyệt đối chắc chắn là phụ nữ luôn giữ mãi ở tuổi mười sáu, họ không thể lớn hơn tuổi này. Đấy là quan niệm của Ấn Độ: mười sáu là tuổi sung mãn nhất của sắc đẹp. Và quan niệm thường khác nhau…

Trên thiên đường Hồi giáo, ngay cả thanh niên đẹp trai cũng có sẵn, chứ không chỉ toàn là thiếu nữ, bởi việc đồng tính luyến ái đã rất mực phổ biến vào thời kinh Koran được viết ra. Và dĩ nhiên, chư thánh sẽ không chỉ hài lòng với thiếu nữ, họ cũng cần đến cả thanh niên đẹp trai nữa.

Tài tử Louis Jourdan đến MỸ để tìm kịch bản văn chương đặc sắc cho bộ phim sắp tới của mình. Anh tình cờ gặp Budd Schulberg, tác giả và nhà soạn kịch người Mỹ.

Schulberg đề nghị một cách thăm dò, "Có quyển sách vừa mới xuất bản tên là Precocious Paula. Cốt truyện có thể cho anh một vai chính sáng giá."

Jourdan nói, "Tui chưa hề nghe qua cuốn sách này."

Schulberg giải thích, "Nó cũng tương tự như cuốn tiểu thuyết Lolita của Nabokov."

"Vậy Lolita nói về cái gì?""

"Thế này, thẳng thắn mà nói, nó kể về chuyện một người đàn ông trung niên rơi vào bẫy tình với một đứa bé mười hai tuổi."

Anh chàng người Pháp ngây dại nhìn Schulberg, "Tôi không hiểu. Cái gì mười hai tuổi?"

Đàn ông, đàn bà, con vật – cái gì? Anh chàng người Pháp có quan niệm riêng của hắn. Tôi chẳng biết chuyện gì xảy ra trên thiên đàng của Pháp, chắc đáng được ghé thăm! Thăm cho biết thì được, chứ không đáng ở đấy vì bạn sẽ thấy mọi thứ dâm dục đồi bại.

Một giáo sư người Mỹ và một giáo sư người Pháp đang kháo nhau về đề tài có bao nhiêu tư thế trong việc làm tình. Chàng người Pháp nói, "Một trăm mười hai," và chàng người Mỹ nói, "Một trăm mười ba."

Chàng người Pháp thắc mắc, "Ông làm tôi ngạc nhiên, bởi người Pháp chúng tôi là chuyên gia về việc này. Hãy kể cho tôi nghe từng thế một từ đầu."

Chàng người Mỹ kể, "Thế đầu tiên, người đàn bà nằm ngửa và người đàn ông nằm lên trên…"

Chàng người Pháp ngắt lời, "Khoan đã! Đúng rồi, một trăm mười ba. Tôi chưa bao giờ nghĩ đến tư thế này!"

Phải ghé thăm thiên đàng Pháp mới được! Còn địa ngục Pháp thì sao? Nơi đó thậm chí còn đáng sống hơn! Bạn sẽ gặp người bạn đồng sàng số một, và ở mỗi bước là một ngạc nhiên.

Và trên toàn thế giới, những người này đều nghĩ tới thiên đàng với những khoái lạc giống như trần thế nhưng theo cách hoang tưởng hơn – cũng cùng những vui sướng mà ở đây bị họ kết tội! Đấy chỉ là kềm nén chứ không phải từ bỏ.

Từ bỏ đích thực xuất phát từ sự liễu giải; thuần túy do hiểu biết chứ hoàn toàn không do thái độ từ bỏ. Bạn nhìn thấu vấn đề, rồi mọi thứ ngu xuẩn và mọi thứ phi thực tự chúng biến mất, và bạn khởi sự sống cuộc đời bình thường của mình với nhiều ý thức tỉnh giác hơn.

Bỏ quá khứ, vị lai, Bỏ luôn cả hôm nay. Phật dạy: Hãy dẹp bỏ thời gian – dẹp hết quá khứ, tương lai, hiện tại. Hãy quên thời gian, và đấy là cách thể nhập cõi giới phi thời gian bên trong tự thể của bạn. Đấy là thiền định. *Vượt qua bờ bên kia, Thoát khỏi dòng sinh tử.*

Ý nghĩ có làm phiền?

Nếu chúng làm phiền bạn, thì lập tức cần phải có hành động nào đó. Nếu ý nghĩ còn làm bạn chao đảo, thì điều này có nghĩa là bạn vẫn còn chưa có khả năng dứt mình ra khỏi sự đồng hóa với tâm trí.

Đam mê có xao động?

Nếu còn xao động có nghĩa là bạn vẫn còn đồng hóa với thân xác mình. Nếu còn nghĩ, "Tôi là thân xác," thì đam mê còn quấy nhiễu bạn. Nếu còn nghĩ, "Tôi là tâm trí," thì ý nghĩ còn làm phiền bạn.

Hãy coi chừng khát ái,

'Khát ái – thirstiness - khát' được dịch từ thuật ngữ Phật giáo *tanha*. Tanha có nghĩa là ham muốn, muốn có thêm, ham muốn không ngừng. Càng có càng muốn có nhiều hơn giống như việc đổ thêm dầu vào lửa. Thái độ này gọi là tanha, chính là cội rễ của nỗi thống khổ của bạn.

Hãy coi chừng khát ái, Kẻo mơ trở thành tham…. Hãy coi chừng, bởi tham muốn không nổi lên một cách bất ngờ. Tiên khởi, chúng chỉ là những mộng mơ ao ước, nhưng rồi dần dần cô đọng lại thành tham muốn. Và một khi chúng trở thành khát ái thì càng khó nhận ra hơn; bạn có thể ý thức chúng dễ hơn khi chúng chỉ mới là mơ ước. Phá hủy hạt giống thay vì chờ đợi nó mọc thành cây to rồi mới hạ xuống, bởi cách này chỉ tạo ra việc làm không cần thiết.

Kẻo mơ trở thành tham,
Và tham trói buộc ngươi.

Khát ái chính là ngục tù của chúng ta. Người vô sở cầu, người tuyệt đối tự tại, là người thoát khỏi mọi trói buộc. Người ấy thể nhập cõi giới tự do tối thượng, *nirvana* – niết bàn – và đấy chính là mục đích của đời người. Và chỉ như thế bạn mới biết được ý nghĩa, bài ca và lễ hội của hiện hữu; đời bạn sẽ trở thành một chuỗi hỷ lạc, không những chỉ riêng cho bản thân, mà bạn còn có khả năng giáng phúc lành cho người khác nữa. Toàn thể vạn hữu sẽ được gia hộ bởi bạn, bởi chính sự hiện diện của bạn.

Đã đủ cho hôm nay.

VẤN ĐÁP
• BÀI GIẢNG 4

Siêu Việt Là Liệu Pháp Đích Thực

Bài giảng tại Phật Đường sáng ngày 24 tháng Hai, 1980

KINH PHÁP CÚ: PHẬT ĐẠO
BỘ 12 QUYỂN • QUYỂN MƯỜI

Câu hỏi thứ nhất:

Thưa Sư phụ,

Sư phụ nói về tâm lý học của chư Phật, tâm lý học của siêu việt, như là cốt lõi của công việc đang xảy ra trong phật trường tại đây. Điểm độc đáo của tâm lý học thứ ba này là gì? Có liệu pháp tâm lý siêu việt không?

AMITABH, Sigmund Freud là người đưa khoa phân tâm học đến với thế giới. Phương pháp này đặt căn bản trên sự phân tích tâm trí; nó bị giới hạn trong, chứ không bước ra ngoài tâm trí, thậm chí chẳng ra khỏi được một phân nào. Trái lại, nó đi sâu hơn và xuyên qua nhiều lớp ẩn tàng của tâm trí, đi vào vô thức, để tìm cách thức và phương tiện làm cho tâm trí con người có thể ít nhất được bình thường. Mục tiêu của hệ thống phân tâm học của Freud thật không có gì ghê gớm cho mấy.

Mục tiêu của Freud là giúp con người bình thường, nhưng bình thường vẫn chưa đủ. Chỉ được bình thường thật sự không có ý nghĩa gì cả; nó chỉ có nghĩa là khả năng chịu đựng của bạn có thể đối phó với nếp sống đã quen thuộc. Điều này chẳng cho bạn chút ý nghĩa, chút ý vị nào; nó không cho bạn sự thấu thị vào chân thực tính của vạn hữu, không đưa bạn ra khỏi thời gian sinh diệt. Phương pháp này, cùng lắm, chỉ là một phương tiện hữu ích cho những ai bị trí não bất thường nặng đến độ trở nên bất khả đối phó với cuộc sống hàng ngày của họ, những ai mà tâm lý đã rã rời tan nát nên không thể sống chung với người khác, không thể làm việc. Khoa tâm lý trị liệu cung cấp cho họ một sự kết hợp nào đó – không phải sự toàn vẹn, lưu ý, mà chỉ là sự hàn gắn. Nó cột họ lại thành bó, cho dù họ vẫn còn trong tình trạng manh mún. Không có gì trở thành tinh thể trong bản thể họ, không linh hồn nào được sinh ra. Không trở nên hỷ lạc, họ chỉ cảm thấy vơi đi nỗi bất hạnh thảm thương mà thôi.

Khoa tâm lý giúp họ chấp nhận nỗi khổ, chấp nhận rằng đây là tất cả mọi thứ mà cuộc đời có thể cho họ, đừng đòi hỏi thêm. Ở mức độ nào đó, tình trạng này nguy hiểm cho sự phát triển tâm linh của họ, bởi sự tăng trưởng này chỉ xảy ra khi có một nỗi bất mãn siêu phàm. Chỉ khi tuyệt đối không hài lòng với sự việc như chúng đang là, bạn mới đi tìm kiếm, mới khởi sự thăng hóa cao hơn, mới nỗ lực vươn mình ra khỏi vũng bùn lầy.

Jung bước một bước xa hơn vào vô thức; ông đi vào tập vô thức (collective unconscious). Cách này chỉ là việc lún càng sâu hơn trong vũng nước bùn, nên chẳng giúp ích được gì.

Còn Assagioli lại hướng về cực đoan khác. Nhìn thấy sự thất bại của phương pháp phân tích tâm học, ông sáng chế ra phương pháp tổng hợp tâm lý. Nhưng phương pháp này cũng có dây mơ rễ má với phương pháp kia; thay vì phân tích, ông ấy tổng hợp lại.

Tâm lý học của chư phật không dùng phương pháp phân tích cũng như tổng hợp, mà siêu việt tâm lý. Nó vượt khỏi, chứ không nằm trong phạm trù của tâm trí. Nó là hoạt động mang bạn ra ngoài tâm trí. Đấy đích xác là ý nghĩa của chữ 'ecstasy – xuất thần' – đứng bên ngoài.

Khi có khả năng đứng bên ngoài tâm trí của chính mình, khi có khả năng tạo ra khoảng cách giữa tâm trí và bản thể, là lúc bạn bước được bước đầu tiên đến ngưỡng cửa tâm lý học của chư phật. Và phép lạ xảy ra: mọi vấn đề của tâm trí biến mất khi bạn đứng bên ngoài nó, bởi tự bản thân tâm trí biến mất nên không còn khống chế bạn nữa.

Phương pháp phân tích tâm lý giống như việc ngắt lá trên cây chứ không đốn cây tận gốc, nhưng lá mới rồi sẽ mọc lại. Phương pháp tổng hợp tâm lý thì dán những lá đã rụng vào thân cây; việc này cũng chẳng mang lại sự sống cho chúng. Chúng sẽ trông xấu xí, không sinh động, không xanh tươi, bởi chúng chẳng phải là thành phần của thân cây, mà chỉ, bằng cách nào đó, được dán vào đấy.

Tâm lý học của chư phật chặt đứt tận cùng gốc rễ chính của cái cây đã tạo ra mọi loại bệnh thần kinh, bệnh rối loạn tâm lý; cái đã tạo nên con người rạn vỡ manh mún, người cơ khí, người máy. Và phương pháp này rất đơn giản…

Phân tâm học trị liệu phải mất nhiều năm, và bệnh nhân vẫn không thay đổi. Nó chỉ đổi mới cấu trúc cũ, lắp chỗ nọ vá chỗ kia, kỳ cọ chùi rửa sạch sẽ căn nhà cũ. Nhưng đấy vẫn cùng là căn nhà chứ chẳng có gì thay đổi từ căn bản. Nó không chuyển hóa tâm thức của bệnh nhân.

Nền tâm lý học của chư phật không cần hoạt động trong phạm vi của tâm trí. Nó không quan tâm đến việc phân tích hay tổng hợp, nhưng chỉ đơn giản giúp bạn thoát ra khỏi tâm trí để bạn có thể có cái nhìn từ bên ngoài. Và chính cái nhìn này là một sự chuyển hóa. Ngay lúc nhìn tâm trí mình như một đối tượng, bạn trở nên tách rời, trở nên không còn đồng hóa với nó nữa; một khoảng cách giữa bạn và tâm trí được tạo ra và gốc rễ của phiền não bị cắt đứt.

Tại sao gốc rễ bị cắt theo cách này? – vì chính bạn là người cứ tiếp tục nuôi dưỡng tâm trí. Nếu còn bị đồng hóa là bạn còn nuôi nó lớn; nếu không bị đồng hóa là do bạn ngừng nuôi dưỡng nó, khi ấy tự nó sẽ chết tức thời.

Có một câu chuyện rất hay. Tôi thích vô cùng…

Một hôm đức Phật, khi đó đã cao tuổi, đi ngang qua khu rừng. Đấy là một ngày hè nóng bức, ngài thấy khát nước nên bảo tôn giả Ananda, vị đại đệ tử của ngài, "Ananda, ông vui lòng quay lại chừng vài dặm đường, gặp dòng suối nhỏ chúng ta vừa mới đi qua, lấy cho ta ít nước uống, nhớ mang bình bát của ta theo. Ta cảm thấy rất khát và mệt."

Ananda đi trở lại, nhưng đến khi tới dòng suối thì một vài chiếc xe bò đã băng qua đó làm cho nguyên dòng suối bị vẩn đục đầy bùn. Lá chết nằm dưới đáy trồi lên khiến nước không thể uống được vì quá dơ. Tôn giả tay không quay về thưa với Phật, "Xin Thế Tôn chờ một chút. Nghe nói chừng vài dặm đường về phía trước có con sông lớn; con sẽ đi tới đó lấy nước về."

Nhưng đức Phật nhất định, "Ông đi trở lại lấy nước từ dòng suối khi nãy."

Ananda không thể hiểu sự khăng khăng này, nhưng nếu sư phụ nói thế thì đệ tử phải làm theo. Dù thấy vô lý – ông cũng phải lội bộ vài dặm đường và biết chắc là nước ở dòng suối kia không đáng uống – nhưng vẫn đi.

Khi ông vừa nhóm đi thì đức Phật bảo, "Đừng quày trở lại nếu nước còn đục. Nếu nước còn đục, ông chỉ im lặng ngồi bên bờ, đừng làm gì cả, đừng bước xuống dòng nước. Hãy ngồi trên bờ im lặng quan sát. Sớm muộn gì nước cũng sẽ trong trở lại, lúc đó ông lấy đầy bát rồi trở về."

Tôn giả đi trở lại đấy. Đức Phật đã nói đúng: nước dưới suối hơi trong, lá đã trôi mất và bùn đã lắng xuống. Nhưng nước vẫn chưa trong hẳn, nên tôn giả ngồi bên bờ nhìn dòng nước trôi qua. Dần dần, nước trở nên trong suốt như pha lê, và khi ấy ông đứng bật dậy nhảy múa vì đã chợt hiểu ra tại sao Phật nhất định bắt ông phải trở lại đây. Phật đã đưa cho ông một thông điệp mà tới giờ ông mới thấu hiểu. Ông dâng nước cho Phật, rồi quỳ xuống chạm chân ngài để nói lời tri ân.

Đức Phật bảo, "Ông làm gì vậy? Ta phải cám ơn ông đã mang nước về cho ta mới đúng chứ."

Tôn giả Ananda thưa, "Bây giờ con đã hiểu. Lúc đầu, dù không lộ ra, nhưng con hơi bực bởi quay trở lại là việc vô lý. Nhưng bây giờ thì con đã hiểu ý của Thế Tôn. Đấy là thái độ con thật sự cần hành xử trong lúc ấy. Ngồi bên bờ con suối nhỏ, con đã ý thức được tâm trí mình cũng giống y như trường hợp này. Nếu nhảy xuống suối con sẽ làm cho nó đục trở lại. Nếu con nhảy vào tâm trí thì càng tạo ra thêm nhiều tiếng động hơn, nhiều vấn đề bắt đầu trồi mặt lên hơn. Ngồi im bên cạnh bờ suối con đã học được kỹ thuật này.

Bây giờ con cũng sẽ ngồi bên tâm trí mình để quan sát hết mọi dơ bẩn và những vấn đề của nó, để thấy những chiếc lá úa và nỗi đau và vết thương và ký ức và ham muốn. Con sẽ không can dự, mà chỉ ngồi bên bờ tâm trí để chờ đợi giây phút mọi thứ trở nên trong lắng."

Và sự trong lắng tự nhiên xảy đến, vì lúc ngồi bên bờ của tâm trí, bạn không còn nạp cho nó năng lượng nữa. Đấy đích thực là thiền, là nghệ thuật của sự siêu việt.

Freud nói về phân tích, Assagioli nói về tổng hợp, còn chư phật bao giờ cũng dạy về thiền định, về ý thức tỉnh giác.

Amitabh, bạn hỏi tôi, *"Điểm độc đáo của tâm lý học thứ ba này là gì?"*

Thiền định, tỉnh giác, quan sát, chứng kiến – đấy là những điểm độc đáo. Không cần nhà phân tâm học. Bạn có thể tự trị liệu cho chính mình, thật ra, bạn phải tự làm lấy. Không cần sự hướng dẫn nào, bởi nó là một tiến trình hết sức đơn giản – đơn giản nếu bạn làm, bằng không, nó có vẻ rất phức tạp. Thậm chí chỉ chữ 'thiền định' không thôi cũng đủ làm người ta sợ; họ nghĩ đấy là việc gì đó khó khăn vất vả. Vâng, nếu bạn không thực hành thì nó thật sự khó khăn vất vả. Giống như bơi lội rất khó lúc bạn không biết, nhưng khi đã biết thì nó chỉ là một việc dễ dàng. Không gì có thể đơn giản hơn bơi lội; nó hết sức tự nhiên và tự phát chứ hoàn toàn chẳng phải nghệ thuật gì cả.

Nên ý thức nhiều hơn về tâm trí của mình, và trong sự nhận biết này bạn sẽ thấy được sự thật là bạn không phải tâm trí, và chứng nghiệm này mở đầu cho cuộc cách mạng. Bạn đã khởi sự thăng hóa càng lúc càng cao hơn vì không còn bị cột chặt bởi tâm trí nữa. Tâm trí có tác dụng như phiến đá ghì bạn xuống và luôn giữ bạn trong phạm vi của trường hấp dẫn. Lúc không còn bị ràng buộc với tâm trí là lúc bạn bước vào phật trường, nghĩa là bước vào thế giới của lực thăng hóa; khi ấy bạn bắt đầu hướng thượng. Tâm trí luôn luôn trì kéo bạn xuống.

Thế nên không phải vấn đề là chữa trị theo phương pháp tâm lý phân tích hay tổng hợp, mà đơn giản là trở nên ý thức tỉnh giác. Đấy là lý do tại sao ở Đông phương chúng ta không phát triển bất cứ phương pháp tâm lý trị liệu nào giống như kiểu của Freud, Jung, hay Adler hoặc hàng tá thứ đại loại như thế trên thị trường hiện nay. Chúng ta biết những phương pháp này không thể chữa lành bệnh tâm thần; chúng chỉ giúp bạn chấp nhận vết thương của mình chứ không chữa khỏi. Sự lành mạnh tinh thần chỉ xảy đến khi bạn không còn gắn bó với tâm trí. Khi bạn tách rời khỏi nó, bất đồng hóa với nó, hoàn toàn cởi trói, khi thân phận nô lệ của bạn với tâm trí chấm dứt, thì sự lành mạnh xảy đến.

Siêu việt tâm trí là phương pháp trị liệu đích thực, không chỉ dành riêng cho tâm bệnh. Không chỉ là một hiện tượng giới hạn trong phạm trù tâm lý, nó còn vượt xa đến lãnh vực tâm linh. Nó chữa lành bạn bên trong chính tâm hồn của bạn. Tâm trí chỉ là vòng ngoại vi, không phải trung tâm của bạn.

Câu hỏi thứ hai:

Thưa Sư phụ,

Con cảm thấy giống như mình nhảy xuống biển trong khi chẳng biết chút gì về nước biển. Con nhìn sư phụ như người cứu đuối. Nhưng nỗi sợ của con là mình là kẻ bơi tồi và có quá nhiều người như chúng con ở đây, có thể sư phụ sẽ không thấy hoặc không biết khi con đang chết đuối.

Toàn bộ nỗ lực của tôi ở đây là giúp cho bạn chết đuối, vì chính lúc bạn biến mất là lúc Thượng Đế hiện ra. Chết đuối là đáo bỉ ngạn.

Vâng, Mradula, bạn nói đúng. Quả thực là điều khó khăn nếu tôi cố gắng đưa mọi người sang đến bờ bên kia: chỉ một người cứu hộ và một trăm ngàn người cần được đưa qua. Việc này sẽ thực sự mệt nhọc và gần như không thể làm được, không thể cáng đáng được. Khi ấy rất có nhiều khả tính là các bạn sẽ nhận chìm người cứu đuối!

Nhưng điểm đặc sắc của phương pháp của tôi không phải là việc qua bờ bên kia, bởi vì nếu bị chết đuối, thì bạn đã đáo được bỉ ngạn trong chính cái chết đó. Thế nên tôi không cần phải nhớ tên tuổi mặt mũi từng người – tôi hoàn toàn chẳng cần phải bị phiền hà về mấy thứ ấy. Toàn thể sự quan tâm của tôi là đẩy bạn xuống nước, rồi nước sẽ lo liệu. Và thực tế thì đấy là một đại dương sâu thẳm nên chưa ai từng có khả năng vượt qua, vì vậy dù bạn là người bơi lội tồi đến đâu cũng chẳng thành vấn đề. Thật ra, bơi càng dở càng tốt, bởi bạn sẽ chết đuối sớm hơn những người khác! Những ai có thể bơi lâu hơn sẽ tiếp tục chịu khổ lâu hơn một chút vì họ tự cứu mạng.

Ở đây có những tay bơi lội giỏi, nhưng họ lại là những người không may. Người thực sự may mắn là những ai chẳng biết chút 'abc' gì về bơi lội, nên mới vừa đẩy xuống nước là họ đã chìm lỉm ngay! Và đấy là cách tới bờ bên kia, vì chỉ bản ngã của bạn mới bị chết đuối, còn bạn thì không thể; chỉ bản ngã chết, còn bạn thì không. Bạn chưa từng sinh ra và cũng chưa từng chết đi. Không đại dương nào, không quyền lực nào có thể hủy diệt bạn, không ngọn lửa nào có thể thiêu hủy bạn. Đó là lý do tại sao tôi dám đẩy bạn xuống biển sâu không chút lo ngại là liệu bạn biết bơi hay không, liệu bạn có tới được bến bờ bên kia hay không. Tôi nói về bờ bên kia để có thể thuyết phục bạn nhảy vào biển cả. Nhưng một khi bạn đã nhảy rồi thì tôi hoàn toàn quên hết mọi thứ về bạn! Tôi còn phải đi thuyết phục người khác nữa!

Thế nên, Mradula, đừng bận tâm. May mắn là bạn không bơi lội giỏi, nên bạn sẽ chết chìm sớm hơn. Và đấy là khoảnh khắc tuyệt vời trong đời, bởi vì trong chính cái chết đó là sự phục sinh.

Câu hỏi thứ ba:

Thưa Sư phụ,

Sư phụ có ý gì khi nói tri kiến điều gì đó trong thiền? Làm thế nào để đối phó nó, và phần nào trong tự thể của ta tham dự vào tri kiến này?

Nigel, thiền và tri kiến là hai chữ đồng nghĩa. Thế nên khi nói "tri kiến trong thiền," tôi chỉ đơn giản nói rằng hãy im lặng, yên tĩnh, bình thản, và nhìn ngắm. Không làm bất cứ việc gì khác, bạn chỉ phải im lặng, yên tĩnh, bình thản, và nhìn ngắm. Và hiểu biết tự nó sinh khởi. Tri kiến là hương thơm của sự im lặng.

Hiểu sai khởi lên là do tâm trí của bạn bị mây mù, bị náo động. Trạng thái này không bao giờ cho phép bạn nhìn thấy cái đang là, không cho phép bạn nghe được cái hiện thể muốn nói với bạn. Chư phật đến rồi đi nhưng bạn vẫn không đổi khác; có, bạn trở thành Cơ Đốc nhân, thành Phật tử, thành tín đồ Ấn giáo, nhưng bạn vẫn còn y nguyên như trước. Những thay đổi có tính hình thức này chỉ là chiến lược của bạn để chạy trốn sự thay đổi, để tránh né chư vị giác giả.

Bạn hỏi hôi, *"Tôi có ý gì khi nói tri kiến điều gì đó trong thiền?"*

Đấy không phải là vấn đề lớn lao. Thiền *là* hiểu biết. Bạn cố gắng hiểu câu này theo trí năng thì không thể được; bạn cố suy nghĩ về nó, về ý nghĩa của nó là gì. Nhưng bạn đi đến bất cứ kết luận nào đều không đúng. Không phải vấn đề suy nghĩ ý nghĩa của câu nói, mà vấn đề là hãy thiền và chứng nghiệm. Nó là hiện tượng gì đó cần được kinh nghiệm qua.

Và bạn hỏi, *"Làm thế nào để đối phó nó...?"*

Ta hoàn toàn không đối phó với tri kiến, bằng không, bạn sẽ cứ đi vòng vòng. 'go about – đối phó' nghĩa là đi vòng quanh, và bạn sẽ đi vòng quanh trong những vòng tròn. Tri kiến hay hiểu biết là một tiếp cận thực tiễn, nên bạn đừng biến nó thành câu hỏi có tính tri thức. Nhưng chính từ ngữ 'hiểu biết' khiến cho bạn hiểu lầm, bởi với 'hiểu biết' chúng ta luôn nghĩ là 'hiểu biết tri thức'. Không phải thế. Không có điều gì giống như hiểu biết tri thức cả, bởi đấy chỉ là thứ hiểu biết giả, là hiểu sai nhưng giả vờ như hiểu. 'Hiểu biết' là một từ ngữ có ý nghĩa thâm thúy.

Trong thiền định mọi thứ đều đứng dưới bạn, bạn ở trên cao hơn. Và đấy là ý nghĩa của hiểu biết *(understand – everything stands under)*. Mọi thứ xuất hiện thật thấp bên dưới để bạn có thể nhìn thấy từ trên cao. Bạn có thể nhìn thấy toàn cảnh từ độ cao của mình; trong lúc trí năng thì không thể, vì nó ở cùng bình diện với đối tượng được nhìn, nên bạn chỉ hiểu sai mà thôi. Và đây là một trong những vấn đề trọng đại nhất mỗi hành giả phải đối mặt.

Chúa Jesus hay lặp đi lặp lại với môn đồ của mình, "Nếu có tai hãy nghe; nếu có mắt hãy thấy." Ngài không nói với người mù hay người điếc, mà đang nói với những người như bạn đây. Nhưng tại sao ngài lại cứ khăng khăng như thế? – bởi lý do đơn giản là nghe chứ không phải lắng nghe, và thấy không phải thấy đích thực. Bạn thấy sự việc gì đó nhưng lại hiểu ra thứ gì khác; tâm trí của bạn tức thì làm nó méo mó. Tâm trí của bạn bị lộn ngược nên làm rối ren mọi thứ; nó ở trong trạng thái đảo lộn, và bạn nhìn xuyên qua sự đảo lộn đó thành ra toàn thể thế giới của bạn có vẻ lẫn lộn.

Lão Nugent rất yêu con mèo Tommy của ông đến độ rất muốn dạy nó nói. Ông lý luận, "Nếu có thể làm cho Tommy chuyện trò với mình, thì mình sẽ hoàn toàn không phải bận tâm với con người nữa."

Lúc đầu lão thử cho nó ăn cá hồi đóng hộp và một trong những con chim hoàng yến. Tommy thích cả hai nhưng vẫn không chịu học nói. Rồi ngày nọ Nugent nấu hai con két già chuyện với bơ và dọn cho Tommy ăn với măng tây và khoai tây chiên. Tommy liếm sạch dĩa và bất chợt – kỳ diệu của những điều kỳ diệu – quay về phía chủ nhân hét to, "Coi chừng!"

Nhưng Nugent ngồi yên và cái trần nhà sập xuống chôn sống ông già dưới đống đổ nát. Tommy lắc đầu nói, "Ông chủ bỏ ra tám năm để làm cho tôi nói, vậy mà người nộm chẳng chịu lắng nghe!"

Bạn vượt hàng ngàn dặm đường để lắng nghe vị đạo sư nói vậy mà "… Người nộm chẳng chịu lắng nghe."

Tâm trí không ở trong trạng thái tiếp nhận nên không thể lắng nghe. Với bản chất xông xáo, nó nhảy ngay vào kết luận một cách nhanh chóng, vì thế không bao giờ nắm được toàn bộ vấn đề. Kỳ thật, tâm trí đã có sẵn kết luận và chỉ chờ cho định kiến của nó được chứng minh là đúng.

Nigel, xin đừng cố gắng để hiểu hiện tượng này, mà tốt hơn là nên thiền định. Chắc bạn là người mới tới đây. Hãy nhảy múa, ca hát, thiền định để tâm trí lắng yên một chút. Hãy để cho dòng tâm trí đang chứa đầy lá mục và bụi bặm của bạn lắng đọng một chút. Hãy để nó trở nên trong sạch hơn, trong suốt hơn; chỉ khi ấy bạn mới có khả năng hiểu được điều tôi nói. Lúc đó vấn đề sẽ trở thành hết sức đơn giản. Tôi không nói về triết lý quá phức tạp – nó hoàn toàn chẳng có tính triết lý chút nào – nhưng chỉ chỉ về hướng chân lý đích xác mà tôi đã trải nghiệm, và bạn cũng có thể chứng nghiệm điều này bất cứ khi nào bạn muốn, nhưng phải bằng cuộc hành trình của bạn.

Bạn hỏi, *"Làm thế nào để đối phó nó, và phần nào trong tự thể của ta tham dự vào tri kiến này?"*

Không phải vấn đề thành phần nào của tự thể tham dự vào tiến trình. Toàn bộ bản thể của bạn tham gia vào đấy.

Thiền không phải của thân thể, không phải của tâm trí, không phải của tâm thức. Đơn giản, thiền có nghĩa là toàn thể thân thể, tâm trí, tâm thức của bạn vận hành trong hài hòa, toàn bộ, hoạt động một cách liên hợp; chúng ở trong cùng một giai điệu hợp nhất. Toàn bộ bản thể của bạn – thân thể, tâm trí, tâm thức, đều tham gia trong thiền định. Đấy là lý do tại sao nỗ lực của tôi ở đây là khởi động mỗi buổi thiền với thân thể, và đấy là một phương pháp mới lạ.

Thời xưa người ta bắt đầu buổi thiền trực tiếp vào trong cốt lõi tận cùng nhất. Tiến trình này rất khó bởi bạn không biết chút gì về nội tâm của mình; làm thế nào có thể bắt đầu cuộc hành trình từ nơi mà bạn chưa hề ở đấy? Phải chăng bạn chỉ có thể khởi hành từ nơi mình đang đứng? Bạn đang ở trong thân thể, do đó sự nhấn mạnh của tôi đặt trên nhảy múa, ca hát, hơi thở, để bạn bắt đầu từ cơ thể. Khi cơ thể rơi vào trạng thái thiền định... đừng bối rối bởi việc tôi dùng từ ngữ 'thiền định' cho cơ thể. Vâng, cơ thể trở nên nhập thiền. Khi đắm mình vào trong trạng thái rộn ràng, khi vận hành một cách hoàn hảo, trọn vẹn, hợp nhất, thì cơ thể tỏa ra phẩm chất của thiền tính, của thanh nhã và xinh đẹp.

Khi ấy bạn hướng vào trong và khởi sự quan sát tâm trí. Rồi tâm trí bắt đầu lắng xuống. Và khi tâm trí cũng đã lắng đọng, đã hợp nhất với thân thể, bạn hướng về trung tâm – một cú quay một trăm tám mươi độ – và một trạng thái an bình tĩnh lạc sẽ giáng xuống bạn. Trạng thái này sẽ rung động bạn từ tâm hồn đến thể xác, từ thể xác đến tâm hồn. Trong sự rung động đó bạn sẽ hợp nhất.

Cho nên đừng hỏi thành phần nào của tự thể được dự phần trong tri kiến. *Toàn thể tính* của bạn dự phần, và chỉ khi ấy mới có hiểu biết, lãnh ngộ. Cơ thể của bạn biết nó, tâm trí của bạn biết nó, tâm thức của bạn biết nó; khi ấy bạn bắt đầu vận hành trong sự đồng điệu, liên hợp. Bằng không, cơ thể nói một đường, tâm trí nói một nẻo, còn tâm thức lại đi theo lối riêng của nó. Và bạn luôn luôn đồng thời di chuyển về nhiều hướng khác nhau: cơ thể thì đói, tâm trí thì đầy dục vọng, phần bạn thì cố gắng hành thiền. Đây cũng là lý do tại sao tôi không ủng hộ phương pháp tuyệt thực – trừ phi nó được dùng hoàn toàn cho mục đích sức khỏe, như ăn kiêng để giảm cân, hoặc thỉnh thoảng để tẩy uế để cho bao tử được nghỉ ngơi vài hôm, để toàn thể hệ thống tiêu hóa có thể được vài ngày phép, vì nếu cứ liên tục làm việc và làm việc và làm việc, nó sẽ mệt mỏi.

Ngày nay các nhà khoa học tuyên bố ngay cả máy móc cũng bị mệt mỏi; họ gọi tình trạng này là 'độ mỏi của kim loại (metal fatigue)', giống như mệt mỏi tinh thần (mental fatigue). Thậm chí kim loại còn cần được nghỉ ngơi, và nên nhớ bao tử của bạn không phải được làm bằng sắt cũng chẳng phải bằng nhựa, mà bằng chất liệu rất dễ vỡ. Nhưng nó làm việc trong suốt cả đời bạn, vậy thỉnh thoảng hãy nên cho nó có được ngày nghỉ dưỡng. Thậm chí Thượng Đế còn phải nghỉ một ngày sau sáu ngày làm việc; sức voi như ngài mà vẫn mệt.

Cho nên đôi lúc, chỉ vì tử tế với cái bao tử tội nghiệp phải hoạt động liên tục của bạn, nhịn ăn cũng nên. Nhưng tôi không khuyên hành động này vì nó sẽ chẳng giúp ích gì trong việc hành thiền. Khi đói, cơ thể chỉ muốn bạn đi tới tủ lạnh thôi.

Tôi chống lại sự kềm nén tính dục, vì nếu đè nén thì mỗi khi ngồi im lặng là mỗi lúc tâm trí của bạn lại khởi sự mơ mộng viển vông về dục. Khi bạn bận rộn với công việc, tâm trí vẫn cứ mộng mơ giống như một dòng nước ngầm, nhưng khi bạn ngồi yên thì nó tức thời ra mặt. Nó bắt đầu đòi hỏi, bắt đầu tạo ra ảo tưởng: những nhan sắc quyến rũ chung quanh bạn. Như thế làm sao bạn có thể thiền định được?

Kỳ thật, các truyền thống cũ đã tạo ra mọi loại chướng ngại cho thiền định, rồi họ bảo, "Hành thiền rất khó." Thiền chẳng khó; thiền chỉ là một tiến trình đơn giản, một tiến trình tự nhiên. Nhưng nếu tạo ra những cản trở không cần thiết, thì khi ấy bạn làm cho nó thành giống như cuộc chạy đua vượt rào. Bạn tạo ra trở ngại: bạn chặn đá trên đường... bạn mang đá quanh cổ, bạn tự xiềng xích, tự cầm tù, tự khóa mình bên trong rồi quăng chìa khóa ra ngoài... Lẽ đương nhiên là việc hành thiền càng trở nên khó khăn hơn, bất khả thi hành hơn.

Nỗ lực của tôi ở đây là làm cho thiền định trở thành một hiện tượng tự nhiên. Đưa cho cơ thể và tâm trí thứ chúng cần, và bạn sẽ ngạc nhiên khi thấy chúng trở nên vô cùng thân thiện. Rồi khi bạn bảo cơ thể, "Bây giờ hãy cho phép tôi ngồi im lặng trong một giờ đồng hồ," nó sẽ trả lời, "Được, anh đã làm nhiều thứ cho tôi đến thế, đã tôn trọng tôi đến thế, tối thiểu tôi cũng phải đền đáp lại."

Và khi bạn nói với tâm trí, "Làm ơn im lặng trong vài phút để tôi yên tĩnh nghỉ ngơi một chút," nó sẽ hiểu bạn. Nếu bạn không đè nén, nếu bạn vinh danh nó, tôn trọng nó, đừng kết tội nó, thì nó cũng sẽ trở nên im lặng.

Tôi nói điều này từ chính kinh nghiệm của mình. Hãy tôn trọng thân và tâm của bạn để chúng tôn trọng bạn. Hãy tạo ra tình thân thiện; đừng đối kháng, bởi chúng là của bạn. Tất cả những truyền thống cũ đều dạy phải đối lập với cơ thể và tâm trí của bạn; cách này tạo ra sự thù nghịch, và qua sự bất thân thiện bạn không thể đi sâu vào thiền định. Tâm trí sẽ quấy rầy mỗi khi bạn hành thiền hơn bất cứ lúc nào khác; khi ấy cơ thể cũng sẽ trở nên bồn chồn bất yên nhiều hơn những khi bạn không hành thiền. Nó sẽ trả thù, sẽ không cho bạn ngồi im lặng; nó sẽ tạo cho bạn nhiều vấn đề.

Cố ngồi im trong vài phút rồi bạn sẽ biết. Nhiều thứ tưởng tượng sẽ bắt đầu nổi lên; bạn tưởng tượng có con kiến đang bò trên chân, nhưng khi nhìn thì chẳng thấy. Lạ lùng... khi ngồi nhắm mắt bạn thấy rõ là nó đang bò bò ở đó... nhưng khi mở mắt ra nhìn thì chẳng thấy con kiến nào. Bạn đã từng gạt cơ thể, bây giờ bị nó gạt lại; bạn thường lừa dối cơ thể bằng nhiều cách, thế nên lúc này nó 'chơi' bạn lại. Khi cơ thể muốn đi ngủ, bạn bắt nó phải ngồi coi phim; nó sẽ nói, "Được. Mình sẽ lo liệu việc này khi đúng cơ hội xảy đến." Nên khi vừa ngồi xuống để hành thiền thì cơ thể lập tức bắt đầu tạo ra vấn đề cho bạn; đột nhiên bạn cảm thấy cần gãi lưng... và bạn sẽ ngạc nhiên bởi thông thường cảm giác này không bao giờ xảy ra.

Một bà mang đến cho tôi một bàn tay bằng nhựa chạy pin dùng để gãi lưng. Tôi hỏi, "Tại sao bà mang đến cho tôi món này?"

Bà nói, "Chắc ông phải ngồi thiền... Mỗi khi ngồi thiền thì cứ y như rằng lưng tôi bắt đầu... tôi có cảm giác mình phải gãi cho đã ngứa, nhưng không thể với tới. Thế nên tôi đã mua bàn tay bằng nhựa này. Thật hết sức tiện dụng! Cứ bật nút lên là nó có thể gãi bất cứ chỗ nào. Tôi nghĩ ông ngồi thiền sẽ cần đến nó!"

Tôi bảo, "Tôi không bao giờ tọa thiền. Tôi luôn trong thiền nên không cần phải ngồi; bất kỳ làm việc gì tôi đều làm trong thiền định. Nếu lưng tôi ngứa thì tôi lập tức gãi nó ngay. Gãi lưng của mình thì có gì sai? Bạn nào có gãi lưng của người khác!"

Nên chăm nom thân thể rồi nó sẽ đền đáp lại bạn; nên chăm sóc tâm trí và nó sẽ hữu ích. Tạo được sự thân thiện với chúng thì thiền định dễ dàng đến với bạn. Nên hành thiền thay vì cố gắng để biết... bởi tri kiến không thể khả hữu trước khi thiền định, có chăng chỉ là sự hiểu sai.

Đêm nọ, một bợm nhậu bước vào quán và ngồi xuống quầy uống bia.

Lúc đang chuyện vãn với người đàn ông ngồi ghế bên cạnh, một con khỉ theo cây cột leo xuống rồi dừng lại đái vào ly bia của anh ta. Khi anh phát giác ra thì đã quá muộn.

Anh kêu lên, "Hê! Bạn có thấy không? Con khỉ đó nó đái vào ly bia của tôi đấy!"

Tên láng giềng nói, "Này, nói với tôi cũng vô dụng thôi. Nói với thằng chủ quán ấy."

Anh gọi người chủ quán đến mét, "Ông có biết là trong lúc tôi đang nói chuyện với anh này, một con khỉ đã đến đái vào ly bia của tôi không?"

Chủ quán trả lời, "Chẳng mắc mớ gì đến tôi. Đi nói với người đánh dương cầm đằng kia kìa; con khỉ là của hắn đấy!"

Cầm ly bia đi đến bên vỗ nhẹ vào vai người đánh đàn, "Hê, có biết là con khỉ của ông đã đái vào ly bia của tôi không?"

Người chơi dương cầm nói, "Không, nhưng nếu anh nói vài lời, tôi sẽ biểu diễn chuyện đó."[1]

Câu hỏi thứ tư:

Thưa Sư phụ,

Chẳng phải bản ngã là một phần của vở Thiên kịch[2] hay sao? Con là ai mà bỏ nó?

Vedant Bharti... vậy làm ơn đừng bỏ nó!

---

1 Nguyên văn: "No," said the pianist, "but if you sing the words, I will play it." – *Words* là bản nhạc của The Bee Gees. Nếu anh hát bài *Words*, tôi sẽ đàn. Nhưng có thể nghe lầm là "nếu anh nói vài lời, tôi sẽ làm chuyện mà con khỉ đã làm."

2 *Divine play* (leela in Sanskrit).

Vị trưởng giáo khả kính nổi tiếng khắp vùng về trí tuệ của ông, đang nằm hôn mê, cận kề với cái chết. Các đệ tử tôn sùng ông đang đứng quanh quất cạnh hai bên giường.

Đại diện cho nhóm người đang đau buồn, một người lên tiếng cầu xin, "Sư phụ, xin đừng bỏ chúng con trước khi nói những lời trí tuệ sau cùng. Xin cho chúng con nghe lần cuối, sư phụ yêu quý."

Một lúc lâu vẫn không thấy có phản ứng, với nước mắt lưng tròng, những người thăm viếng lo sợ trưởng giáo đã đi về miền đất hứa của ngài. Nhưng đột nhiên đôi môi của ông mấp máy, thấy thế, họ cúi người xuống gần để nghe lời trối của ông.

Với giọng yếu ớt, ông thì thầm, "Đời là một tách nước trà."

Các đệ tử bối rối nhìn nhau. Ý sư phụ là gì? Bí mật hiện sinh vĩ đại ẩn tàng trong lời tuyên bố thần bí đó là gì? Gần cả giờ đồng hồ, họ trao đổi ý kiến, phân tích câu nói từ mỗi quan điểm có thể tưởng tượng được, nhưng vẫn không thể giải mã ý nghĩa sâu sắc của nó. Sau cùng họ quyết định phải hỏi cho rõ trước khi quá muộn.

Một lần nữa, người đại diện nghiêng mình lên thân xác bất động của vị giác giả khả kính và khẩn cầu, "Sư phụ, sư phụ, chúng con van xin ngài giải thích câu "Đời là tách nước trà.""

Vị trưởng giáo dùng tàn lực đưa hai bàn tay lên, cầu nhàu, "Được rồi, thế thì cuộc đời không là tách nước trà vậy!"

Vedant Bharti, bạn hỏi, *"Chẳng phải bản ngã là một phần của vở thiên kịch hay sao? Tôi là ai mà bỏ nó?"*

Nếu đang thích thú với vở thiên kịch thì xin bạn vui lòng đừng vứt bỏ bản ngã, bởi làm thế e rằng có thể có người sẽ nhặt được. Bạn nên giữ lấy cái của mình thì tốt hơn. Một đối một là quá đủ rồi; nếu bỏ cái của bạn, ai đó sẽ cùng lúc có tới hai bản ngã.

Và thực sự bạn có hiểu nghĩa của thiên kịch là gì không? Nếu hiểu, vậy bản ngã ở đâu? Nếu bạn hiểu tất cả mọi hiện tượng đều là thành phần trong vở tuồng thiên mệnh, thì bản ngã biến mất. Nó chỉ tồn tại khi bạn quan niệm cuộc đời một cách quá nghiêm trọng, vì bản ngã tuy phi thực, nhưng là một hiện tượng nghiêm trọng. Nếu đời sống là một thiên kịch, nếu bạn đã liễu ngộ được trí huệ vô thượng này, thì đâu là bản ngã? Khi đó bạn chỉ diễn vai trò của mình mà không cần đồng hóa với vai mình đang diễn. Bạn chỉ đóng vai chứ không trở thành nhân vật mình đóng. Bản ngã chỉ đơn giản có nghĩa là bạn đồng nhất với vai tuồng đến độ quên rằng mình tách biệt, rằng mình là tâm thức. Bạn trở thành vong thân, trở thành nhân vật mình đang đóng tuồng – và đấy chính là bản ngã.

Bản ngã chẳng phải là thứ gì bạn cần phải vứt bỏ; nó chỉ là một sự hiểu lầm. Bạn không bỏ những hiểu lầm, nhưng chỉ đơn giản hiểu đúng thì tự nhiên không còn hiểu lầm nữa. Bạn không dẹp bỏ bóng tối, nhưng khi mang ngọn đèn vào thì chẳng thấy bóng tối ở đâu, chứ không phải trước hết bạn mang đèn vào rồi mới chộp lấy bóng tối và quăng nó ra ngoài nhà – không cần phải làm như thế. Nếu bạn thực sự ý thức được cuộc đời là một thiên kịch, có nghĩa ánh sáng đã được mang vào nhà. Thế thì bạn không thể hỏi phần thứ hai.

Nếu thực sự tri kiến được rằng đời là một vở tuồng thiên mệnh, khi ấy bạn không còn thắc mắc, *"Tôi là ai mà bỏ cái bản ngã của mình?"* Khi ấy bạn phi hiện hữu, khi ấy bạn biến tích, khi ấy không còn người bỏ và cũng không có vật để bỏ.

Nhưng phần đầu của câu bạn nói không thực sự là tri kiến của chính bản thân bạn. Thế nên, nếu đã vứt bỏ bản ngã, xin bạn vui lòng hãy lượm nó lại giùm, bởi có nhiều kẻ ngu có thể nhặt nó lên để dùng.

Bà mẹ giận dữ lôi thằng con chín tuổi của bà đến phòng mạch bác sĩ và hỏi, "Có thể cắt ruột dư cho đứa bé chín tuổi không?"
Bác sĩ mất kiên nhẫn sủa lên, "Đương nhiên là không!"
Bà mẹ nói với thằng con, "Nghe chưa, mẹ nói có đúng không? Bỏ nó vào trở lại ngay!"

Câu hỏi thứ năm:

Thưa Sư phụ,

Nghe sư phụ giảng, trong con nổi lên ham muốn được tỉnh giác, nhưng có phải ngay chính sự ham muốn này mâu thuẫn với tỉnh giác hay không?

Prem Sunderam, nếu đang lắng nghe tôi mà trong lòng bạn khởi lên ham muốn tỉnh giác, thì bạn đã bỏ lỡ vấn đề rồi. Lắng nghe tôi bạn sẽ trở nên tỉnh thức; nếu lắng nghe đúng cách thì tỉnh giác sẽ xảy ra trong lúc đó, còn như không đúng cách thì ham muốn tỉnh thức sẽ khởi lên. Ham muốn nghĩa là ngày mai bạn sẽ tỉnh thức – bạn muốn được tỉnh giác vào ngày mai. Nếu bạn thực sự đang lắng nghe thì cần gì phải bận tâm về ngày mai? Khoảnh khắc này là tất cả hiện thể – bạn đang tỉnh giác.

Thấy ngay bây giờ...

Đây là tỉnh giác: tiếng chim líu lo, cái im lặng, ba ngàn người mất hút trong nhất thể sinh thực mênh mông như không còn ai hiện hữu. Đây là tỉnh giác, và sự nếm trải của nó sẽ chuyển hóa bạn. Khi ấy bạn có thể tỉnh giác ở bất cứ nơi nào bạn muốn, vì trạng thái này là điều gì đó đang xảy ra trong bản thể bạn; việc lắng nghe tôi chỉ là một phương tiện.

Buổi giảng chỉ là một phương tiện để thiền, chứ tôi chẳng phải ở đây để giảng đạo cho bạn. Giống như bạn hành thiền theo những phương pháp khác, đây cũng là phép thiền mà trong đó tôi góp phần với bạn để tâm trí của bạn liên hợp với tôi, và trái tim của bạn có thể chìm lắng sâu vào tận cùng cốt lõi của bản thể bạn.

Sunderam, khởi ý ham muốn thiền định hay tỉnh giác nghĩa là bạn đang bỏ lỡ toàn bộ vấn đề, vì ham muốn là chướng ngại. Hoặc bạn tỉnh giác ngay bây giờ – hoặc bây giờ hoặc không bao giờ! Bạn không thể nói "ngày mai…" Khi nói ngày mai là bạn sẽ trì hoãn nó vĩnh viễn.

Vâng, ham muốn mâu thuẫn với tỉnh giác. Trong lúc lắng nghe tôi nói, hãy hiểu rằng ham muốn là đối nghịch lại tỉnh giác. Vô sở cầu là chánh niệm tỉnh giác, thế nên thấy được vô sở cầu là tỉnh giác thì làm thế nào bạn có thể tham cầu tỉnh giác được? Chuyện gì đang xảy ra trong lúc ngồi im lặng với tôi mỗi buổi sáng? Vì không có cái ham muốn im lặng nên bạn đơn giản im lặng, và sự im lặng đó sẽ tiếp tục bao quanh bạn suốt ngày.

Nếu đã thấy được vấn đề thì bạn không cần bất cứ tình huống đặc biệt nào để tỉnh giác. Bạn có thể tỉnh giác ở mọi nơi; bạn có thể bất chợt trở nên tỉnh giác chính ngay giữa bãi chợ. Đột nhiên trở nên tỉnh giác, chứ không phải do ham muốn được tỉnh giác. Bất cứ lúc nào cũng nên tự mình lay tỉnh một chút.

Hai tên say đang đi trên xe lượn siêu tốc (roller coaster), tay nọ quay sang tay kia nói, "Có lẽ chúng ta tới nơi sớm đấy, nhưng tôi có cảm giác là mình lên lộn xe buýt rồi."

Nếu cứ trì hoãn đến ngày mai nghĩa là bạn đang đi lộn xe buýt; bạn đang say sưa và vô ý thức.

Một nhân viên cảnh sát ra tòa làm chứng để truy tố Max Loeb bị bắt về tội say rượu nơi công cộng.

Thẩm phán hỏi, "Làm sao anh biết bị cáo say rượu?"
Viên cảnh sát đáp, "Hoàn toàn không còn nghi ngờ. Tôi bắt gặp hắn bỏ một đồng xu vào đồng hồ của bãi đậu xe, rồi ngẩng mặt nhìn lên cái đồng hồ to trên tòa thị sảnh và cất tiếng than, "Trời đất, tôi đã lên mười một cân!"

Chỉ thêm một chút tỉnh giác… và trạng thái này chỉ có thể xảy ra ngay bây giờ. Thượng Đế chỉ biết một thời gian duy nhất là ngay bây giờ, và một không gian duy nhất là tại đây. Chẳng biết quá khứ hay tương lai, ngài chỉ biết hiện tại. Nếu muốn giao cảm với thực tại, bạn phải ý thức tỉnh giác ngay bây giờ.

Bà vợ hỏi ông chồng, "Tại sao ông húc đầu vào cột điện thoại!"
Ông chồng say trả lời, "Vì tự vệ."

Hãy quan sát đời bạn, quan sát những gì mình làm ra cho chính mình.

Nhân viên chữa lửa vừa lôi một bợm nhậu ra khỏi chiếc giường đang bốc cháy, vừa hét lớn, "Đồ ngu! Đây là bài cho ông học khi hút thuốc trên giường ngủ!"
Bợm trả lời, "Tôi nào có hút thuốc trên giường, nó đã phát cháy trước khi tôi nằm xuống."

Thế nên hãy tự mình lay tỉnh. Đừng hẹn chày hẹn cối. Mỗi khi bạn nhớ, đến tôi, đến Phật, đến chúa Jesus, hãy tự mình lay tỉnh. Hãy thức dậy! Hãy nhìn thấy vạn hữu chung quanh – người, cây cối, chim chóc. Hãy im lặng để trở nên khả dụng cho hiện hữu, trong trạng thái buông xả sâu lắng… và dần dần, ý thức tỉnh giác sẽ càng lúc càng thấm sâu hơn vào trong bản thể bạn.

Mulla Nasruddin kể với tôi:

"Tôi là người thuộc loại nhạy cảm giống như thi sĩ. Mỗi khi nhìn thấy phụ nữ đẹp là tôi muốn khóc lên… hoặc làm thơ… hoặc nhào lên mình cô ta!

"Tôi gặp một phụ nữ tuyệt vời trong buổi tiệc tại khách sạn tôi đang ở. Chúng tôi uống champagne và rốt cùng rủ nàng về phòng. Khóa cửa phòng, tôi tháo mắt kính ra – cho nàng thấy là mình sẽ thẳng tay! Tôi nháy mắt… và nàng nháy mắt lại; tôi cởi áo… và nàng cởi áo; tôi cởi quần… và nàng cởi quần… và tôi nhào lên người nàng. Khi ấy mới phát giác ra là mình đang nhìn vào tấm gương. Phải mất nhiều tuần lễ mới nhổ hết mấy mảnh kính vỡ đâm vào chân."

Câu hỏi chót, câu thứ sáu:

Thưa Sư phụ,

Có phải sư phụ là người bài Do Thái hay không?

Levin, tôi à? Một người bài Do Thái à? Chắc bạn bị điên rồi!

Louie Feldman, tay tiếp thị lưu động, hấp tấp bắt chuyến xe lửa rời ga Grand Central nên quên mang theo túi đựng dụng cụ vệ sinh cá nhân.

Sáng hôm sau anh dậy sớm, tươi tỉnh đi về phòng vệ sinh ở cuối toa, rồi chọn một bồn rửa mặt trống.

"Xin lỗi," Louie nói với một người đang khom mình trên bồn rửa mặt bên cạnh, "đêm qua tôi quên mang theo túi dụng cụ vệ sinh cá nhân. Không phản đối nếu tôi dùng cục xà phòng của bạn chứ?"

Người lạ tò mò nhìn hắn, sau một chút lưỡng lự, nhún vai trả lời, "Được, cứ tự nhiên."

Louie lẩm bẩm cám ơn, rửa mặt, rồi quay qua hỏi, "Không phiền nếu tôi mượn cái khăn lau của bạn chứ?"

"Không sao, không vấn đề gì."

Lau xong, vất cái khăn ướt xuống sàn xe, hắn xem xét mặt hắn trong gương và bình phẩm, "Mình phải cạo râu mới được." Hắn hỏi, "Tôi dùng dao cạo râu của bạn có được không vậy?"

Người lạ trả lời với giọng lịch sự, "Được mà."

"Bạn còn nhiều kem cạo râu không?"

Chẳng nói một lời, người lạ đưa chai kem cho Louie.

"Bạn còn lưỡi dao mới không? Tôi ghét dùng thứ người khác đã dùng qua. Tốt hơn là nên cẩn thận, bạn biết mà."

Được đưa cho lưỡi dao mới, Louie cạo râu xong, lần nữa quay sang người lạ mặt, "Anh có mang theo cây lược chứ?"

Kiên nhẫn của người lạ mặt căng thẳng gần đến mức không còn chịu nổi, anh ta ráng gượng cười lạnh nhạt đưa cây lược cho Louie.

Louie kỹ lưỡng xem xét cây lược, rồi vừa chùi rửa nó vừa lên giọng thầy đời, "Bạn phải giữ cây lược sạch sẽ một chút chứ." Hắn chãi đầu và nói với người hảo tâm, người mà cái miệng giờ đây căng thẳng ra như một đường dây mỏng.

"Bây giờ, nếu không làm phiền, tôi muốn có một ít bột thoa sau khi cạo râu, chút kem và cái bàn chải đánh răng."

Hết sức chịu đựng, người lạ gầm lên, "Lạy Chúa, đời tao chưa hề gặp được thứ trơ tráo như thế này. Mẹ nó, không! Không ai trên đời này có thể dùng bàn chải đánh răng của tao cả!"

Người khách lạ quẳng đồ của mình vào túi da rồi hầm hầm bước ra khỏi cửa, miệng lầm bầm, "Mình phải vạch ra giới hạn ở đâu đó mới được!"

Louie la lớn, "Đồ chống Do Thái!"

Đã đủ cho hôm nay.

KINH VĂN
• BÀI GIẢNG 5

Giác Ngộ Là Tính Bẩm Sinh Của Bạn

Bài giảng tại Phật Đường sáng ngày 25 tháng Hai, 1980

KINH PHÁP CÚ : PHẬT ĐẠO
BỘ 12 QUYỂN • QUYỂN MƯỜI

Giữ tâm ý thanh tịnh,
Quán chiếu mọi vọng tưởng,
Quan sát chư pháp hành,
Thì không còn trói buộc,
Thoát khỏi vòng khổ lụy.

Dõng mãnh và kiên trì,
Để đi đến mục đích,
Giải thoát mọi tham ái.
Đã nhổ được gai nhọn.
Đây là thân cuối cùng.

Là bậc đại trí giả,
Đoạn tận ái hữu thủ.
Thấu triệt mọi pháp ngữ,
Khế hợp chúng với nhau.
Và không còn ham muốn.

*Đã chiến thắng huy hoàng,
Đã tri kiến chân lý,
Trong cõi giới thuần khiết,
Hằng quy phục vạn pháp.*

*Người không còn ham muốn,
Thoát khỏi vòng luân hồi.
Đã tìm ra chánh đạo,
Còn gọi ai là thầy?*

*Chân lý hơn bố thí,
Vị ngọt hơn chất ngọt,
Vui hơn mọi niềm vui.*

Vô dục thắng đau khổ.

TOÀN bộ triết lý của Phật Cồ Đàm nằm gọn trong kệ ngôn thứ nhất. Nó cực kỳ quan trọng, nên, không những chỉ hiểu biết qua tri thức, mà nó còn phải được chứng nghiệm bằng đời sống; chỉ khi ấy bạn mới khả dĩ hiểu biết ý nghĩa đích thực của nó.

Giữ tâm ý thanh tịnh.

Đức Phật không thuyết giảng bất kỳ niềm tin nào – tin ở Thượng Đế, thiên đàng hay địa ngục. Toàn thể giáo pháp của ngài nhấn mạnh đến việc tạo ra một không gian im lặng bên trong bạn. Đầu óc đã chứa đầy ắp tri thức, nên bạn không cần thêm nhiều kiến thức nữa. Cái bạn cần là sự hồn nhiên, hồn nhiên như trẻ thơ. Bạn cần nhiều ngạc nhiên hơn, kính phục hơn, trong sáng hơn.

Và những đức tính này đến với bạn khi nào tâm trí im lặng. Khi tâm trí ở trong trạng thái tĩnh mặc là lúc bạn giao cảm, còn khi nó ồn ào thì bạn mất liên lạc, với hiện hữu.

Tiếng ồn trong tâm trí có công năng như bức tường vây quanh bạn. Im lặng là nhịp cầu, còn tri thức là tiếng ồn, là rào cản. Mọi kiến thức đều tạo nên nhiều âm bên trong bạn. Càng có nhiều kiến thức chừng nào, bạn càng trở nên bị nhồi sọ chừng nấy, càng chứa nhiều rác rưởi phế liệu chừng nấy.

Cần phải có một bản thể khoáng đảng bên trong bạn, nơi hoàn toàn trống rỗng, trống đến độ ngay cả chính bạn cũng không hiện hữu, nơi im lặng đến mức thậm chí ý tưởng về cái 'tôi' cũng biến mất. Khi ấy không còn rào cản giữa bạn và hiện hữu bởi bạn hòa nhập với vạn hữu và trở thành thành phần của cuộc lễ hội bao la miên viễn. Bạn khiêu vũ với tinh tú, bạn nhảy múa với gió với mây. Toàn bộ bản thể của bạn trở thành điệu múa, lời ca; bạn nở ra thành ngàn vạn đóa hoa. Nhưng để được điều này, bắt buộc phải có một bản thể im lặng, bởi không gì khả dĩ xảy ra trong một tâm trí ồn ào náo động. Tâm trí náo động thì bất lực, không màu mỡ, không sáng tạo. Tâm trí tĩnh lặng là mảnh đất thích hợp để bản thể bạn phát triển – phát triển tới chiều cao và chiều sâu tối thượng của nó.

Vì thế mà kệ ngôn thứ nhất dạy: *Giữ tâm ý thanh tịnh.*

Đôi khi người ta cảm thấy ngạc nhiên bởi cách đức Phật bắt đầu. Cách tiếp cận thực tại của ngài rất độc đáo, hoàn toàn cách mạng, triệt để. Ta cứ nghĩ ngài sẽ bắt đầu với sự cầu nguyện Thượng Đế – nhưng Thượng Đế không có chỗ đứng trong thị kiến của Phật. Thượng Đế chỉ là sự sáng chế của những kẻ vô minh mà thôi.

Với đức Phật thì không có Thượng Đế như là một nhân cách; không có đấng sáng tạo vì sự sáng tạo là vĩnh hằng. Vâng, có sáng tạo nhưng không người sáng tạo; có thượng đế tính, chứ không có Thượng Đế. Toàn thể vạn hữu tràn đầy thượng đế tính, nhưng Thượng Đế không phải là một con người, nên bạn không thể cầu nguyện ngài.

Nên nhớ, đối với Phật thì không có sự cầu nguyện. Cầu nguyện giả định một Thượng Đế, một nhân vật Thượng Đế có thể thiên vị bạn nếu bạn tôn sùng ông ta, hoặc có thể rất tàn nhẫn với bạn nếu bạn làm phiền. Đây là một quan niệm trẻ con – toàn bộ lý giải chỉ là thứ gì đó ngây ngô chứ hoàn toàn chẳng mang chút tính tôn giáo nào.

Đức Phật bắt đầu theo một phương cách rất khoa học. Ngài nói về bạn và về thực tại của bạn, thay vì nói về Thượng Đế. Như tình trạng hiện tại của bạn, bạn không là gì ngoài tiếng ồn ào. Hãy nhìn vào bên trong rồi bạn sẽ thấy thực kiện mà Phật nói: bạn chỉ gồm toàn tiếng động huyên náo, ngay cả một khoảnh khắc im lặng cũng không xảy ra với bạn. Do đó nên mọi cửa nẻo để nhìn ra bên ngoài của bạn đều bưng kín; bạn bị bao vây bởi đám rác rưởi do chính mình cứ tiếp tục tạo ra và tích lũy, và cứ tưởng đấy là bảo tàng quý giá.

Giữ tâm ý thanh tịnh…. Kệ ngôn này rất ý nghĩa, vì ngay lúc tâm trí yên tịnh là lúc nó biến tích. Một tâm trí tịch lặng nghĩa là phi tâm, nghĩa là hoàn toàn không còn tâm trí nữa. Theo cách phủ định, bạn có thể gọi trạng thái này là phi tâm hay vô tâm. Đấy là cách các đại thiền sư, những nhà huyền môn như Kabir, Nanak, đã gọi; họ gọi nó là *Amani* – trạng thái phi tâm. Nhưng bạn cũng có thể theo cách khẳng định như Phật Giáo Đại Thừa gọi nó là *Bodhichitta* – Tâm phổ quát, *bồ đề Tâm*. Tâm với chữ *T* hoa, làm ơn, không phải cái tâm của bạn hay của tôi đâu, nhưng chỉ đơn giản là một cái Tâm hải hà, viên dung.

Cả hai chỉ danh đều tốt cả. Nếu thích cách khẳng định, bạn có thể gọi nó là bồ đề tâm; hoặc nếu thích chính xác hơn, cách nói phủ định còn đúng hơn nhiều, bạn cứ gọi nó là phi tâm, bởi khi không còn tiếng ồn ào thì tâm trí biến mất. Giống như khi bệnh tật biến mất thì trạng thái còn lại là sức khỏe, chứ không phải bây giờ bạn bị bệnh lành mạnh. Bệnh tật là không bao giờ lành mạnh và tâm trí là không bao giờ im lặng. Căn bệnh là bệnh và tâm trí là tiếng ồn. Khi không có bệnh thì có sự khỏe mạnh, khi không có tiếng ồn thì có phi tâm.

Nhưng một kinh nghiệm mới sinh khởi bên trong cốt lõi ẩn tàng nhất của bạn: một kinh nghiệm của điệu nhạc vô thanh, của âm thanh vô âm. Các nhà huyền môn gọi đó là *Anahat nad*, âm thanh vô âm; hoặc, nói một cách nghịch lý theo thiền gia là 'tiếng vỗ của một bàn tay'.

Phật dạy: *Giữ tâm ý thanh tịnh.* Ngài thực sự đang nói: Hãy vượt ra ngoài tâm trí, vứt bỏ tâm trí, chấm dứt với tâm trí. Và bằng cách nào? Làm thế nào để đạt được trạng thái này?

Quán chiếu mọi vọng tưởng,

Đây là căn bản thứ nhất. Nên nhớ, đức Phật không có ý nói 'quán chiếu - reflect' là chiêm nghiệm, suy nghĩ. Không, với *quán chiếu* ngài thực sự ngụ ý là *phản ánh* – như tấm gương soi. Tấm gương phản ánh; nó phản chiếu bất cứ vật gì trước mặt nó. Nó không suy nghĩ gì về, cũng như không chiêm niệm tới vật đối diện nó, mà chỉ đơn giản phản chiếu. Khi vật đó đi khỏi tầm phản chiếu, hình ảnh của nó cũng biến mất.

Đây phải là pháp hành căn bản: *quán chiếu vạn pháp*, và khi chúng biến mất thì hãy để chúng mất đi, đừng nên cứ mãi cưu mang quá khứ. Phải nhớ luôn luôn giữ thái độ của tấm gương và đừng trở thành một thứ âm bản. Âm bản cũng phản ánh, nhưng bám giữ rồi trở nên bị dính cứng với, và mang luôn vết tích của cái nó phản chiếu. Còn tấm gương thì luôn tinh khiết, nó không vướng dấu vết cái nó phản chiếu; nó không trở nên đẹp đẽ hay xấu xí bởi vật hiện trước mặt nó.

Người tầm đạo cũng phải hành xử như vậy. Khi thành công, hãy quán chiếu chứ đừng bám víu vào thành quả; khi thất bại, hãy quán chiếu chứ đừng để bị chao đảo bởi sự bất thành. Khi ở lâu đài, hãy quán chiếu lâu đài; khi ở lều tranh, hãy quán chiếu lều tranh; đừng bám níu dù đấy là lâu đài cung điện hay chòi tranh vách lá. Hãy để mọi thứ đến rồi đi, và bạn đơn giản chỉ là tấm gương phản ánh.

Với thái độ sống tự nhiên như tấm gương soi thì bạn không thể mang theo quá khứ bên mình. Do đó bạn sẽ luôn tươi mát, luôn trẻ trung, và luôn ở trong tiến trình tái sinh tương tục; mỗi khoảnh khắc bạn sẽ giống như vừa mới được sinh ra. Chúng ta trở nên già cỗi… tôi không nói về mặt tuổi tác thể chất, nhưng nói về phương diện tuổi tác tâm lý; trở nên quá già chỉ vì lý do đơn giản là chúng ta cứ mãi góp nhặt quá khứ.

Bạn vẫn còn tích chứa trong lòng những chuyện xảy ra ba mươi năm về trước. Ai đó lăng mạ bạn và vết thương ấy vẫn còn hằn dấu, bạn vẫn còn ý muốn trả thù. Năm mươi năm trước, bạn là người giàu có hay nghèo đói, nhưng mãi đến hôm nay bạn vẫn chưa quên.

Đấy là lý do tại sao bạn thấy thế giới đầy dẫy những người khốn khổ. Họ đến từ đâu? Những người nghèo nàn này dù đã trở nên giàu có nhưng vẫn còn bám dính vào quá khứ nghèo đói của họ. Chỉ sở hữu vật chất ngoài mặt, nhưng sâu bên trong họ rất nghèo nàn; họ không thể đoạn lìa cái khốn khó xa xưa của họ – họ không thể từ biệt quá khứ. Họ cứ đeo mang ký ức về cuộc đời túng thiếu của mình, và việc này trở thành thói quen, trở thành bản tính thứ hai của họ. Vì thế họ bám cứng vào tiền của, chứ không thể xài phí, không thể tiêu pha đồng tiền của họ.

Tôi biết một người có tối thiểu cũng mười tòa nhà và kiếm được nhiều tiền, nhưng lại sống trong một căn nhà ổ chuột. Tất cả các tòa nhà to đẹp của ông đều được cho mướn và ông sống một mình không vợ không con trong một lỗ đen bẩn thỉu.

Lý do tôi quen ông ấy vì là nơi tôi ở lúc trước, tôi có thể tiên đoán được, ít nhất khoảng hai trăm thước, mỗi khi ông cỡi xe đạp đi ngang qua, chiếc xe chắc phải có từ thời Adam và Eve. Chiếc xe tạo ra tiếng động cót két đến độ khiến tôi phải để ý đến chủ nhân của nó.

Tôi hỏi láng giềng, "Người đàn ông đó là ai vậy?" và họ cho biết, "Hắn là người giàu nhất trong phố này. Dù xe chẳng có đến cái thắng, nhưng nếu bảo mua chiếc mới thì hắn sẽ không chịu, bởi nó có lợi điểm là vất đâu cũng được, chẳng ai thèm ăn cắp! Ai lấy trộm nó ư? Nếu có người ăn trộm xe này thì cả phố đều biết là ai, vì nó gây ra quá nhiều tiếng động!"

Tôi nói tôi muốn làm quen với người đàn ông này, và tôi hỏi ông ta khi gặp mặt, "Tại sao ông lại sống một cách thê thảm như thế trong lúc có thể sống trong một tòa nhà xinh đẹp? Ông có đủ tiền, có nhiều hơn ông cần, hơn nữa, khi chết đi cũng không có người nào khác thừa hưởng mọi thứ ông đã dành dụm này."

Ông ta trả lời, "Tôi cũng biết thế, nhưng chẳng hiểu tại sao tôi không thể xài phí được. Không thể làm chuyện này được. Một khi kiếm được tiền, vấn đề khó khăn nhất đối với tôi là chi tiêu nó. Tôi cũng cảm thấy điều này và tự hỏi mình đang làm gì cho bản thân? Nhưng tôi đã sống trong nghèo đói, cha mẹ tôi mất lúc tôi còn nhỏ; tôi đã từng làm ăn mày, dần dần kiếm được ít tiền. Tôi cờ bạc, làm đủ hết mọi nghề, và cái bản chất nghèo túng đó vẫn còn trong tôi – tôi vẫn là một người mồ côi. Tôi là kẻ nghèo nhất thành phố này chứ không giàu có gì."

Tôi có thể nhìn thấy những giọt lệ trong đôi mắt ông. Đấy là điều xảy đến cho nhiều người.

Chỉ cần quan sát tâm trí của mình là bạn sẽ thấy một chuỗi dài của những sự kiện quá khứ xa thật xa đến tận thời gian bạn mới chừng ba bốn tuổi. Và tất cả những ký ức đó đã được gom góp lại thành một khối nặng nề trong tiềm thức của bạn.

Phật dạy: Nếu muốn thanh tịnh tâm ý thì điều đầu tiên phải học là nghệ thuật quán chiếu. Chỉ cần quán chiếu và đi tới. Vâng, hãy sống một cách toàn vẹn từng khoảnh khắc một; phản ánh bất kỳ hiện thể gì rồi để nó đi qua. Đừng chấp thủ, để bạn vẫn luôn còn thuần khiết, hồn nhiên, rỗng rang, lúc nào cũng sẵn sàng đón nhận kinh nghiệm mới.

Chính vì quá khứ của mình mà bạn không thể kinh nghiệm hiện tại; quá khứ của bạn làm méo mó mọi thứ. Vì ôm giữ quá khứ nên bạn cứ luôn nóng lòng về tương lai, vì không muốn lặp lại lỗi lầm cũ và muốn tái hưởng mọi lạc thú quá khứ nhiều lần trong tương lai. Thế nên tương lai của bạn chẳng gì khác hơn là quá khứ được điều chỉnh: mọi đau đớn được xóa bỏ và mọi lạc thú được nhân lên. Giữa quá khứ và tương lai của bạn là hiện tại, nhỏ nhưng rất thực. Giữa hai cái phi thực, bạn đang hủy diệt cái thực hữu. Nếu bạn học được cách quán chiếu thì quá khứ cũng như tương lai đều không còn thích hợp, chỉ hiện tại là thích đáng nhất.

Hãy hiện diện trong hiện tại – đấy là ý nghĩa của quán chiếu.

Và pháp thứ hai để thanh tịnh tâm ý, Phật dạy:

Quan sát chư pháp hành.

Bạn sẽ làm gì khi quán chiếu? Bạn không phải là vật chết, không giống như tấm gương soi. Hãy hành xử như tấm gương, nhưng bạn không thể như người chết vì bạn còn đang sống. Vậy bạn sẽ làm gì? *Quan sát chư pháp hành.*

Bạn suy nghĩ, bạn tưởng tượng, nhưng chưa bao giờ quan sát. Quan sát là một tiến trình hoàn toàn khác. Quan sát nghĩa là bạn không có thái độ thích hay không thích; bạn không kết tội hay tán thưởng bất cứ sự việc nào, mà chỉ đơn giản ngắm nhìn một cách tỉnh thức và cảnh giác, chứ không bất động như tấm gương soi. Bạn ý thức mình đang quan sát chuyện gì đang xảy ra.

Khi nhìn đóa hoa hồng, bạn chỉ phản ánh và quan sát nó. Bạn không bình phẩm về đóa hoa, không chen ngôn ngữ vào giữa bạn và đóa hoa vì mọi từ ngữ đều vô ích. Khi đang đối diện với thực thể của cái bông thì cớ gì phải đưa chữ nghĩa vào làm gì? Tại sao lại đi hủy diệt thực tại của đóa hoa hồng bằng những lý giải thuộc về quá khứ. Có lẽ bạn trích dẫn những bài thơ từ các đại thi hào, như Shelley và Yeats, nhưng làm như thế là bạn đang mang đến một rào cản giữa bạn và đóa hồng. Hãy để mắt bạn hoàn toàn rỗng rang, nhưng đừng lọt vào giấc ngủ. Hãy ngắm nhìn một cách im lặng như một nhân chứng.

Quan sát nghĩa là nhìn sự vật với thái độ không định giá, không kết luận tốt xấu – bởi không có gì tốt cũng chẳng có gì xấu, sự việc tự nó như thị.

Hoa hồng là hoa hồng, còn gai nhọn là gai nhọn; gai nhọn chả xấu và hoa hồng chưa hẳn tốt. Nếu con người biến mất khỏi mặt đất, thì hoa hồng lẫn gai nhọn vẫn tồn tại, nhưng sẽ không còn ai để bình phẩm chúng đẹp đẽ hay xấu xí. Chính tâm trí của chúng ta tạo nên những giá trị này, nhưng những định giá đó cứ luôn luôn thay đổi.

Mới chừng một trăm năm trước chẳng ai từng nghĩ đến việc trồng cây xương rồng trong nhà. Một thứ cây toàn những gai và gai, nếu bạn mang nó về trồng trong nhà, thế nào cũng bị người khác xem bạn như bị khùng điên hay có điều gì không ổn! Nhưng ngày nay, trồng hoa hồng trong nhà lại bị coi như là quá chính thống. Những người tiên tiến, thực sự có văn hóa, trồng xương rồng trong nhà, thậm chí còn dùng để trưng bày trong phòng ngủ của họ nữa – dù có độc tính và nguy hiểm, nhưng xương rồng thì hợp thời và hoa hồng đã lỗi thời. Thời trang luôn thay đổi.

Trong thế kỷ này, những thứ xấu xí đã trở thành đẹp đẽ và những thứ đẹp đẽ đã trở thành xấu xí. Picasso, một trong những họa sĩ vẽ tranh xấu nhất chưa từng có trên thế giới, được đánh giá cao! Nếu vẽ những bức tranh này chừng hai hay ba trăm năm trước, chắc người ta đã tống ông vào dưỡng trí viện vì bị xem là điên loạn quá mức, bởi thế giới của Michelangelo hoàn toàn khác, cách định giá hiện hành khác. Thế giới của Leonardo da Vinci lại là một thế giới đặc thù khác.

Thời trang cứ liên tục đổi thay, và con người thay đổi mỗi ngày. Kỳ thực, chẳng có gì tốt hay xấu, đẹp đẽ hay khó chịu. Tất cả đều lệ thuộc vào bạn; bất cứ thứ gì bạn khởi sự nghĩ là tốt, là đẹp đẽ thì nó trở thành tốt, thành đẹp đẽ. Một tu sĩ Kỳ Na giáo lõa thể đi trên đường được xem là vĩ đại bởi các tín đồ Kỳ Na, nhưng người khác thấy hơi tục tĩu. Nhiều lần việc này sinh ra phiền hà.

Cách đây vài hôm, trong một làng nọ có nổi lên cuộc bạo động vì một tu sĩ Kỳ Na lõa thể đi vào phố và những người không theo đạo Kỳ Na đã phản đối sự kiện khiếm nhã này. Họ nói, "Việc này gây ảnh hưởng xấu đến vợ và con gái của chúng tôi."

Tôi không chống lại sự lõa thể, cũng chẳng có thiện ý gì với các tu sĩ Kỳ Na trần truồng đi ngoài phố. Lý do của tôi hơi khác: trông họ xấu xí mất thẩm mỹ quá. Trừ phi có một thân thể đẹp, bạn không có quyền lõa thể trước công chúng. Tôi có thể chấp nhận Mahavira khỏa thân đi ngoài đường – tương truyền thân hình của ngài là một trong những nhân dáng đẹp nhất thế giới – và dường như điều này có thật vì tất cả mọi tôn tượng của ngài đều rất phương phi, cân đối. Nếu ngài di chuyển lõa lồ thì còn có thể hiểu được; dùng y phục để che đậy thân hình đẹp đẽ của ngài sẽ là việc không đúng. Nhưng các tín đồ của ngài lại cố ý phá hại thân thể của họ. Họ là những kẻ mắc bệnh khổ dâm: tự làm què quặt thân hình theo nhiều cách; tự làm cho mình thành xấu xí đến mức có thể được, bởi càng xấu xí chừng nào, họ càng được coi trọng chừng nấy. Thế nên, họ trở thành những bức tranh biếm họa, những nhân vật trong phim hoạt họa, chứ không còn là con người thực. Tốt hơn là nên che phủ họ lại trong bộ y phục đẹp đẽ.

Tốt xấu tùy thuộc vào tiêu chuẩn, vào mức đánh giá của bạn. Nhưng trong thực tại không có gì tốt hoặc xấu cả, bởi vạn pháp đơn giản như thị. Nếu bạn là chứng nhân thì không có vấn đề chọn lựa. Khi ấy ý thức phi chọn lựa khởi sinh bên trong bạn.

J. Krishnamurti luôn nói về trạng thái tâm thức này, thật ra, về căn bản, đấy là thông điệp của đức Phật. Những người theo Krishnamurti tưởng ông dạy điều gì đó rất nguyên thủy. Nhưng không đúng, nguồn gốc của nó chính là từ thông điệp của đức Phật, chứ chẳng phải là phát minh của Krishnamurti. Nhưng theo một khía cạnh khác thì điều này là nguyên bản của Krishnamurti, vì chính ông đã chứng nghiệm nó. Ông cũng biết được trạng thái này rõ ràng như Phật biết, nhưng không phải là điều mới lạ – không phải nguyên bản về mặt mới tinh, nhưng trên phương diện nó bắt nguồn từ trong bản thể của ông. Krishnamurti không lặp lại lời của Phật, đấy là sự thật; ông không bắt chước Phật, đấy cũng là sự thật. Ông chỉ đơn giản nói lên cái mà ông tri nhận. Nhưng chân lý mà ông biết cũng không khác với chân lý của Phật.

Thật ra, không có hai chân lý trên thế giới, thế nên tất cả chư vị giác ngộ trước sau đều biết cùng một chân lý duy nhất. Nhất định là ngôn ngữ của họ có khác và cách diễn tả của họ cũng không giống nhau. Hai mươi lăm thế kỷ đã trôi qua kể từ thời đức Phật; làm thế nào tôi có thể nói cùng một ngôn ngữ với ngài? Và làm sao ngài có thể nói ngôn ngữ tôi đang nói? Đấy là việc bất khả thể. Nhưng như những người theo Krishnamurti cứ tiếp tục xác nhận rằng lời giảng dạy này của ông là tuyệt đối nguyên bản mới tinh khôi, thì hoàn toàn vô lý. Trên căn bản, giáo nghĩa này cũng giống như của Phật: ý thức phi chọn lựa, bình đẳng tánh trí. Đấy là ý nghĩa của "quán chiếu" và "quan sát."

Hãy tỉnh thức nhưng đừng chọn lựa. Nếu lựa chọn, bạn sẽ mất sự quan sát. Nếu khởi sự bám víu – vì ngay lúc chọn lựa, bạn khởi lên ý chấp thủ – thì sự quán chiếu biến mất. Và một khi bạn thành tựu hai pháp môn đơn giản này: *quán chiếu và quan sát....*

Thì không còn trói buộc,
Thoát khỏi vòng khổ lụy.

Bài kinh giản dị này là đủ. Nếu bạn có thể thực hành chỉ hai pháp này – quán chiếu và quan sát – thì không cần phải làm gì khác. Bạn được tự do, không gì trói buộc bạn. Bạn thực sự giải thoát khỏi mọi triền phược, không còn sợi dây nào có thể ràng buộc được bạn. Tất cả mọi câu thúc đều là tưởng tượng; tưởng mình bị xiềng xích nên bạn ở trong cảnh nô lệ. Đấy là do ý tưởng của bạn.

Harvey Pincus, tay chơi sôi nổi bạt mạng ở công viên Prospect, lên ga thay vì phải xuống ga. Tỉnh dậy, đầy ngạc nhiên và mất tinh thần, sau ba ngày trong bệnh viện Bellevue, nơi anh bị bắt phải theo chương trình ăn kiêng nghiêm nhặt với trứng sống và hào trộn phôi lúa mì, được bày biện với gừng và giá đậu xanh.

Một tuần sau, những ham muốn tự nhiên của anh phục hồi và, sau khi bị các y tá bệnh viện Bellevue thuộc đủ thành phần tướng tá vóc dáng tuổi tác chủng tộc từ chối, anh đòi hỏi được xuất viện cấp tốc để có thể lại tiếp tục dung dăng "ngoài trời" trong khu vực công viên Prospect.

Không bao lâu, Pincus đối đầu với nhân viên tâm thần của bệnh viện, bác sĩ Siegel. Vị bác sĩ giải thích, "Trước khi chúng tôi cho anh xuất viện, anh phải thi bài trắc nghiệm Rohrshach."

Pincus khả nghi hỏi, "Là cái gì vậy?"

"Là một loại hiệu chuẩn cá nhân. Tôi chỉ đưa cho anh xem vài dấu mực và anh nói với tôi mỗi cái gợi cho anh ý gì."

"Thế thì làm liền đi."

Bác sĩ đưa cho anh bản thứ nhất. "Hình này mang đến cho anh ấn tượng gì?"

Mắt sáng lên khoái trá, anh nhanh nhầu trả lời, "Dễ ợt. Đấy là hông cô gái."

Bác sĩ đưa anh bản thứ hai, "Và bức này?"

"Bộ ngực phụ nữ, cũng rất hấp dẫn."

"Hùm... còn tấm này thì sao?"

"Quào, bác sĩ, cặp đùi tuyệt trần làm sao!"

Hiển nhiên là Siegel đã có quyết định về khuynh hướng của bệnh nhân mình rồi, nhưng để chắc ăn, ông vẫn đưa cho Pincus xem thêm chừng năm sáu bản nữa. Khi Pincus tiếp tục trả lời cứ như là tất cả các tấm ảnh từ đầu chí cuối đều mang biểu tượng tính dục, nhà tâm lý ngả người ra ghế rồi nêu lên chẩn đoán của ông.

Bằng giọng có chút gay gắt, ông bắt đầu nói, "Người bạn thân mến của tôi, trong trường hợp chưa người nào bảo bạn, bạn bị chứng ám ảnh bất thường về tính dục."

"Nghĩa là gì, nếu tôi có thể hỏi một cách đường đột?"

Siegel thẳng thừng giải thích, "Nghĩa là bạn có một đầu óc bẩn thỉu."

Pincus giận dữ la lớn, "Này, ông đang nói ai thế! Chính ông là người đưa cho tôi xem mấy cái hình tục tĩu đó, rồi bảo tôi có đầu óc bẩn thỉu!"

Cái mà bạn đang thấy trên thế gian này thực sự không hiện hữu, nhưng chỉ là sự phóng hiện của bạn. Chỉ có khả năng thấy được *chân thực giới* một khi tâm trí bạn học được cách im lặng, quan sát, quán chiếu. Khi ấy bạn sẽ biết được cái hiện thể; còn hiện giờ cái bạn biết không gì khác hơn là chính tâm trí bạn đang phóng chiếu lên màn hình của thế giới. Mọi thứ vận hành như tấm phông cho bạn và bạn cứ liên tục phóng chiếu ý niệm của mình lên đó; do đó mà có sự nhấn mạnh của Phật lên việc làm cho tâm trí tuyệt đối thanh tịnh.

Khi tâm trí thanh tịnh thì máy chiếu hình ngừng lại và màn hình trở nên trống không, khi ấy, lần đầu tiên bạn thấy được vẻ huy hoàng của hiện hữu. Khi ấy, lần đầu tiên bạn ý thức được sự lộng lẫy và phúc lạc và an bình đang dung nhiếp vạn pháp; khi ấy, bạn ý thức được thượng đế tính đang tràn ngập khắp mọi nơi. Khi ấy, mọi sự vật được biết trong sáng *như thị tướng* của nó chứ không còn bị bạn vo tròn bóp méo.

Thầy giảng nói với giáo đoàn của mình là có đến hơn bảy trăm loại tội lỗi khác nhau.

Ngày hôm sau, ông bị người ta tới tấp gửi thư và điện thoại hỏi xin bản kê khai bảy trăm tội lỗi – để biết cho chắc ăn là họ không bỏ lỡ bất cứ lỗi lầm nào.

Bạn nói về tội lỗi với mục đích làm cho người ta đừng phạm, nhưng điều họ nghe lại hoàn toàn khác hẳn. Họ bắt đầu cảm thấy mình đang bỏ lỡ điều gì đó: "Bảy trăm tội lỗi - Cứ tưởng tượng xem!" Và họ cũng cảm thấy, "Trời đất, tôi đã bỏ sót nhiều thế! Đến bảy trăm món mà tôi chưa hưởng được tới bảy món! Tôi sẽ hưởng vài ba món, rồi lại vài ba món... có đến bảy trăm thứ tội lận! Thật là phí cuộc đời!" Thậm chí bạn còn chưa biết hết tên của những tội lỗi này.

Người thư ký trực đêm khách sạn Algonquin rất đỗi ngạc nhiên khi thấy một người đàn ông mặt mày méo xẹo, chỉ mặc duy nhất chiếc quần lót, từ ngoài đường bước vào tiền sảnh. Người khách lạ loạng choạng bước tới quầy tiếp tân rồi đứng lại đó với tư thế lảo đảo choáng váng. Người thư ký hỏi, "Tôi có thể giúp gì cho ông?"

Người khách gần như lõa thể nói, "Tôi muốn được đưa lên lầu ba, phòng 302."

Viên thư ký gặng hỏi trong lúc nhìn vào sổ danh bạ thuê phòng, "Phòng 302? Xin lỗi ông, nhưng ông Oscar J. Levine của Toledo đã ở phòng này rồi. Giờ này quá khuya để đánh thức người khách!"

"Cũng như anh, tôi biết rõ bây giờ là mấy giờ," người khách say rượu ngắt lời. "Chỉ đưa tôi lên phòng 302 là đủ, không cần nói thêm nữa."

"Tốt, tên ông là gì?"

"Tôi là Oscar J. Levine, và cho anh biết là tôi vừa ngã ra ngoài cửa sổ!"

Hầu như mọi người đều đang ngủ mê, say xỉn với một ngàn lẻ một ham muốn. Không gì độc hại hơn ham muốn; và không những chỉ một, mà có rất nhiều nhiều ham muốn – ít nhất cũng đến bảy trăm thứ! Tất cả những tham ái này đang làm bạn nhiễm độc và không cho phép bạn thấy cái đang là. Bạn không thể thấy được cái đang là, cái hiện thể, trừ phi dừng lại mọi ham muốn.

Ham muốn tự nhiên biến mất nếu bạn trở nên im lặng, vì nó không thể phát triển trong một tâm trí thanh tịnh, nhưng sẽ tăng trưởng trong tâm trí vẩn đục, phóng dật, bối rối.

Phật dạy:

Dõng mãnh và kiên trì,
Để đi đến mục đích,
Giải thoát mọi tham ái.
Đã nhổ được gai nhọn.
Đây là thân cuối cùng.

Nếu có thể kiên trì để thành tựu pháp tĩnh lặng, quán chiếu, quan sát, thì bạn không còn yếu đuối nữa mà trở nên mạnh mẽ. Người sống trong tham ái luôn luôn cảm thấy yếu mềm bởi hàng ngàn ham muốn đang cùng lúc trì kéo họ về nhiều phương hướng khác nhau, khiến họ gần như rã rời ra từng mảnh nhỏ. Bằng cách nào đó họ ráng duy trì thân mạng để sống lê lết đoạn tháng qua ngày, dù chán chường mệt mỏi nhưng không biết làm gì hơn được, bởi mọi người khác đều sống giống như thế. Người ta đeo đuổi theo ham muốn, nhưng dường như không ai được thỏa mãn, không ai đạt tới mục đích nào, nhưng có gì khác để làm? Khi mọi người cùng chạy, thế là bạn khởi sự chạy theo. Đấy là tâm lý đám đông.

Là sannyasin, là người truy cầu chân lý, nghĩa là thoát ra khỏi thế giới của tâm lý đám đông, của trạng thái tâm lý băng nhóm. Trừ phi ý thức được rằng đám đông đang lôi kéo bạn về với nó và tự bước ra khỏi thế lực đó, bạn sẽ không bao giờ có khả năng tri nhận chân lý là gì, sẽ không bao giờ trở nên giác ngộ. Và *giác ngộ là tính bẩm sinh của bạn.*

Bạn dõng mãnh... nhưng ham muốn cứ tiếp tục làm bạn yếu đuối. Một khi tâm trí được tĩnh lặng bạn sẽ có khả năng nhìn thấy trạng thái này. Một trạng thái tĩnh lặng của bản thể mạnh mẽ đến độ bạn biết mình đã đi đến đích, đã được thành toàn. Người ta có được sự viên mãn không phải bằng vào việc thành đạt điều gì đó trong thế giới bên ngoài, nhưng bằng sự chạm đến cốt lõi trong cùng nhất của chính bản thể họ: nơi mà chúa Jesus gọi là vương quốc của Thượng Đế, nơi đức Phật gọi là nirvana – niết bàn, nơi mà Mahavira gọi là moksha – giải thoát.

Khi đã chạm đến cốt lõi trong cùng nhất của bản thể, hốt nhiên bạn ý thức được rằng tất cả những điều mình từng ham muốn đều vô ích, và cái thực sự cần thiết, cái dưỡng chất đích thực cho mình, đang chờ đợi bên trong. Bạn phải hướng vào bên trong, chứ không phải bên ngoài, để tìm kiếm chân lý. Hướng ngoại, bạn có thể trở thành đại đế A Lịch Sơn, có thể chinh phục toàn thế giới, nhưng sẽ chết với hai bàn tay không. Thế nên đừng bị phiền hà với mấy thứ vô nghĩa đó. Hãy là một vị phật, chứ đừng làm một A Lịch Sơn!

Phật có nghĩa là người đã thấy ra chân lý của mình và tự tại, hoàn toàn hài lòng với hiện tại. *Giải thoát mọi tham ái. Đã nhổ được gai nhọn. Đây là thân cuối cùng.* Nếu có thể tự do khỏi đam mê và ham muốn…

Đam mê là trạng thái của cơn sốt, là trạng thái nóng. Chúng ta chỉ biết có hai trạng thái: hoặc quá nóng, đam mê, hoặc quá lạnh, đối nghịch đam mê. Nếu yêu, bạn trở nên rất nóng; nếu ghét, bạn trở nên quá lạnh. Và đích xác ở giữa hai thái cực này là điểm bạn phải dừng lại. Đấy là điểm không nóng cũng chẳng lạnh; nó siêu việt cả hai nên rất mát mẻ. Và khi ở trong trạng thái thật sự thoáng mát, thanh tịnh, bình an, thì những điều huyền diệu sẽ mở cửa của chúng cho bạn. Một người bị sốt, người ở trong trạng thái đam mê, hầu như bị mù lòa.

Vừa về nhà sau chuyến đi công tác xa, Feinberg được vợ lạnh lùng báo cho biết cô đã ngoại tình trong lúc anh vắng nhà.

Feinberg hét to, "Ai thế? Có phải thằng Goldberg không?"

"Không, không phải Goldberg."

"Vậy có phải thằng cộng sự bỉ ổi, cái thằng bất lương Levy không?"

"Không, không phải Levy."

"Tôi biết rồi, chắc là thằng con hoang Shapiro!"

"Không, không phải Shapiro."

Feinberg vừa trợn mắt nhìn vợ vừa sủa, "Vấn đề gì đây? Không thằng bạn nào của tôi đủ tốt cho bà sao?"

Người ta sống… không thực sự đang sống mà chỉ di động một cách máy móc, đều là nạn nhân của những năng lực mù quáng. Khi dục tính sở hữu bạn, bạn không còn là chủ nhân nữa. Khi bị tham, sân, si, hoặc ganh tị chiếm hữu, bạn không còn làm chủ chính mình mà đang bị lôi kéo đi. Và điều lạ lùng là bạn cứ để cho việc này xảy ra, chứ không cảm thấy bị xúc phạm hoặc sỉ nhục! Mỗi bản năng đều làm cho bạn thành nô lệ, nhưng không những bạn chỉ tha thứ cho tình trạng nô lệ này, mà trái lại, bạn còn thích thú với nó nữa, còn nghĩ cuộc đời là như thế. Nhưng thực trạng ấy không phải đời sống bạn đang sống, mà là những phản ứng thuộc sinh học, sinh lý, hóa học. Sống theo ảnh hưởng của bản năng là hoàn toàn không sống chút nào.

Đời sống chỉ bắt đầu khi bạn vươn lên khỏi thế lực của bản năng. Và cách để vươn lên là *quán chiếu, quan sát*, và bạn sẽ lập tức biết được: *Thì không còn trói buộc, Thoát khỏi vòng khổ lụy*. Bạn là chủ nhân của chính mình. Trong sự quan sát toàn diện của bạn, độc chất dần dần biến mất, vì người có tính quan sát thì không thể bị cơn sốt ái dục hành hạ.

Tham ái bao giờ cũng dẫn dắt bạn về hướng tương lai. Ham muốn nghĩa là tương lai; nó chỉ có thể xảy ra trong tương lai. Thế nên bạn cứ luôn mong ngóng tới tương lai, trong khi dòng thời gian đang trôi qua. Nhưng ngày mai không bao giờ đến; nó không thể đến bởi chính bản chất của sự vật. Vậy cả đời của bạn chỉ là sự chờ đợi cho cái gì không có – chờ đợi Godot[1]! Và Godot không bao giờ xuất hiện, kỳ thực, chẳng ai biết ông Godot này là ai.

Nhưng chúng ta cứ miệt mài chờ đợi hạnh phúc xảy ra vào một ngày nào đó, trong khi vẫn biết điều đó chưa hề xảy đến với bất cứ người nào. Nó đã không xảy ra cho cha, cho ông, cho những người hàng xóm, của bạn. Bạn có thể nhìn gương mặt của mọi người chung quanh: điều đó không xảy ra. Bạn không thấy nét rạng rỡ, không thấy sự mãn nguyện trong mắt họ, không thấy niềm vui trên mặt họ. Bạn chỉ thấy một nỗ lực vô vọng để đạt được mục đích nào đó, thứ mà chính họ cũng còn chưa thực sự ý thức được, chưa biết được chính xác là gì, và liệu nó khả hữu hay không. Nhưng họ cứ tiếp tục ráo riết chạy theo cuộc truy lùng – và cứ tiếp tục hủy hoại đời sống của chính họ.

> Đứa cháu gái lãng mạn hỏi bà, "Bà ơi, ông bà cưới nhau bao lâu rồi?"
> Bà già trả lời, "Bốn mươi chín năm rồi cháu à."
> Con bé thở dài, "A, chắc ông bà phải có một cuộc sống tốt đẹp. Và con đoán là bà không bao giờ nghĩ đến chuyện ly dị."
> "Thế này, ly dị thì không, nhưng ý muốn giết người thì có!"

Thử hỏi mấy người già xem họ đã sở đắc gì, đã từng làm được việc gì. Và nếu thành thật đàng hoàng, họ sẽ không nói với bạn chuyện nào khác hơn là "Cuộc đời chỉ giống như chuyện tào lao do thằng ngốc kể lại, đầy những bực bội và ồn ào, chẳng nghĩa lý chi cả. Rồi bây giờ cái chết đến, và mọi thứ chấm dứt." Nhưng với thiền giả thì cái chết không phải điểm chấm dứt, nhưng là khởi điểm cho một đời sống mới.

---

1 *Waiting For Godot* – là vở kịch của Samuel Beckett, nhà văn đoạt giải Nobel.

Phật nói: *Đây là thân cuối cùng.* Nếu đã thanh tịnh được tâm trí, nếu đã giải thoát khỏi ham muốn và đam mê, thì *Đây là thân cuối cùng.* Bây giờ bạn sẽ được sinh vào trong cõi vô sắc giới, sẽ là thành phần của đời sống vô hình, của đời sống bất diệt không còn sinh tử.

Thân xác là một giới hạn, nó giam hãm bạn. Bạn là tâm thức vô giới hạn, nhưng bị thân xác ép buộc vào bên trong một hang hố nhỏ hẹp tối đen. Sống trong hang động tăm tối, đương nhiên bạn sẽ bị khốn khổ, vì cái bao la của bạn, bằng cách nào đó, bị bắt buộc phải sống trong một không gian chật chội. Nhưng, chính bạn, chứ không ai khác đang tiếp tục làm công việc này, bởi mỗi lần chết là mỗi lần bạn mang theo ham muốn. Những ham muốn ấy mang bạn trở vào một bào thai mới, một thân xác mới.

Nếu bạn có thể không còn tham ái khi chết, thì không còn sự sinh trở lại nữa. Bất sinh thì bất lão, bất tử; khi không có sinh thì cũng không có thời gian. Bạn vượt qua thời gian để sống trong cõi vĩnh hằng, bạn trở thành phi phàm. Đấy là điều đức Phật ngụ ý trong chữ thượng đế tính – *Bhagavata* – Thế Tôn.

Là bậc đại trí giả.

Trí tuệ phát triển qua tâm trí thanh tịnh, không phải qua kiến thức hay tích lũy nhiều thông tin. Bạn *Là bậc đại trí giả…* bằng không, bạn chỉ biết toàn những từ ngữ cạn cợt, vô nghĩa. Vâng, bạn có thể tích chứa nhiều kiến thức; bạn có thể biết kinh Vedas và Koran và Gita và Thánh Kinh và có thể lặp lại chúng, nhưng bạn sẽ chẳng thực sự hiểu biết chút nào. Trái lại, còn có nhiều khả tính là bạn sẽ hiểu lầm. Từ đâu bạn sẽ có góc nhìn đúng để hiểu những kinh sách đó? Với tâm trí bị ái dục làm cho rối ren mờ mịt của bạn thì làm thế nào bạn sẽ hiểu được Áo Nghĩa Thư, được kinh Koran? Không thể được. Các kinh sách này đến từ những bậc đã siêu việt thân xác; nên trừ phi đạt được trạng thái ấy, bạn mới có thể hiểu được chúng. Bạn chỉ có thể hiểu được cái mà bạn đã kinh nghiệm qua.

Nhưng những người có nhiều kiến thức không những chỉ lừa dối người khác, mà còn lường gạt luôn chính mình – có thể trong cách không chủ tâm, không cố ý. Nếu cả đời cứ tiếp tục giả vờ hiểu biết để đi lừa lọc người khác, thì dần dần bạn cũng khởi sự cả tin những cái giả mạo của chính mình. Bạn quên rằng mình không biết, thực ra, bạn không muốn nhớ đến thực kiện này. Ai lại muốn biết "Mình ngu dốt" chứ? Mọi người đều muốn cảm thấy mình biết.

Thử hỏi bất cứ người nào về Thượng Đế và rất hiếm khi gặp được một người dám nói, "Tôi không biết." Rất ít khi… gần như không có. Nhiều người sẽ nói, "Vâng, có Thượng Đế, Thượng Đế hiện hữu." Và họ sẵn sàng cãi cọ đánh nhau, giết chết hay bị giết, vì điều gì đó mà họ hoàn toàn chẳng biết. Hoặc cũng có một số người sẽ nói, "Không, chẳng có Thượng Đế." Nhưng sẽ khó gặp người nói, "Tôi không biết" – và đấy là người thực sự có tính tôn giáo.

Người có quan niệm *bất khả tri* (agnostic) là người tôn giáo đích thực – không hữu thần cũng không vô thần. Người tin mà không biết, cũng hệt như người không tin mà không biết, cả hai đều đang lừa dối. Nhưng tôi không nghi ngờ sự thành thật của họ, vì có lẽ họ nghĩ… hoặc có lẽ họ tuyệt đối bị thuyết phục rằng mình biết. Nếu bạn hỏi thêm những thắc mắc về Thượng Đế thì họ sẽ phải sáng chế ra những câu trả lời, bởi trên căn bản, họ đã chấp nhận rằng họ biết vấn đề này.

Hỏi họ Thượng Đế có bao nhiêu đầu, họ sẽ trả lời là ba hay bốn, và sẽ lập luận nhiều thứ vô lý. Họ sẽ nói Thượng Đế có bốn đầu vì có bốn hướng và ngài phải nhìn tất cả các hướng, hoặc ba đầu vì có ba chiều và ngài phải xem xét cả ba. Ngài có bao nhiêu tay? Một số sẽ nói ngài có một ngàn tay, bởi chỉ một mình mà phải làm nhiều công việc để tạo ra thế giới cũng như quán xuyến toàn bộ công cuộc làm ăn này. Một ngàn tay… hai tay không đủ để làm. Bạn nghĩ một ngàn tay sẽ đủ sức điều khiển cái vũ trụ bao la này không? Bạn nghĩ bốn đầu sẽ đủ để nhìn thấy khắp mọi nơi không?

Nhưng người ta cứ sáng chế ra câu trả lời. Bạn nêu thắc mắc là họ sáng tác – phải làm như thế vì họ không thể chấp nhận một điều, là mình không biết.

Cô gái có mái tóc hoàng kim đưa con chó cưng tới bác sĩ thú y và được khuyên nên mua loại kem Nair để làm rụng bớt đám lông mọc thừa xung quanh mắt và tai của con chó Schnauzer[2].

Cô vào tiệm thuốc tây để hỏi mua kem rụng lông.

Dược sĩ căn dặn, "Sử dụng nguyên chất cho lông chân, nhưng pha loãng phân nửa khi dùng ở nách."

"A, nhưng tôi muốn dùng nó cho Schnauzer của tôi."

"Trong trường hợp này thì tốt hơn là cô nên dùng một phần tư thôi, và tôi khuyên cô đừng nên chạy xe Honda trong vòng vài tuần lễ."

Bậc thông thái không dám hỏi, "Schnauzer là gì?" vì như thế sẽ lộ ra cái dốt của mình, điều mà họ chẳng hề muốn cho người khác thấy. Đôi khi người có kiến thức phạm phải những lỗi lầm ngu xuẩn mà người ngu dốt không bao giờ phạm, vì người dốt nát lúc nào cũng có thể hỏi cái đó là gì – "Tôi không biết." Nhưng người thông thái không thể làm được việc này; họ không thể thốt lên ba tiếng: "Tôi không biết." Nếu nói được "Tôi không biết" là bạn đã bước được

---

2   Schnauzer – tên một giống chó.

một trong những bước xa nhất tiến về hướng chân tri kiến, về hướng trí tuệ.

Phật dạy: Khi tâm trí thanh tịnh, tĩnh lặng, bạn là bậc đại trí. Với trí tuệ, ngài không ngụ ý hiểu biết nhiều, ý của ngài là thơ ngây. Kiến thức đến từ bên ngoài, trí tuệ sinh khởi từ nội tâm; kiến thức tạo nên tiếng ồn, trí tuệ mang lại im lặng càng sâu lắng hơn. Người có trí tuệ dần dần đạt đến trạng thái tuyệt đối im lặng. Ngay cả khi nói, lời nói của họ cũng mang theo hương vị trầm mặc, hương vị của âm nhạc vô thanh.

Với trí tuệ, ngài ngụ ý không gò bó, hồn nhiên như trẻ thơ với đôi mắt đầy ngạc nhiên. Với đôi mắt ngạc nhiên thảng thốt, bạn có thể nhìn thấy nét đẹp huy hoàng của vạn hữu bao quanh bạn. Nhưng với cặp mắt đầy kiến thức thì không thể thấy được, vì bạn đã có sẵn giải thích cho mọi thứ – và giải thích chỉ giúp bạn thanh minh thanh nga cho sự vô mình của mình, chứ chẳng là gì khác.

Nhưng những người thông thái đã từng 'làm ăn' rất thuận lợi, và đã chi phối nhân loại quá lâu; đấy là niềm vui thương mại của họ.

Bệnh nhân mới nói, "Bác sĩ, tôi có vấn đề."
Bác sĩ trả lời với nụ cười trơ tráo, "Tất cả chúng ta đều có vấn đề mà."
"Vấn đề là tôi bị nhức nửa bên đầu mỗi khi nghĩ đến bà vợ nhà; bị nổi ban đỏ mỗi khi nghĩ đến việc làm; bị đổ mồ hôi lạnh mỗi khi nghĩ tới trương mục trong ngân hàng. Nói về phiền toái đi! Bạn hiền, tôi có đủ hết!"
Bác sĩ tâm thần gật đầu, "Mỗi vấn đề đều có cách giải quyết cả, dĩ nhiên tôi hiểu rành rọt bệnh của anh. Anh cần một trăm lần điều trị, mỗi lần tốn hai mươi lăm đô la."
Bệnh nhân cố nén, "Tốt, bác sĩ, việc đó giải quyết vấn đề của ông. Còn của tôi thì sao?"

Những kẻ thông thái đang làm ăn phát đạt. Nhóm giáo sĩ, giáo sư, luận sư, học giả, nhà thần học, đều đang kinh doanh thuận lợi. Chẳng biết chút gì về Thượng Đế, ngay cả còn chẳng biết tí tẹo nào về bản thân, vậy mà họ cứ huênh hoang về những vấn đề vĩ đại và những giải pháp siêu tuyệt. Họ nói về siêu hình học, về triết học; và họ có những giải đáp được chuẩn bị sẵn cho mọi vấn đề.

Coi chừng những người này! Họ ở khắp nơi, trong nhà thờ, trong đền thờ, trong chùa, trong trường đại học; ở đâu bạn cũng gặp họ. Nên cẩn thận với họ. Họ là những người không bao giờ để cho nhân loại trở nên có trí tuệ, bởi một khi nhân loại có trí tuệ thì cũng là lúc nghề nghiệp của họ chấm dứt.

Là bậc đại trí giả,
Đoạn tận ái hữu thủ.
Thấu triệt mọi pháp ngữ,
Nên biện tài vô ngại.
Tâm an vô sở cầu.

Phật dạy: Khi bạn có được trí tuệ... không phải kiến thức, không phải chứa góp nhiều thông tin, nhưng là lúc thiền định tỏa ra hương thơm nội tại, khi nội tâm của bạn trở thành đóa hoa sen bùng nở, thì khi ấy bạn mới có khả năng hiểu được pháp ngữ của chư giác giả, chứ không phải trước đó. Đừng phí thời giờ với Gita và Koran và Gurugrantha[3], trừ phi bạn chứng nghiệm trong thiền định.

Một khi biết được tự thể, khi trong im lặng sâu lắng bạn đối mặt với chính mình, khi ấy, đương nhiên, kinh điển vô cùng tốt đẹp. Lúc ấy, bạn sẽ có khả năng hiểu biết vì bạn đang đứng cùng một vị trí, có cùng một thị kiến, với chư giác giả. Bấy giờ kinh sách sẽ trở thành người chứng cho bạn, sẽ làm chứng cho bạn. Khi tự mình tri kiến được điều gì đó, thì

---

3 Guru Grantha – 'Sách của các Bậc Thầy'. Kinh của người theo đạo Sikh.

lúc đọc Gita hay Koran, đột nhiên bạn bắt gặp một chữ một câu một đoạn nói lên đích xác cái mà bạn đã trải nghiệm, và ý nghĩa tức thì hiển lộ.

Ý nghĩa phải đến trước với bạn qua chứng nghiệm, chỉ khi ấy bạn mới có thể hiểu được những lời thâm mật của chư phật. Trong thế gian này, chúng ta thậm chí còn chưa hiểu nổi lời lẽ của những người chưa giác ngộ. Bạn có thể nhìn thấy thực kiện này đang xảy ra bất kỳ ở đâu.

Thử nói chuyện với vợ là bạn sẽ biết ngay; cả hai cùng nói một thứ ngôn ngữ, nhưng không thể có cuộc hội thoại. Bạn nói một đằng, bà xã nghe một nẻo; nếu cố giải thích ý của bạn thì nàng lại càng đi xa hơn. Ngược lại, khi nàng cố giải thích vấn đề gì đó cho bạn, bạn nhảy ngay tới một kết luận khác. Dường như không thể có cuộc đàm thoại, vì cả hai đều ở trong trạng thái điên khùng; cả hai đều chứa đầy ắp định kiến đến mức hễ bên kia vừa nêu lên câu gì đó, là bên này đã sẵn sàng kết luận ngay ngụ ý người kia muốn nói.

Không ai thèm lắng nghe người khác nói. Ngay cả nếu có người giả bộ im lặng nghe bạn nói, họ cũng chẳng nghe được gì, bởi trong đầu họ đang bận suy nghĩ về một ngàn lẻ một thứ khác. Họ chuẩn bị trong lúc bạn nói, nên khi bạn vừa dứt lời là họ lập tức nhào vô để nói chỏi lại với bạn.

Đi ngang qua nhà thờ Beth Yisroel trong thành phố Staten Island lúc mới sáng sớm, đệ tử lưu linh để ý một tấm bảng đề chữ: "Nhấn Chuông Gọi Người Kéo Chuông." Hắn ta làm theo bảng chỉ dẫn, và một ông già ngáy ngủ bước ra cửa.

Ông già có nhiệm vụ kéo chuông cáu kỉnh hỏi, "Mày muốn giống gì vào giờ này?"

Gã say rượu nhìn ông già chừng hai mươi giây rồi hỏi vặn lại, "Tôi muốn biết tại sao ông không thể tự mình nhấn cái chuông tào lao này chứ?"

Người ta nhất định phải hiểu theo ý của họ.

Anh thợ may Tannenbaum đã dành dụm được một số tiền trong nhiều năm để làm một chuyến du lịch bằng du thuyền vùng biển Caribbean cho thỏa mộng. Nhưng anh không tính đến chuyện bị say sóng khi đi tàu. Đến ngày thứ hai sau khi tàu rời bến, vị thuyền trưởng để ý thấy anh mặt mày xanh mét đang đứng tựa lan can tàu.

Thuyền trưởng lịch sự bảo, "Xin lỗi ông, ông không thể say ở đây."

Tannenbaum trả lời, "Không à? Xem nè!"

**

Thầy giảng Longbleibt của nhà thờ Far Rockway rất xứng đáng với danh tiếng là người giảng dài dòng. Đặc biệt trong buổi lễ ngày thứ bảy này, ông làm rất đúng thủ tục với chủ đề là "Các nhà tiên tri trong Kinh Thánh."

Sau khi diễn giảng chừng hơn nửa tiếng đồng hồ, ông nói thêm, "Nãy giờ chúng ta đã phân phối các nhà tiên tri chính; tiếp đến sẽ là các nhà tiên tri phụ. Này các bạn thân mến, các bạn sẽ ấn định vị trí nào cho họ?"

Từ hàng ghế cuối phòng, một người lạ với vẻ mặt chán chường đứng dậy quơ tay chỉ chỗ ngồi nơi hắn ta mới vừa đứng lên, "Một vị trong số họ có thể ngồi vào chỗ của tôi!"

Thậm chí chưa chắc hiểu được những người giông giống như bạn, còn nói gì đến chư phật? Chư vị thuyết giảng từ trên đỉnh cao rực nắng, trong khi bạn đang sống dưới thung lũng tối mù. Khi lời nói của các ngài chạm đến tai bạn thì chúng không còn nguyên ngữ nữa, vì đã có sự diễn dịch xảy ra khi bạn nghe. Tâm trí bạn đã tô son vẽ phấn những lời đó bằng màu sắc riêng của nó.

Phật dạy: Bây giờ *Là bậc đại trí giả, Đoạn tận ái hữu thủ*. Đấy là dấu hiệu của trí huệ: tự do khỏi ham muốn. Chỉ những kẻ phàm phu mới ham muốn, còn bậc trí giả sống và sống một cách hoan hỷ, nhưng không tham ái và bám thủ. Hoặc bạn có thể ham muốn, hoặc bạn có thể sống trọn vẹn, chứ không thể có cả hai trạng thái cùng lúc. Nếu còn ái dục, bạn trì hoãn cuộc sống; nếu sống trọn vẹn thì ai bận tâm đến ham muốn làm gì? Hôm nay đã tự đầy đủ cho chính nó rồi.

*… Thấu triệt mọi pháp ngữ,
Khế hợp chúng với nhau.*

Đây là một kệ ngôn tuyệt vời. Phật nói: Pháp ngữ của chư giác giả phải được hiểu theo cách đặc biệt vì chúng được đan kết nhau theo cách đặc biệt. Giữa hai lời là sự im lặng, và chính khoảng im lặng này là *vết chỉ đường may*[4]. Bạn phải đọc giữa các dòng chữ; nếu chỉ hiểu được dòng chữ thì bạn sẽ bỏ lỡ toàn bộ trọng điểm. Bạn phải đọc giữa các dòng, giữa các chữ, và luôn cả khoảng im lặng, khoảng ngắt của từng câu. Do đó, hiểu vị phật sống dễ hơn là hiểu vị đã chết, vì với vị phật sống, bạn có thể kinh nghiệm khi ngài dừng nói, thời đoạn ngài nói, khi giữa hai lời bỗng dưng có một khoảng cách, khoảng nghỉ – những đặc điểm này còn dung chứa nhiều điều thâm mật hơn là bản thân những chữ, những lời rất nhiều.

… Khế hợp chúng với nhau.

Và không còn ham muốn. Một khi đã đạt được trạng thái tĩnh lặng và liễu tri pháp ngữ của bậc giác ngộ, thì bạn còn muốn gì nữa? Bạn đã lãnh hội rồi, đã hưởng trọn cái kho tàng vô tận rồi. Bạn đã trở thành một ông vua.

---

4 Danh từ 'Kinh' được dịch từ chữ 'Sutra' tiếng Phạn còn có nghĩa là "sợi chỉ". Kinh điển theo truyền thống cổ, cố gắng 'dệt, giống như sợi chỉ' những mặt nghĩa vào trong một vài chữ hay âm.

> *Đã chiến thắng huy hoàng,*
> *Đã tri kiến chân lý,*
> *Trong cõi giới thanh tịnh,*
> *Hằng quy phục vạn pháp.*

Trong trạng thái tĩnh mặc, vạn pháp là của bạn; hốt nhiên bạn chiến thắng một cuộc chiến mà bạn đã bỏ ra cả đời, có lẽ nhiều kiếp, tranh đấu. Và bạn giành được thắng lợi không cần chiến đấu bởi nó đã là của bạn từ lúc khởi đầu, nhưng vì chưa bao giờ nhìn vào bên trong nên không thấy. Bạn không phải là kẻ ăn mày, không ai cả, vì mỗi người được sinh ra đều đã là một ông vua. Thật ra, nhìn ra ngoài, nghĩa là trở thành tên ăn xin, còn nhìn vào trong nghĩa là trở thành vị hoàng đế.

Đã chiến thắng huy hoàng, Đã tri kiến chân lý…. Bây giờ thì một loại hiểu biết mới hoàn toàn khác với cái đã được biết xảy ra với bạn. Hiểu biết này không đến từ bên ngoài, nhưng đang sinh khởi từ nội tại thâm sâu nhất của bạn, đang trào dâng từ bên trong bản thể bạn. Tri kiến này đích thực là của chính bạn, chứ không phải thứ được vay mượn.

… Trong cõi giới thuần khiết…

Thuần khiết là trinh nguyên. Trải nghiệm hồn nhiên và thuần khiết nhất trong đời là biết được sự im lặng sâu lắng khi mọi thứ đều ngưng động. Thời gian dừng lại, không gian biến mất, bản ngã không còn tìm thấy bất cứ nơi nào; không một gợn nhỏ của tư tưởng trong tâm trí, chỉ im lặng từ đầu đến cuối. Đấy là cõi giới thuần tịnh.

Với "thuần khiết" đức Phật không có bất cứ ngụ ý nào về thuần khiết đạo đức. Thuần khiết đạo đức không bao giờ là thuần khiết đích thực, nhưng chỉ là thứ được tính toán, là tham lam. Đấy là tính tham lam cho thế giới bên kia, cho những khoái lạc trên thiên giới.

Thế gian có ba người, ba hạng người. Hạng thứ nhất, người tội lỗi: họ chọn đời sống vô đạo đức. Thứ hai, các thánh nhân: họ chọn đời sống đạo đức. Nhưng cả hai đều chỉ sống một nửa, không người nào trong hai hạng này sống toàn vẹn. Người tội lỗi một nửa, bậc thánh nhân một nửa. Người tội lỗi bị thu hút về hướng các bậc thánh, họ đi đến bái tạ chư vị này. Còn các vị thánh thì liên tục thầm nghĩ rằng có lẽ họ bỏ lỡ điều gì đó; có lẽ đám tội lỗi kia đang hưởng thụ cuộc đời.

Tôi được nghe kể chuyện về cô gái điếm sống trước mặt ngôi đền vị đại thánh đang ở và cả hai đều chết cùng một ngày, rồi sứ giả cõi bên kia đến kéo xác vị thánh xuống địa ngục và mang xác cô gái điếm lên thiên đàng.

Vị thánh ngăn lại, "Chờ một chút! Phải có điều gì không đúng, chắc ông hiểu trật lệnh trên rồi. Ta là bậc đại thánh còn người phụ nữ kia là kẻ tội lỗi đầy mình. Ông đang làm gì thế?"

Sứ giả trả lời, "Chúng tôi cũng nghĩ là có sự hiểu lầm nào đó, nên đã hỏi Thượng Đế rồi... Nhưng ngài bảo, 'Không, chẳng có lầm lẫn chi cả. Cô điếm luôn luôn nghĩ mình quá tồi tệ, quá xấu xa, còn lúc nào cũng nghĩ vị thánh kia thanh khiết làm sao. Mỗi khi vị thánh làm lễ cầu nguyện hay đọc kinh, cô ta thường ngồi im bên ngoài cửa để lắng nghe, chứ chưa bao giờ có ý nghĩ mình có khả năng bước vào ngôi đền. Cô chỉ ngồi ngoài đó lắng nghe tiếng kinh với đôi mắt tràn trề ngấn lệ. Và cô ấy cũng luôn nghĩ rằng vị thánh đang sống một cuộc đời tuyệt vời hạnh phúc.

'Còn phần vị thánh? Ông ta liên tục nghĩ tưởng tới cô gái, tới vẻ đẹp của cô ta. Ông ta bị đau khổ nặng nề mỗi khi có khách đến viếng nhà cô gái, "Chắc họ đang hưởng khoái lạc. Nàng đang hưởng thụ cuộc đời, còn mình đã làm được gì đây khi trở thành một nhà tu khổ hạnh? Nào ai biết được mình đã chọn sai đường." Vị thánh liên tục bị ám ảnh bởi cô gái điếm, đến mức thấy mình làm tình với nàng trong giấc mơ. Trong khi giấc mơ của cô điếm lại mang hương vị hoàn toàn khác: cô luôn sùng kính và bái phục vị thánh – do đó mà có quyết định.'

Thượng Đế phán, "Lôi tên thánh kia xuống địa ngục; hắn đã sống cuộc đời được trọng vọng đủ lâu rồi. Và mang cô gái điếm lên thiên đàng; cô ta đã chịu đủ đau khổ dưới thế gian."

Kẻ tội lỗi chỉ sống nửa phần, bậc thánh cũng chỉ nửa phần, và cả hai trói buộc vào nhau, đều nghĩ về nhau. Tôi biết nhiều vị thánh đã kín đáo thú tội với tôi, "Đôi khi câu hỏi nảy ra trong đầu là có thể cả thế giới đều đúng chỉ chúng tôi là sai. Nhưng bây giờ đã quá muộn. Có lẽ chúng tôi đã bỏ lỡ niềm vui thực sự để mong đạt được thứ trừu tượng nào đó chưa chắc hiện hữu. Ai biết về Thượng Đế và ai biết về thiên đàng? Cuối cùng chúng tôi xác nhận có lẽ mình là những kẻ ngu."

Nỗi hoài nghi đó cứ mãi vương vấn trong lòng của những người mệnh danh là thánh nhân của bạn; bắt buộc phải như thế. Càng cảm thấy nghi ngờ, họ càng lên án những kẻ tội lỗi. Càng lên án kẻ có tội chừng nào, kẻ có tội càng nghĩ rằng chư vị là những bậc đại thánh, nên càng đến sùng bái họ. Hai cái đối lập thu hút lẫn nhau.

Nhưng cũng có hạng người thứ ba, đó là các nhà hiền triết. Những người này không thuộc về hạng tội lỗi cũng chẳng phải thánh nhân; họ vượt qua cả hai. Và họ là những người luôn bị hiểu lầm trong thế gian. Bạn hiểu kẻ tội lỗi rất rõ: sống theo cách vô đạo đức; bạn cũng rành về bậc thánh nhân: sống một cách đạo đức. Nhưng các nhà hiền triết là những người huyền bí; bạn không thể hiểu nổi họ. Dường như họ thuộc về dạng bất khả tư nghì, vì thế nên những nhà hiền triết như Jesus, Socrates, Phật đều bị hiểu lầm. Thực trạng này đã là định mệnh cho chư vị hiền giả. Họ bị hiểu lầm vì lý do đơn giản là bạn không thể đặt họ vào những hạng mục con người bình thường; họ vượt ra ngoài mọi định dạng.

Khi nói "thuần khiết," đức Phật ngụ ý là tính thuần tịnh của bậc trí giả, người không biết chút gì về đạo đức hay vô đạo đức, người đã trở lại bản tính của trẻ thơ, người mới vừa tái sinh.

Đã chiến thắng huy hoàng, Đã tri kiến chân lý, Trong cõi giới thuần khiết, Hằng quy phục vạn pháp.

Khi đạt được trạng thái tuyệt đối im lặng thì bản ngã biến mất, hoàn toàn không còn tìm thấy.

Chỉ mới hôm trước, Vedant Bharti có hỏi, *"Tại sao tôi phải vứt bỏ bản ngã? Bởi nó cũng là thành viên của vở thiên kịch mà."* Bạn không hiểu thiên kịch là gì, và cũng không biết rằng chẳng có vị phật nào bảo bạn phải vứt bỏ bản ngã cả. Tôi cũng chưa từng nói với bạn như thế. Điều tôi nói là: Cố gắng tìm bản ngã... và bạn sẽ hoàn toàn không tìm thấy nó! Đấy là cách bản ngã biến mất, là cách nó bị vứt bỏ. Khi không tìm gặp thì bạn có thể làm gì với nó? Bản ngã chưa bao giờ được tìm thấy; nó chỉ tồn tại khi bạn không chịu đi tìm. Bản ngã chỉ là một cái bóng; nếu chịu khó tìm kiếm thì bạn sẽ hiểu ngay rằng cái bóng chỉ là cái bóng, chứ không có bản chất gì trong đó. Vì vậy, chẳng cần phải dẹp bỏ bản ngã, nhưng chỉ cần hiểu biết tung tích giả tạo của nó, là nó rơi mất.

Đấy là thái độ *quy phục*. Quy phục xảy ra trong cõi giới tuyệt đối tĩnh mặc, vì bạn không thể tìm thấy bản ngã trong đó. Nó không phải là thứ gì đó bạn phải thực hiện, bởi nếu còn hành động thì không phải là quy phục. Nếu bạn là tác nhân thì làm thế nào có thể quy phục được? Ngày này bạn làm, ngày khác bạn lại hoàn tác; hôm nay bạn có thể nói,

"Tôi quy phục"; ngày mai bạn cũng có thể nói, "Tôi xin lấy lại lời hứa." Ai ngăn cấm bạn chứ? Việc của bạn làm, nên bạn có quyền quyết định. Nhưng quy phục là bất khả thối chuyển, không thể hoàn tác, bởi nó tự xảy đến chứ không do bạn tạo ra. Khi im lặng, hốt nhiên bạn nhận ra không có bản ngã; bản ngã biến mất. Trực kiến đó là quy phục, là thuần khiết, là trí huệ, là giải thoát.

Người không còn ham muốn,
Thoát khỏi vòng luân hồi.
Đã tìm ra chánh đạo,
Còn gọi ai là thầy?

Đức Phật nói: Bây giờ ta nên gọi ai là thầy? Toàn thể sự sống đã là trường học, toàn thể cuộc đời đã là thầy ta. Ta đã học hỏi qua thất bại, thành công, nghèo đói, sang giàu. Ta đã học hỏi qua đau đớn, khoái lạc. Ta đã học hỏi qua sự vật lộn với cái chết, qua xuất thần tam muội. Ai là người ta gọi là thầy?

Không thể có riêng một vị thầy, vì thật ra, toàn thể cuộc sống đã là môi trường dạy dỗ. Cuộc đời hiện hữu để bạn có thể vươn lên về hướng trí huệ, để bạn có thể phát triển được thượng đế tính.

Và một lời kinh tuyệt vời:

Chân lý hơn bố thí.

Chân lý bao giờ cũng là món quà tặng. Bạn không thể vồ lấy, không thể chinh phục được chân lý. Nó luôn luôn là một tặng phẩm; khi tâm trí của bạn thanh tịnh, nó đơn giản hạ giáng xuống làm đong đầy và tràn ngập khoảng không gian im lặng đó.

Chân lý hơn bố thí. Nhưng vấn đề là khi tri kiến được chân lý, bạn không thể trao nó cho bất cứ người nào khác. Dù mong muốn ưu ái dâng tặng, nhưng bạn làm thế nào để chia sẻ nó? Chân lý chỉ có thể san sẻ với người ở trong trạng thái im lặng tuyệt đối, nhưng với trạng thái đó, người ấy không cần nhận chân lý của bạn, vì chân lý đã tự hiện xuống cho người ấy rồi. Do đó, chân lý vượt ra ngoài bố thí.

Vị ngọt hơn chất ngọt,

Vị của chân lý ngọt nhiều hơn bản thân chất ngọt, vượt ra ngoài mọi sự ngọt ngào nào.

Vui hơn mọi niềm vui.

Ta có thể gọi trạng thái ấy là hỷ lạc, nhưng là niềm hỷ lạc vượt ra ngoài ý niệm của chúng ta về sự hỷ lạc. Kỳ thực, đấy là hiện tượng bất khả tư nghì, không đủ lời thích hợp để diễn tả. Nếu gọi nó là niềm vui, vâng, nhưng chỉ một phần bé tí của nó được trình bày. Nếu gọi nó là vị ngọt, chỉ một mảnh vụn nho nhỏ của nó được tỏ lộ. Cái toàn phần vẫn chưa được biểu thị. Hiện tượng này phải được chứng nghiệm, chứ không còn cách nào khác hơn.

Vô dục thắng đau khổ.

Bạn chỉ cần làm một điều duy nhất là để dục vọng đi mất. Và bằng cách nào để nó đi khỏi?

Giữ tâm ý thanh tịnh,
Quán chiếu mọi vọng tưởng,
Quan sát chư pháp hành,
Thì không còn trói buộc,
Thoát khỏi vòng khổ lụy.

Hãy chiêm nghiệm những lời kinh này. Hãy chứng nghiệm chúng… bởi đức Phật không phải là người tôn giáo bình thường. Ngài không quan tâm về phép lạ, về huyền bí, về bí truyền. Mối bận tâm duy nhất của ngài là chuyển hóa bạn. Ngài là người có tính thực tế.

> Thánh Moses và chúa Jesus đang chơi một trận golf tại Câu Lạc Bộ Thiên Đình. Đầu tiên, Jesus đánh một cú bóng từ vị trí phát bóng bay thẳng vào lỗ. Kế đến Moses cũng đánh một cú y chang như thế.
>
> Jesus nói, "Tốt, Moe, chúng ta đồng điểm."
> Moses phản đối, "Thế này, Jake. Chúng ta đã xuất chiêu rồi. Bây giờ ông nghĩ sao nếu mình dẹp mấy phép lạ để chơi golf một chút?"[5]

Phật chưa bao giờ làm phép lạ, và đấy mới chính là phép mầu. Không muốn làm bạn hoang mang, nên toàn bộ nỗ lực của ngài là đưa cho bạn chìa khóa để bạn có thể tự mở những cánh cửa đưa vào cõi huyền nhiệm. Không phải là người ngoan cố, nhưng đức Phật rất thực tiễn, thực dụng. Phương pháp tiếp cận chân lý của ngài rất hiện sinh, phi triết lý, phi kiến thức; nó mang nặng tính chất thực nghiệm, chứng nghiệm. Cho nên bạn sẽ không thể hiểu được Phật nếu chỉ cứ đọc suông giáo lý của ngài.

Hãy cố thực nghiệm điều ngài giảng dạy. Hãy thanh tịnh tâm trí, quán chiếu, quan sát, và tự thấy hiện tượng gì xảy đến: tự do, hỷ lạc, chân lý, trí huệ, hồn nhiên, thuần khiết… hàng ngàn đóa hoa bắt đầu bừng nở trong bản thể bạn. Mùa xuân hốt nhiên khoe sắc thắm.

Đã đủ cho hôm nay.

---

5 *Hole in one* – chỉ một cú đánh trái bóng từ tee bay thẳng vào lỗ, rất hiếm thấy. Cú này còn được gọi là *'Cú đánh của Chúa.'*

VẤN ĐÁP
• BÀI GIẢNG 6

Đời Sống Siêu Việt Luận Lý

Bài giảng tại Phật Đường sáng ngày 26 tháng Hai, 1980

KINH PHÁP CÚ: PHẬT ĐẠO
BỘ 12 QUYỂN • QUYỂN MƯỜI

Câu hỏi thứ nhất:

Thưa Sư phụ,

Trong lúc hành thiền con thường cảm thấy mình rơi vào một không gian trống rỗng. Con có phần sợ hãi, nhưng mặt khác, con cảm thấy hài lòng. Con có cảm giác như mình vừa là tất cả vừa không là gì cả. Làm thế nào để cảm nhận được trạng thái này hay trạng thái kia? Và sự phân giới giữa khoảng chân không của cõi phi thời gian và không gian bất động nằm ở đâu?

PRABHATO, chỉ dấu đầu tiên của *cái không* đích thực và thực chứng sẽ là hiện tượng nghịch lý. Nó sẽ được cảm nhận như 'là tất cả', cũng như 'không gì cả' một cách đồng bộ. Khi ấy nó sống động; nhưng mọi thứ sống động đều nghịch lý, chỉ thứ chết cứng mới thuận lý. Luận lý chỉ được áp dụng cho những gì đã chết, chứ chẳng nói lên được tí nào về sự sống. Đời sống siêu việt luận lý; căn bản của đời sống là phi lý. Đây là ý của tôi khi gọi nó là điều nghịch lý: tự dung chứa sự đối nghịch của chính nó.

Do đó, khi bạn cảm thấy vừa 'là tất cả' vừa là 'không gì cả' thì đấy là một dấu hiệu tốt. Nếu chỉ cảm thấy 'không gì cả', đó là khoảng không bất động; nếu chỉ cảm thấy 'là tất cả', đó là sự tưởng tượng. Khi bạn cùng lúc cảm được cả hai, không chết cứng cũng không phóng chiếu, thì điều đó đích thực là sự thật.

Lẽ tự nhiên, khi nào cảm thấy cả hai trạng thái cùng lúc, một mặt bạn sẽ sợ hãi bởi *cái không,* vì nó giống như cái chết... Nó là cái chết, cái chết của bản ngã, cái chết của tất cả những thông tin mà từ trước đến giờ bạn biết về bản thân mình. Bạn lọt vào tình trạng hoàn toàn gián đoạn với quá khứ, do đó đâm ra sợ hãi. Bạn mất hết danh tánh của mình, và đây là sự khủng hoảng ghê gớm nhất trong đời. Mọi người đều muốn bám chặt vào lai lịch của mình, ít ra để còn biết mình là ai; dù lai lịch đó chẳng có gì xứng đáng, nhưng ta vẫn muốn níu lấy, vì tối thiểu nó vẫn là thứ gì đó cụ thể. Nhưng lúc này mọi thứ cụ thể đều biến mất và mọi thông tin mà bạn biết về bản thân cũng đang bốc hơi. Cảm tưởng giống như bạn đang sắp chết, khiến nỗi sợ hãi bùng lên tóm lấy bạn. Cho nên, cảm giác sợ hãi là tự nhiên.

Nhưng mặt khác, bạn cũng cảm thấy vô cùng mãn nguyện, vì đồng thời có sự sống lại, bị hành hình và được phục sinh. Khi sẵn sàng mất đi lai lịch cũ của mình là lúc bạn được sinh lại một lần nữa. Một sự sống mới, một trái tim mới bắt đầu nhịp đập rộn ràng. Như một bản ngã, bạn biến mất, nhưng tái hiện lại như thành phần của cái toàn thể, của cái bao la vô cùng, của cái tổng hợp.

Đấy đích thực là sự tái sinh của bậc thánh nhân, vì người ấy trở thành thành phần của toàn thể; là sự ra đời của vị phật, của đấng đăng quang. Thế nên bất chấp mọi sợ hãi, hãy thể nhập vào trạng thái ấy chứ đừng cố bám víu vào quá khứ. Nên nhớ, sợ hãi rất có quyền lực vì toàn bộ quá khứ của bạn sẽ trợ giúp nó, hơn nữa, bạn có một chuỗi quá khứ lê thê dài hàng triệu năm; không những chỉ kiếp này mà còn nhiều nhiều kiếp khác chất chồng trong *tập vô thức* của bạn nữa. Những thứ được tích lũy đó đồng lúc kéo bạn trở về với chúng. Chúng sẽ bảo, "Đi đâu? Bộ điên hay sao vậy? Hãy trở về với nơi nương tựa cũ, với sự an ninh cũ đi nào!" Quá khứ có lâu đời nên quá nặng nề và tạo ra sức hút rất mạnh; trong lúc cái vừa mới tái sinh chỉ giống như chồi non yếu ớt, do đó, dễ bị nghiền nát, dễ bị hủy diệt.

Hãy nhớ là nếu không dám dấn thân trong lúc sợ hãi, bạn sẽ không bao giờ bước vào cái chưa biết. Và bước vào cái chưa biết là thể nhập Thượng Đế. Thượng Đế thì không bao giờ được biết; không những ngài có tính bất tri, mà còn luôn cả bất khả tri. Vì vậy bất cứ điều gì bạn biết về Thượng Đế đều chỉ là ý tưởng của bạn về ngài, chứ không phải sự thực chứng.

Những người đã thể nghiệm Thượng Đế đều kín miệng, đều hoàn toàn im lặng; tuy họ không nói một lời nào về Thượng Đế, nhưng họ biểu lộ ra con đường. Đức Phật nói: chư phật chỉ ra con đường chứ không nói lên bất cứ thông tin nào về trải nghiệm tối thượng. Chư vị cho thấy cách để đạt đến đỉnh tối thượng, nhưng không bao giờ đưa ra chi tiết chính xác về hiện tượng ấy. Chân lý có tính bất khả thuyết, bất khả diễn đạt. Thượng Đế là bí nhiệm, kỳ thực, Thượng Đế là một tên khác của vũ trụ huyền diệu mà chúng ta đang sống, đang hít thở này. Chúng ta là một phần của cái huyền bí vĩ đại này và không cách gì có thể giải mã nó.

Vậy bạn sẽ phải đi một cách có chủ tâm và cân nhắc. Quá khứ của bạn sẽ nguy hiểm vì bạn phải lắng nghe tiếng gọi của điều chưa biết. Đấy là tiếng gọi từ hướng quá xa xăm và chẳng có gì bảo đảm cả; không ai có thể cho bạn sự bảo đảm, nhưng chỉ là những ẩn dụ.

Tôi có thể nói với bạn: Bạn đã nghe tiếng gọi đúng rồi đấy. Nhưng cuộc hành trình vẫn đầy nguy hiểm vì bạn sẽ phải mạo hiểm tất cả những hiểu biết về bản thân cho điều gì đó quá xa vời, quá vô hình và huyền bí. Người ta không bao giờ có thể chắc chắn, nhưng bạn không thể quá tính toán, tinh ranh và thông minh về Thượng Đế, mà phải đi với tư thế hồn nhiên giản dị, giống như đứa bé đang nắm tay người cha đi vào rừng sâu không chút sợ hãi. Dù sư tử có đang rống to, nhưng đứa bé vẫn không thấy sợ vì em biết tay mình đang nằm trong tay của cha; dù có lẽ bản thân người cha đang run rẩy, còn đứa bé thì cứ ung dung mê thích toàn thể cuộc hành trình đầy nguy hiểm. Tính đơn giản là cần thiết, tính hồn nhiên là cần thiết; chỉ khi đó bạn mới có thể dám dấn thân.

Trẻ em là con người gan dạ nhất. Đến khi có tuổi, có kinh nghiệm, hắn bắt đầu trở nên nhát gan, trở nên tính toán. Hắn suy nghĩ hai lần trước khi bước được một bước, và một khi suy nghĩ nhiều quá thì bạn không bao giờ cất bước. Cuộc đời của người có đầu óc tính toán bị dính cứng một chỗ, chứ chẳng thể di động vì mỗi bước đi là mỗi lần tạo nên sợ hãi cho họ – huống hồ đây là một cuộc chuyển di vĩ đại.

Prahato, hãy đi vào đấy một cách vui vẻ, cũng như đừng lo nghĩ đến sự phân giới giữa cái không gian trống không chết cứng và cái không gian thành tựu sinh động. Đừng bận tâm. Đấy là cách tâm trí khởi sự tính toán, vận hành. Thế nên không cần phải lo lắng, bạn đang đi đúng đường.

Nơi nào bạn cảm thấy có sự nghịch lý xảy ra, nên nhớ, đấy là chỉ dấu cho thấy bạn đang đi đúng đường. Nếu chỉ gặp điều thuận lý có nghĩa bạn đã bỏ lỡ chỗ nào đó và đang lạc đường.

Thế nên đừng hỏi tôi, *"Làm thế nào để cảm nhận cái này hay cái kia?"* Bạn sẽ không đúng nếu cảm nhận cái này hoặc cái kia; chỉ khi cảm thấy cả hai cùng lúc thì khi ấy bạn mới toàn bộ. Toàn thể nhất định phải dung nhiếp cùng lúc hai cực âm dương, sống chết, mùa hè lẫn mùa đông.

Và đấy là chỗ tâm trí bị cản trở, bị bối rối. Tâm trí thích mọi thứ rõ ràng minh bạch, nhưng sở thích của nó không thể được thành toàn. Đòi hỏi và kỳ vọng của tâm trí không thể thỏa mãn được, bởi thực tại không có bổn phận phải toại nguyện yêu cầu của nó. Bạn phải chấp nhận thực tại như nó đang là. Thực tại mang tính nghịch lý, còn tâm trí thì thuần lý; tâm trí có tính tính tuyến, luận lý, chứ không biện chứng. Tâm trí liên quan đến thuyết của Aristotle, còn đời sống thì liên quan đến thuyết của Hegel nhiều hơn với Aristotle. Đời sống là biện chứng pháp: nó di chuyển từ chính đề sang phản đề, và cứ thế vân vân và vân vân. Toàn bộ chuyển dịch của đời sống tùy thuộc vào chính đề hay phản đề. Đối cực trong đời sống không thực sự chống đối, mà bổ xung cho nhau.

Hãy thưởng thức tính đối cực, tính nghịch lý. Hãy vui mừng là bạn đang đi đúng đường. Và cứ tiếp tục đi, mặc cho bao nỗi sợ. Sợ hãi là tuyệt đối tự nhiên; tôi không thể bảo bạn đừng sợ, mà muốn nói mặc dù sợ, bạn vẫn cứ đi.

Nên nhớ, sự khác biệt giữa kẻ hèn nhát và người can đảm không phải kẻ hèn nhát cảm thấy sợ còn người can đảm không biết sợ. Không, không phải thế. Cả hai đều sợ. Sự khác nhau là kẻ hèn nhát khi cảm thấy sợ thì không dám đi tới; trong khi người can đảm không lưu ý và gạt nỗi sợ sang bên để tiếp tục đi.

Câu hỏi thứ hai:

Thưa Sư phụ,

Tại sao sư phụ nói thiền định là đúng còn cầu nguyện là sai? Theo quan điểm của con, thiền định mang lại sự tĩnh lặng nội tâm chỉ để cho lợi ích riêng của người hành giả, nhưng cầu nguyện sâu lắng tạo ra mối liên hệ trực tiếp và nồng thắm với Thượng Đế để thánh linh của ngài giáng xuống người cầu nguyện.

Rosemary, tôi chưa hề nói điều bạn đã nghe. Chắc bạn đã nghe qua lớp định kiến quá dày của giáo lý Cơ Đốc, một lớp dày cộm rác rưởi.

Trước hết, bạn nói, *"Tại sao sư phụ nói thiền định là đúng còn cầu nguyện là sai?...* Bởi thiền định là nơi duy nhất sự cầu nguyện tồn tại, và cầu nguyện chỉ khả hữu trong thiền định; bất cứ sự cầu nguyện nào khác đều mang tính giả mạo, ngụy tạo. Nếu chưa từng thể nhập vào trong trạng thái thiền định sâu lắng, làm thế nào bạn biết là có Thượng Đế? Thế thì ý tưởng về Thượng đế chỉ là thứ người khác quy định cho bạn mà thôi.

Rosemary, thử nghĩ nếu được sinh ra ở Liên Bang Xô Viết thì chắc bạn sẽ hoàn toàn không nói chút nào về Thượng Đế. Bạn sẽ không nói về Kinh Thánh, mà nói về Communist Manifesto (Tuyên Ngôn Của Đảng Cộng Sản) và Das Kapital (Tư Bản Luận). Bạn sẽ không nói về tam diện thánh thể (Chúa Ba Ngôi): chúa Cha, chúa Con và chúa Thánh Thần; nhưng bạn sẽ nói về tam diện vô thánh thể: Karl Marx, Friedrich Engels và V.I. Lenin, vì bạn được dạy bảo và điều kiện hóa bởi hệ thống giáo dục cộng sản.

Nếu được sinh ra trong một gia đình Kỳ Na giáo, bạn sẽ không bao giờ nghĩ đến việc cầu nguyện – không bao giờ, bởi họ không tin có Thượng Đế, thế thì cầu nguyện với ai?

Còn trong một gia đình Phật tử thì mọi thứ sẽ hoàn toàn khác hẳn, vì những người này bị điều kiện hóa theo cách khác. Rosemary, chính những định kiến của bạn là người nêu lên thắc mắc này, chứ không phải bạn. Và mọi định kiến do bị quy định đều không đúng sự thật.

Thiền định là trạng thái của tâm trí phi ước định. Thiền là tiến trình hóa giải tác hại mà xã hội đang cứ tiếp tục tạo ra cho mỗi cá nhân, dù xã hội ấy là cộng sản hay Cơ Đốc, Kỳ Na hay Do Thái giáo... đều chẳng thành vấn đề. Tôi không nói về một quy định đặc thù nào đó là sai, nhưng muốn nói rằng điều kiện như thế là không đúng.

Ước định chẳng gì khác hơn là tiến trình thôi miên con người: là sự liên tiếp lặp lại những chuẩn mực nào đó từ thời thơ ấu từ trong nhà thờ, trong lớp giáo lý ngày Chúa Nhật... Bạn được cha mẹ và thầy cô giáo và các giáo sĩ và các bậc có thẩm quyền dạy bảo về Thượng đế và sự cầu nguyện. Thế là đứa bé học được cách bắt chước những người có quyền hạn hơn nó. Và đến bây giờ thì bạn hoàn toàn quên mất khởi nguồn của định kiến.

Không đứa bé nào được sinh ra là Cơ Đốc hay Ấn giáo. Không đứa bé nào được sinh ra với bất kỳ khái niệm nào về sự tồn tại của Thượng Đế – liệu ngài có hiện hữu hay không, liệu chỉ có một địa ngục hay bảy cái hoặc bảy mươi hoặc bảy trăm. Không đứa bé nào được sinh ra với bất cứ lý thuyết thần học cả.

Thiền là tiến trình trong sạch hóa tất cả những thứ đã áp đặt vô đầu bạn để bạn có thể thành trẻ thơ trở lại. Đấy là ý của chúa Jesus khi ngài nói: *Trừ phi giống như trẻ thơ, ngươi sẽ không được vào vương quốc của chúa Trời.* Ngài đang nói về việc 'giải trừ ước định', 'giải trừ thôi miên'. Ngài không dùng những thuật ngữ đích xác như thế vì chúng chưa xuất hiện trong thời của ngài, nhưng đấy thực sự là ý nghĩa của thông điệp của ngài. Ngài cứ luôn nhắc nhở: Trừ phi thành trẻ thơ trở lại... Trừ phi ngươi được sinh ra trở lại... bởi lần sinh vừa qua đã bị người khác làm nhiễm bẩn, đã bị họ đầu độc tâm trí của bạn. Bạn cần lần tái sinh tâm linh; và hiện tượng này chỉ khả hữu qua thiền định, chứ không còn con đường nào khác.

Cầu nguyện nghĩa là bạn sẽ tiếp tục theo điều đã được quy định. Nếu là tín đồ Cơ Đốc, lời cầu nguyện của bạn sẽ là Cơ Đốc. Chính câu hỏi của bạn nói lên... nó mang mùi Cơ Đốc giáo! Người theo Ấn Độ giáo sẽ không dùng những lời như thế: "... và *thánh linh của ngài giáng xuống người cầu nguyện.*" Tín đồ Kỳ Na sẽ không bao giờ dùng thuật ngữ như thế – không thể được, vì với họ thì không có gì hiện xuống, mà mọi thứ đều đi lên! Họ tin vào sự thăng hóa lên cõi siêu phàm. Thượng Đế không ở đâu trên cõi thiên đình để hạ giáng xuống bạn; chẳng có Thượng Đế ở đâu cả. Bạn chứa sẵn chủng tử thiêng liêng trong người và nó có khuynh hướng phát triển theo chiều cao. Việc thánh linh giáng hạ lên người cầu nguyện chỉ đơn giản là thứ gì đó được người khác dạy cho bạn.

Bạn nói, *"Theo quan điểm của tôi..."*

Quan điểm nghĩa là rỗng tuếch! Quan trọng là bạn có được chứng nghiệm nào đó, chứ quan điểm chỉ là quan điểm suông. Nó chỉ là sản phẩm của tâm trí. Bạn chẳng có chứng nghiệm gì ráo, đấy chỉ là một ý tưởng. Người ta có đủ loại quan điểm.

Tôi nghe chuyện này:

Hai con lạc đà đang đi ngang qua sa mạc. Cả hai đều trông rất mệt mỏi và cùng muốn nói lên điều gì đó với bạn đồng hành, nhưng vẫn cố giữ trong lòng.

Sau cùng, một con chịu không nổi nữa nên mở lời, "Người ta nói gì cũng mặc, quan điểm của họ là gì cũng mặc. Tôi chỉ muốn nói là tôi khát nước!"

Khát là thể nghiệm chứ không phải quan điểm. Có phải đó là kinh nghiệm của bạn không? Nếu là của bạn thì câu hỏi không thể khởi lên được, vì khi ấy bạn đã hiểu đích xác điều tôi nói rồi.

Thiền là tiến trình thanh tịnh hóa, và một khi hoàn toàn sạch sẽ thì một mùi diệu hương sẽ thoát ra trong bạn. Đấy là cầu nguyện; cầu nguyện là kết quả của thiền định. Tôi không chống lại sự cầu nguyện, nhưng chống lại việc cầu nguyện của bạn, chứ không phải bản thân cầu nguyện. Cầu nguyện của bạn là giả dối, chỉ là một phần của điều kiện được quy định cho bạn. Người Ấn giáo cầu nguyện theo cách của họ và người Hồi giáo cầu nguyện theo cách của họ, nhưng người cầu nguyện đích thực thì không là Ấn hay Hồi. Lời nguyện cầu xuất phát từ một bản thể phi điều kiện, vậy làm thế nào nó có thể thuộc về Hồi hay Ấn?

Cầu nguyện đích thực là sự cầu nguyện tự nhiên giản dị. Không lời nói, nó chỉ là sự im lặng thuần tịnh, là sự quy phục trong niềm im lặng sâu lắng. Thực ra, cầu nguyện không hướng tới vị Thượng Đế nào, nhưng là thái độ cúi đầu bái tạ trước cuộc tồn sinh. Cầu nguyện không gửi tới một địa chỉ, bởi Thượng Đế ở khắp nơi, tất cả là Thượng Đế, thế nên bạn chỉ bái tạ trong niềm tri ân sâu sắc, trong trạng thái xuất thần, trong hân hoan, trong tình yêu thương. Nhưng trước hết những cảm xúc này phải được toát ra. Bạn chỉ là hạt giống, nên nói về hương thơm sẽ chỉ là một loại quan điểm nghe lóm hoặc vay mượn từ người khác. Và bất cứ lời vay mượn nào cũng chỉ là thứ đầu môi chót lưỡi, nên chẳng giá trị gì cả.

Và đấy là việc đã xảy ra: bạn chỉ hiểu theo nghĩa đen khi nghe những lời tôi nói, nên đã bỏ lỡ ý nghĩa thiết yếu của nó.

Một người bạn không phải gốc Do Thái... một người bạn Ki Tô giáo cố nài nỉ ỉ ôi thầy giáo đạo Berkowitz đi lễ nhà thờ Saint Joseph trong thành phố đã làm cho Schlitz nổi tiếng[1]. Vị giáo đạo già còm đã nghỉ hưu từ lâu, cuối cùng rồi cũng đồng ý sau khi nghe giải thích là có người khách cao quý sẽ thuyết trình về ảnh hưởng của người Do Thái trên sự hình thành của nhà thờ.

Ngồi ở hàng ghế đầu, giáo sĩ Berkowitz trợn tròn đôi mắt khi nghe vị diễn giả thỉnh giảng giới thiệu đề tài: "Tên Tôi là Joseph, Cha của Jesus."

Sau khi kết thúc buổi giảng, đến lúc họ được giới thiệu với nhau, giáo sĩ lạnh nhạt nói, "Ông bạn, ông đã có một trải nghiệm hầu như bất thường nhất!"

Giáo sĩ già đã hiểu lầm toàn thể sự việc. Ông đã nghe tựa đề của buổi thuyết trình theo nghĩa từng chữ một: *Tên Tôi là Joseph, Cha của Jesus*. Đấy chỉ là chủ đề, chứ người thuyết giảng không nói ông ấy là Joseph, cha của chúa Jesus. Ông giáo đạo bảo, "Ông bạn, ông đã có một trải nghiệm hầu như bất thường nhất!" – làm cha của chúa Jesus, sau hai ngàn năm. Và Jesus là con trai của người phụ nữ còn trinh; điều này chắc chắn là trải nghiệm bất thường cho người cha rồi!

Đấy cũng là chuyện xảy ra với bạn đấy, Rosemary. Tôi chưa hề nói điều gì chống lại sự cầu nguyện, nhưng có nói thiền định chuẩn bị con đường sẵn sàng cho cầu nguyện. Thiền định trong sạch hóa bạn; nó gột rửa hết mọi ý tưởng được người khác đưa cho bạn. Thiền định tạo ra không gian thích hợp, tạo ra mùa xuân, nơi mà sự cầu nguyện có thể thăng hoa – không còn con đường nào khác. Nếu cầu nguyện mà không có thiền định, khi ấy bông hoa của bạn sẽ chỉ là những bông hoa bằng nhựa; đóa hoa đích thực của cầu

---

[1] Thành phố Wilwaukee, tiểu bang Wisconsin, nơi có hãng bia nổi tiếng Joseph Schlitz Brewing Company.

nguyện chỉ mọc lên trong mảnh đất thiền. Khi ấy lời cầu nguyện không gửi đến Thượng Đế; thật ra, khi ấy Thương Đế không hiện hữu.

Toàn bộ khái niệm về Đức Chúa Cha là một quan niệm trẻ con, và Sigmund Freud đúng khi cho rằng đấy chỉ là phóng ảnh của lòng ham muốn bám níu vào cha mẹ của chúng ta. Khái niệm này là sự phóng chiếu ý tưởng về người cha của bạn, bởi ông không thể sống với bạn mãi mãi. Ngày nào đó ông chết và bạn cảm thấy mất đi sự bảo vệ, an ninh, an toàn. Thế là bạn phóng hiện hình ảnh một người cha miên viễn trên thiên đàng, một người bất tử và sẽ luôn luôn chăm sóc bạn, rồi quỳ gối cầu nguyện người cha linh thiêng đó. Ý tưởng này là sáng tác của bạn, sự cầu nguyện này cũng là sản phẩm của bạn. Cả đời bạn cứ tiếp tục hành động ngu ngốc này và cứ tưởng rằng mình đang làm điều gì đó có tính tôn giáo.

Đôi lúc lời cầu nguyện nào đó của bạn có thể được toại nguyện, nhưng đấy chỉ là trường hợp trùng hợp. Nếu bạn cầu nguyện cho hàng ngàn thứ thì thỉnh thoảng một thứ trong đó nhất định phải xảy ra.

Một người đến nói với tôi, "Trước đây tôi không bao giờ tin Thượng Đế, nhưng bây giờ thì tôi tin."

Tôi hỏi, "Chuyện gì xảy ra?"

Người ấy nói, "Tôi gửi tối hậu thư cho Thượng Đế là trong vòng mười lăm ngày, nếu con tôi không tìm được việc làm, tôi sẽ vĩnh viễn là người vô thần kiên định. Và sự hăm dọa này có kết quả: thằng con tôi có việc làm trong vòng mười lăm ngày sau. Bây giờ tôi là người có lòng kính tin."

Tôi bảo, "Tốt lắm, nhưng đừng nên gửi tối hậu thư lần nữa bởi không phải lúc nào cũng hiệu quả đâu. Chỉ là ngẫu nhiên thôi."

Nhưng ông ta không nghe lời tôi. Hai năm sau, ông gặp tôi, "Ông nói đúng. Tôi lại đưa tối hậu thư một lần nữa. Lần này vợ tôi bị bệnh nặng và tôi bảo ông ấy phải cứu nàng, bằng không, tôi sẽ thành kẻ vô thần." Ông ta tưởng rằng trò bịp bợm của mình một lần đã hữu hiệu, thì lần này hắn cũng biết cách ép buộc Thượng Đế phục vụ cho mình.

Đấy là cách người cầu nguyện đang làm: cố gắng sử dụng Thượng Đế, cố gắng dùng ngài làm phương tiện cho một số mục đích nào đó.

Vợ ông ta chết, và ông ta trở thành người vô thần.

Lời cầu nguyện đôi khi được thỏa mãn – không phải vì có ai đó đang lắng nghe lời van xin của bạn rồi thực hiện chúng – và đôi khi không được. Nhưng các giáo sĩ rất tinh khôn, họ bảo, "Khi cầu nguyện một cách sâu lắng, thực sự, chân thành, thì lời cầu nguyện của bạn sẽ được thành toàn." Còn khi bạn không được thỏa mãn, họ nói, "Lời cầu nguyện của bạn chỉ hời hợt bên ngoài." Luận chứng này rất lôi cuốn bởi, kỳ thực, tất cả buổi cầu nguyện của bạn đều hời hợt, và bạn biết rõ điều này. Các giáo sĩ bao giờ cũng có thể nói rằng bạn cầu nguyện, nhưng sâu bên trong vẫn còn hoài nghi.

Luôn luôn có sự nghi ngờ vì niềm tin của bạn về Thượng Đế không đủ sức dẹp tan, nhưng chỉ đè nén, nỗi hoài nghi. Và nỗi hoài nghi bị kềm nén này lúc nào cũng sôi sục bên trong chờ đợi cơ hội bùng lên.

Thế nên đừng bị gạt nếu đôi khi có sự trùng hợp xảy ra. Đấy là cách nhiều sự kiện xuất hiện trên thế giới, nhiều thứ có thể tiếp tục xảy ra trên thế giới. Nhưng tất cả chỉ là trò bịp bợm.

Chẳng hạn trên thế giới có nhiều "liệu pháp – pathy)" để trị bệnh như vi lượng đồng căn (homeopathy), thiên nhiên liệu pháp (naturopathy), liệu pháp điều trị cổ truyền Ấn Độ (ayurvedic), và nhiều nhiều phương cách khác nữa. Họ đều tuyên bố là trị hết bệnh – tuyên bố của họ không sai, vì đã trị được nhiều người. Bạn cứ thử bằng cách cho người ta uống viên thuốc chỉ làm bằng đường (placebo) rồi sẽ ngạc nhiên khi thấy nhiều người khỏi bệnh, thế là bạn sáng chế ra phương pháp trị liệu mới. Có đến bảy mươi phần trăm số người bị bệnh giả, họ bị bệnh tâm lý chứ không thực sự đau ốm gì cả; vì vậy chỉ cần ai đó thuyết phục họ rằng "Liệu pháp này sẽ giúp hết bệnh." Hơn nữa, người ta chỉ dùng những liệu pháp như vi lượng đồng căn hay thảo dược khi không có cách điều trị nào khác giúp họ khỏi bệnh.

Điều phiền hà với liệu pháp đối chứng (allopathy) là nó chỉ có thể giúp ích nếu bạn thật sự đau ốm. Nếu không bệnh thật, thì thuốc thật sẽ có hại hơn là bổ ích. Vì thế bạn phải đi tìm mấy tay lang băm để họ cho một ít thuốc giả mang về trị dứt chứng bệnh không thật của mình.

Lời cầu nguyện của bạn không thật, căn bệnh của bạn là giả. Đôi khi có sự trùng hợp khiến bạn tưởng mình được giúp, nên bạn càng được thuyết phục nhiều hơn. Trong khốn cùng tuyệt vọng, trong cảm giác hoàn toàn bất lực, bạn chẳng còn biết nơi nào khác để đi; khi mọi cố gắng bằng khả năng con người bị thất bại, bạn bắt đầu ngước mặt nhìn lên trời cao. Thái độ này luôn là như thế từ xưa đến nay chứ chẳng đổi thay gì bao nhiêu.

Kinh Vệ Đà viết: *Khi trên trời có sấm chớp thì đấy là lúc Thượng Đế đang giận, đấy là cơn giận của ngài. Hãy cầu nguyện ngài.* Thời nay chúng ta biết hiện tượng này là do điện thiên nhiên tạo nên, chứ chẳng phải Thượng Đế hay cơn giận của ông ấy. Bây giờ chúng ta dùng cơn giận của Thượng Đế để chạy mấy cây quạt và máy móc. Chẳng ai cầu nguyện nữa, nhưng ở Ấn Độ vẫn còn; khi bạn mở đèn lúc đêm xuống, những người Ấn Độ giáo chính thống sẽ lập tức chấp hai tay quỳ xuống vái lạy – cái bóng đèn! Chỉ là một thứ ước định cũ rích.

Bây giờ khoa học đã làm thế cho Thượng Đế nhiều việc mà ngài thường phải làm trước đây. Thượng Đế đang bị mất việc mỗi ngày! Thật vậy, chẳng mấy chốc ngài sẽ bị thất nghiệp; bạn sẽ thấy ngài đứng sắp hàng trước cửa văn phòng tìm việc làm! Thượng Đế của bạn là sáng tác phẩm của chính bạn. Friedrich Nietzsche đúng khi nói về Thượng Đế: *Thượng Đế đã chết*. Thế nên đừng quá ngạc nhiên hay bị thuyết phục khi có một vài sự trùng hợp xảy ra. Ngẫu nhiên luôn luôn xảy ra.

Trên chuyến bay phản lực El-Al đi Do Thái, một bà mẹ trẻ với hai đứa con nhỏ vừa mới ngồi xuống ghế thì hai đứa bé bắt đầu mè nheo đòi đi vệ sinh. Hai giáo sĩ trên đường đi hành hương Thánh Địa ngồi trên hàng ghế phía trước họ mỉm cười thích chí, trong lúc bà mẹ ngượng nghịu dắt hai đứa nhỏ đi về hướng phòng vệ sinh phía cuối máy bay. Sau một chút do dự, bà đẩy đứa bé trai vào phòng vệ sinh nam, còn bà và bé gái đi vào phòng nữ.

Thằng bé nhanh chóng rời khỏi phòng và một trong hai giáo sĩ bước vào nhưng quên khóa cửa. Chừng vài giây sau bà mẹ xong việc bên phòng nữ rồi mở cánh cửa đang đóng he hé bên phòng nam, tưởng con trai mình vẫn còn trong đấy, khẽ nhắc. "Nhớ kéo dây khóa quần lên nhé."

Khi trở về chỗ ngồi, vị giáo sĩ ca tụng hãng máy bay không hết lời; ông nói với vị tu sĩ đồng hành, "Ông phải giao nó cho mấy cô tiếp viên Do Thái này. Họ chu đáo lắm!"

Coi chừng mấy trường hợp ngẫu nhiên!

Rosemary, bạn nói, *"Tại sao tôi nói thiền định là đúng còn cầu nguyện là sai?"*

Cầu nguyện thì không, nhưng hợp nhất trong cầu nguyện là đúng. Cầu nguyện nghĩa là bạn sẽ nói lời gì đó với Thượng Đế. Trong khi Thượng Đế của bạn do bạn chế ra, cũng như cầu nguyện của bạn là tác phẩm của chính bạn; thế thì bạn sẽ nói gì? Chắc toàn mấy thứ tào lao: Làm việc này, làm việc kia, đừng làm việc nọ; hoặc: Ngài quá vĩ đại. Thượng Đế nghe mãi những điều này riết rồi cũng phát chán! Ông ấy chắc phải dùng nút nhét tai để tránh nghe những người được mệnh danh tôn giáo này! Bị hàng triệu triệu người cầu nguyện xin xỏ, chắc Thượng Đế phải mệt mỏi lắm!

Nhưng hợp nhất trong cầu nguyện là hiện tượng hoàn toàn khác. Cầu nguyện là một việc, đấy chỉ là trò trẻ con phát sinh từ đầu óc bị ước định. Còn hợp nhất trong cầu nguyện là ở trong tình thương yêu và nhảy múa với vạn hữu, là cuộc luân vũ với ngàn sao, là ca hát với chim chóc, là tuôn chảy với suối sông. Đấy là cầu nguyện. Nhưng sự cầu nguyện này chỉ phát sinh khi thiền định đã tạo nên không gian thích nghi cho nó. Vì vậy nên tôi thường chú trọng đến thiền hơn là nói về cầu nguyện, bởi cầu nguyện tự động xảy ra khi thiền định hoàn tất. Không cần phải nói gì về cầu nguyện – bởi có nguy hiểm là bạn sẽ hiểu lầm lời tôi nói, vì cầu nguyện thì dễ còn thiền mới khó.

Cách cầu nguyện của bạn hết sức dễ dàng và rẻ tiền. Bạn chỉ cần đến nhà thờ, chắp hai tay quỳ xuống rồi nói vài lời gì đó với Thượng Đế. Không phải tốn kém một xu nào. Hoặc mỗi đêm bạn cầu nguyện ngài trước khi ngủ...

Tôi nghe về một người vô cùng thông minh, anh ta dán lời cầu nguyện của mình lên vách bên cạnh giường ngủ, và mỗi đêm khi đi ngủ, anh nói với Thượng Đế, "Xin ngài đọc lời cầu nguyện của con."

Cứ lặp lại cùng một câu nói mỗi ngày thì có lợi ích gì? Và người ta hy vọng Thượng Đế tối thiểu cũng phải có khả năng đọc được lời nguyện của mình! Dường như biện pháp này rõ ràng và thông minh hơn sự lặp lại rất nhiều. Tại sao cứ phải tiếp tục lải nhải lại mỗi ngày như con két để làm gì?

Tôi không bảo bạn cầu nguyện vì biết là ngay bây giờ, bất cứ bạn cầu nguyện cách nào cũng đều không đúng. Do đó tôi dạy thiền – và cầu nguyện chắc chắn sẽ đến chứ không thể khác được. Nhưng đây là một loại cầu nguyện hoàn toàn khác, mang mùi hương khác, có cấu trúc khác. Nó chỉ là niềm hân hoan, phấn khởi, tri ân. Cảm thấy quá hài lòng, quá phúc lạc, đến mức toàn bộ tâm hồn của bạn phải lên tiếng cảm tạ, không dùng lời lẽ rườm rà, nó chỉ nói một tiếng 'vâng'. Toàn thể tâm hồn của bạn trở thành 'vâng', trở thành trạng thái hoàn toàn quy phục; đời bạn chính là sự cầu nguyện. Khi ấy bạn không còn cần phải đi nhà thờ hay đình chùa gì nữa. Bạn sống với cầu nguyện; bạn hít thở, ăn uống, đi đứng… đều là cầu nguyện.

Bạn nói, *"Theo quan điểm của tôi, thiền định mang lại sự tĩnh lặng nội tâm chỉ để cho lợi ích riêng của người hành giả…"* Này Rosemary, bạn có bao giờ hành thiền chưa? Quan điểm suông chẳng có giá trị gì cả – và quan điểm của bạn chỉ là một quan điểm suông. Có lẽ bạn được đọc, được nghe về nó, nhưng đừng đặt nhiều quan trọng lên quan điểm.

Bạn nói, *"Thiền định mang lại sự tĩnh lặng nội tâm chỉ để cho lợi ích riêng của người hành giả…"* Bạn chưa có bất cứ thể nghiệm nào, nếm trải nào, về thiền định. Tự ngã, bản ngã biến mất trong thiền định, thế nên không có vấn đề "cho lợi ích riêng của hành giả." Thiền giả không còn là một hải đảo nữa, nhưng trở thành thành phần của châu lục thực tại bao la. Thiền nghĩa là cá nhân bạn biến tích, bốc hơi; bạn không còn nữa mà chỉ còn lại vỏn vẹn một *cái không* thuần khiết.

Làm thế nào thiền giả có thể có ích lợi riêng khi không còn tự ngã? Không từng tìm gặp tự ngã trong thiền định thì làm thế nào để có sự ích kỷ chứ?

Nhiều người, đặc biệt là các nhà truyền giáo Cơ Đốc, viết thư cho tôi, *"Ông dạy người ta thiền định; đấy là một loại ích kỷ."* Mấy ông này chẳng biết mình đang nói về chuyện gì.

Thiền là phương pháp duy nhất để dẹp bỏ tự ngã, là khả tính duy nhất để tạo nên lòng vị tha. Mọi cách khác đều mang tính vị kỷ. Các nhà truyền giáo Cơ Đốc phục vụ người nghèo khó, tật nguyền – những việc này đều ích kỷ. Mẹ Teresa of Calcutta và tất cả việc làm từ thiện của bà đều tuyệt đối ích kỷ.

Tại sao tôi dám gọi những công việc này là ích kỷ? Họ đang tận tụy phục vụ nhân loại, nhưng với mục đích dùng công đức của mình để làm phương tiện lên thiên đàng. Họ sử dụng người nghèo khổ và đui mù và tàn tật và cùi hủi như là những bậc thang để đến thiên đàng.

Thử nghĩ nếu thế giới không còn người nghèo, người tàn phế, người hủi, người mù… thì Mẹ Teresa sẽ làm gì? Bạn sẽ vẫn tặng bà giải Nobel sao? Để làm gì? Đòi hỏi căn bản là phải có những người khốn khổ hoạn nạn như thế; hàng ngàn trẻ mồ côi được cần đến để làm một người đàn bà trở thành người phục vụ nhân loại vĩ đại.

Một trong những tu sĩ Ấn Độ giáo, người đứng đầu tu sĩ Ấn giáo, Karpatri, đã viết quyển sách tựa đề *Chống Lại Chủ Nghĩa Xã Hội.* Ông đưa ra nhiều lý do chống đối chủ nghĩa xã hội, nhưng lý do nực cười nhất là ông nói rằng kinh điển Ấn giáo đã viết: *Nếu không quyên giúp người nghèo thì ngươi sẽ không bao giờ lên được thiên đàng.* Trong lúc xã hội chủ nghĩa cố gắng dẹp tan giai cấp để không còn giàu nghèo. Một khi mọi người đều bình đẳng thì ai sẽ quyên góp cho ai? Và chuyện gì sẽ xảy ra trên thiên đàng? Vô cùng hữu lý! Vậy mà họ là những người phục vụ nhân loại vĩ đại đấy! Vậy mà những kẻ ngu ngốc này được xem là thánh nhân đấy!

Bạn biến mất trong thiền định, nhưng trong cầu nguyện bạn phải có mặt. Bạn phải có mặt để cầu nguyện, bằng không, ai sẽ nói lời nguyện cầu và nói cho ai?

Martin Buber đã viết một trong những tác phẩm có tầm ảnh hưởng nhất thời bấy giờ, quyển *I and Thou (Tôi và Bạn)*. Ông nói cầu nguyện là sự liên hệ giữa tôi và anh; cả hai đều cần thiết. Cần có "tôi" – người sẽ cầu nguyện – và "bạn", một khái niệm về Thượng Đế, thì có thể cầu nguyện. Cầu nguyện là cuộc đối thoại giữa hai người. Về căn bản, cầu nguyện là ích kỷ, quy kỷ.

Nhưng thiền định thì hoàn toàn không phải là cuộc đối thoại. Không cần "tôi" cũng chẳng cần "bạn". Không, toàn bộ quan niệm tương quan tôi-bạn biến mất. Im lặng trùm khắp, một thứ im lặng nguyên sơ, không bị quấy nhiễu bởi bất kỳ cuộc đối thoại nào. Thiền định chỉ xảy đến khi thiền giả biến mất; thế nên nó không vì cái ta tư riêng nào cả.

Thiền giống như đóa hoa đang nở, và cầu nguyện như làn hương thơm được tỏa ra trong gió. Tôi không nói về hương thơm, nhưng chỉ dạy cách trồng bông hồng, Rosemary, nên nhớ!

Câu hỏi thứ ba:

Thưa Sư phụ,

Để làm người vợ hài lòng thì cần những điều thiết yếu gì?

Satyam, tôi là người không lập gia đình nên chẳng biết nhiều về chuyện vợ con; bạn hỏi lộn người rồi. Nhưng tôi từng quan sát nhiều bà vợ và nhiều ông chồng; đây không phải là kinh nghiệm của tôi – mà chỉ là quan điểm thôi!

Có hai điều thiết yếu để làm cho bà xã hài lòng. Thứ nhất: để nàng tưởng mình đang có con đường riêng. Và thứ hai: để nàng có con đường nàng tưởng.

Câu hỏi thứ tư:
Thưa Sư phụ,
Tại sao sự thật làm đau lòng?

Prem Patipada, sự thật làm ta đau lòng vì chúng ta đều sống trong giả dối. Cả đời chúng ta sống trong hư ngụy.

Friedrich Nietzsche đã nói: *Đừng lấy đi sự giả dối khỏi con người, bằng không sẽ không còn khả tính để hắn sống sót.* Sigmund Freud cũng nói na ná như thế: *con người không thể sống mà thiếu giả dối; hắn cần nhiều thứ giả tạo – tôn giáo, siêu hình, triết lý, chính trị...*

Chỉ cần quan sát chính mình thì bạn sẽ nhận ra bao nhiêu dối trá cần thiết để trụ đỡ bản thân, để nuôi dưỡng bản ngã.

Tại sao con người lại cần nhiều thứ giả dối đến thế? – vì căn bản của giả dối là bản ngã; bản ngã chỉ tồn tại khi được bao bọc bởi những điều hư ngụy để củng cố nó. Bất cứ sự thật nào cũng khiến bạn đau lòng vì nó lấy đi một vài món đồ giả tạo, một vài điểm tựa, một ít trụ cột chống đỡ, và bản ngã bắt đầu sụp đổ. Và những thứ ấy là tất cả những gì bạn biết về bản thân, chứ không biết rằng mình là hiện tượng gì đó siêu việt bản ngã.

Có người bảo, "Bạn đẹp làm sao!" là bạn tin ngay lập tức. Không một ai phản đối cả. Tôi đã nói như vậy với nhiều người và chưa ai cãi lại. Tôi chưa hề gặp ai sửa sai, "Không, ông nói sai rồi vì tôi biết gương mặt mình; tôi thấy nó trong gương hàng ngày mà." Bạn khen bất cứ người nào, ngay cả những người dung nhan xấu xí nhất. Nếu nói câu ấy với con lạc đà, nó sẽ gật đầu đáp lại, "Đúng rồi, lúc nào tôi cũng biết mình đẹp. Anh là người thông minh đầu tiên nêu lên sự thừa nhận này." Thậm chí trong lòng của người nhan sắc xấu xí nhất cũng nghĩ rằng mình xinh đẹp; người ấy tin như thế, nếu không thì rất khó tồn tại, khó sống còn. Kẻ ngu ngốc nhất nghĩ rằng mình rất thông minh. Do đó nên bạn cứ tiếp tục chúc tụng lẫn nhau, dù những lời tâng bốc này giả tạo, nhưng mọi người đều sẵn sàng để tin ngay. Thực trạng này không những chỉ xảy ra trong đời sống thế gian, mà vẫn còn tiếp diễn khi bạn bước vào con đường hướng nội để tu tập; trong đời sống tu trì bạn cũng mong muốn mình được công nhận nữa.

Chỉ mới hôm trước, Somendra hỏi, *"Tại sao sư phụ không cho con sự công nhận?"* Mọi người đều muốn được thừa nhận, được bảo rằng "Bạn đã giác ngộ," rằng "Bạn đã đạt đạo," rằng "Bạn đã chứng đắc" là bạn sẽ sung sướng ngay! Nhưng niềm vui đó chỉ có tính phù du vì nó không phải là sự thật.

Tôi không thể đưa cho bạn bất cứ điều giả dối nào; do đó mà nhiều lần tôi đã công kích và xúc phạm bạn. Tôi làm bạn tổn thương, không phải vì tôi muốn làm bạn đau đớn, nhưng muốn lấy hết đi bất kỳ sự giả tạo nào của bạn, giống như giành lấy con gấu nhồi bông của đứa bé, thứ mà nếu thiếu nó sẽ không ngủ được. Con thú giả, dù dơ bẩn đến đâu, vẫn được bé mang đi khắp mọi nơi; bạn không thể lấy món đồ chơi này khỏi tay em, vì đấy là đời sống của bé. Cũng vậy, bạn mang theo người nhiều con gấu nhồi bông, Patipada, và đấy là lý do tại sao bạn bị tổn thương.

Bây giờ thì Somendra rất giận vì tôi nói anh ấy có thể là ứng cử viên sáng giá cho vai Judas. Chẳng bao lâu sẽ có bảng cáo thị: "Cần một Judas." Và sẽ có nhiều người thích hợp thủ vai này. Somendra có thể làm tròn vai này. Anh ấy nổi giận bởi tôi đã nói là anh ngồi hàng sau cùng quay lưng lại với tôi, thế là ngày hôm sau anh trở về chỗ ngồi cũ.

Hôm nay anh vắng mặt vì đã nêu lên một câu hỏi gớm ghiếc từ cơn nóng giận; đấy là lý do tại sao anh không có mặt tại đây. Ngay cả dù có ngồi đây hai ba ngày, anh chỉ dòm xuống đất chứ chẳng thèm nhìn tôi. Nhiều lần anh đã không đến dự buổi kiến đạo; đêm rồi anh xuất hiện nhưng không nhìn tôi... sôi sục trong lòng. Lý do vắng mặt ngày hôm nay là vì câu hỏi mà anh đã để tên người thắc mắc là một người khác; chắc anh ấy sợ bị phát giác, nhưng việc này không qua mắt tôi được! Ngay lúc thấy anh vắng mặt thì mối nghi ngờ của tôi trở nên tuyệt đối chắc chắn đấy là câu hỏi của anh.

Câu hỏi như thế này, *"Không phải ông là người lười biếng sao? Thế mà ông dám trơ tráo bảo người khác phải làm việc và sáng tạo."* Không chỉ lười biếng, tôi còn là tên lười biếng nhất đây! Lẽ tự nhiên là người biếng nhác không thể sống được nếu người khác chẳng chịu làm việc, bằng không thì làm thế nào tôi có thể sinh tồn được? Thế nên tôi cứ tiếp tục dạy, "Hãy làm việc, hãy sáng tạo! Lau sàn nhà, lau cầu tiêu với tâm thiền định!" Việc này chỉ đơn giản hữu lý chứ chẳng có gì trơ tráo cả! Và tên lười như tôi cần tối thiểu cũng phải đến hàng ngàn người làm việc!

Rồi anh hỏi tiếp, *"Làm thế nào ông có thể bảo người khác làm việc?"* Với người chưa bao giờ làm được việc gì thì mọi thứ dường như đều có thể làm được, luôn cả những việc bất khả thi cũng thế. Tôi chưa hề làm việc, dù chỉ một ngày duy nhất, và đấy chính là lý do tại sao tôi có thể bảo các bạn làm bất cứ việc gì, vì không kinh nghiệm nên tôi chẳng biết gì là rắc rối.

Sự thật gây đau đớn; sự thật xuất hiện bằng nhiều cách, tự biểu thị theo nhiều dạng.

Patipada, nên nhớ, hãy thiền quán trên bất cứ điều gì khiến bạn đau lòng, bởi phải có sự thật gì trong ấy mới làm bạn đau. Hãy thừa nhận nó, hãy lục lọi sâu vào bên trong sự thể để tìm xem tại sao nó làm bạn tổn thương, và bạn sẽ được tưởng thưởng. Bạn sẽ trưởng thành qua thái độ này.

Dối trá rất ngọt ngào và không làm bạn đau. Nhưng hãy coi chừng! Điều gì không tổn thương tự ngã thì không thể trở thành lực thúc đẩy cho sự trưởng thành; nó chỉ vô ích, nên hoàn toàn không cần phải bận tâm đến. Nhưng cần đặt trọn vẹn mối quan tâm đến cái làm bạn đau và đừng tức giận. Ở điểm này, bạn cần hiểu biết, cần ý thức, không phải phẫn nộ.

Chỉ mới vài tháng trước, tôi bảo Somedra là lần đầu tiên anh đã chứng *ngộ - satori*. Thế là anh ấy vui mừng; bạn phải thấy gương mặt của anh ta lúc đó – cười tươi rạng rỡ, hớn hở ngất ngây! Anh chấp nhận điều này dễ dàng vì, mặc dù là sự thật, nhưng bản ngã đã nhảy vào nắm lấy cớ để cảm thấy sung sướng – và đấy là cách anh bỏ lỡ cơ hội chứng đắc.

Khi sự thật, bất cứ sự thật nào, trở thành ngã mạn, khi ấy bạn bỏ lỡ nó, bạn mất dấu nó. Và nên nhớ, trước khi đại định xảy ra, trước khi giác ngộ xảy ra, bạn có thể đạt được hàng ngàn trạng thái *ngộ*, nhưng có lẽ bạn đã bỏ lỡ chúng. Bạn sẽ chứng nghiệm được trạng thái này nếu vẫn một mực cảnh giác; còn như cảm thấy hài lòng và bắt đầu khoe khoang về nó, dù vi tế, bạn nhất định sẽ mất nó. Nhiều thiền giả đang rơi vào cùng tình trạng như vậy.

Đôi khi rất khó cho tôi khi thấy hiện tượng tốt đẹp nào đó đang xảy ra trong bạn, nhưng phải giữ miệng không dám mở lời khen, vì nói ra rất nguy hiểm bởi bản ngã của bạn có thể sẽ phồng lên. Và đấy sẽ là thời điểm bạn mất đi sự chứng đắc.

Có nhiều người đang đi gần và gần tới điểm tối thượng, nhưng tôi không nên cho họ biết là tốt hơn. Tôi cứ chúc phúc lành, cứ lo lắng thương yêu họ, tới mức có thể làm được, những vẫn không thổ lộ thực trạng. Thông tin này có thể làm sao lãng sự tập trung của họ, có thể dời họ sang con đường khác.

Dối trá nguy hiểm, nhưng đôi khi ngay cả sự thật cũng có thể nguy hiểm. Nếu điều gì không gây tổn thương thì nguy hiểm, trái lại, nếu nó làm thương tổn thì không nguy hiểm. Vì đau đớn làm bạn tỉnh giấc; còn êm ái như bài hát ru em sẽ nguy hiểm bởi nó mang bạn vào giấc mộng đắm say hơn. Bạn có thể nằm mơ về đại định và giác ngộ và trở thành một vị phật. Và tất cả những mộng mơ này đều khả thể, đều nằm trong khả năng, đều ở trong tầm với của bạn – nhưng vì thế mà bạn có thể mất dòng liên lạc nhiều lần.

Do đó đừng nên đòi hỏi sự chứng nhận. Nếu cảm thấy thời gian đủ chín muồi và lời công nhận không làm bạn tụt lại, tôi sẽ làm điều này. Nhưng tại sao lại thèm khát sự chứng nhận? Nếu sự thật đang xảy ra trong bạn thì sự chứng nhận là không thành vấn đề, là hoàn toàn không thích đáng chút nào. Nếu trở thành vị phật thì bạn trở thành vị phật cho dù tôi có nói như thế hay không. Nhưng đôi lúc thấy cần tôi sẽ nói, "Không, bạn chưa trở thành," chỉ để giúp bạn giữ đúng hướng.

Này Patpada, hãy thiền định trên bất cứ điều gì làm bạn tổn thương, rồi tâm linh bạn sẽ trở nên vô cùng phong phú.

Câu hỏi thứ năm:

Thưa Sư phụ,

Tại sao sư phụ có nhiều kẻ thù đến thế?

Gayan, hãy nhớ hai định luật căn bản này. Thứ nhất: Không hành vi tốt đẹp nào mà không bị khiển trách. Thứ hai: Bằng hữu có thể đến rồi đi, nhưng kẻ thù thì tích tụ.

Câu hỏi thứ sáu:

Thưa Sư phụ,

Con rất nghi ngờ vợ mình. Con phải làm gì đây?

Narayan, người vợ không phải là Thượng Đế của bạn, nên bạn không cần phải nghi ngờ, cũng như chẳng cần phải tin tưởng. Hôn nhân chỉ là một trò chơi, đừng nên nghiêm trọng quá! Nhưng bạn được dạy phải tin vợ mình, tin chồng mình. Chính vì sự giáo hóa này nảy sinh ra nghi ngờ. Thực tế là bạn được bảo phải tin cậy người phối ngẫu. Hàng bao thế kỷ, người ta biết rằng khó mà tin vợ, hay chồng của mình; đây là điều gần như bất khả thể.

Nếu vợ bạn còn chú ý đến bạn, làm sao bạn có thể tin ở nàng? Nếu cô ấy vẫn còn chú ý tới đàn ông – bạn chỉ là một người đàn ông, trong lúc có nhiều nhiều đàn ông còn điển trai hơn bạn – thì làm thế nào bạn có thể tin tưởng vợ mình được? Nếu còn thích thú đến bạn, nàng cũng phải thích thú đến người đàn ông khác. Chỉ có thể tin tưởng được một khi nàng không còn hứng thú với bạn nữa, khi đó nàng cũng không còn hứng thú với nam giới – nàng gần như chai điếng; đương nhiên, bạn có thể tin nàng được.

Bạn chỉ có thể tin tưởng chồng mình khi nào anh ta không còn quan tâm đến thân thể của bạn nữa. Nếu vẫn còn để ý tới gương mặt, thân thể, sự cân đối, nét xinh đẹp của bạn, thì làm thế nào hắn tránh được thái độ này đối với những người đàn bà khác? Không thể tránh được. Bạn đang đòi hỏi điều gì đó có tính phi nhân hoặc siêu nhân. Mà đức lang quân tội nghiệp của bạn không là phi nhân cũng chả phải siêu nhân… nhưng chỉ là một con người đáng thương.

Đừng nên đòi hỏi những việc không thể thực hành như thế. Vợ của bạn mơ mộng về những người đàn ông khác chỉ là điều tự nhiên. Nên nhớ, nàng không thể nằm mơ về bạn;

tôi chưa bao giờ nghe chuyện người vợ nằm chiêm bao thấy chồng của mình. Ai mơ thấy chồng hay vợ của mình? Để làm gì? Bộ ban ngày chưa đủ sao? Bạn còn phải dành luôn ban đêm và cả giấc mơ cho cùng người đàn bà hay người đàn ông đó nữa sao?

Bạn được tự do trong giấc mơ, và đấy là sự tự do duy nhất còn lại. Bạn có được thế giới riêng tư của chính mình trong những giấc chiêm bao. Vợ của bạn không thể nhìn trộm vào giấc chiêm bao của bạn rồi bảo, "Anh đang làm gì vậy? Dừng lại ngay!" Có thể bạn dự vài buổi tiệc vui với vợ của mấy người hàng xóm thì cũng đâu có gì sai trái, nào ai bị thiệt thòi gì. Chỉ riêng bạn có được giấc ngủ ngon và nụ cười trên gương mặt vào buổi sáng.

Đừng đòi hỏi những điều bất khả thể.

Mulla Nasruddin tâm sự, "Tôi luôn tin tưởng vợ mình trong suốt cả mười năm dài của đời sống vợ chồng. Mãi đến khi chúng tôi dọn từ Calcutta về Poona thì lúc đó mới phát giác ra người giao sữa cho nhà mình vẫn là người lúc còn ở Calcutta."

Narayan, không cần phải tin tưởng hay không tin tưởng. Tại sao lại mang vấn đề tin tưởng vào trong hôn nhân? Hôn nhân chỉ là một trò chơi! Thay vì chơi với thái độ vui vẻ, bạn lại biến nó trở thành quá nghiêm trọng. Khi bắt đầu đòi hỏi "Em phải chung thủy với anh!" là lúc bạn đẩy người đàn bà đáng thương vào trong tình huống khó có thể thực hiện yêu cầu của bạn. Hãy để người vợ hoàn toàn tự do, khi ấy có lẽ nàng sẽ chung tình với bạn.

Đời sống vận hành theo cách hết sức lạ lùng. Hoàn toàn tự do sẽ khởi sinh niềm tin, do đó nàng sẽ thấy bạn là người xứng đáng được trung thành. Nếu người vợ để chồng mình hoàn toàn tự do, thì điều đó cho thấy nàng yêu chồng đến mức muốn người thương của mình hạnh phúc bằng mọi cách có thể được, thậm chí nếu chàng sung sướng với người đàn bà khác. Khi ấy một phẩm chất hoàn toàn khác của tin cậy sẽ sinh khởi. Tôi không nói điều này nhất định phải xảy ra, nhưng nói là có lẽ, bởi với con người thì chẳng có gì chắc chắn, chẳng có gì có thể tiên đoán được.

Vì hai người là hai thế giới khác nhau, nên mối quan hệ vợ chồng là sự tương quan rất kỳ lạ. Cách đàn bà suy nghĩ và hành xử không giống như đàn ông; họ thiên về trực giác, còn đàn ông thiên về trí năng hơn. Đấy là lý do tại sao họ hấp dẫn lẫn nhau trên cả hai đối cực sinh lý lẫn tâm lý. Là hai kẻ thù thân thiện mật thiết, nên giữa họ nhất định phải có xung đột; điều này chẳng những không tệ hại, mà còn giúp họ giữ được sự quan hệ sống động hơn. Khi nào vợ chồng hoàn toàn không còn cãi vã nhau nữa, nghĩa là khi ấy cuộc hôn nhân của họ thật sự đã kết thúc; bây giờ không gì còn lại… ngay cả sự xung đột… mọi quan hệ đều chấm dứt.

Anh hàng thịt và chàng bán sữa đang thảo luận về những ưu và khuyết điểm của đời sống hôn nhân. Weiss, anh hàng thịt hỏi, "Anh có thật sự tin là cuộc sống của người có gia đình thì tốt đẹp hơn so với người độc thân hay không?"

Là người thích triết lý hóa mọi vấn đề, chàng bán sữa trả lời, "Nói cho cùng, theo cách nào đó, nếu không có hôn nhân chắc chúng tôi phải cãi nhau với người lạ rồi."

Vâng, đấy là sự thật. Cãi vã với vợ nhà vẫn tốt hơn, vì ít ra mình cũng đấu đá với người bạn chứ không phải kẻ xa lạ.

Không cần phải đòi hỏi mấy thứ chung tình chung thủy này đâu, mà nên cùng sống với nhau một cách vui vẻ. Thay vì tận hưởng từng khoảnh khắc bên nhau, người ta lại tạo ra bao chuyện phiền não vô bổ làm hủy hoại mọi niềm vui.

Người vợ không có nghĩa vụ phải chung thủy với bạn, và bạn cũng vậy; bạn yêu thương nàng, nàng thương yêu bạn, thế là đủ. Đừng mang điều kiện trung thành vào tình yêu. Nếu tình yêu không kết hợp bạn lại với nhau thì chẳng còn phương tiện nào khác có thể làm được việc này; và nếu tình yêu không thể thắt chặt hai người, thì bất cứ thứ dây nào cột bạn lại với nhau cũng đều mang tính nguy hiểm.

Câu hỏi chót, câu thứ bảy:

Thưa Sư phụ,

Phải chăng mọi lời nói đều vô ích?

Dharmendra, không phải tất cả lời nói đều vô ích. Lời của chư phật bao giờ cũng chứa ý nghĩa thâm ảo. Tuy dùng cùng ngôn ngữ như bạn, nhưng lời nói của họ xuất phát từ chứng nghiệm sâu xa. Hãy để lời nói của bạn thoát ra từ thực chứng của mình, khi ấy chúng sẽ có ý nghĩa, sẽ mang hương thơm nào đó của cõi bất tri, của cảnh giới siêu phàm. Nhưng dù không có diệu ngôn của chư phật, thì ngôn ngữ đời thường cũng chưa hẳn hoàn toàn vô dụng; bằng không, bạn sẽ liên lạc với nhau bằng cách nào? Bạn không thể trao đổi qua im lặng, không thể cảm thông mà không có lời nói.

Muốn giao cảm không qua lời nói, bạn cần phải hoàn toàn nhập sâu trong thiền định; nhưng khi ấy, bạn chỉ có thể giao cảm với người nhập định khác, chứ không thể liên lạc được tất cả mọi người. Toàn thể nhân loại sẽ không ở cùng cảnh giới thiền định, ít nhất là việc này không xảy ra trong đời của bạn, và bạn sẽ phải đối thoại với những người không phải là thiền giả.

Tôi đang dùng lời nói, đức Phật đã dùng lời nói, đức Jesus đã dùng lời nói. Bạn cũng phải sử dụng lời nói, nhưng hãy cố gắng trình bày một cách ngắn gọn, cô động, đừng dài dòng những điều không cần thiết. Khi nói, hãy dùng lời lẽ có ý nghĩa chứ không nên chỉ nói lấy có cho hết thì giờ.

Alma, cô bé học trò lớp một, vừa từ trường về nhà, với đôi mắt sáng ngời đầy kích động, hổn hển báo với cha, "Bố ơi, hôm nay lần đầu tiên tụi con thực tập phòng cháy!"

Ông bố cười nói, "Tốt lắm, con cưng. Bố rất tin việc diễn tập này, tại vì bố suýt chết cháy một lần rồi."

"Ồ, kể cho con nghe đi."

"Chuyện như thế này: Bố té vào trong chậu súp gà to tổ bố và ráng leo lên mấy miếng bánh cho khỏi bị chết chìm, rồi cố sức la lớn 'Cháy'"

Alma kêu lên, "Cháy à? Có đám cháy nữa sao?"

Ông bố vừa cười toe toét vừa vỗ nhẹ lên mái tóc quăn của cô bé, "Không, nhưng ai sẽ đến giúp nếu bố chỉ la 'súp gà' chứ?"

Lời nói là có ý nghĩa.

Trong lần hẹn hò đầu tiên, cậu trai đưa cô gái đi hội chợ. Sau một lúc loanh quanh trong chợ, cô gái bảo, "Em muốn được cân." Cậu trai chìu ý đưa nàng đến gặp người đoán sức nặng và người này đoán đúng số cân của cô.

Sau khi viếng thăm một vài gian hàng giải trí, cô gái muốn được cân lần nữa. Lần nữa, cậu trai tìm một gian hàng khác nơi trọng lượng của nàng được đoán giống như lần trước.

Sau chầu kem và kẹo bơ, cô gái lại muốn được cân giống như hai lần trước.

Cậu trai trả lời, "Không, quá lắm rồi. Tôi đưa cô về nhà."

Sau khi bị bỏ xuống trước cửa, cô gái bước vào nhà gặp mẹ và bật khóc nức nở, "Mẹ ơi, con có một ngày tồi tệ làm sao!"

Đã đủ cho hôm nay.

KINH VĂN
• BÀI GIẢNG 7

Ngu Muội Là Kẻ Thù Của Chính Mình

Bài giảng tại Phật Đường sáng ngày 27 tháng Hai, 1980

KINH PHÁP CÚ: PHẬT ĐẠO
BỘ 12 QUYỂN • QUYỂN MƯỜI

Ngu muội là kẻ thù,
Của chính bản thân mình.
Bởi tham cầu phú quý,
Nên tự hại lấy thân.

Thay vì cầu bỉ ngạn.

Cỏ dại hại ruộng đồng,
Tham ái và sân hận,
Si ám và dục vọng,
Nhiễm độc bản tâm người.

Tôn nghinh bậc giác giả,
Người đã ly tham, sân,
Đã không còn si, dục.

Cúng dường bậc giác giả,
Quả phúc thật vô ngần.

BẢN chất của con người là thông minh, nhưng xã hội không cho phép đặc tính này thăng hoa, nên cố tình phá hủy nó. Xã hội, bằng một ngàn lẻ một cách, cố gắng làm cho tính thông minh trở thành không thông minh, bởi dường như người không thông minh dễ bảo hơn – ngoan ngoãn vâng lời nhà nước, nhà thờ, xã hội hơn. Những người này ít khi chống đối; họ không thể nổi loạn, bởi vì nổi loạn cần trí thông minh. Càng thông minh chừng nào, tính chống đối càng lớn chừng nấy. Người không thông minh luôn tìm sự an ninh và an toàn trong đám đông, chứ không thể là một cá nhân riêng rẽ. Bao giờ họ cũng khao khát được trở thành thành phần của đám đông – Ki Tô giáo, Ấn giáo, Hồi giáo... Những tổ chức này đều là đám đông, đều lệ thuộc vào những người đã trở thành nạn nhân của chiến lược phá hủy tính thông minh của xã hội.

Người thông minh không đi tìm Thượng Đế trong nhà thờ hay đền chùa, nhưng sẽ tìm kiếm bên trong chính bản thể mình. Họ sẽ không đi Kaaba hay Kashi, vì nếu Thượng Đế không thị hiện tại đây, ngài cũng không thể có mặt ở bất cứ nơi nào khác, còn như nếu ngài xuất hiện ở *mọi nơi*, thì tại sao không phải tại đây? Nếu Thượng Đế không ở trong tôi, ngài không thể ở nơi khác; và nếu ngài có mặt ở nơi nào khác, nhất định ngài cũng phải ở trong tôi.

Người thông tuệ là một cá nhân chứ không thuộc về đám đông, không thuộc về tâm lý quần chúng. Họ là con người chứ không phải đám cừu non. Nhưng đám đặc quyền đặc lợi bao giờ cũng chống lại cá nhân, nghĩa là chống lại con người; họ chỉ muốn những bộ máy, chứ chẳng thích những người thông minh, những người tự quyết định cuộc đời mình. Họ muốn những người luôn lệ thuộc vào người khác, vào các nhân vật thẩm quyền – lãnh tụ, giáo sĩ, thánh nhân, ai cũng được, miễn sao không phải là chính họ.

Tính phá hủy sự thông minh cá nhân của xã hội vẫn mãi tồn tại đến thời đại hôm nay. Nó hủy diệt ngay chính khả tính trở thành vị phật hay đấng đăng quang của bạn. Nó luôn chống lại bậc trí giả và ủng hộ kẻ ngu dốt. Kẻ phàm phu ngu muội được cắt xén để phù hợp với xã hội một cách toàn hảo.

Không em bé nào được sinh ra mà ngu ngốc, nhưng sớm muộn gì mọi đứa đều trở nên khờ khệch. Quyền lực của xã hội quá sức to lớn mạnh bạo đến mức hầu như không một em bé nào có thể chống lại. Đứa trẻ không thể sống còn nếu nó cực lực chống đối. Thật là một kỳ tích khi vài người không bị biến thành bộ máy. Những người này là những viên ngọc quý, là những bông hoa duy nhất trên đời; nhờ họ mà nhân loại còn chút hương thơm, bằng không, mọi người đều là những thây ma biết đi, đang bằng cách nào đó, lê lết tấm thân lụi tàn hướng về phần mộ.

Phải hiểu biết cách sống của kẻ ngu, vì chỉ qua hiểu biết bạn mới có thể vượt qua khỏi nó. Kẻ phàm phu cũng có cách sống, và cách sống của họ là cách của đám đông. Họ lặp lại điều người khác nói, bắt chước việc người khác làm, luôn tìm manh mối để giúp họ biết cách sống và cư xử như thế nào, cũng như tuân hành theo cái gì đúng cái gì sai. Không có chút minh kiến về bất kỳ sự việc nào, kẻ phàm phu sống lệ thuộc vào các điều răn dạy từ người khác; những thứ giới luật được dùng cho hoàn cảnh khác, cho người khác, cho mục đích khác, mà vẫn được họ tuân thủ hàng bao ngàn năm qua.

Điều đầu tiên cần phải nhớ là phàm phu không bao giờ tự nhiên thanh thoát. Bản tính cố hữu của họ là lặp lại quá khứ nên không khí nào đồng bộ với thực tại, không khí nào đáp ứng với tình huống. Bởi đã có những câu trả lời tiền lập, nên họ chẳng bao giờ biết lắng nghe; họ hoàn toàn không quan tâm đến câu hỏi chút nào, câu hỏi chỉ đơn giản kích hoạt tiến trình ký ức để câu trả lời có sẵn bật lên. Họ chỉ hành động như cỗ máy điện toán.

Đáp ứng nghĩa là có ý thức. Trừ phi có ý thức, bạn sẽ không có khả năng nhìn thấy tình huống đang đối diện với mình, mà tình huống thì thay đổi từng giây phút một chứ không bao giờ giống nhau, ngay cả với hai khoảnh khắc liên tiếp. Do đó ta phải hết sức ý thức tỉnh giác mới có thể đáp ứng bén nhạy với thực tại. Và đáp ứng với thực tại là giao cảm với Thượng Đế.

Hạng phàm phu chẳng biết chút gì về Thượng Đế; họ chưa bao giờ bắt gặp bất cứ điều phi phàm nào. Họ vẫn luôn là thành phần của tập thể ngu xuẩn. Nên nhớ, xã hội, tập thể không có tâm hồn, tâm hồn thuộc về cá nhân. Vì thế, những ai thuộc về tập thể đều đang tự hủy diệt khả tính trở thành người có tâm hồn của chính mình.

George Gurdjieff đúng khi nói rằng rất hiếm khi gặp được người có tâm hồn. Có tâm hồn nghĩa là có ý thức tỉnh giác, có cá nhân tính, có tự do, có khả năng đáp ứng – và có khả năng đáp ứng theo cách riêng của mình chứ không theo phán quyết hoặc chỉ thị của người khác.

Phàm phu không bao giờ tức thời; đây là điều đầu tiên bạn phải hiểu về người ngu. Nếu trở nên tức thời, tức là bạn bắt đầu thông minh. Phàm phu không bao giờ học hỏi vì tưởng mình đã biết, do đó họ rất cứng đầu về việc học tập.

Phàm phu không nhất thiết là người dốt nát, hãy lưu ý. Có thể họ là đại học giả, là luận gia lẫy lừng, là giáo sư danh tiếng, là người có bằng tiến sĩ... Thật ra, còn ai khác bận tâm về học vị tiến sĩ chứ? Phàm phu có thể rất am tường nhiều thứ, nhưng điều này không tạo ra khác biệt cho sự ngu ngốc của họ.

Thông tin không chuyển hóa bạn được. Chuyển hóa là một hiện tượng hoàn toàn khác hẳn với thông tin. Chuyển hóa xảy ra qua ý thức tỉnh giác, qua sự rộng mở: mở rộng với đời sống, với con người, với mọi khả thể. Hạng phàm phu sống trong thế giới bưng kín; họ là những người vừa câm vừa điếc.

Đấy chính là ý nghĩa của chữ 'idiot – kẻ ngốc' trong tiếng Anh: đóng kín. Kẻ ngốc sống trong thế giới riêng tư của họ nên không biết chút gì về thực tại; họ sống trong mơ và cứ tưởng đó là thực tại. Kẻ ngốc sống bằng niềm tin, bằng những thứ mà truyền thống, mà quy ước đã dạy cho họ – bằng bất cứ điều gì họ được ước định. Trong xứ theo đạo Ki Tô, họ sẽ là Ki Tô hữu; trong xứ cộng sản, họ sẽ là đảng viên cộng sản. Cũng cùng một người chứ chẳng gì khác biệt, dù họ có trích dẫn Thánh Kinh hay Tư Bản Luận thì vẫn vậy, vì họ chỉ trích dẫn một cách máy móc mà thôi. Kẻ ngốc không thể hiểu biết bởi họ không sẵn sàng để học hỏi.

Sống trong thế giới hoàn toàn bưng kín, kẻ ngốc không dám mở cửa để chào đón mưa gió trời trăng, vì nào ai biết được? – nếu mở ra với đời sống thì những câu trả lời có sẵn của họ có thể không đủ để đối phó. Bởi hoàn toàn lệ thuộc vào những câu trả lời tiền lập này, nên họ rất sợ bị mất chúng. Đối với họ, những thứ đó đúng hay sai đều không quan trọng, miễn họ tin chúng đúng thì chúng đúng với họ.

Do đó đặc tính thứ hai của hạng phàm phu là câm và điếc. Họ không chịu học hỏi và không bao giờ lắng nghe. Họ có khả năng để nghe nhưng không có khả năng lắng nghe; nghe là hiện tượng sinh lý học, còn lắng nghe là điều gì đó sâu xa hơn. Bạn nghe qua lỗ tai, nhưng khi trái tim cùng hòa nhập với lỗ tai, thì sự lắng nghe xảy ra. Nhưng con tim của kẻ phàm phu không bao giờ kết hợp với lỗ tai của họ. Không có khả năng để thấy bởi chỉ thấy cái họ muốn nhìn. Không có khả năng để tương ứng với thực tại, nên họ không bao giờ cho phép thực tại phản chiếu trong họ; họ không là tấm gương soi.

Sau một ngày đi chơi vùng biển, chiếc xe buýt chở đầy nhóm người câm điếc ghé lại một quán rượu. Tài xế xe giải thích với chủ quán, "Anh thấy những người ở đằng kia không? Họ hoàn toàn câm điếc, nhưng họ dùng ngôn ngữ đặc biệt bằng cách ra dấu. Hai ngón tay nghĩa là một ly bia đắng; ba ngón tay là bia lager; bốn ngón, bia ale nhẹ; năm ngón, bia đen guinness; lắc đầu, whisky; gật bên trái, brandy; gật bên phải, vodka."

Sau khi nghe rõ thông tin, chủ quán đồng ý sẽ lo liệu được tình huống.

Sự việc xảy ra một cách tốt đẹp trong chừng hơn tiếng đồng hồ đầu, nhưng sau đó chủ quán để ý thấy có ba người trong nhóm đang đứng tại quầy rượu cứ liên tục mở miệng ra rồi ngậm miệng lại. Anh cố đoán xem họ muốn gì, nhưng chịu thua và quên bẵng về họ.

Nhưng chừng mười phút sau, cả lố người câm điếc cùng đến đứng bên quầy, liên tục mở miệng ra ngậm miệng lại, giống như mấy con cá vàng trong chậu kiểng. Anh bắt đầu cảm thấy bất an nhưng giả vờ không để ý đến. Rồi chẳng bao lâu, cả đoàn người đổ xô đến bên quầy và làm cùng một động tác như những người đến trước.

Chẳng biết phải làm sao, anh chạy đến đập cửa chiếc xe buýt đang đậu.

"Hê, có chuyện gì thế?" tài xế hỏi.

"Thế này, anh biết hết mấy người trong đó mà? Chừng hơn tiếng đồng hồ đầu tiên thì được lắm – hai ngón, ba ngón, lắc đầu, gật đầu – nhưng bây giờ thì cả bọn đang bu tại quầy và cứ đứng tại đó liên tục mở miệng ra ngậm miệng lại!"

"Thôi rồi, họ lại không chịu hát nữa rồi! Bây giờ thì chúng tôi sẽ không bao giờ đưa họ về nhà được!"

Kẻ ngu sống trong thế giới hoàn toàn bưng kín. Không những không sẵn sàng với thực tại, họ còn chẳng có khả năng diễn tả bất cứ điều gì; và vì không thể diễn tả, nên họ không có tính sáng tạo.

Không có tính sáng tạo là đặc điểm thứ ba của kẻ phàm phu. Họ có thể bắt chước nhưng không sáng tạo. Họ có thể soạn thảo một vài đề tài nào đó, có thể lắp ráp vài thứ lại với nhau, nhưng không bao giờ là một sáng chế mới lạ. Không điều gì mới mẻ khởi sinh trong bản thể họ – tự họ vẫn còn chưa ra đời. Có thể trở thành kỹ thuật gia có tài, nhưng họ không bao giờ là người nghệ sĩ vĩ đại. Có thể biết rất rành về hội họa, nhưng họ không có khả năng sáng tác những họa phẩm đặc dị, tiên phong; họ tuyệt đối không thể là những người đầu tiên. Họ sống như thể người máy; họ bị thu nhỏ thành cổ máy.

Nếu bị tối giản xuống mức thấp nhất, con người trở thành cổ máy; nếu được đưa lên đỉnh cao nhất, con người trở thành thần thánh. Con người là một chiếc thang: ở bậc thấp nhất, nó là máy móc cơ giới; ở bậc cao nhất, nó là thần thánh. Là gì tùy thuộc vào bạn; nếu cứ mãi ở trạng thái không thông minh, không tỉnh giác, bạn sẽ vẫn là một người máy.

Lương tâm không thay đổi bạn được. Bạn được dạy bảo, "Cái này đúng và cái kia sai," nhưng huấn thị này không làm bạn thay đổi. Chẳng ai có thể chuyển đổi bạn từ bên ngoài, vì bất cứ đổi thay từ ngoại diện nào cũng chỉ là bề ngoài hời hợt, trong khi sâu bên trong bạn vẫn còn nguyên trạng, vẫn còn khăng khăng với tính ngu ngốc của mình.

Tôi đã từng gặp kẻ tội lỗi ngu muội, và cũng gặp qua những thánh nhân cũng ngu muội cùng cách. Ngoài mặt, kẻ tội lỗi và thánh nhân khác nhau rất xa, nhưng có thể cả hai đều là phàm phu ngu ngốc. Có lẽ, kẻ tội lỗi rơi vào nhóm người xấu, thế thôi, còn thánh nhân rơi vào nhóm người tốt; đấy là sự khác biệt. Hai tình huống đều cùng là ngẫu nhiên, nên sâu bên dưới, họ không khác.

Đặc tính của ngu muội là cố chấp, vì nhiều kiếp bạn đã sống qua nó, đã phải đồng hóa với nó. Làm người ngu thì an toàn; không biết mà giả vờ biết thì an toàn, bởi bạn dư biết là thế gian sẽ không đối xử tử tế với bậc trí giả. Thế gian không thuốc chết kẻ phàm phu, nhưng đã hạ độc Socrates, một trong những người trí tuệ từng được sinh ra. Thế gian không hành hình bất kỳ tên ngu ngốc nào, nhưng đã đóng đinh Jesus trên thập tự giá.

Hai tên bụi đời không còn đồng ten dính túi nên tìm cách kiếm ít tiền. Với tóc dài và bộ râu xồm, cộng thêm áo ngủ và cây thánh giá tự chế, cả hai đi đến một nhà thờ Tin Lành ngay giữa buổi lễ ngày Chúa Nhật. Tên thứ nhất bước vào và lớn tiếng tuyên bố, "Tránh đường cho Chúa!"

Tên thứ hai tay cầm thánh giá, loạng choạng theo sau.

Tín đồ đang làm lễ trong nhà thờ bất ngờ khóc to lên, vài người nằm úp mặt xuống đất. Tiền cắc và giấy bạc rơi xuống như mưa khi hai tên diễn hành dọc theo lối đi rồi bước ra đường trở lại. Hôm Chúa Nhật đó họ kiếm được hơn bốn mươi đô la.

Tuần sau hai tên đi đến một nhà thờ Công giáo. "Tránh đường cho Chúa!" Giáo dân bức tóc bức tai và la hét vang trời trong cơn mê ly siêu phàm tột đỉnh. Buổi sáng hôm đó họ thu hoạch hơn trăm đô.

Tuần sau nữa, để đùa cho vui, họ thử đi đến một giáo đường Do Thái. Tên bụi đời thứ nhất bước vào la to, "Tránh đường cho Chúa!" và tên thứ hai lệnh khệnh vác thánh giá theo sau.

Vị giáo sĩ già quay sang người đứng bên cạnh, nói khẽ, "Moishe, đi lấy búa và mấy cái đinh. Hắn ta trở về rồi!"

Làm kẻ ngu ngốc thì an toàn, còn làm Jesus sẽ bị nguy hiểm. Làm người giác ngộ là sống trong tình trạng bất an ninh, vì bạn đang chống lại quần chúng, và quần chúng là lực lượng vô cùng đông đảo; giống như bạn đang bơi ngược dòng. Vì thế nên kinh nghiệm tích lũy qua hàng thế kỷ bảo bạn, "Hãy làm kẻ ngu, nhưng cứ giả vờ là không ngu ngốc." Đấy là một phần của sự ngu si. Khoảnh khắc một người chấm dứt sự giả vờ là lúc người ấy bắt đầu trở nên có trí tuệ.

Bước đầu của trí tuệ là biết mình là người ngu ngốc, khi ấy bạn hoàn toàn không còn ngu ám nữa. Nhưng dám chấp nhận thực kiện "tôi là một kẻ ngu" là hiện tượng rất hiếm hoi.

Người ta bảo nếu người điên biết mình điên, thì người đó không còn điên nữa, bởi đã có lại sự sáng suốt. Nhưng không một kẻ điên nào chấp nhận mình điên loạn, ngược lại, họ còn tưởng mình là người tỉnh táo nhất thế giới; mọi người khác đều bất bình thường hết, chỉ duy nhất một mình hắn bình thường. Đấy cũng là phần còn lại của sự ngu ngốc.

Người ngu giả vờ theo mọi cách có thể làm được. Họ sẽ làm ra vẻ biết những điều họ không biết; họ sẽ giả làm ra người không phải là họ. Đời sống của họ giống như đóng tuồng, giống như cuộc trình diễn bề ngoài. Lúc nào họ cũng hành xử như một cuộc triển lãm nào đó; họ trở thành cái tủ bày hàng. Vì đeo mặt nạ nên họ có nhiều gương mặt và hoàn toàn quên mất chân diện mục của mình.

Vì vậy Thiền gia nói: Trừ phi khám phá ra bản lai diện mục, bạn sẽ không biết mình là ai và không biết chút gì về thực tại cũng như chẳng hề biết đến phúc lạc và ân sủng của sự tồn tại.

Hãy khám phá gương mặt nguyên thủy. Gương mặt nguyên thủy của bạn bị che mất dưới quá nhiều mặt nạ; bạn đã giả dạng nhiều người khác và, dần dần, đã bị thuyết phục bởi chính những giả tướng của mình.

Jack và Irma đã giàu tiền của nên quyết định kiếm thêm một chút văn hóa cho cuộc đời nông cạn từ trước đến giờ của họ. Cơ hội đầu tiên cho định hướng này là chuyến viếng thăm viện Bảo Tàng Nghệ Thuật Thành Phố. Ở đấy họ đi xem buổi triển lãm có người hướng dẫn.

"Này, đây là bức tượng bán thân rất đẹp của Michelangelo," Jack nói một cách ngưỡng mộ.

Nhưng người hướng dẫn giải thích, "Không phải Michelangelo đâu. Leonardo da Vinci đấy!"

Irma rít lên, "Jack, tại sao anh lại to mồm trong khi chẳng biết chút gì về Tân Ước vậy?"

Bạn sẽ bắt gặp những kẻ giả bộ này mọi nơi: bên trong bạn, bên ngoài bạn. Bạn đang sống với chúng – bạn là một tên trong bọn chúng. Chấp nhận "Tôi là kẻ giả bộ," là một sự bắt đầu vĩ đại.

Có thể kẻ ngu cố gắng làm điều tốt, nhưng hắn không thể là người tốt vì không có gì giống như sự tốt lành máy móc. Thiện tính chỉ có thể sinh ra từ ý thức, nên mọi cố gắng máy móc đều bất thiện. Theo định nghĩa của tôi cũng như của đức Phật Cồ Đàm thì, làm bất cứ việc gì một cách vô ý thức đều xấu xa, đều bất thiện, và bất kỳ hành động nào từ ý thức tỉnh giác đều tốt đẹp, đức hạnh. Bạn làm gì, hành động đặc thù của bạn, không phải là vấn đề, nhưng vấn đề tùy thuộc vào nguồn gốc từ đó nó phát sinh; nếu hành động sinh khởi từ ý thức tỉnh giác của bạn, thì bất cứ việc gì...

Điển hình như Mohammed đã đánh nhiều trận với thanh bảo kiếm trên tay, nhưng tôi không gọi những cuộc chiến của ngài là tội ác. Không, những cuộc chiến của ngài không xấu ác bởi chúng phát sinh từ ý thức tỉnh giác, từ thiền tính sâu sắc; ngài chỉ đơn giản đáp ứng với tình huống. Đương nhiên, việc ngài làm là bạo hành – nhưng dù đến mức bạo hành, khi nằm trong tay của người có ý thức, tỉnh giác, thì phẩm chất của nó cũng thay đổi.

Adolf Hitler là người ăn chay, nhưng cách ăn chay của ông chẳng tốt đẹp gì, mà là một thứ bất thiện vì hoàn toàn phát sinh từ một tâm trí vô ý thức. Ông ta không hút thuốc, không uống rượu, và sống đời sống của người tiết dục gần như một tu sĩ – tu sĩ Kỳ Na giáo. Nếu nhìn cuộc đời của ông, bạn sẽ thấy ông ta sống theo cách rất có giới luật; ông ta, trên bất cứ ngoại diện nào, đều không phải là người xấu: chẳng bao giờ cờ bạc, ngay cả không chơi bài để tiêu khiển. Nhưng Hitler là một ác nhân, là người không chút đức hạnh. Tất cả những hành động của ông đều phát sinh từ tâm trí vô ý thức.

Nếu bạn gặp chúa Jesus uống rượu... vâng, ngài thích và thường hay nhâm nhi. Và tôi nghĩ rằng không có gì bất thiện trong việc uống rượu, nếu bạn uống theo kiểu của Jesus – với trạng thái tuyệt đối tỉnh thức. Khi tuyệt đối tỉnh giác, ngay cả uống rượu cũng là thiện hạnh. Nhưng nếu không nhậu nhẹt như Hitler chưa chắc tốt lành gì. Thế nên vấn đề không phải là bạn *làm gì*, mà *cách* bạn làm, hành động của bạn phát sinh từ đâu.

Molly O'Brien tới gặp cha xứ. Nàng phân trần, "Thưa cha, con cảm thấy tội lỗi bởi đêm qua con đã rủa một người đàn ông là thằng con hoang."

Cha xứ hỏi, "Nào, tại sao con lại làm chuyện như thế?"

"Thế này, thưa cha, hắn ôm con."
"Cái gì – giống như vầy không?"
"Vâng, giống như thế."
"Quèo, vẫn chưa phải lý do để rủa hắn là thằng con hoang."
"Vâng, nhưng rồi, cha à, hắn hôn con!"
"Cài gì – giống như vầy không?"
"Vâng, giống như thế."
"Quèo, vẫn chưa phải lý do để rủa hắn là thằng con hoang."
"Con biết, nhưng rồi cha thấy, hắn đè con xuống ghế sofa và vén váy con lên."
"Con muốn nói… giống như vầy không?"
"Vâng, thưa cha."
"Quèo, vẫn chưa phải lý do để rủa hắn là thằng con hoang."
"Vâng, nhưng hắn tuột quần hắn ra."
"Giống như vầy không?"
"Vâng, giống như thế."
"Quèo, vẫn chưa phải lý do để rủa hắn là thằng con hoang."
"Nhưng cha à, hắn làm tình với con."
"Giống như vầy không?"
"Vâng, giống như thế."
"Chỉ bao nhiêu đó mà con rủa hắn là thằng con hoang sao?"
"Nhưng thưa cha, cha thấy đấy, xong rồi hắn mới bảo con là hắn đã bị bệnh lậu."
"Tại sao, đồ cái thằng con hoang bẩn thỉu!"

Có thể thấy kẻ ngu trong những người tội lỗi, trong các giáo sĩ, các thánh nhân. Ngu muội là hiện tượng rất vi tế chứ không quá hiển nhiên như bạn tưởng. Bạn không thể phán xét từ bên ngoài liệu đó là người có trí tuệ hay ngu si bởi lắm khi hành động của họ có thể rất giống nhau.

Trong Chí Tôn Ca, Krishna bảo Arjuna, "Hãy chiến đấu, nhưng chiến đấu với tinh thần tuyệt đối quy phục Thượng Đế. Hãy trở thành phương tiện cho ngài." Như vậy, quy phục nghĩa là trạng thái tuyệt đối tỉnh thức, bằng không, bạn không thể quy phục. Quy phục nghĩa là vứt bỏ bản ngã, và bản ngã chính là sự vô ý thức của bạn. Krishna nói, "Hãy dẹp bản ngã và giao hết mọi sự cho Thượng Đế. Hãy để cho ý ngài trọn nên, rồi bất cứ điều gì xảy ra cũng đều thiện lành."

Arjuna tranh luận, như ông nhiều lần nêu lên luận chứng mới của mình, "Nhưng giết hại những người vô tội, những người không làm bất cứ điều gì sai trái này chỉ để bảo vệ vương quốc – vì vương quốc mà phải giết chết chừng ấy người, chừng ấy bạo hành, chừng ấy thảm sát, chừng ấy máu rơi... thì làm thế nào có thể gọi là làm đúng chứ? Thay vì giết hại những người này để bảo tồn vương quốc, tôi thà từ bỏ ngai vàng rồi đi vào rừng làm một tu sĩ còn tốt hơn."

Nếu chỉ nhìn bề ngoài, dường như Arjuna là người có nhiều đạo tâm, nhiều Gandhi-tánh, hơn Krishna. Krishna có vẻ quá nguy hiểm, ngài bảo, "Dẹp hết mấy ý tưởng trở thành tu sĩ và thái độ bỏ chạy lên hang động trên Hy Mã Lạp Sơn đi. Chuyện ấy không phải của ông; ông không quyết định, hãy vứt bỏ quyết định của mình và để mọi thứ cho Thượng Đế. Hãy đơn giản buông thả, xả ly và để ngài giáng hạ xuống ông, để ngài tuôn chảy qua ông. Khi ấy, bất cứ điều gì xảy đến... Qua ông, nếu ngài muốn trở thành tu sĩ, ngài sẽ là tu sĩ; nếu muốn trở thành dũng sĩ, ngài sẽ là dũng sĩ."

Arjuna có vẻ khắt khe về đạo đức nhiều hơn, trong khi Krishna dường như hoàn toàn khác hẳn. Krishna là một vị phật, một sinh linh đã giác ngộ. Ngài nói, "Đừng quyết định, vì vô ý thức là bất thiện, nên bất cứ quyết định nào phát sinh từ trạng thái vô ý thức đều không đúng."

Và kẻ phàm phu ngu ngốc sống trong bất giác, trong vô ý thức. Ngay cả dù cố gắng làm việc tốt, nhưng thực tế cho thấy họ chỉ thành công trong ác hạnh.

Paddy McNaughty trong phòng xưng tội: "Thưa cha, xin ban phước lành cho con vì con đã phạm tội lỗi."

"Con đã làm gì, con trai của ta?"

"Con đã làm tình với một cô gái trong làng."

"Lạy Chúa, con đã phạm tội với đứa nào vậy?"

"A thưa cha, con không thể tiết lộ điều này."

"Nếu không nói ra thì cha không thể xin cho con được miễn tội."

"Chúa ơi!"

"Có phải Molly O'Faherty không?"

"Thưa cha không phải."

"Vậy có phải Flora Fitzgibbons không?"

"Cũng không phải, thưa cha."

"Hay là Maggie Muldoon?"

"Chắc chắn không rồi, thưa cha."

"Vậy tên của cô đó là trời đất gì?"

"Thưa cha, chắc chắn con không thể nói ra."

"Nếu không nói ra thì cha không thể xin cho con được miễn tội."

"À, thưa cha, thật là quá tệ!" Paddy vừa nói vừa bước ra khỏi phòng xưng tội.

Thằng bạn Michael đang đợi ngoài sân hỏi nó, "Thế nào, Paddy, mày có được tha tội không?"

Paddy trả lời, "Không, nhưng tao lấy được tên của vài em khác nữa!"

Nếu vô ý thức, dù có đi rửa tội hay đi xưng tội chi chi nữa vẫn chẳng giúp ích gì, bởi bạn vẫn còn giữ nguyên họ vũ (vũ như cẩn). Ngu ngốc có khuynh hướng khăng khăng cố chấp. Hãy để ý đến những tính chất này của nó. Ngu muội rất ích kỷ, kỳ thực, càng thông minh, bạn càng ít ích kỷ. Khi trí thông minh phát triển viên mãn thì chính là lúc bản ngã biến mất. Do đó, tính ngu xuẩn luôn luôn tự bảo vệ nó bằng đủ kiểu luận chứng; bao giờ nó cũng cố gắng thuyết phục bạn, bằng một ngàn lẻ một cách, rằng đấy là hướng đi đúng, đấy là điều phải được thực hiện.

Ta phải hết sức chú ý tới những khuynh hướng ngấm ngầm độc hại này, bởi chúng cứ tiếp tục ép buộc bạn đi trịch đường, cứ liên tục xô đẩy bạn ra khỏi trung tâm. Chúng khiến bạn bị lệch tâm. Ý thức tỉnh giác giúp bạn định tâm, còn vô ý thức làm bạn ly tâm.

Một người bước vào quán cà phê gọi cà phê và bánh bao kem. Người bán hàng nói, "Xin lỗi, chúng tôi hết bánh bao rồi. Ông thay thế bằng bánh ngọt được không?"

"Trong trường hợp này, tôi muốn một ly trà và một bánh bao kem."

"Thưa ông, tôi bảo đã hết bánh bao rồi. Tại sao ông không chọn bánh ngọt?"

"Hùm... trong trường hợp này, tôi muốn một cái bánh bao nướng với bơ và một ly trà."

"Này! Tôi phải nhắc lại bao nhiêu lần? Chúng tôi chả còn miếng bánh bao nào cả – bánh bao kem hay bánh bao nướng hay bánh bao loại gì cũng hết sạch rồi!"

"Được rồi, vậy cho tôi bánh bao nho và một ly sô cô la nóng."

Người bán hàng nổi quạu nắm cổ áo ông ta, vừa lắc mạnh vừa la to, "Nghe đây, ông cố nội! Chúng tôi không còn bánh bao! Không còn bánh bao kem hay bánh bao nho hay bánh bao nướng với bơ hay bánh bao gì gì cả. Hiểu chưa?"

"Okay, okay! Không cần phải hét to. Tôi chỉ cần một cái bánh bao thôi!"

Phật dạy:

> *Ngu muội là kẻ thù,*
> *Của chính bản thân mình.*
> *Bởi tham cầu phú quý,*
> *Nên tự hại lấy thân.*

Ngu muội là kẻ thù, của chính bản thân mình… vì nhiều lý do. Tiên khởi, hắn sẽ chết trước khi được sinh ra, chết như một hạt giống chết. Hắn sẽ không bao giờ thăng hoa, không bao giờ đơm bông kết trái. Sẽ không bao giờ biết được thành tựu viên mãn là gì, bởi đời hắn chỉ hoàn toàn lãng phí, chỉ như bãi sa mạc không ốc đảo. Hắn sẽ không biết bất kỳ phúc lạc nào, ân sủng nào, giây phút xuất thần mê ly ngây ngất nào – những thứ đều là tính bẩm sinh của hắn. Hắn sẽ tự hủy diệt. Không tăng trưởng ý thức tỉnh giác là một trong những hành vi tự sát mà con người có thể phạm phải, do đó đức Phật mới dạy: *Ngu muội là kẻ thù, của chính bản thân mình*. Hắn bỏ lỡ vận hội vĩ đại.

Đời sống là cơ hội quý hiếm để tri nhận, để hiện hữu, nhưng kẻ ngu luôn bỏ lỡ. Đến độ hắn còn không ý thức mình đã bỏ lỡ điều gì, chỉ lặng lờ trôi xuôi qua ngày như một thây ma biết đi, như một cỗ máy. Mỗi sáng, dậy sớm, ăn điểm tâm, đi đến văn phòng, làm công việc, đi về nhà… hắn làm đủ mọi việc nhưng chẳng khác nào người máy. Chỉ toàn bóng tối chứ chưa có chút ánh sáng nào nhóm lên trong nội tâm của hắn. Hắn thành thạo tất cả những công việc này đều nhờ vào thói quen do luyện tập mà thôi.

Qua nhiều thế kỷ, giới khoa học gia đã cố công chế tạo ra người máy. Tôi không thấy lý do tại sao họ lại quan tâm đến việc này, trong khi thế giới đang có quá nhiều, đến hàng triệu triệu người máy như thế! Và cũng hoàn toàn chẳng cần phải chế thêm người máy, vì hàng triệu triệu người máy có sẵn này sẽ cứ tiếp tục sản xuất thêm nhiều nhiều người máy khác! Thật ra, vấn đề là làm cách nào để con người đừng tự sản xuất thêm!

Mỗi người ngu đều để lại đằng sau mình, đặc biệt là ở Ấn Độ, ít nhất cũng đến một tá kẻ ngu khác. Sau khi chết, hắn làm cho thế giới mười hai lần ngu ngốc hơn; để lại một tá kẻ ngu như để làm chứng tích cho thấy hắn đã từng có mặt ở trên đời này. Cần gì phải tạo thêm người máy?

Tôi có đọc một câu chuyện, chuyện giả tưởng của thế kỷ hai mươi mốt, về việc người máy được chế tạo giống y chang con người đến độ rất khó phân biệt. Nếu gặp một người máy đang lái xe trên đường, bạn sẽ khó lòng biết được liệu hắn là người máy hay không. Nhìn hệt như con người thật, chỉ một khác biệt là hắn hiệu quả hơn, ít gây ra tai nạn lưu thông hơn. Hắn hoàn tất công việc đúng giờ giấc; bàn giấy của hắn tươm tất chứ không ngổn ngang giấy tờ như của con người.

Thế nên có một vài chỉ dấu để bạn có thể xét đoán liệu người đó là người máy hay người thật. Thỉnh thoảng khi nào bình hết điện thì lúc ấy bạn mới biết ai là người máy. Chỉ khi nào... nếu đang nói chuyện với bạn, đang trưng ra những lý luận vững chắc, những lý chứng triết học về sự hiện hữu của Thượng Đế, rồi hắn đột nhiên rên rỉ, "Gờ rờ, gờ rờ, gr-rr-rrr...!" và lập tức chạy đến ổ cắm điện để tự nạp năng lượng – thì khi đó bạn mới biết hắn ta không phải người thật; kỳ dư, chẳng có bất cứ sự khác biệt nào.

Nhưng trở ngại này sớm muộn gì cũng có thể vượt qua: chúng ta lắp vào người máy hai bình điện. Tại sao chỉ gắn cho kẻ đáng thương này một bình điện? – bạn có thể gắn hai bình để trong lúc một đang được dùng và một kia được tự động nạp điện. Nhưng nếu tạo được người máy, bạn lại không thể tạo ra bình điện tự động sao? Tại sao làm cho hắn trông ngu ngốc khi phải kêu lên ""Gờ rờ, gờ rờ, gr-rr-rrr"? Vấn đề này có thể xảy ra bất cứ lúc nào. Đang làm tình với người đàn bà và bất chợt kêu lên "Grr, grr, grr!" nên hắn phải nói, "Xin lỗi em, anh hết xăng rồi!" Hoặc hắn cần điện... hoặc cần xăng.

Ngu muội là kẻ thù, của chính bản thân mình. Hành động bất thân thiện cho bản thân là tính máy móc của hắn.

"Nhìn xem hôm nay tao có món gì này! Một chiếc xe mới toanh mà chỉ tốn tám trăm bảng thôi."

"Tám trăm bảng à? Chiếc xe mới cáo... không thể nào?"

"Thế này, mày xem, nó không có động cơ."

"Không có động cơ?"

"Đúng rồi. Chỉ cần ra lệnh là nó chạy."

"Thật vậy sao?"

"Đúng vậy. Mày muốn leo lên chạy thử không? Tuy nhiên, trước khi bắt đầu, một điều phải biết là nó chỉ hiểu được vài tiếng thôi. Giống như, muốn nó chạy tới, mày bảo, 'Mẹ kiếp'; muốn nó dừng lại, thì nói, 'Đồ tồi.'"

"Thật vậy sao?"

"Thật mà. Leo lên, tao sẽ cho mày thấy ngay. 'Mẹ kiếp' – em chạy tới, mày chỉ cần bẻ lái, nhấn kèn, bật đèn quẹo... 'Đồ tồi' – thấy chưa, em dừng lại khi mày muốn."

"Quào! Tao chưa từng thấy chiếc xe nào như thế từ trước tới giờ!"

"Thử chạy ra ngoại ô xem; có lẽ chúng ta chạy về hướng vực sâu ngoài biển. Xem này, trên đường thẳng, em có thể lên đến chín mươi, không vấn đề gì… chín mươi bốn, chín mươi lăm…"

"Úi à… nghe này, có phải chúng ta đang chạy rất gần tới mé vực không vậy?"

"Thôi mà, đừng lo. Hãy xem cách em ta thắng lại nè."

"Hê, hê, cẩn thận! Bảng chỉ dẫn đề, 'đường chấm dứt trong năm mươi thước,' mà mày đang chạy tới chín mươi lăm!"

"Không sao, xem này: Đồ tồi … hê, thôi mà, em éo chịu ngừng! Đồ tồi! Đồ tồi! Đồ tồi! Được rồi! Thấy chưa, em dừng lại rồi!"

"Hú hồn! Mẹ kiếp, thiếu chút xíu…!"

Ngu muội là kẻ thù, của chính bản thân mình, bởi tham cầu phú quý, nên tự hại lấy thân. Phật dùng chữ 'phú quý' để biểu dụ các thứ liên quan đến đời sống bên ngoài của bạn: quyền lực, thanh danh, tiền bạc, dục lạc... Kẻ ngu muội luôn nhìn ra ngoài, chứ không bao giờ hướng vào bên trong. Hắn dành trọn cả đời để tích lũy hết thảy mọi thứ ngoại thân, rồi một ngày cái chết bất ngờ xảy đến, nhưng lúc đó thì đã quá muộn. Khi ấy hắn mới chợt nhận ra mình đã làm toàn chuyện ngu xuẩn bởi tất cả những thứ góp nhặt được đều lọt ra khỏi kẽ tay, không khác việc xây lâu đài bằng cát, chỉ cần cơn gió nhẹ của thần chết thổi qua là mọi thứ đều biến mất như giấc mơ tan.

Phật nói: *bởi tham cầu phú quý, nên tự hại lấy thân.* Kẻ ngu vẫn cứ miệt mài hướng ngoại, vì vậy hắn không bao giờ ý thức được mình là ai, tại sao hiện hữu, đã đến từ đâu, sẽ đi về đâu, số phận của mình là gì, ý nghĩa đời mình là gì, tại sao mình tồn tại, mục đích mà mình phải thành toàn, hương thơm nào mình phải tỏa ra. Không bao giờ hướng nội, hắn cứ tiếp tục chạy ra bên ngoài càng lúc càng nhanh hơn để kiếm thêm một chút của cải, một chút danh vọng, một chút tư cách đáng trọng hầu có thể trở thành tổng thống hay thủ tướng – trước khi cái chết xuất hiện.

Nhưng cái chết phá hủy tất cả, luôn cả chức vị tổng thống hay thủ tướng của bạn. Thần chết không thiên vị giàu nghèo; mọi người đều bình đẳng trước mặt thần chết – sang hèn, kiến thức hay dốt nát, nổi tiếng hay tầm thường.

Đức Phật dạy: Nếu tập trung năng lực vào những dự án có thể bị phá hủy bởi cái chết, là bạn đang tự hủy diệt chính mình. Hãy đạt đến thứ gì không thể tiêu hủy được, thứ gì tử thần không thể tóm lấy. Hãy nhận rõ thứ gì sẽ đi cùng bạn sau khi chết; thứ gì ngay cả lửa nóng cũng không thể đốt cháy, đao kiếm không thể chặt đứt, đến bom nguyên tử hay khinh khí cũng chẳng hề phá vỡ được. Chỉ khi ấy bạn mới thân thiện với bản thân, bằng không, bạn vẫn còn là kẻ thù của chính mình.

Ba cặp vợ chồng bị chết trong vụ đụng xe, đối diện thánh Peter với quyển sổ to tổ bố trên tay đang đứng đón tại Ngọc Môn Quan. Cặp thứ nhất được gọi đến.

"Tên?" thánh Peter nạt lớn.

"Jones," người chồng trả lời.

Thánh Peter mở quyển sổ to rồi bắt đầu lật từng trang một. "Hừ... Jackson... Johnson... a đây rồi, Jones! Jones này, lý lịch này chẳng tốt mấy, phải không? Uống rượu, uống rượu, và uống rượu – tất cả việc ngươi làm chỉ là uống rượu, ngay cả sau khi cưới người đàn bà tên Sherry. Thế này, Jones, ngươi cũng biết thành tích này không đủ tốt. Ta e rằng địa ngục ở tầng dưới là nơi dành cho ngươi."

Vợ chồng Jones ôm nhau khóc òa, nhưng vẫn bị hai thiên thần cảnh vệ đến tách họ ra và kéo người đàn ông về hướng địa ngục môn. Người vợ lẽo đẽo theo sau.

"Kế tiếp!" thánh Peter gọi cặp thứ nhì theo thứ tự bước lên.

"Tên!"

"Smith," cả hai run rẩy đồng thanh trả lời.

"Hừ… Sutherland… Spencer… a đây rồi, Smith! Quèo… Này ông bà Smith, lý lịch của hai người xem cũng chẳng tốt lành gì. Tiền, tiền, tiền – đấy là tất cả những gì cả hai từng theo đuổi. Thậm chí đặt tên con cũng dùng đơn vị tiền tệ, nào là Buck, Frank, Mark, còn con gái lại tên Penny. Cái loại cuộc sống gì vậy! Thế này, chỉ một chỗ duy nhất cho loại người giống như hai đứa bây: đi xuống dưới địa ngục."

Cặp Smith sụp xuống chân thánh Peter khóc lóc thảm thiết, nhưng phán quyết đã ban ra không thể thay đổi.

"Kế tiếp!" thánh Peter hét to, trong lúc thiên thần cảnh vệ lôi vợ chồng Smith đi nơi khác.

Người chồng của cặp kế tiếp quay sang nói với vợ, "Thôi đi, Fanny… Anh sẽ không đứng đây để bị sỉ nhục đâu!"

Thay vì cầu bỉ ngạn.

Phật nói: Đừng quá bận tâm với bờ bên này, bởi nó chỉ là thứ phù du. Ngày mai bạn sẽ phải đi. So với vĩnh hằng thì, thậm chí đến bảy mươi năm cũng chỉ là một khoảnh khắc. Đời bạn chỉ kéo dài như cái bọt xà phòng. Tưởng bảy mươi năm là đủ lâu dài vì bạn so sánh đời mình với đời sống của con ruồi con muỗi. Nhưng thử hỏi mấy con muỗi và chúng nghĩ rằng chúng cũng sống rất toàn hảo: chúng làm hết mọi công việc bạn đang làm trong khoảng thời gian ngắn hơn. Chúng được sinh ra, yêu nhau, cưới gả, có con – còn nhiều con cháu hơn bạn từng có – và chúng còn ca hát nhảy múa. Có lẽ chúng còn có tôn giáo riêng cũng như các giáo sĩ và chính trị gia. Rồi chúng trở nên già và chết. Có lẽ đời sống của chúng chỉ kéo dài vài tuần lễ, nhưng chúng đã làm đủ mọi chuyện trong khoảng thời gian ngắn ngủi này!

Có những loại côn trùng chỉ sống được vài giờ, nhưng trong vài giờ này cô động cả đời bận rộn của bạn: bạn trai bạn gái, chồng vợ và mọi cãi vã... Tôi nghe nói chúng thậm chí còn đi gặp cố vấn hôn nhân và chuyên gia tình dục học nữa kìa!

Bà nọ có nuôi một con mèo đực và là con mèo khiến cả xóm bị phiền toái không ít. Là tay chơi, nên suốt đêm hắn đi từ nhà này đến nhà nọ bày chuyện với đám mèo cái rên la ầm ĩ lên – bởi giống mèo là dân hippie, chứ không phải người Ấn giáo hay dân Ấn Độ, do đó chúng không tin vào chuyện làm tình trong im lặng!

Thế nên cả khu phố phàn nàn, "Bà phải làm gì mới được. Quá lắm rồi, chuyện tình của con mèo bà khiến chúng tôi phát điên. Chúng tôi không thể ngủ yên được!"

Cuối cùng bà phải đem con mèo đến bệnh viện thú y để biến hắn thành thái giám. Nhưng sau đó, hàng xóm láng giềng vẫn tiếp tục bị phiền toái như xưa.

Người ta hỏi bà, "Chuyện gì thế? Thiến theo kiểu nào vậy? Bà bảo con mèo của bà bị thiến rồi mà tại sao nó vẫn tiếp tục đi tùm lum tà la thế kia?"

Bà chủ con mèo nói, "Vâng, nó vẫn tiếp tục, nhưng bây giờ như là một nhà tư vấn."

Thời lượng không thành vấn đề; trong vài giờ bạn có thể cô đọng sự sống của cả bảy mươi hay bảy trăm năm. Bảy mươi năm thời gian có thể nén lại trong bảy phút; tuy bảy phút có vẻ quá ngắn so với bảy mươi năm, nhưng bảy mươi năm mà so sánh với tuổi của mặt trời mặt trăng tinh tú thì có nghĩa gì? Rồi đem so với vĩnh hằng thì sao?

Bờ bên này chỉ là hiện tượng phù du, thế nên đừng phí hoài năng lượng cho nó. Hãy nên luôn hoài vọng đến bờ bên kia. Đức Phật ngụ ý "bờ bên kia - bỉ ngạn" là cõi phi thời gian phi không gian. Bờ bên này là thế gian ngoại tại, bờ kia là cảnh giới nội tại của bạn. Bờ này chỉ có vật chất phù du như tiền bạc, dục vọng, quyền lực, thanh thế; còn bờ kia là ý thức tỉnh giác, tịch lặng, an bình, cầu nguyện.

Thay vì cầu bỉ ngạn.

Cỏ dại hại ruộng đồng,
Tham ái và sân hận,
Si ám và dục vọng,
Nhiễm độc bản tâm người.

Nhưng vùng đất nội tại của bạn chứa toàn cỏ dại, do đó bạn không thể trồng được những bông hồng. Trước khi trồng hoa hồng, bạn phải dọn dẹp hết cỏ dại, phải lấy đi sỏi đá, phải chuẩn bị đất đai phân bón; phải dẹp sạch tất cả những gì làm trở ngại cho việc tăng trưởng của cây hồng. *Cỏ dại hại ruộng đồng.*

Một điều phải hiểu về cỏ dại là bạn không cần phải trồng chúng, chúng tự mọc lên; thậm chí dù bạn có nhổ hết đi thì chúng vẫn cứ mọc lại như thường.

Sân cỏ của Mulla Nasruddin rất đẹp, nên người láng giềng vừa mới dọn đến thích chí muốn tạo cho mình khu vườn có sân cỏ giống vậy. Người ấy gieo hạt, trồng cây, nhưng cỏ dại bắt đầu mọc lên khắp nơi.

Người láng giềng hỏi Mulla, "Làm thế nào phân biệt được cỏ thật và cỏ dại?"

Mulla trả lời, "Dễ ợt! Ông nhổ hết lên. Cỏ thật sẽ không mọc lại, còn cỏ dại sẽ sống nhăn răng. Đấy là cách người ta có thể phân biệt."

Cỏ dại có cùng đặc tính với kẻ ngu là cố chấp, là khăng khăng, là không muốn bị thay đổi. Trên đời này, mọi thứ quý báu đều dễ vỡ, còn đồ vô giá trị thì rắn chắc như đá. Giống như cỏ dại tự mọc, bạn không cần trau dồi sân hận và tham dục. Không có trường học nào dạy bạn cách làm thế nào để ganh tị, để tham lam; không cần thầy cô nào, sư phụ nào dạy bạn cách làm sao để vô ý thức. Mấy thứ vô giá trị này tự phát triển theo cách riêng của chúng.

Rơi xuống thấp thì dễ, nhưng bay lên cao mới khó, vì chống lại lực trọng trường.

Bạn phải dọn sạch cỏ dại, bằng không, chúng sẽ làm khô kiệt cánh đồng. Chứa đầy tam độc tham-sân-si trong lòng sẽ khiến cho năng lượng của bạn bị khánh tận. Tam độc không để tâm hồn của bạn tăng trưởng, nên cứ liên tục hút hết sức lực của bạn; nó là con đỉa, là ký sinh trùng.

Phật dạy: *Cỏ dại hại ruộng đồng, Tham ái và sân hận, Si ám và dục vọng, Nhiễm độc bản tâm người.*

Tham dục gây ra nhiều bệnh tật trong bản thân bạn. Nó tạo ra cơn sốt, nó khiến bạn bất giác hơn, vô ý thức hơn tình trạng bình thường của bạn. Nó lôi bạn xuống vũng bùn lầy lội hơn. Tham dục sinh ra tham, sân, si – và khi ấy bạn xao lãng với chân tánh của mình. Khi ấy chân tánh bị nhiễm độc, trạng thái thuần khiết bị nhiễm độc, khiến bạn mất hết tính đơn giản, khiêm hạ.

Hãy coi chừng bị nhiễm độc tham dục. Tình cảm nồng thắm không có tính dâm dục là hiện tượng hoàn toàn khác. Trạng thái đam mê nồng thắm chỉ khả hữu khi bạn ý thức tỉnh giác. Đức Phật, đức Jesus rất nồng nàn thân thiết. Tham dục đã biến mất, đã chuyển hóa thành lòng từ bi và tâm từ ái của họ mưa hoa lên bạn. Cũng như tham dục nhiễm độc bạn, từ bi thanh tịnh bạn; từ bi là nước cam lồ, còn dục ái là độc dược. Nhưng năng lượng dùng cho dục ái có thể được phóng thích vào trong từ bi.

Và phương pháp phóng thích năng lượng, cách chuyển đổi đường đi của năng lượng để hướng nó về lòng từ bi được đức Phật gọi là *sammasati – chánh niệm, nhớ đúng,* Gurdjieff gọi là *tự tri,* Krishnamurti chỉ đơn giản gọi là ý thức tỉnh giác, tôi gọi là *thiền định.* Tất cả những định danh này đều giống nhau, đều là những tên gọi khác cho cùng một năng lượng. Bạn phải hoàn toàn cảnh giác, hoàn toàn ý thức mỗi mỗi việc mình đang làm.

Khi nổi giận, hãy thử ý thức về cơn giận, và bạn sẽ ngạc nhiên, ngạc nhiên đến sửng sốt. Nếu ý thức về cơn giận, cơn giận biến mất. Thế là một cách bất ngờ, bạn bắt gặp chìa khóa, bạn vấp chân lên một bí mật. Khi bị tính dục khống chế và trong đầu óc bị tràn ngập bởi dục vọng, hãy ngồi im lặng, nhắm mắt lại rồi thiền quán trên luồng năng lượng đang bao quanh bạn này, trên sự thèm muốn đang trùm phủ bạn như đám mây mù này. Chỉ quan sát nó, thấy nó, chứ tôi không nói chống lại, vì nếu có ý chống lại nó thì bạn đã sẵn sàng có thái độ, khi ấy bạn không thể quan sát được nữa.

Điểm quan trọng, quan trọng nhất, trong pháp quan sát là không nên có định kiến, đừng có kết luận tiền lập. Chỉ nên im lặng theo dõi, không ủng hộ cũng chẳng chống đối. Chỉ trong vài phút bạn sẽ ngạc nhiên khi thấy cơn giông tố của nhục dục đi qua và để lại đằng sau nó sự tĩnh tịch sâu lắng, khiến bạn thấy được phúc lạc, điều mà có lẽ bạn chưa bao giờ từng cảm nhận được trước đây. Không một trải nghiệm tính dục nào có thể cho bạn cảm giác tuyệt vời như việc tri kiến dục vọng nổi lên và biến mất qua phương pháp quan sát. Khi ấy sự im lắng đến với bạn là trinh nguyên, là thuộc cõi siêu phàm, là thuộc về cảnh giới của bờ bên kia.

Tôn nghinh bậc giác giả... Do đó mà Phật nói: Nếu có thể gặp một người đã ly dục – đấng đăng quang hay bậc giác ngộ – thì hãy tôn kính vị ấy... vì lý do đơn giản là vị ấy đã làm một việc gần như bất khả thể: đã thoát khỏi sự trói buộc thường tình của nhân loại. Vị ấy không còn là tên tù nhân, không còn là kẻ nô lệ, mà trở thành một người đã xác nhận được cá nhân tính, đã khẳng định được sự thông minh của mình, đã không còn là kẻ ngu muội nữa. Trí tuệ đã sinh khởi nên xua tan hết bóng tối trong tâm thể, vì thế vị ấy tỏa hào quang rạng ngời.

Tôn nghinh bậc giác giả,
Người đã ly tham, sân,
Đã không còn si, dục.

Ngay khoảnh khắc tham dục biến mất thì, tam độc tham-sân-si cũng biến mất, bởi ta cảm thấy thỏa mãn, thấy hoàn toàn mãn nguyện. Ta có cảm giác như đã về đến nhà, vì không còn nơi nào để đi, cũng như chẳng còn điều chi để đòi hỏi hay ham muốn.

Thử nghĩ đến khoảnh khắc khi không còn ham muốn, khi không còn căng thẳng, khi tâm trí ở trong trạng thái tuyệt đối thanh thản này. Chỉ khi đó bạn mới biết Thượng đế, hay nói cho đúng hơn, thượng đế tính hiện hữu.

Cúng dường bậc giác giả... Nếu có thể dâng cho đức Phật bất cứ thứ gì... bạn có gì để có thể dâng lên ngài chứ? Bạn có thể cúng dường ngài sự tôn kính, sự tin cậy; và có thể cúng dường luôn cả thân tâm của bạn, nghĩa là sự quy phục của bạn.

Cúng dường bậc giác giả,
Quả phúc thật vô ngần.

Khi người đệ tử tự quy phục bậc sư phụ đã giác ngộ thì người này là kẻ giàu có nhất trên đời. Chiến thắng tiềm ẩn trong chính sự quy phục. Người ấy chứng đắc được *thực hữu tướng* ngay trong thái độ vứt bỏ bản ngã của mình; lần đầu tiên người này hiện hữu – hiện hữu khi bỏ mất tự thân là một hiện tượng hết sức lạ lùng. Nhưng cái bị bỏ là 'cái tôi' hư ngụy, bởi thế, khi cái giả biến mất thì cái thật mới hiện ra; khi giả tướng không còn tồn tại thì thực tướng khởi sự sáng rực lên trong mọi nét huy hoàng tráng lệ của nó.

Bất cứ điều gì bạn cúng dường cho vị phật đều được hồi báo lại gấp ngàn lần hơn.

Lúc quy phục là lúc người đệ tử mở rộng con tim của mình để vị phật khởi sự câu thông vào bản thể của người ấy. Như đám mây mang đầy nước, bậc giác giả chứa đầy tình thương, chân lý, cùng với kinh nghiệm xuất thế, đến mức nếu bạn mở lòng, nếu bạn sẵn sàng để thẩm thấu ngài, thì lần đầu tiên trong đời, bạn sẽ cảm nhiệm được sự thỏa lòng viên mãn. Cơn khát của bạn sẽ được xoa dịu.

Đấy là lý do tại sao chúa Jesus nói: *Hãy ăn thịt ta, hãy uống máu ta.* Ngài không bảo bạn trở thành kẻ ăn thịt người! Ý của ngài là, "Ta đang chờ đợi. Chỉ cần ngươi mở rộng cửa con tim để ta bước vào."

Xin mở ra ngay lập tức khi có bậc đã tỉnh thức gõ cửa, bởi bạn có thể bỏ lỡ cơ hội trọng đại này như bạn có lẽ đã lỡ như thế qua nhiều kiếp. Gặp người như Phật, Chúa, Krishna, Mohammed, là một trường hợp vô cùng hiếm hoi. Vì thế, nếu có duyên phước được cơ hội này, bạn đừng nên bủn xỉn mà hãy hoàn toàn vứt bỏ tự ngã rồi phó thác cho người ấy một cách triệt để.

Hôm trước có người thắc mắc, *"Ông nói: Tôi là cổng vào. Bởi thương mến ông, tôi đã lặn lội từ nơi rất xa đến đây, nhưng không được phép gặp ông chỉ vì tôi không là một sannyasin. Thế tại sao ông lại nói mình là cổng vào trong khi không cho phép tôi đi tới gặp?"*

Bạn được phép đi tới tôi, nhưng một vài thứ bạn phải để lại bên ngoài cổng: đôi giày và cái đầu của bạn. Đấy là ý nghĩa của sannyas. Và đôi giày và cái đầu là hai cực đoan, hai đối cực của bạn; nếu để hai thứ đó bên ngoài thì bạn sẽ cân bằng. Chính ý nghĩa của chữ 'sannyas' là trạng thái quân bình, trạng thái thăng bằng, tuyệt đối thăng bằng.

Tôi là cổng vào, nhưng cổng này chỉ dành cho những ai sẵn sàng đi xuyên qua tôi. Muốn bước qua, bạn phải trả giá – và sannyas là cái giá phải trả. Nếu yêu mến tôi, thì tình yêu luôn sẵn sàng hy sinh. Tôi chẳng đòi hỏi tiền bạc, nhà cửa, hay bất cứ thứ gì thuộc về 'bờ bên này' từ bạn. Tôi chỉ đòi những thứ giả tạo, những thứ bạn không có nhưng cứ tin là mình sở hữu, như: tín ngưỡng, bản ngã, sân hận, si mê, ham muốn, dục ái, tham lam. Tôi đòi hỏi hết thảy mọi tật bệnh của bạn đấy! Hãy đưa hết bệnh tật của bạn cho tôi; đấy là toàn vẹn ý nghĩa về sannyas. Khi ấy, tôi sẽ là lối cổng và sẵn sàng để bạn đi qua. Đi qua tôi và bạn sẽ tìm thấy cái mà bạn hằng tìm kiếm qua bao nhiêu kiếp.

Nhưng bạn có thể bỏ lỡ cổng vào nếu quá bủn xỉn hoặc nhát gan đến mức không dám dấn thân làm cú nhảy vào sannyas. Thế thì bạn nói về cái loại thương yêu nào vậy? Tình yêu biết cách cam kết, biết cách tham dự, biết cách sống và biết cách tái sinh. Tình yêu sẵn sàng bước xuyên qua lửa nóng, vì nó biết, "Không gì có thể tiêu diệt tôi, ngay cả lửa cũng không thể thiêu hủy tôi." Tình yêu biết được tính vĩnh cửu của nó; do đó, tình yêu bao giờ cũng can đảm.

Sannyas là can trường, là dám phiêu lưu mạo hiểm.

Phật dạy: *Cúng dường bậc giác giả, Quả phúc thật vô ngần.*

Đừng bận tâm cũng như đừng bủn xỉn. Hãy nên mở lòng với tôi, hãy ở trong trạng thái phi tự vệ và sẵn sàng tiếp nhận, để tôi có thể rót bản thân mình vào trong tâm thể của bạn một cách trọn vẹn. Tôi sẵn sàng làm người khách trong trái tim bạn, nhưng bạn phải sẵn lòng làm người chủ nhà và phải dọn sạch hết mọi cỏ dại trong tâm điền của mình. Phải vứt bỏ tất cả mấy thứ rác rưởi bạn đã tích chứa trong tim mình: quá khứ, kỷ niệm, hệ thống tín ngưỡng, triết học, ý thức hệ, chính trị, tôn giáo, xã hội...

Khi tuyệt đối trống rỗng thì bạn có thể bước vào trong tôi và, tôi có thể bước vào trong bạn. Cuộc gặp gỡ có thể xảy ra, và cuộc tương ngộ này là sự trải nghiệm cực lạc nhất của đời sống.

Đã đủ cho hôm nay.

VẤN ĐÁP
• BÀI GIẢNG 8

Không Phải Phúc Âm, Chỉ Là Chuyện Tầm Phào[1]

Bài giảng tại Phật Đường ngày 28 tháng Hai, 1980

---

1. Nguyên văn: *"Not gospels but gossips"* – Osho chơi chữ.

KINH PHÁP CÚ: PHẬT ĐẠO
BỘ 12 QUYỂN • QUYỂN MƯỜI

Câu hỏi thứ nhất:

Thưa Sư phụ,

Con cảm thấy mình giống như người phủ định. Có hy vọng gì cho kiểu người luôn nói 'không' này không?

PREM Jinesh, nói 'không' rất tốt lúc khởi đầu, nhưng không tốt ở chặng cuối. Thái độ phủ định là hạt giống, còn khẳng định là sự ra hoa của nó. Cái 'có' phải đi xuyên qua cái 'không', bởi cái 'không' chính là thai tạng của cái 'có'. Nếu không biết nói 'không' thì cái 'có' của bạn sẽ chỉ là thứ bất lực, sẽ không mang bất kỳ ý nghĩa nào, sẽ không chuyển hóa cuộc đời của bạn; nó chỉ nằm trên đầu môi chứ không ở trong trái tim.

Đấy là tệ trạng đã xảy ra cho toàn thể nhân loại. Mọi người bị ép buộc phải trở thành những kẻ chấp nhận một cách không phê phán, những kẻ theo thuyết hữu thần, những tín đồ tin vào sự hiện hữu của Thượng Đế, nhưng chưa hề biết được hương vị của thái độ phủ định. Sự khẳng định được áp đặt lên họ, được đưa tới cho họ; nó chỉ là sự vay mượn chứ không phải do chính họ đạt được.

Đấy chẳng qua chỉ là niềm tin, và tất cả niềm tin đều mù quáng. Chúng làm bạn mù lòa, chúng giữ bạn lại trong bóng tối, khiến bạn bị vướng kẹt và tù đọng.

Nói-không chẳng có gì sai trái, hơn nữa, nó cũng đẹp như nói-có. Phủ định là con đường để đi đến khẳng định; hãy dùng nó như viên gạch lót đường, nhưng nhớ phải ý thức chứ đừng để nó thành thói quen, thế thôi. Tôi không thể bảo bạn nên khởi sự nói-có, vì phẩm chất này chưa chín muồi trong bạn. Cứ tiếp tục nói-không chừng nào cái 'không' vẫn còn ý nghĩa với bạn. Thái độ phủ định sẽ phá hủy hết mọi thứ hư ngụy, giả tạo, vay mượn; nó sẽ phủ nhận hết mọi tín điều và tạo ra không gian rỗng lặng bên trong bản thể bạn.

Toàn bộ tiến trình thanh tẩy này được Đông phương gọi là *neti, neti* – không phải cái này, cũng không phải cái kia. Chúng tôi chưa bao giờ kết tội thái độ phủ nhận.

Tiến trình này rửa sạch hết mọi rác rưởi trong bạn, nó thanh tịnh hóa bạn. Nó là lửa, là thứ mà đi xuyên qua nó là bước cần thiết không thể tránh khỏi. Tiếng 'có' của những ai tránh né cuộc thử lửa này đều giống như tiếng nói của con két. Bạn có thể dạy con két nói bất cứ điều gì và nó sẽ tiếp tục lặp lại một cách vô nghĩa. Nó chẳng để tâm đến điều nó nói, mà chỉ đơn giản lặp lại những lời trống không cạn cợt.

Một người đến tiệm bán thú quý hỏi mua con két. Có một con thật đẹp khiến anh thích lắm, nhưng hỏi ra thì giá tiền chừng như đắt quá: người chủ tiệm đòi một ngàn đô la.

Người mua hỏi, "Con két có đáng giá đến mức đó không?" Người chủ tiệm trả lời, "Anh tự hỏi con két thì biết."

Quay qua hỏi và con két nói, "Chẳng có gì phải nghi ngờ cả!" Nó trả lời một cách rất tự nhiên, rất tự tin.

Thế là anh ta mua con két mang về nhà, nóng lòng muốn khoe nó với vợ con.

Anh hỏi con két, "Tên của mày là gì?"
Con két trả lời, "Chẳng có gì phải nghi ngờ cả!"
"Cái gì?"
"Chẳng có gì phải nghi ngờ cả!"
"Mày còn biết nói câu nào khác không vậy?"
"Chẳng có gì phải nghi ngờ cả!"
"Trời đất, chắc tao bị lừa trong vụ này rồi!"
"Chẳng có gì phải nghi ngờ cả!"

Con két chỉ biết có thế thôi; hỏi bất cứ câu nào thì câu trả lời của nó cũng đều giống nhau. Chẳng mắc mớ gì đến câu hỏi, chẳng dính dáng gì đến thực tại, chẳng phải là sự đáp ứng; nó giống như một máy hát đĩa thâu sẵn, cứ lặp lại câu nói một cách vô nghĩa.

Người ta bị điều kiện hóa để chấp nhận – với Thượng Đế, với tôn giáo, với xã hội, với cha mẹ – và thái độ chấp nhận này là thứ giả dối, là thứ chẳng có thực chất gì ráo. Thậm chí thái độ chấp nhận này chưa phải là cái bóng, vì cái bóng còn chứa điều gì bên trong, chứ thói quen thừa nhận này thì tuyệt đối vô giá trị. Cha mẹ dạy bạn phải kính trọng họ, nói-có với họ, vâng lời họ; dĩ nhiên, bởi đấy là đặc quyền của bậc cha mẹ. Và các giáo sĩ bảo: Hãy kính trọng giáo sĩ, tôn kính Thánh Kinh, kinh Koran, kinh Gita, hãy tôn trọng truyền thống, hãy tuân theo tục lệ. Đấy là đặc quyền của họ. Và vân vân và vân vân...

Có người hỏi Gurdjieff, "Tại sao phải kính trọng cha mẹ được nhấn mạnh trong mỗi tôn giáo, trong mỗi xứ sở, trong mỗi xã hội? Có gì thiêng liêng trong thái độ này chăng?" Gurdjieff cả cười trả lời, "Có, Thượng Đế biết rõ là chỉ người được huấn luyện để nghe lời cha mẹ mới là người sẽ tuân lời của ngài. Ngài có được đặc lợi trong việc này." – vì Thượng Đế là hình ảnh của người cha, đức thánh cha tối thượng. Ông nói thêm, "Cha mẹ sớm muộn gì rồi cũng qua đời, khi ấy sẽ có một khoảng chân không trong lòng bạn. Bạn kính trọng và vâng lời cha mẹ, bạn luôn đi theo và bắt chước mọi điều họ nói; bạn chỉ là một bản sao. Vì vậy khi cha mẹ mất đi, bạn sẽ cảm thấy quá trống vắng đến độ muốn được lấp đầy bằng thứ gì đó. Và đấy là chỗ sẽ được Thượng Đế làm đầy."

Gurdjieff chỉ nói đùa, chứ làm gì Thượng Đế có đặc quyền đặc lợi; nhưng đương nhiên giới tu sĩ phải có. Thượng Đế chẳng có lợi ích riêng tư gì cả; thực ra, không có Thượng Đế như một con người, nhưng chỉ có thượng đế tính thôi.

Ta không cần phải tin vào Thượng Đế, không cần phải làm người lúc nào cũng nói-có, nhưng phải học cách nói-không.

Vì vậy, Jinesh, đừng bận tâm; hãy phủ nhận một cách dũng cảm và can đảm. Hãy đánh đổi mọi thứ cho tiếng 'không' của mình. Dần dần bạn sẽ nhận thấy phủ định cũng có giới hạn, bởi có những điều bạn không thể không chấp nhận. Khi khám phá được mọi khả tính của nó, bạn sẽ bắt gặp những tình huống nào đó mà từ chối là không thể được và, sự chấp nhận khởi lên bên trong trái tim của bạn theo cách riêng của nó, chứ không do điều kiện hay do ai đó bảo bạn phải làm thế. Bấy giờ chính là sự thăng hoa của bạn. Khi ấy sự khẳng định đó dung chứa nét đẹp bởi nó là sự thật, và điều này làm bạn thành một người có đạo tâm. Bằng không, bạn chỉ cứ là một kẻ bắt chước. Bạn có thể bắt chước tín đồ Ki Tô hay Ấn hay Hồi… bắt chước ai đều không thành vấn đề.

Tôi từng thấy tín đồ Ki Tô trở thành Ấn giáo, Ấn giáo cải đạo sang Ki Tô – nhưng bản thân họ chẳng có gì thay đổi. Không chỉ thế, tôi còn thấy người Ki Tô trở thành cộng sản và người cộng sản đi tu hành – nhưng họ vẫn cùng là con người như trước. Chỉ đối tượng tôn sùng là thay đổi; Thượng Đế cứ luôn thay đổi. Ông Thượng Đế này thất bại và được thay thế bởi vị Thượng Đế khác, nhưng kẻ sùng bái vẫn là một. Dù bạn tôn thờ Mohammed hay Marx, Mahavira hoặc Moses, đều chẳng làm nên bất cứ khác biệt nào.

Nếu thái độ chấp nhận không đến như việc trưởng thành với bạn, thì nó là thứ tuyệt đối vô ích. Hãy vượt qua đống lửa đối kháng này, nhưng phải nhớ một điều: đừng để nó biến thành tập quán. Khi một thái độ trở thành thói quen thì rất nguy hiểm. Nguy hiểm không phải vì tính đối kháng, mà vì bạn có thể trở nên máy móc. Vậy nên nói một cách có ý thức, đấy là tất cả những gì tôi có thể khuyên bạn – hãy ý thức khi nói! Chứ đừng cứ phát biểu tại vì thói quen. Phủ nhận theo thói quen cũng ngu ngốc như chấp nhận một cách vô nghĩa lý. Điều gì bạn nói như một tập quán đều vô nghĩa.

Có người tin theo thuyết hữu thần và có người theo thuyết vô thần, nhưng họ đều là những người đồng hội đồng thuyền. Từ ngay chính lúc ban đầu, ai đó được bảo rằng Thượng Đế hiện hữu, hãy công nhận và sẽ được cứu rỗi. Cũng ai đó được bảo rằng không có Thượng Đế, hãy công nhận và sẽ được cứu rỗi. Cả hai điều đều chỉ là thứ lặp lại. Bạn bắt chước ai không thành vấn đề.

> Một người bước vào quán cà phê hỏi mua ly trà. Anh ta nói lắp, "Ch-cho t-tui m-m-một ly trà."
>
> Một người khác ngồi bàn đối diện cũng lặp lại, "Ch-cho t-tui m-m-một ly trà."
>
> Người thứ nhất giận dữ nhìn người thứ hai nhưng ráng nhịn. Khi ấy có người đàn ông thứ ba bước vào quán ngẫu nhiên hỏi mua một ly trà.
>
> Người thứ hai lên tiếng, "Vâng, mang đến cho tôi một ly trà nữa."

Người thứ nhất không còn dằn được cơn giận, "M-m-mà-y n-nh-á-i tao hả!"

Người thứ hai trả lời, "K-k-kh-ông, t-tt-ao nhái thằng kia."

Nhưng bạn bắt chước người nào? Có thành vấn đề gì chăng? Bắt chước là bắt chước.

Mọi người đều là kẻ nhái lại; toàn thế giới đầy dẫy những người nhái lại này. Bạn tưởng họ là người nói-không? Bạn nghĩ họ là những người nói-có? Nhưng thật ra họ chẳng nói gì cả, mà chỉ đơn giản nhái lại bất cứ điều gì được bảo phải lặp lại.

Thế nên, Jinesh, chỉ cần nhớ một điều kiện: đừng để thái độ của mình trở thành tập quán. Hãy để ý và bạn sẽ được nhiều lợi lạc.

Tôi đã nghe:

Một cựu đảng viên Quốc xã cố gắng che giấu sự thật về việc ông đã từng là lính đặc biệt của Đức. Ông ta quyết định trở thành ca sĩ nhạc kịch.

Đêm trình diễn ra mắt đầu tiên, ông bước lên sân khấu, nhìn khán giả rồi tuyên bố, "Tôi sẽ hát và các người sẽ lắng nghe!"

Sự việc lộ diện trong vô ý thức; bạn không thể nào che giấu chúng được. Mọi người khác đều có thể nhìn thấy, ngoại trừ bạn. Nếu cũng có thể tự nhận ra thói quen của mình là bạn đang bắt đầu rời xa chúng, không còn đồng hóa với chúng, cách biệt chúng một chút. Và chính sự cách biệt này là một sự chuyển hóa. Khi ấy bạn sẽ có khả năng nói 'không' hay nói 'có' một cách tùy duyên, chứ không khư khư cố định.

Cố chấp là bất bình thường. Tôi không muốn bạn là người cứ khăng khăng nói-có, nhưng muốn bạn luôn ý thức, cảnh giác, quan sát, đáp ứng. Có lúc khi toàn bản thể bạn thích phủ nhận thì cứ phủ nhận, dù phải trả bất cứ giá nào cũng đừng giả dối với tự thân mình. Rồi có lúc phải khẳng định thì cứ khẳng định, và tình huống này có lẽ cũng hết sức nguy hiểm, nhưng hãy mạnh dạn nói thẳng. Đấy là cách của sannyasin, của người tôn giáo đích thực.

Đừng trở nên cố chấp. Thay đổi từ người nói-không sang người nói-có, nhưng có thể bạn vẫn ở trong trạng thái bất giác và cố chấp, và như vậy là chẳng có chuyện gì xảy ra. Sự không tin của bạn bây giờ trở thành niềm tin, nhưng phần bạn vẫn còn y nguyên như trước.

Ira Schwartzbaum tưởng hắn là Thượng Đế. Cha mẹ hắn lo lắng nhưng không thể thuyết phục được hắn thay đổi cách suy nghĩ. Sau cùng họ phải đưa hắn đến gặp một bác sĩ tâm thần nổi tiếng thế giới.

Ira nhắm mắt nằm trên ghế trị liệu.

"Nói cho tôi biết," với giọng thông cảm và khuyến khích, nhà tâm thần hỏi hắn "mọi chuyện bắt đầu như thế nào?" "Thế này," Ira trả lời, "trong ngày thứ nhất ta làm ra trái đất, rồi..."

Có thể bạn cố chấp. Một khi bạn bám chặt vào điều gì đó, khi không thể có cái nhìn tách rời với nó, khi không thể tạo ra khoảng cách giữa nó và bạn, khi ấy bạn bị điên. Cái bạn khư khư quan niệm không quan trọng; bạn là cộng sản hay Ki Tô, là Ấn giáo hoặc Hồi giáo, tin/không tin, phủ định/khẳng định – đều giống nhau. Do đó, Jinesh, đừng bận tâm đến thái độ phủ định của bạn, mà nên ý thức về nó. Lần tới nếu bạn nói 'không' thì nhớ đừng chỉ nói ra từ thói quen, từ những mẫu mực trong quá khứ. Hãy suy ngẫm, quan sát, chờ đợi... để sự đáp ứng phát sinh bên trong bạn. Và có lẽ lúc đó bạn sẽ ngạc nhiên khi thấy sự khẳng định ra đời. Sự khẳng định này sinh ra từ bản thể bạn chứ không phải bị áp đặt từ bên ngoài.

Tự do của bạn là một giá trị tối thượng, không gì trên đời có thể cao hơn nó. Nhưng tự do chỉ khả hữu nếu bạn không bị vướng mắc trong tập quán của mình, trong khuôn mẫu đời sống vô ý thức. Hãy thay đổi hành trạng của bạn từ bất giác đến ý thức tỉnh giác; và tôi biết chắc chắn là khi trở nên ý thức, bạn sẽ có khả năng nói 'có' nhiều hơn nói 'không'.

Khi đời sống trở nên hoàn toàn khẳng định, khi ấy là khoảnh khắc tuyệt đỉnh. Nhưng đấy không phải do ấn định; bạn vẫn có thể có thái độ phủ định, chứ không phải không có khả năng nói 'không'. Thực ra, càng nói 'có' mạnh hơn, thì năng lực nói 'không' càng tăng lên theo cùng tỷ lệ. Có thể bạn không nói… không cần phải nói. Hiểu biết về cuộc đời, tình yêu với đời sống mang đến cho bạn tràn ngập niềm hoan hỷ đến mức bạn không thích nói 'không'. Có thể bạn thấy được tính trẻ con, ngu ngốc, cứng đầu của cuộc đời; có thể bạn thấy được độc tính của nó mà không muốn phủ nhận, không có nghĩa là bạn không có khả năng nói 'không'. Bây giờ mọi ứng xử sẽ được quyết định bởi sự đáp ứng từ ý thức của bạn.

Cuối cùng, bậc giác giả không còn nói 'không' nữa; chẳng phải do chủ tâm quyết định không nói… mà thái độ phủ nhận chỉ đơn giản tự tàn lụi dần đi như những chiếc lá chết lìa cành.

Câu hỏi thứ hai:

Thưa Sư phụ,

Tại sao biểu lộ tình cảm và tự là chính mình lại khó khăn và sợ hãi đến thế?

Prem Deven, rất khó biểu lộ tình cảm và tự là chính mình vì qua hàng ngàn năm bạn đã được dạy bảo phải kềm nén cảm xúc của bạn. Thái độ này trở thành thành phần trong *tập vô thức* (collective unconscious) của bạn rồi. Hàng bao thế kỷ, người ta dạy bạn không được là chính mình, mà phải là Jesus, là Phật, là Krishna – người nào khác chứ không bao giờ là chính bản thân. Qua bao thế hệ, sự giáo dục liên tục và bền bỉ này đã ăn sâu vào tận máu huyết xương tủy của bạn.

Mặc cảm vong thân đã hằn sâu trong tâm khảm của bạn. Giới giáo sĩ đã từng kết án bạn, từng bảo bạn là tên tội đồ, là kẻ được sinh ra trong tội lỗi. Hy vọng duy nhất là chỉ đức Jesus hay Krishna mới có thể cứu rỗi, chứ riêng về phần bạn thì vô phương – người nào khác, chứ bạn không thể tự cứu lấy mình. Bị kết án, nên bạn chỉ còn cách cầu xin với Jesus, với Krishna để được tha thứ. Về phương diện liên quan đến bạn, thì bạn chỉ là thứ vô giá trị, chỉ là hạt bụi không hơn kém. Bạn không có phẩm giá, bạn bị hạ cấp xuống thành món đồ xấu xí, thành loại sinh linh ghê tởm. Deven, chính vì thực trạng này mà người ta thấy hết sức khó khăn và sợ hãi khi biểu lộ chân cảm của họ. Bạn được dạy làm người đạo đức giả.

Thái độ đạo đức giả được tưởng thưởng, và bất cứ cái gì được đền bù dường như đều có giá trị. Người ta nói lương thiện là nguyên tắc tốt nhất – nhưng nên nhớ, chỉ là *nguyên tắc* tốt nhất. Ngay cả lương thiện cũng chỉ trở thành nguyên tắc khi được thưởng công; nếu không được trả công thì sao? – thì bất lương là nguyên tắc tốt nhất chứ sao! Toàn bộ sự việc tùy thuộc vào cái gì có tác dụng, cái gì được trả công, cái gì làm bạn giàu có hơn, được kính trọng hơn, thoải mái hơn, an toàn hơn, anh ninh hơn, cái gì cho bạn nhiều dưỡng chất cho bản ngã hơn – cái đó là nguyên tắc tốt nhất. Có thể là lương thiện, có thể là bất lương... dù nó là gì, hãy sử dụng như một phương tiện, chứ đừng xem nó là cứu cánh.

Tôn giáo cũng trở thành nguyên tắc tốt bởi có tác dụng như một loại bảo hiểm cho thế giới bên kia. Bạn đang chuẩn bị cho thế giới bên kia bằng đức hạnh, bằng đi lễ nhà thờ, bằng bố thí cho người nghèo. Bạn đang mở trương mục ngân hàng trên thiên đàng, để khi lên đó sẽ được mừng rỡ tiếp đón, được thiên sứ hô to "Alleluia!" với đoàn thiên nữ đang nhảy múa theo tiếng đàn hạc. Trương mục của bạn trên đó lớn hay nhỏ tùy vào bao nhiêu thiện hành bạn đã làm được dưới phàm trần.

Tôn giáo cũng trở thành công việc kinh doanh, và thực tại của bạn bị kềm chế. Và người biết kềm nén rất được kính trọng, được bạn gọi là thánh nhân. Thật ra họ bị bệnh tâm thần phân liệt; họ cần được điều trị, cần được chữa trị bằng liệu pháp tâm lý, nhưng bạn lại đi sùng bái họ. Âu cũng là phép lạ nếu một phần trăm các vị thánh của bạn là bậc thánh nhân đích thực. Chín mươi chín phần trăm chỉ là đám bịp bợm, giả trá, lừa dối. Tôi không nói họ lừa dối bạn… họ đang tự lừa chính bản thân họ nữa. Họ là những người kềm nén.

Tôi từng quen biết nhiều bậc đại thánh trên đất nước này, những người rất được quần chúng kính trọng. Vì thân quen nên đã tâm sự nỗi niềm riêng tư của họ. Tâm địa của họ còn xấu xa hơn thứ bạn thấy ở người thường.

Tôi thường tới thăm các tù nhân để dạy họ cách thiền định, và theo sự quan sát của tôi… ngay từ ban đầu tôi đã ngạc nhiên khi thấy tù nhân – ngay cả những người lãnh án chung thân – còn ngây thơ vô tội hơn, tốt hơn, giản dị hơn, các bậc thánh nhân của bạn rất xa. Chư vị thánh nhân của bạn xảo quyệt, láu cá; họ chỉ có một phẩm chất duy nhất là tự kềm nén. Cứ tiếp tục đè nén, nén, tự nhiên, họ bị chia chẻ; họ có hai đời sống khác biệt: một sống ở cửa trước như món hàng trưng bày; và một sống ở cửa sau, – cuộc đời thật – cái mà họ không muốn cho ai thấy, luôn cả đến chính bản thân họ.

Deven, đấy cũng là trường hợp của bạn nữa, dĩ nhiên ở cấp độ nhỏ, vì bạn chưa phải là thánh nhân. Bệnh tình của bạn chưa khỏi hẳn, nhưng có thể chữa lành được, bởi nó chưa đến độ cấp tính hay mãn tính, mà chỉ mới là loại cảm cúm thông thường, nên nó có thể biến mất dễ dàng.

Mọi người đều bị ảnh hưởng bởi hạng được mệnh danh là thánh nhân này, những người thật sự mất bình thường này. Họ đè nén trên mọi phương diện một cách quá mức: tính dục, tham lam, sân hận... và những thứ đó đang sôi sùng sục trong bản thể họ. Đời sống nội tâm của họ giống như cơn ác mộng, không chút an bình tĩnh lặng nào. Nụ cười của họ hoàn toàn như được tô vẽ.

Tôi nghe chuyện một người đàn bà từ phương Tây đi đến Hy Mã Lạp Sơn để tìm sự bình an. Bà nghe nói về một vị đại thánh đã sống nhiều năm trong hang động. Hang động trong rặng Tuyết Sơn không dễ đến, nhưng bạn biết người Mỹ mà: sự việc càng khó khăn chừng nào, họ càng thích thú, càng thấy thách đố chừng nấy.

Thế là người đàn bà Mỹ leo lên tận đỉnh núi, nơi vị thánh đang ở. Ông đã sống tuyệt đối một mình tại đó suốt ba mươi năm. Chẳng có ma nào thăm viếng ông suốt khoảng thời gian ấy, bởi người Ấn Độ rất lười biếng. Chẳng phiền lòng đi xa thế đâu; thay vì phải đi Hy Mã Lạp Sơn, họ xoay sở bằng cách khác: cứ mỗi mười hai năm một lần, họ tổ chức đại hội tại Allahabad để các vị thánh tu từ mọi hang động đi xuống tham dự, như thế họ có thể cùng lúc gặp tất cả chư thánh. Còn những ai muốn sùng bái chư vị thì phải tự lo liệu lấy.

Bà Mỹ đã nhiệt tâm cố gắng lội suối trèo đèo đến nơi; bà nói với vị thánh già nua, "Con đến đây để tìm sự bình an. Con muốn bình an tâm trí và tâm hồn."

Vi thánh già nói, "Được, con tới đúng chỗ rồi đó. Con sẽ được cho cả hai, đừng lo lắng, con gái của ta. Chẳng khó khăn gì đâu, con sẽ được bình an cả tâm trí lẫn tâm hồn."

Người đàn bà cảm thấy sung sướng. Ít ra cũng có người chắc chắn như thế chứ. Bản thân bà đã gặp nhiều bác sĩ tâm thần và tâm lý trị liệu, nhưng họ nói phải mất từ bảy đến mười năm phân tích, và sau đó vẫn chưa có gì gọi là bảo đảm. Còn vị thánh tu này nói chắc như bắp, hơn nữa, ông trông tĩnh lặng, vui vẻ, bình dị vô cùng.

Nhưng đến nửa đêm thì lão thánh tu nhào lên giường của người đàn bà Mỹ. Bà ta hoảng kinh đến độ không thể ú ớ được lời nào, rồi việc gì đến xảy đến.

Người đàn bà hỏi, "Ông đang làm gì thế? Ông hứa sẽ làm cho tâm trí và tâm hồn tôi được bình an cơ mà!"

Lão thánh nói, "Bình an cái mông là ưu tiên một! Sẽ lo liệu mấy thứ kia sau; ta phải khởi sự từ đầu chứ."

Nếu bạn đè nén... Vấn đề của lão là dồn nén, chứ không phải bình an tâm hồn hay tâm trí gì cả; ông ta đã kềm nén, cũng như chưa hề nhìn thấy người đàn bà nào trong suốt ba mươi năm trời. Tôi không biết liệu người đàn bà ấy có đẹp hay không, nhưng nếu chẳng thấy bóng hồng nào trong thời gian dài như thế, thì bóng nào cũng đều hồng cả! Bất cứ người đàn bà nào cũng đẹp như tiên nữ đang tới từ cung trời cả!

Kinh sách Ấn Độ giáo đầy dẫy những câu chuyện về các vị thánh tu khi gần đến lúc đắc đạo thường bị các thiếu nữ đẹp từ cõi trời xuống quấy rối. Tôi vẫn chưa tìm ra lý do tại sao các tiên nữ lại thích phá phách mấy gã đáng thương này. Một vài người tu khổ hạnh, nhịn đói hàng nhiều năm trời, đè nén, dọng đầu xuống đất, tự hành hạ bản thân… chứ nào có phương hại người nào khác, tại sao mấy tiên cô lại đến phá rối họ? Phải giúp đỡ họ mới đúng chứ! Vậy mà thiên đình gửi đàn tiên nữ xuống trần thoát y nhảy múa chung quanh và làm những cử chỉ khiêu dâm con người tội nghiệp này. Lẽ tự nhiên là người này trở thành nạn nhân của sự cám dỗ và trở nên sa đọa – hệt như chư thiên luôn chống lại bất cứ ai đang tiến gần đến giác ngộ. Hiện tượng này hết sức lố bịch. Chư thiên phải giúp đỡ người ấy, nhưng thay vì giúp, họ đến để phá hoại.

Những câu chuyện này rất có ý nghĩa; đừng nên hiểu chúng theo nghĩa đen, bởi chúng chỉ là biểu tượng, là ẩn dụ. Giá mà Sigmund Freud đọc được những mẩu chuyện này, chắc ông ấy phải lấy làm khoái trá lắm, chắc phải là kho báu cho ông vì chúng ủng hộ phương pháp phân tâm học của ông hơn bất cứ thứ gì khác. Chẳng có tiên nữ nào giáng trần cả, nhưng chỉ do sự dồn nén phóng hiện ra. Những hình ảnh này chính là ham muốn của họ, thứ ham muốn bị kềm nén quá lâu ngày nên trở thành mãnh liệt đến độ ngay cả họ vẫn nằm chiêm bao dù đôi mắt đang mở to.

Thế nên tôi chẳng biết liệu người đàn bà đó có đẹp không, nhưng bà ta phải trở thành tuyệt thế giai nhân đối với kẻ được mệnh danh là thánh nhân này.

Ở Ấn Độ, các vị thánh được dạy không nên ngồi lên chỗ một người phụ nữ đã ngồi vừa mới rời khỏi trong khoảng thời gian nhất định nào đó, vì không gian đó còn dao động với những tần số nguy hiểm. Bạn có thấy được tính hoàn toàn ngu ngốc của vấn đề này không? Và họ từng là giáo sư của môn khoa học nhân văn. Deven, những người này đã làm cho bạn sợ hãi với chính cảm xúc của mình. Bạn không thể chấp nhận, bạn cự tuyệt nó, do đó mà có sự sợ hãi.

Hãy chấp nhận chúng, chúng không có gì sai, kể cả bạn cũng vậy! Tất cả mọi điều cần phải làm là đừng đè nén hay phá hoại. Bạn phải học nghệ thuật tạo nên sự hài hòa năng lượng của mình; bạn phải trở thành ban đại hòa tấu. Vâng, nếu không biết cách sử dụng nhạc cụ, bạn chỉ tạo nên âm thanh ồn ào làm mấy người hàng xóm nổi điên. Nhưng nếu biết được nghệ thuật trình tấu, có thể bạn sẽ tạo ra điệu nhạc hay ho, hay có thể sáng tác ra thiên nhạc. Bạn có thể mang lại cho thế gian điều gì đó siêu phàm.

Đời sống cũng là một loại nhạc khí vĩ đại. Bạn phải học cách sử dụng nó. Không có gì phải bỏ đi, hủy diệt, kềm nén, loại trừ. Tất cả mọi thứ Thượng Đế ban cho đều tốt đẹp; nếu không thể dung hợp được tặng phẩm ấy một cách hoàn mỹ, thì sự kiện này cho thấy bạn chưa nắm vững được nghệ thuật phối trí. Xem đời sống như chuyện đương nhiên là thái độ không đúng. Cái chúng ta được cho chỉ là một khả tính nguyên chất, chỉ là một tiềm năng về cuộc sống; chúng ta phải học cách hiện thực hóa khả tính này, tiềm năng này.

Deven, đấy là tất cả ý nghĩa về sannyas. Đấy là mục đích của mọi phương chước: thiền định, tâm lý trị liệu – mọi phương kế khả thể phải được dùng để giúp bạn biết được cách sử dụng tính sân hận của mình theo cách biến nó trở thành lòng từ ái, sử dụng tính dục theo cách chuyển hóa nó thành tình yêu, sử dụng tính tham lam theo cách khiến nó thành chia sẻ. Mỗi năng lượng bạn có đều có thể trở thành trạng thái đối cực của nó, vì đối cực luôn luôn được dung nhiếp trong nó.

Thân thể chứa đựng linh hồn, vật chất chứa đựng tâm trí, thế giới chứa đựng Thượng Đế, hạt bụi chứa đựng thánh tính. Bạn phải khám phá ra đối cực, và bước đầu tiên để tiến đến khám phá này là chấp nhận bản thân, là hân hoan với tự thể của mình. Bạn không là một chúa Jesus, không, bạn không là một đức Phật; bạn không là tôi hay là bất cứ ai khác. Bạn phải chỉ là chính bạn. Thượng Đế thích độc đáo chứ không muốn bản sao; và bạn có thể được chấp nhận như một thứ cúng dường nhưng phải chỉ như một hiện tượng độc nhất vô nhị mới được. Bắt chước Jesus, Krishna, Phật, Mohammed... sẽ không có tác dụng. Những kẻ bắt chước nhất định sẽ bị loại bỏ.

Hãy tự là chính mình một cách đích thực. Hãy tự kính trọng mình; Thượng Đế kính trọng bạn khi ban cho bạn sự sống. Bạn có những tiêu chuẩn cao hơn ngài hay sao? Hãy yêu bản thân như Thượng Đế yêu bạn. Và khi khởi sự quan sát mọi loại năng lượng trong người, bạn sẽ thấy mình là một vũ trụ bao la!

Rồi dần dần, khi trở nên có ý thức nhiều hơn, bạn sẽ có khả năng xếp đặt mọi sự việc vào đúng nơi đúng chỗ của chúng. Hiện thời bạn hơi lộn xộn, đây là sự thật, nhưng chẳng có gì sai trái cả; không phải là kẻ tội lỗi, nên chỉ cần tái phối trí chút đỉnh là bạn sẽ trở thành một hiện tượng tốt đẹp.

Câu hỏi thứ ba:

Thưa Sư phụ,

Phải chăng con đang phí hoài năng lượng bởi việc tìm kiếm trong huyền bí học như con đường để khám phá không gian nội tại?

Mark, huyền bí học chỉ dành cho những người ngu ngốc. Thượng Đế không ẩn mình, trái lại, ngài hiển lộ rõ ràng. Ngài thị hiện mọi nơi mọi chốn: tiếng hót của chim muông, sự bừng nở của ngàn hoa; ngài là màu xanh tươi trong cây lá, là màu đỏ thắm trong đóa hồng, là hơi thở của bạn. Ngài đang nói qua tôi và đang lắng nghe qua bạn ngay trong chính khoảnh khắc này đây. Nhưng bạn không muốn nhìn thấy điều hiển nhiên.

Con người có mối quan tâm hết sức bệnh hoạn vào điều huyền bí. Huyền bí nghĩa là điều gì đó được giấu kín. Con người quan tâm đến cái được che giấu – nhưng chẳng có thứ gì bị giấu che cả! Khi liên quan đến Thượng Đế thì không có gì ẩn mật; chỉ cần mở mắt ra là thấy ngài đang đứng trước mặt mình; chỉ cần im lặng thì bạn sẽ nghe được tiếng nói mặc nhiệm trong lòng. Tại sao phải nhờ vào khoa huyền bí để khám phá cảnh giới nội tại, mà không chịu đi thẳng vào trong ấy? Huyền bí học quá sức vô lý và không có lối thoát vì nó chỉ toàn là đồ sáng chế. Giống như khoa học giả tưởng, huyền bí học là tôn giáo giả tưởng. Nếu thích giả tưởng, thì khoa này rất thích hợp với bạn. Nhưng đừng tưởng qua việc đọc sách khoa học giả tưởng là bạn đang học khoa học; cũng như đừng tin vào khoa học giả tưởng rồi hành động theo niềm tin này, bằng không, bạn sẽ kết thúc trong nhà thương điên.

Khoa huyền bí đích xác giống như khoa học giả tưởng. Nhiều người thích truyện giả tưởng; không có gì sai trái trong việc này, nhưng bạn phải biết đấy là thứ tiểu thuyết hư cấu, nên cứ việc thưởng thức và nhớ đừng có thái độ quá nghiêm trọng về nó.

Có tám vị đại tôn sư vào thời đức Phật còn tại thế. Mahavira là người nổi tiếng, ngài là vị đại sư giác ngộ cuối cùng của truyền thống Kỳ Na giáo. Ngài thường nói có ba tầng địa ngục. Nhưng một trong số đệ tử của ngài đã phản nghịch, tự xưng là tổ sư và khởi sự thuyết giảng về bảy tầng địa ngục. Hắn tuyên bố với mọi người, "Mahavira chẳng hiểu biết gì bao nhiêu, nên chỉ biết địa ngục có ba tầng, còn ta biết đến bảy tầng." Và dĩ nhiên là người ta hết sức ấn tượng. Mahavira chỉ nói về ba tầng, trong lúc người này nói đến bảy!

Sanjay Belattiputta, một đại tổ sư cùng thời với đức Phật. Chắc ông cũng là người xem đời không nghiêm trọng giống tôi, nên đã nói về bảy trăm tầng địa ngục. Ông bảo, "Cái tên Gosalak đang nói gì thế? – chỉ bảy tầng thôi à? Tổng cộng có đến bảy trăm, và cũng có luôn bảy trăm thiên đàng nữa."

Ông chỉ nói đùa cho vui, nhưng người ta lại hết sức quan tâm. Dường như đây là đúng người, người đã thâm nhập sâu vào khoa huyền bí học.

Khi ở Agra, một môn đệ của Radhaswami, một tông phái nhỏ phát triển hạn chế trong khu vực gần Agra, đến gặp tôi. Từa tựa như một giáo sĩ, anh nói, "Ông biết không? Sư phụ của chúng tôi nói có đến mười bốn quốc độ."

Tôi hỏi lại, "Chỉ mười bốn thôi à?"

Anh ta ngơ ngác, "Ý ông là gì khi nói 'Chỉ mười bốn thôi'? Bộ có nhiều hơn hay sao?"

Tôi nói, "Chắc chắn."

Anh ta vừa trưng bản đồ ra vừa nói, "Nhưng thầy của chúng tôi nói chỉ có mười bốn quốc độ thôi mà. Mohammed chỉ ở tầng thứ ba; Kabir và Nanak lên được tầng thứ năm; Phật và Mahavira ở tận tầng thứ bảy. Kỳ dư không ai khác đã từng đạt đến tầng thứ mười bốn, ngoại trừ sư phụ của chúng tôi."

Tôi nói, "Tôi biết sư phụ của anh; tôi đã thấy ông ấy đang chật vật ở tầng thứ mười bốn, đang chiến đấu cật lực nhưng không thể thoát ra khỏi chỗ đó. Lý do tôi biết việc này là vì tôi sống ở tầng thứ mười lăm. Có tới mười lăm quốc độ lận."

Anh ta ngạc nhiên, "Nhưng ông là người đầu tiên..." Vô cùng cảm kích, anh ta chạm chân tôi trước khi rời khỏi, "Ông đã hiển lộ một bí mật mới."

Tôi giải bày, "Chớ có điên khùng. Tôi chỉ nói đùa thôi! Con người chỉ có hai phạm trù: những người bất giác và những người tỉnh giác. Người tỉnh giác không có sự phân cấp rằng người này ý thức hơn người kia, rằng ai đó ở tầng thứ năm hay thứ bảy. Không có cao thấp trong ý thức tỉnh giác; ý thức tỉnh giác chỉ đơn thuần là ý thức tỉnh giác.

Người ta rất quan tâm đến tôn giáo giả tưởng. Mark, đừng phí thì giờ với huyền bí học, trừ phi bạn thích thú với tiểu thuyết giả tưởng hư cấu thì không sao, không vấn đề gì...

Diễn giả về môn huyền bí đang nóng máy về đề tài những hiện thân siêu nhiên của mình.

Với cái nhìn sốt sắng làm sinh động gương mặt, ông nói lớn, "Này các bạn. Nếu có thể làm cho các bạn tin; nếu chỉ khi nào thế gian dừng lại sự đùa cợt của nó để thấy rõ những cuộc viếng thăm từ Bờ Huyền Bí lúc nào cũng xảy ra."

Diễn giả nhìn quanh để tìm trong số thính giả xem có tâm hồn đồng cảm nào đồng ý với triết lý của mình, rồi nói tiếp, "Tôi kể cho các bạn kinh nghiệm bản thân, nhưng chắc chắn một vài bạn cũng có được sự liên lạc trực tiếp với linh hồn đã khuất. Nếu bất cứ người nào trong số thính giả này đã chạm đến ma, xin hãy vui lòng đứng lên."

Từ chỗ ngồi ở hàng ghế đầu, bà Faigel Frume đứng dậy nói to, "Tôi. Ông sẽ không tin được kinh nghiệm mà tôi đã trải qua."

Khi tiếng vỗ tay khen ngợi vừa dứt, nhà diễn thuyết thích chí nói, "Thật là phấn khởi. Hãy nhìn đây, một nhân chứng tự nguyện, một người hoàn toàn xa lạ với tôi, chịu đứng lên để đưa ra bằng chứng. Thưa bà, tôi hiểu bà nói rằng bà đã từng chạm tới ma phải không?"

"Chạm tới nó à?" bà Frume lặp lại. "Thậm chí còn hơn thế nữa; khi còn là đứa bé gái ở Nga, một con trong bọn chúng húc tôi đến trầy trụa hết cả người."

"Con ma hút bà à?"

"Ông nói con ma? Quỷ thần ơi! Tôi tưởng ông nói một con dê!"[1]

Đừng phung phí thì giờ của bạn với mấy con ma hay con dê này. Nếu muốn khám phá không gian nội tại thì cứ đi

---

[1] Con ma: 'gosh' và con dê: 'goat' đều phát âm gần giống. Nguyên văn: "A gosh, you said? Gosh! I thought you said a goat!"

thẳng vào đấy chứ can dự gì đến khoa huyền bí? Đấy chỉ là cách chạy trốn chứ không phải khám phá; đấy là cách tự làm cho mình vướng bận với thứ hoàn toàn vô nghĩa! Và thông thiên học, đặc biệt là vào thời buổi này, đã phát hành quá nhiều điều vô nghĩa: hàng trăm đầu sách và mọi loại chủ đề ngu ngốc. Người ta có tính hết sức cả tin đến độ sẵn sàng tin vào bất kể điều gì.

Con người hôm nay đang chới với trong một loại chân không, bởi các tôn giáo truyền thống cổ đã chết hoặc gần như sắp chết. Hoặc chúng chết rồi, hoặc đang hấp hối trên giường bệnh; do đó, hàng loạt tín ngưỡng mới mẻ được thế mọc lên khắp mọi nơi, và các hiện tượng mới lạ này cần những hư cấu tân kỳ để quyến rũ bạn.

Không thể đưa bạn bất kỳ hư cấu huyền bí nào, bởi tôi chẳng hề bận tâm đến thế giới bí truyền. Rất thực tế, nên tôi chỉ đơn giản phát biểu các thực kiện, chứ không muốn trát phấn tô son cho chúng, không muốn tạo nên những ảo tưởng, những phóng ảnh, trong tâm trí bạn. Nỗ lực của tôi ở đây là giúp bạn vượt qua tâm trí cùng với mấy cái lý thuyết huyền bí, bí truyền, thông thiên, nhân linh… gì gì đó của bạn. Bạn có thể tự tạo cho riêng mình chứ không cần phải tin vào chủ thuyết của bất cứ ai khác; mọi thứ bạn cần là cây bút chì với tờ giấy, rồi chỉ việc viết xuống chuyện mình tưởng tượng. Việc làm này còn khai sáng hơn nhiều; ít ra nó sẽ là sự sáng tạo nào đó. Rồi cứ đưa cho ai đó bản sao, thế nào bạn cũng có được vài tín đồ. Khi ấy bạn sẽ biết cách tại sao người ta cứ tiếp tục tin vào đủ thứ huyền bí là như thế nào.

J. Krishnamurti được dưỡng dục bởi các nhà thông thiên học. Ông được cung cấp, nhồi nhét bằng đủ mọi loại học thuyết huyền bí. Ông đã trở nên chán ngán đến mức khi các nhà thông thiên học sắp sửa tuyên bố đưa ông lên làm bậc thầy thế giới… Ngày mà hơn sáu ngàn lãnh đạo hội thông thiên học trên toàn thế giới họp mặt, khi họ mời Krishnamurti đăng đàn tuyên bố, ông đứng dậy nói, "Tôi quyết định giải tán tổ chức này. Tôi chẳng là thầy của ai cả. Tôi hoàn toàn chấm dứt với công việc này và không muốn nhắc đến nó nữa!"

Họ giật mình choáng váng, nhưng theo tôi thấy thì đấy là một kết thúc hợp lý. Trong nhiều năm, ông bị nhồi nhét vào đầu bằng đủ loại lý thuyết vô lý bởi đủ loại người ngu xuẩn, nên ông trở nên chán ngấy với toàn bộ sự việc. Nhưng mấy bà già, đặc biệt là những người già về hưu, rất hứng thú. Họ chiếm đa số trong số các nhà thông thiên học – những người hưu trí và các lão bà chẳng biết việc gì khác để làm – nhóm họp nhau để bàn chuyện vớ vẩn về ma quỷ, về việc đạo sư Tây Tạng có thể bay trên không, về những bức thư mà đạo sư K.H... chẳng ai biết K.H. này là người nào. Tên của ông ta là Koot Humi, nhưng với tên họ đầy đủ này nữa, vẫn không ai biết nó nghĩa là gì. Biết càng ít càng tốt.

Koot Humi, viết tắt là K.H., thường hay gửi thư, cho đến sau cùng người ta mới biết chính tay bà Blavatsky đã viết những bức thư này. Một người giúp việc thường núp trên nóc nhà – cứ nghĩ như nóc nhà của Phật Đường này vậy! – và trên đó có một lỗ nhỏ, mỗi khi các nhà thông thiên học ngồi nhắm mắt chờ đợi Koot Humi, thì người giúp việc sẽ thả lá thư xuống.

Nào, mọi người ngu ngốc đến thế... Chỉ là giấy mực bình thường; họ có thể nhận ra nhãn hiệu và hãng nào đã sản xuất ra nó, cũng như thủ bút của Blavatsky! Thế rồi bức thư được đọc lên, được lưu giữ lại như bảo vật. Nhưng tại Tòa án Cấp cao có một vụ kiện chống lại Leadbeater, một trong những nhà thông thiên học nổi tiếng, là đồng sự của Annie Besant; ông bị nghi là đồng tính luyến ái. Chỉ là một tên già dê, thế thôi!

Trong vụ kiện này, người giúp việc của ông đã nhận tội là người đã từng núp trên mái nhà, và đã chỉ cho thấy cái lỗ cũng như nơi hắn ẩn mình. Vậy mà, mọi người vẫn cứ đọc những bức thư đinh ninh là do Koot Humi viết.

Khi người ta muốn tin, khi cảm thấy trống vắng, họ cần thứ tín ngưỡng nào đó. Họ bám vào mọi thứ, họ không lắng nghe… không lắng nghe tâm tư của mình, mà chỉ cần niềm tin. Nơi nào có cầu thì nơi ấy có cung; thế là ai cũng sẵn sàng cung cấp. Mọi người cần tưởng tượng hư cấu, nên có những kẻ gian xảo quỷ quyệt nhanh tay đáp ứng ngay.

Trong trường nhà thờ, bé Hans được yêu cầu cho thí dụ về mệnh đề độc lập.

Em trả lời, "Con mèo của chúng em đẻ được mười con mèo con, và tất cả bọn chúng đều là những Ki Tô hữu tốt."

Cô giáo khen, "Xuất sắc. Em nắm vững về mặt văn phạm cũng như về mặt tôn giáo của chúng ta."

Tuần sao, đức giám mục đến thăm lớp và cô giáo gọi Hans lên lấy điểm.

"Con mèo của chúng em đẻ được mười con mèo con, và tất cả bọn chúng đều là những sannyasins tốt."

Cô giáo ngắt lời, "Tuần rồi em đâu có nói như vậy!"

Hans đáp lời, "Đúng, nhưng bây giờ mấy con mèo con của em đã mở mắt rồi!"

Hãy cảnh giác một chút, hãy quan sát một chút. Chung quanh bạn đầy dẫy những kẻ lường gạt, nên bạn có thể dễ dàng là nạn nhân.

Morrissey, người có tài nói tiếng bụng, đang trên đường xuống quán rượu thì gặp một con chó xù to tướng đi theo.

Cả hai cùng vào quán, thiên tài nói tiếng bụng gọi một ly scotch, và để cười chơi, hắn vừa nhìn con chó vừa hỏi,

"Thế nào, mày cũng muốn như thường lệ chứ?"
Con chó trả lời, "Không, cám ơn, sáng nay tao đã có đủ rồi."

Quá đỗi kinh ngạc, anh pha rượu đề nghị mua con chó năm mươi đô la.
Morrissey nói, "Không, thưa ngài! Tôi đã nuôi nó từ hồi nó mới sinh."
"Tôi trả một trăm đô!"
Morrissey lắc đầu. Khi giá cả lên đến năm trăm đô thì thiên tài chớp lấy cọc tiền rồi hướng nhanh ra cửa. Trước khi đi khỏi, hắn còn nói với, "Được rồi, hãy chăm sóc tốt cho nó." Rồi nhìn con chó lần cuối, nói to, "Tạm biệt, bạn cũ!"
Con chó trả lời, "Bạn cũ, đồ tồi! Sau hành động của mày đã làm, tao thề trọn đời sẽ không bao giờ nói chuyện với con người nữa!"

Hãy coi chừng bọn người xảo quyệt chung quanh bạn; đừng để bị lợi dụng. Nhân loại từng bị lợi dụng bởi đám mưu mô xảo trá đủ lâu rồi, đã đến lúc phải chận đứng hoàn toàn tệ trạng này lại. Hãy trưởng thành một chút.

Nếu muốn thăm dò không gian nội tại, bạn nên thiền định. Lắng nghe những gì Phật dạy: Hãy yên tĩnh tâm trí, phản tỉnh, quan sát, rồi mọi điều tăm tối sẽ tự nhiên biến mất và tâm thức của bạn sẽ rạng ngời ánh sáng.

Câu hỏi thứ tư:

Thưa Sư phụ,

Chuyện khôi hài của sư phụ thật tuyệt! Nên nhẹ nhàng một chút cho các tu sĩ. Con vui mừng với hiện hữu nhờ sự khai sáng của sư phụ! Tại đây con cảm thấy thoải mái, thấy như ở tại nhà sau nhiều năm tìm kiếm.

Deva Chintana, tôi xin lỗi nếu điều đó làm bạn đau lòng. Tôi biết... Deva Chintana đã từng là nữ tu, nhưng cô can đảm rời bỏ tu viện để trở thành một sannyasin. Dĩ nhiên, chuyện khôi hài về các tu sĩ của tôi chắc có vẻ hơi nặng nề đối với cô ấy. Đúng ra tôi nên nghĩ về cô mới phải; tôi hứa sẽ cẩn thận hơn trong tương lai, Chintana.

Và đây là chuyện khôi hài cho bạn:

Đức giáo hoàng chết... và tự nhiên được giả định là ngài sẽ lên thiên đàng. Thế nên, trong bộ y phục giáo hoàng lộng lẫy, ngài thẳng bước tới Ngọc Môn Quan, lướt qua thánh Peter để thẳng tới lối vào.

Thánh Peter hét to, "Hê, người kia! Ông đi đâu thế?" Và hai thiên thần cảnh vệ bước tới chặn đường.

Đức giáo hoàng nói, "Nhìn đây, tôi là giáo hoàng và tôi..."

"Ai?"

"Giáo hoàng!!! Tôi là giáo hoàng của Nhà thờ Công giáo và tôi muốn đi lên thiên đàng."

"Giáo hoàng à? Chưa bao giờ nghe tên ông. Sổ sách chúng ta chẳng có người nào mang tên này, đúng không, Gabriel? Không, xin lỗi nghe, ông không thể bước vào."

"Hê, thôi mà! Tôi là giáo hoàng! Ông phải để cho tôi vào. Hãy hỏi đức Chúa Cha, ngài biết tôi!"

Thánh Peter gọi đức Chúa Cha, "Thưa Chúa, Peter gác cổng đây. Xin lỗi quấy rầy ngài, nhưng vì có một người tự xưng là giáo hoàng muốn đi vào, và bảo rằng ngài biết hắn."

"Ai?"

"Giáo hoàng."

"Ai?"

"Tôi nghĩ đấy là tên hắn nói."

"Không biết, chưa bao giờ nghe tới."

Tắt máy. Thánh Peter nói, "Xin lỗi, giáo hoàng. Đức chúa Cha bảo ngài không biết ông."

"Cái gì? Nhưng nghe này, tôi là giáo hoàng. Chúa Cha phải biết tôi chứ! Thế này, ông hỏi đức Chúa Con; chắc chắn là người này biết tôi, bởi tôi là đại diện cho ông ấy trên trái đất mà. Ông ấy phải biết tôi!"

Thánh Peter gọi điện thoại cho đức Chúa Con, nhưng câu trả lời cũng giống nhau: "Giáo hoàng? Không, ta chưa hề nghe qua người này!"

Giáo hoàng tuyệt vọng, "Thế này, ông phải giúp tôi. Giùm gọi Chúa Thánh Thần – chắc chắn là ông ấy biết tôi! Tôi là giáo hoàng của Nhà thờ Công giáo, đại diện tâm linh cho Chúa Jesus trên trái đất! Ông ấy biết tôi mà!"

Thánh Peter gọi cho Chúa Thánh Thần. Vị này trả lời, "Hmmm, ông nói giáo hoàng à! Hmmm, có, ta có nghe cái tên đó trước đây... Chờ một chút! Hắn là tên cà chớn cứ tung tin đồn nhảm nhí về ta và Mẹ Đồng Trinh Mary. Bảo hắn xuống địa ngục đi!"

Chintana, tôi sẽ cố gắng hết sức. Nhưng giáo sĩ là giáo sĩ, là những người xấu xí nhất, xảo trá nhất, hèn hạ nhất trên mặt đất, dù ngoại diện của họ hoàn toàn khác.

Tôi không nói là không có những người tốt. Nhưng số người tốt này rồi cũng bị dính lưới, vì họ ngây thơ, dễ bị lừa, dễ bị lợi dụng.

Nhân loại phải dẹp đi giới giáo sĩ, chỉ khi đó mới có thể có tôn giáo đích thực. Họ đã phá hoại nhiều quá. Chính vì họ mà thế giới chưa có tính tôn giáo; họ đã chia chẻ nhân loại thay vì hợp nhất. Máu đã đổ trên danh nghĩa tôn giáo quá nhiều so với bất cứ nhân danh nào khác. Thật ra, tôi còn hết sức nhẹ tay với họ chứ không nặng nề lắm đâu; họ cần bị đánh mạnh hơn. Nhưng khi ra tay, tôi thật sự không đánh họ, mà chỉ đơn giản đánh vào sự quy định của bạn.

Tôi phải làm gì với giáo hoàng hay đại đạo sư hay lãnh tụ Hồi giáo hoặc Ayatollah Khomeiniac chứ? Tôi chẳng dính dáng gì đến những người này. Nhưng khi đánh họ, tôi đơn giản đánh sợi dây xiềng xích trong tâm trí của bạn, thứ đã giữ bạn lại trong cảnh tội tù nô lệ. Mấy mẩu chuyện hài tào lao về các giáo sĩ của tôi chỉ có mục đích giúp bạn cười vui trong lúc thoát ra khỏi nhà giam. Tôi không muốn việc thoát khỏi nhà giam trở thành trầm trọng, vì như vậy sẽ ảnh hưởng đến tính nghiêm trọng của bạn và bạn sẽ cưu mang gánh nặng đó trong đầu. Và còn có nguy cơ là bạn sẽ phóng chiếu tính nghiêm trọng đó lên tôi nữa.

Tôi có thể dễ dàng giải thoát bạn ra khỏi ảnh hưởng của giới giáo sĩ, nhưng nguy cơ là mọi thứ đã từng được phóng chiếu lên giáo sĩ trước đây, bạn lại khởi sự phóng chiếu lên tôi. Đấy hoàn toàn không phải là tự do chút nào, chỉ xiềng xích của bạn được thay đổi mà thôi. Có người nào khác hỏi tôi:

Câu hỏi thứ năm:

Thưa Sư phụ,

Là kẻ nhát gan nên không dám chấp nhận sannyas. Việc gì sẽ xảy ra với con?

Jesus đang bị đóng đinh trên thập tự giá, cùng với hai tên trộm cũng bị đóng đinh hai bên. Những tên lính canh bất ngờ biến mất; thấy không có ai chung quanh, ngài ngỏ ý với hai tên đạo chích.

"Này người anh em! Hãy sám hối rồi Vương quốc của Thượng Đế sẽ mở cửa cho người. Ta sẽ đưa người đi với ta về nhà của Cha ta. Sám hối đi!"

Một tên trộm vừa quỳ lạy Jesus vừa xin, "Con xin sám hối, lạy Chúa! Hãy đem con theo với ngài về Vương quốc của Thượng Đế!"

Tên trộm kia quay đầu đi chỗ khác rồi khinh thị nói, "Đừng nói chuyện bá láp!"
Jesus vẫn nài nỉ, "Hãy quỳ xuống sám hối đi!"
Tên trộm trả lời, "Xám hối cái éo!"

Jesus nhìn hắn một cách từ ái, "Thật đáng tiếc, ông bạn già! Ngươi sẽ không có mặt trong bức hình lưu niệm, thế thôi!"

Vậy bạn đừng nên bận tâm về việc không trở thành một sannyasin. Nếu không thể thu đủ can đảm làm việc này, bạn chỉ sẽ không có mặt trong bức ảnh lưu niệm, thế thôi! Đừng lấy làm nghiêm trọng.

Nỗ lực của tôi ở đây là làm cho chuyện tu tập càng ít nghiêm trọng càng tốt. Tôi không muốn trở thành giáo hoàng hay đại đạo sư; tôi không muốn trở nên thứ đồ vật thay thế cho bạn, một hình bóng người cha cho bạn. Tôi chỉ muốn làm một người bạn.

Do đó, những buổi nói chuyện của tôi không phải là các bài giảng bình thường về tôn giáo, mà chỉ là những câu chuyện phiếm. Chúng không phải là phúc âm, nhưng chỉ là chuyện tầm phào!

Đã đủ cho hôm nay.

KINH VĂN
• BÀI GIẢNG 9

Hoan Hỷ Trong Thiền Định

Bài giảng tại Phật Đường sáng ngày 29 tháng Hai, 1980

KINH PHÁP CÚ: PHẬT ĐẠO
BỘ 12 QUYỂN • QUYỂN MƯỜI

Hãy làm chủ giác quan:
Ý thức cái đang nếm,
Cũng như cái đang ngửi,
Đang thấy và đang nghe.

Làm chủ mọi sự việc,
Quan sát việc mình làm,
Cùng lời nói, ý nghĩ
Thì sẽ được tự do.

Là một người cầu đạo,
Sẽ có được hoan hỷ,
Khi chế ngự hành động,
Lời nói và ý nghĩ.

Sẽ có được hoan hỷ,
Với thiền định, độc cư,
Hạnh phúc trong tiết độ,
Đích thực bậc cầu đạo.

TỰ do giải thoát là mục đích tối thượng của tôn giáo đích thực – không phải Thượng Đế, không phải thiên đàng, ngay cả đến chân lý cũng không phải. Điều này phải được hiểu cho thật rõ vì đấy là thông điệp chủ yếu của đức Phật Cồ Đàm gửi đến nhân loại. Theo ngài, tự do giải thoát có giá trị tột đỉnh, *summum bonum* – điều cao quý nhất, không gì có thể cao quý hơn. Nhưng tự do của ngài không phải là thứ tự do chính trị, xã hội, kinh tế. Ngụ ý của ngài là tự do của tâm thức.

Tâm của chúng ta ở trong tình trạng bị câu thúc, bị gông cùm đè nặng. Bên trong chúng ta mới chính là nhà tù, chứ không phải bên ngoài. Các bức tường của nhà giam không nằm bên ngoài, mà ẩn giấu sâu kín trong vô thức của ta; chúng tồn tại trong bản năng, trong tham ái, trong sự bất giác của ta.

Tự do giải thoát là mục tiêu chính.

Chánh niệm tỉnh giác là phương pháp để đạt đến mục tiêu này.

Bạn là chủ nhân khi thực sự tự do giải thoát, bởi tình trạng nô lệ biến mất. Thường tình, dường như chúng ta có tự do, nhưng không hẳn vậy; dường như chúng ta là người chọn lựa, nhưng không hẳn vậy. Chúng ta bị lôi, bị kéo bởi những thế lực của vô thức.

Khi yêu người đàn ông hay người đàn bà nào đó, bạn tưởng bạn là người quyết định, là người lựa chọn hay sao? Bạn biết rõ là mình không thể chọn lựa tình yêu, không thể tự ép buộc mình yêu ai đó. Bạn không phải ông chủ, mà chỉ là tên nô lệ của năng lực sinh học. Đấy là lý do tại sao trong mọi ngôn ngữ đều có thành ngữ 'lọt bẫy tình' – trong tình yêu, bạn bị lọt xuống, bị rớt xuống, bị sa ngã khỏi tự do, tự tính của mình. Nếu tình yêu là sự chọn lựa của bạn, thì bạn sẽ vươn lên cao, chứ đâu phải rơi xuống thấp. Khi ấy tình yêu xuất phát từ ý thức hoàn toàn tỉnh giác của bạn nên nó sẽ có phẩm chất, vẻ đẹp, hương thơm hoàn toàn khác.

Tình yêu thông thường mang nhiều mùi rất khó ngửi: mùi hôi của ghen tuông, giận dữ, căm ghét, sở hữu; nên nó hoàn toàn chẳng phải là tình yêu chút nào. Luật tự nhiên thúc đẩy bạn hướng về điều gì đó không do chính bạn chọn lựa; bạn chỉ là nạn nhân. Đấy là tình trạng nô lệ của chúng ta. Ngay cả trong tình yêu chúng ta còn làm nô lệ, nói gì đến những phương diện khác? Tình yêu dường như là kinh nghiệm tuyệt vời nhất của chúng ta, vậy mà nó chỉ gồm toàn tính nô lệ, vậy mà chúng ta chỉ chịu đựng đau khổ trong tình trường.

Người ta đau khổ trong tình trường nhiều hơn bất cứ nơi nào khác. Sự chịu đựng quá lớn khiến bạn bị đánh lừa, nó tạo ra ảo tưởng bạn là người chọn lựa, nhưng chẳng mấy chốc bạn biết rằng bản tính đã đánh lừa, chứ không phải do mình chọn. Những cường lực vô thức đã chiếm hữu bạn; vì bị cưỡng chế nên bạn không hành động theo ý định của chính mình, nhưng chỉ còn là một thứ phương tiện. Đấy là nỗi đau đầu tiên mà ta cảm nhận được trong tình yêu, và một nỗi đau kích hoạt toàn thể chuỗi dài thống khổ.

Chẳng bao lâu sau bạn sực nhận ra rằng mình trở nên lệ thuộc vào người kia, rằng không có người kia thì bạn không thể tồn tại, rằng không có người kia thì bạn bắt đầu mất hết ý nghĩa, ý vị. Người kia trở thành cuộc đời của bạn, bạn hoàn toàn bị phụ thuộc. Do đó, hai người yêu nhau thường liên tục cãi vã, bởi không ai thích bị lệ thuộc, mọi người đều ghét sự tùy thuộc. Không ai thích bị người khác chiếm hữu, vì bị sở hữu nghĩa là bị hạ xuống thành đồ vật. Toàn thể nhân loại bị đau khổ chỉ vì lý do đơn giản là mỗi sự liên hệ đều cứ thu nhỏ bạn lại, cứ làm cho nhà tù của bạn càng chật hẹp hơn.

Đức Phật dạy: Đời sống như thế không phải là đời sống đích thực. Bạn đang bị sống, chứ không thực sự sống. Chính những năng lực vô thức làm cho bạn sống. Trừ phi trở nên ý thức, trừ phi sở hữu đời sống, trừ phi trở nên độc lập với bản năng, bạn sẽ không thể làm chủ chính mình. Mà không làm chủ chính mình thì sẽ không có hỷ lạc, không có ân sủng, và cuộc đời bạn sẽ miên viễn là một địa ngục.

Kệ ngôn thứ nhất:

> *Hãy làm chủ giác quan:*
> *Ý thức cái đang nếm,*
> *Cũng như cái đang ngửi,*
> *Đang thấy và đang nghe.*

Đoạn kinh này từng bị hiểu lầm và dịch sai quá nhiều đến độ nhiều Phật tử đã hiểu ý nghĩa của nó theo cách hoàn toàn trái ngược. Làm chủ các giác quan không có nghĩa là phá hủy chúng. Nếu phá hủy chúng thì còn lấy ai để bạn làm chủ? Và đấy là điều đã được làm suốt hai mươi lăm thế kỷ qua: nhiều Phật tử từng phá hủy giác quan của họ. Việc này dễ dàng hơn, do đó mới thường bị lầm lẫn. Làm chủ các giác quan thì khó khăn và gian nan hơn, bởi thái độ này cần ý thức tỉnh giác cao độ, còn phá hủy chúng lại chẳng cần gì cả.

Muốn xây một ngôi nhà đẹp, bạn sẽ phải học nhiều kỹ thuật, nhưng sẽ không cần phải học hỏi ngành nghề nào nếu muốn giật sập nó; Ai cũng có thể làm được, kể cả mấy người điên. Kỳ thật, người điên còn làm việc phá hoại này nhanh chóng hơn bất cứ người bình thường nào khác. Bạn không cần biết về khoa kiến trúc để phá hủy một tòa nhà, bởi phá hoại chẳng cần đến nghệ thuật hay thông minh.

Và đấy là cách kệ ngôn này được diễn giải qua bao thế hệ, vì lý do đơn giản là phá hoại thì dễ hơn, bất cứ kẻ ngu ngốc nào cũng làm được. Mà các vị được mệnh danh là thánh nhân của bạn hầu như đều ngu ngốc; hiếm khi gặp được một vị thánh là người có tính sáng tạo đích thực. Được sùng bái như chư thánh vì họ đã thành công trong mưu đồ tự sát – tự sát từ từ, dĩ nhiên rồi – dần dần tự phá hủy, tự hạ độc bản thân họ. Chúng ta đã tôn sùng sự chết, sự phá hoại. Nhưng đã đến lúc chúng ta phải học cách thương yêu đời sống và tính sáng tạo cũng như sự sáng tạo.

Sự hiểu biết của tôi về những lời kinh này hoàn toàn khác hẳn. "Làm chủ các giác quan" nghĩa là trở nên ý thức hơn về chúng, trở nên nhạy cảm hơn. Đừng hủy hoại chúng, bằng không, cuộc đời còn lại của bạn sẽ chẳng còn cửa nẻo nào để mở vào sự sáng tạo, vào Thượng Đế, vào chân lý.

Có câu chuyện về một nhà huyền môn Ấn Độ giáo. Tôi không tin đó là sự thật vì đã có ấn tượng hết sức sâu sắc bởi những phát biểu của ông, những phát kiến tuyệt vời khiến tôi không thể nào tưởng tượng được ông là người đã làm ra chuyện như thế.

Tên của ông là Surdas. Ông bị mù mắt, nhưng không phải do bẩm sinh; đấy là lý do khởi đầu câu chuyện. Ông tự hủy hoại đôi mắt mình vì đã nhìn thấy rồi bị mê hoặc bởi một phụ nữ xinh đẹp. Người đẹp đã hớp hồn ông, ông chỉ luôn nghĩ đến nàng – trong lúc ông là một tu sĩ. Tự làm hư mắt mình vì ông nghĩ chính đôi mắt này đã khiến ông nhận thức vẻ đẹp của cô ta. Nếu không có đôi mắt, chắc ông không bị si mê đến cuồng dại như thế.

Tôi không tin đây là câu chuyện thật, nhưng chuyện này thật với hàng ngàn người khác. Kinh nghiệm của riêng tôi cho thấy Surdas chắc bẩm sinh đã bị mù, vì sự minh triết trong thi ca của ông sâu sắc đến mức làm cho ta không thể tưởng tượng ra một con người như ông lại có hành động ngu ngốc đến thế.

Bạn không thể thoát khỏi sự hấp dẫn của đàn bà hay đàn ông chỉ bằng cách làm hư đôi mắt; nhắm nghiền mắt lại cũng giống vậy thôi. Thực ra, đối tượng được nhìn dường như đẹp hơn khi bạn nhắm mắt!

Đấy là lý do tại sao người đàn bà thường hay nhắm mắt khi làm tình: bạn có vẻ đẹp trai hơn. Nếu không nhắm mắt, nàng sẽ sợ hãi khi nhìn thấy mặt bạn, bởi sự dâm dật biểu hiện trên gương mặt bạn không thể được xem là đẹp đẽ; mà trông hết sức xấu xí, giống như thú vật. Người đàn ông trong trạng thái thèm khát chẳng khác hơn một con vật. Chắc đàn bà đã học nghệ thuật nhắm mắt để khỏi phải thấy đi thấy lại cảnh đàn ông biến thành con thú.

Tôi thích giai thoại Thiền nổi tiếng này:

Sau chuyến vào làng hoằng pháp, hai thầy tu đang trên đường trở về thiền viện. Họ đi đến bờ sông vào lúc chạng vạng và đêm đang xuống nhanh. Tại bờ sông có một cô gái trẻ đẹp đang đứng đó lưỡng lự chưa dám quyết định nên lội qua hay không, vì dòng sông có vẻ rất sâu.

Người sư huynh giữ giới nhà Phật không nhìn cô gái. Nhưng đây là một giới luật lạ lùng: trước nhất bạn phải nhìn rồi mới biết người ấy là nam hay nữ; vậy là bạn chỉ có thể giữ giới bằng cách phạm giới! Thế nên vị sư huynh này chắc đã nhìn thấy cô gái – dĩ nhiên là nhìn lén – và sau đó mới nhìn xuống đất. Giới luật có ghi: Không nhìn phía trước quá bốn bước. Quá sợ... chắc ông ta lội qua sông mà trong lòng đang run rẩy.

Khi sang đến bờ bên kia, ông mới sực nhớ đến người sư đệ trẻ đi đằng sau mình. Chuyện gì đã xảy ra với hắn? Ông quay lại nhìn mới thấy vị thầy tu trẻ đang cõng cô gái trên lưng. Vị thầy tu già thật sự nổi cơn thịnh nộ; chắc cũng phải có sự ganh tị trong thái độ này, nếu không thì tại sao lại nổi giận?

Người sư đệ cõng cô gái đến bờ, để cô xuống, rồi cả hai cùng im lặng đồng hành hướng về tu viện. Nhưng khi vừa đến cổng, vị sư già quay sang vị sư trẻ, "Nghe này, ta phải trình lên trụ trì việc này, bởi ngươi đã phạm giới. Phật dạy: Không được chạm tới phụ nữ, không được ngắm nhìn phụ nữ. Ngươi không chỉ nhìn, chạm, mà còn cõng cô gái trên lưng. Thật là quá sức! Hành động này là phạm giới."

Tôi không nghĩ đức Phật đã nói như thế. Một người cỡ như Phật không thể phát biểu những điều vô lý kiểu đó. Nhưng hai mươi lăm thế kỷ của những kẻ diễn giải ngu xuẩn đã gây phương hại nhiều đến mức họ có thể làm được.

Vị sư trẻ nói, "Nhưng đệ đã bỏ cô gái xuống bờ sông xa lơ xa lắc rồi. Huynh vẫn còn mang cô ta trên vai sao?"

Có sự thật hiển nhiên trong câu chuyện: vị sư già thật sự vẫn còn vác theo cô gái. Bạn có thể thấy mà không cần nhìn, có thể khuân mà không cần vác, có thể sờ mà không cần mó. Con người có sức tưởng tượng tuyệt vời.

Do đó tôi không tin là Surdas đã tự làm hư đôi mắt của ông, bằng không, không thể nào ông có thể cho những minh triết siêu phàm đến thế. Ông phải là một người của thị kiến nội tại, của sự thấu thị, của hiểu biết thâm sâu. Thế nên tôi không tin đó là sự thật, nhưng câu chuyện này rất có ý nghĩa. Nó nói lên sự thật về nhiều vị được mệnh danh thánh nhân; có lẽ không thật đối với Surdas, nhưng không sai với nhiều vị được gọi là thánh – Ấn giáo, Hồi giáo, Ki Tô giáo.

Đạo Ki Tô từng có một dòng tu thường cắt đứt bộ phận sinh dục chỉ để siêu việt dục tính. Nếu chỉ theo bỏ của trời bạn mà vượt qua được tính dục thì vấn đề sẽ quá dễ dàng; chỉ cần đến bệnh viện Sasoon là họ sẽ thực hành việc này cho bạn ngay! Họ là những tay hàng thịt chính thức được công nhận và ủy quyền của nhà nước. Nhưng bằng vào việc cắt đi bộ phận sinh dục, bạn sẽ không siêu việt được dục tính, trái lại, bạn còn bị nó ám ảnh nhiều hơn trước.

Đấy là chuyện xảy ra với người già – do đó mới có thành ngữ 'lão già dịch'. Tại sao bạn không nói 'thằng thanh niên dịch'? Người già bị gọi là 'dịch' bởi lý do đơn giản là giờ đây bản năng giới tính của họ đã chạy lên đầu, trung tâm tính dục của họ đã dời vào trong tâm trí, đã trở thành não hại. Bây giờ họ chỉ luôn luôn nghĩ tưởng về nó. Bị bất lực về phương diện sinh lý, nhưng không có nghĩa là tâm lý của họ vượt qua được, không có nghĩa là họ làm chủ được dục tính của mình – không.

Bạn không, cũng như không thể, trở thành chủ nhân chỉ bằng vào việc hủy hoại các giác quan của mình. Thế thì cách nào để tự làm chủ?

Phật dạy: *Hãy làm chủ giác quan...* Ngài có thể đơn giản nói: Hãy hủy hoại các giác quan của bạn. Nhưng quyền làm chủ là một hiện tượng hoàn toàn khác, bởi cần phải có nghệ thuật tinh xảo, phương tiện thiện xảo, ý thức tỉnh giác, tính thiền định, tính quan sát, tính cảnh giác. Chỉ khi ấy các giác quan, tuy vẫn còn ở đó, nhưng hoạt động theo chỉ thị của bạn. Thật ra, người chủ nhạy cảm hơn kẻ nô lệ rất nhiều.

Theo hiểu biết của riêng tôi thì đức Phật có khứu giác tinh vi hơn bạn rất nhiều. Khứu giác của bạn bị kềm nén quá mức. Bạn đã đè nén tính dục hàng bao thế kỷ, và khứu giác liên kết chặt chẽ với bản năng giới tính của bạn. Bạn đã kềm chế khứu giác bằng cách dùng nhiều nước hoa để che mùi tính dục của mình. Nếu không, khi có tháng hoặc khi động dục, người phụ nữ sẽ có mùi khác và bạn có thể ngửi ra. Sự kiện này cũng đúng cho nam giới: khi được kích dục, cơ thể người đàn ông tiết ra mùi hôi vì có sự thay đổi hóa học mạnh mẽ đang xảy ra bên trong; những thay đổi này ảnh hưởng đến thân thể, mồ hôi, hơi thở, máu huyết, của người đó.

Con người rất sợ người khác thấy được, hoặc chú ý tới, hoạt động tính dục của mình; vì thế họ dùng quần áo để che giấu cơ thể, dùng nước hoa để bán mùi hôi tự nhiên. Bằng mọi cách, họ cố gắng làm ra vẻ như không ảnh hưởng đến tính dục. Chúng ta đã trấn áp chức năng của lỗ mũi nhiều quá...

Qua khứu giác, thú đực biết được liệu con thú cái có đồng tình hay không. Chỉ dùng mũi là đủ biết con cái ưng thuận hay không, nếu lỗ mũi cho biết con cái nói không, thì con đực sẽ không tiến tới. Vì tiến tới trong lúc không có sự đồng thuận là công kích, là hãm hiếp. Nên nhớ, không con vật nào từng làm chuyện hãm hiếp, ngoại trừ con người. Con người là kẻ hiếp dâm duy nhất trên mặt đất. Tôi không bao gồm mấy con vật trong sở thú, bởi chúng đã trở nên giông giống con người rồi; sống chung với con người khiến chúng bị lây theo, bằng không thì chẳng con thú nào có hành động cưỡng dâm cả. Cuộc làm tình chỉ xảy ra khi cả hai phía cùng tuyệt đối vui lòng. Nhưng con người đã mất hết tính nhạy cảm của khứu giác bởi cái được gọi là giáo lý tôn giáo qua bao thế kỷ.

Theo tôi biết thì khứu giác của đức Phật nhạy bén hơn của bạn rất xa, vì trong người của ngài không có sự đè nén. Mắt của ngài nhìn rõ hơn mắt của bạn vì không bị che mờ bởi bất cứ định kiến nào, bất cứ khái niệm tiền nghiệm nào. Ngài nghe một cách toàn hảo vì tai của ngài không chứa tiếng động, tâm trí của ngài vô cùng im lặng.

Khi tâm trí hoàn toàn im lặng thì bạn có khả năng lắng nghe. Khi ấy bạn có thể lắng nghe tiếng chim ca hót, nghe tiếng cúc cu đồng vọng từ xa; thậm chí bạn còn có thể lắng nghe được luôn cả sự im lặng. Ngay bây giờ, hãy thử nghe sự im lặng… không những chỉ nghe âm thanh, mà ngay cả vô thanh cũng có thể nghe được. Nhưng bạn phải ở trong trạng thái tuyệt đối tĩnh lự.

Khi ấy, không chỉ đánh hơi được mùi bản năng tính dục, bạn còn ngửi được sự sân hận của người khác nữa, vì tức giận cũng thay đổi tính chất hóa học trong cơ thể họ. Bạn có thể bắt mùi được tất cả mọi loại cảm xúc: tham lam, ganh tị, căm ghét… Nếu tâm trí yên lặng và các giác quan đều trong sáng, quang đãng, có thể bạn sẽ ngửi được trạng thái tâm lý của người mới vừa gặp mặt; dù ngoài mặt đang cười tươi, nhưng bạn thấy được trong thâm tâm người ấy đang giận dữ, đang là một người đạo đức giả. Hãy thử ngửi mùi tham lam, sân hận, độc ác… bốc ra từ người khác.

Nếu học được cách ngửi mùi độc ác, sân hận, tham lam, dần dần bạn sẽ có khả năng ngửi được nhiều thứ vi tế hơn như lòng từ bi, tình yêu thương, sự cầu nguyện của họ; vâng, ngay cả thiền tính, tĩnh lặng của họ cũng có hương thơm riêng. Khi một người lòng đầy tham lam, người đó bốc mùi tham lam; còn người với tâm tĩnh lặng sẽ tiết ra thứ hương siêu phàm, thứ hương của cõi bí ẩn.

Phật không nói hãy hủy hoại các giác quan của bạn, mà nói hãy làm chủ, hãy trở nên ý thức hơn về chúng. Hãy mang ý thức tỉnh giác tới giác quan của bạn để chúng nhạy cảm hơn. Chúng là những cánh cửa cái, cửa sổ mở ra với thực tại; không có chúng thì bạn sẽ chỉ là một hiện tượng bị bưng kín, là 'đơn thể Leibniz không cửa sổ'[1]. Bạn sẽ không thấy ánh sáng mặt trời, mặt trăng, tinh tú. Bạn sẽ không cảm thấy bất cứ thứ gì.

Hủy hoại các giác quan đơn giản nghĩa là tự giết mình chết. Bạn có năm giác quan. Phá hư đôi mắt là phá hoại tám

---

1 Leibnizian monad – xin tìm đọc *Đơn Thể Luận* (Monadology) của Leibniz.

mươi phần trăm đời sống của bạn – vâng, tám mươi phần trăm, vì đôi mắt chứa tám mươi phần trăm đời sống, tám mươi phần trăm tri giác của bạn tùy thuộc vào cặp mắt. Vì thế mà chúng ta thường cảm thấy thương cảm người mù hơn là đối với người câm hay điếc. Tại sao chúng ta, trên khắp thế giới, lại thấy cảm thương cho người mù đến thế? – bởi họ thật sự chịu đựng nhiều quá. Họ không thể trông thấy màu sắc, ánh sáng; mà đời sống gồm có ánh sáng, màu sắc. Hoàn toàn sống miên viễn trong bóng tối, họ không biết màu sắc sẵn có của thiên nhiên là gì, không biết con bướm đóa hồng hoa cúc, không biết màu xanh màu đỏ màu vàng của cây cối, không biết diện mạo của con người, không thể nhìn vào mắt của người khác. Nhịp cầu chủ yếu dẫn vào đời sống đã bị gãy nhịp.

Hủy hoại bất cứ giác quan nào cũng sẽ khiến bạn mất mát thêm vài thứ gì đó. Khi hủy bỏ hết các giác quan thì bạn chỉ còn là một xác chết, chứ không còn tồn tại nữa. Sống nghĩa là sự nhạy cảm; càng nhạy cảm chừng nào bạn càng sống nhiều chừng nấy. Vì thế tôi không thể bảo hãy hủy hoại giác quan của bạn, vì bạn đã làm hư hại chúng rồi. Hãy làm cho chúng sống lại, trẻ trung hóa chúng, trút nhiều năng lượng vào chúng hơn. Và phương pháp trút năng lượng vào các giác quan là trở nên ý thức.

Thỉnh thoảng hãy dồn hết ý thức vào thính giác của bạn, làm như bạn chỉ là hai lỗ tai chứ chẳng còn gì khác, như toàn thân bạn biến thành hai lỗ tai vậy. Chỉ tập trung vào việc nghe thôi, rồi bạn sẽ ngạc nhiên khi biết mình nghe được những tiếng động hết sức vi tế đang xảy ra chung quanh mà mình chưa từng biết đến. Có thể bạn bắt đầu nghe được hơi thở, được tiếng tim đập của mình. Có thể bạn khởi sự nghe được nhiều thứ khác, những thứ mà bạn luôn sống chung với, nhưng chưa hề để ý đến, bởi quá bận rộn với chính mình.

Phật dạy: Ý thức cái đang nếm, Cũng như cái đang ngửi, Đang thấy và đang nghe – *Hãy làm chủ giác quan*. Hãy mang ý thức tỉnh giác đến với vị giác. Khi đang ăn, hãy quên hết mọi thứ khác, mà chỉ còn là cái lưỡi, chỉ còn là các tế bào vị giác của bạn. Hãy hiện hữu ở đấy trong trạng thái hợp nhất của bạn. Để hết tâm ý khi thưởng thức món ăn, và bạn sẽ chứng kiến từ ngạc nhiên này đến ngạc nhiên khác.

Ngạc nhiên đầu tiên là bạn sẽ thấy mình không thể ăn nhiều hơn cần thiết; bạn không cần phải kiêng ăn. Chỉ kẻ ngu mới làm thế, vì ăn kiêng hay nhịn ăn trong vài hôm rồi bạn lại tọng thức ăn vào để trả thù nên sẽ lên cân nhiều hơn xuống! Nếu thông tuệ, bạn nên mang ý thức tỉnh giác vào trong vị giác của mình. Tại sao bạn ăn nhiều? Lý do đơn giản là bạn không thưởng thức món ăn, nên vị giác vẫn còn đói, do đó bạn phải cứ nhồi thêm vào bao tử. Nếu thật sự thưởng thức, chẳng bao lâu bạn sẽ cảm thấy đủ no, thỏa mãn; chẳng bao lâu cơ thể sẽ bảo "Ngưng lại!" Và nếu đủ cảnh giác, bạn sẽ lắng nghe được cơ thể khi nó nói đừng ăn thêm.

Hiện giờ thì bạn hoàn toàn không có mặt trong lúc đang ăn, không hiện hữu tại đấy, mà đang ở trong văn phòng hay nơi nào khác, đang làm một ngàn lẻ một công chuyện khác. Chắc chắn một điều là bạn không hiện diện tại bàn nơi bạn đang ngồi, nhưng luôn luôn ở nơi nào khác. Bạn chẳng bao giờ ở chỗ bạn đang ở, không thể gặp bạn nơi bạn đang ở. Nếu thật sự có mặt tại đấy, hoàn toàn bị thu hút vào trong việc ăn uống, bạn sẽ ngạc nhiên. Ngạc nhiên đầu tiên của lần đầu tiên trong đời bạn là thức ăn trở thành thứ gì đó phi phàm.

Áo Nghĩa Thư viết: *Annam Brahma* – thực phẩm là Thượng Đế. Thực là một tuyên bố tuyệt vời. Chắc những người nói lên lời này đã từng thưởng thức, bằng không, họ không thể nhìn thấy Thượng Đế trong thức ăn. Những người này không thể chống lại thức ăn, không thể khuyến khích việc nhịn ăn, không thể dạy bạn bỏ đói cơ thể; họ đã nói "thực phẩm là Thượng Đế" thì không thể có thái độ ủng hộ việc nhịn đói. Hành động bỏ đói cơ thể chẳng mang tính tâm linh gì ráo!

Cứ ăn, nhưng hãy ăn trong thiền tính, trong im lặng. Đang ăn nhưng bạn cứ mải mê nói chuyện. Đừng nói, vì làm thế bạn sẽ bỏ lỡ niềm vui của việc hấp thu Thượng Đế vào bên trong bạn. Bạn sẽ bỏ lỡ niềm vui của việc ăn uống, cho nên cơn đói của khẩu vị liên tục đòi hỏi ăn thêm, và thế là bạn tiếp tục tọng thêm thức ăn vào bụng. Tình trạng này dường như bất tận; người ta cứ nhét thức ăn vào bụng cả ngày nhưng dường như vẫn chưa được thỏa mãn. Mỗi ngày ăn hai bữa là đủ hoặc ba bữa là cùng, nhưng nhiều người ăn cả ngày – đặc biệt là người Mỹ! Nếu không ăn thì họ sẽ không biết làm việc gì khác; phải làm gì đó với cái miệng để giữ họ bận rộn. Nếu không ăn thì họ nói, nếu không nói thì họ hút thuốc, nếu không hút thuốc thì họ nhai kẹo – giống như mồm họ phải liên tục bận bịu mới yên.

Stan và Sid, hai thương buôn không đụng hàng nên thường đi chung, họ dùng một chiếc xe và ở cùng phòng để tiết kiệm tiền bạc.

Một tối nọ, sau khi lấy phòng trong một khách sạn nhỏ, Stan lập tức ngồi xuống viết thư cho vợ. Sid bất ngờ để ý đến lời chào hỏi hơi lạ của người bạn mình nên tò mò, "Nói tao nghe coi, Stan. Tại sao mày luôn viết cho vợ mày câu 'AT&T yêu mến' vậy? Bộ cô ấy là chủ đầu tư lớn hả?"

Stan trả lời, "Không, chẳng phải vậy đâu. AT&T là 'Always Talking & Talking – Nói luôn mồm', chứ không phải American Telephone & Telegraph đâu."

Người ta nói liên tục, đặc biệt là đàn bà nói còn nhiều hơn, bởi lý do là đàn ông đã lấy đi hết các con đường khác của họ, khiến họ chỉ còn một lối duy nhất: nói chuyện; họ không được phép làm bất cứ việc gì khác. Mọi cửa nẻo khác đều bị bưng kín, nên toàn thể năng lượng của họ phải dồn về việc nói chuyện. Phải bép xép vì tâm trí bị náo động và họ phải trút chúng ra ngoài, giống như một loại thanh tẩy. Ngay cả lúc ăn cũng không thể im lặng thì làm sao bạn có thể thưởng thức và nhạy cảm với thức ăn được?

Khi làm vườn bạn cũng nói chuyện; nếu không nói với ai đó thì bạn lại liên tục đối thoại với chính mình. Bạn tự chia chẻ bản thân thành nhiều người, tự làm mình thành đám đông tụ họp bên trong, rồi vừa tự hỏi vừa tự trả lời. Bạn không nhìn bông hoa; bạn không cảm nhận được hương thơm, được niềm hân hoan của chim chóc, được lễ hội của cây cối. Bạn không cho phép mình có chút cảm xúc nào, có cơ hội nào để nhạy cảm hơn, để sẵn sàng với thực tại hơn, để mong manh hơn.

Nhạy cảm nghĩa là mở lòng, mong manh, sẵn sàng.

Phật dạy: *Hãy làm chủ giác quan, Ý thức cái đang nếm, Cũng như cái đang ngửi, Đang thấy và đang nghe.*

Hoặc người ta nói chuyện nhảm nhí hoặc đọc báo hoặc nghe máy thu thanh hoặc xem truyền hình – thậm chí bỏ ra năm sáu giờ để xem truyền hình mỗi ngày, chỉ hại mắt! Chẳng có gì đáng để xem, vậy mà bạn cứ dán đít vào ghế ngồi miệt mài trước một cái hộp!

Trong trú xứ trên thiên đàng, tổ phụ Abraham đốt ngọn nến tàn rồi, với ly trà chanh, ngả người trên ghế đọc tờ 'Forvetz'.

Chợt ông nghe tiếng ồn ào từ dưới trái đất vọng lên. Ông tự hỏi, "Ai dám báng bổ tính thiêng thiêng của ngày lễ Sabbath như thế này?"

Dùng viễn vọng kính hồng ngoại nhìn xuống trần, ông thấy một đám đông tối thiểu cũng phải đến tám mươi ngàn người trong vận động trường Houston Astrodome đang xem đấu khúc côn cầu. Đếm sơ qua ông thấy khoảng trên ba chục ngàn người Do Thái trong đám khán giả.

Nổi giận, ông bốc điện thoại, quay số G-O-D. Sau vài hồi chuông, ông chủ nhấc máy.

Tổ phụ Abraham nói, "Hê lô, phải Joe không?"

"Hê nghe này, Abe. Tên là Jehovah! Cho thấy có sự kính trọng một chút chứ!"

"Được rồi, Jehovah. Tôi khiếu nại."

"Chuyện gì nữa đây? Đám Tân Ước lại làm phiền ông à?"

"Không phải thế. Nhưng ông phải có hành động về cách xử thế của mấy tên ngoại đạo dưới trần. Ông có biết là giờ phút này mà có đến ba mươi ngàn người Do Thái đang coi trận bóng chày ở Astrodome không?"

"Ông không thích bóng chày?"

"Dĩ nhiên là tôi thích. Nhưng đó không phải vấn đề. Vấn đề là hôm nay tối thứ Sáu, theo tôi thì người của chúng ta phải tuân thủ ngày lễ một chút mới phải."

"Trận banh có gì lôi cuốn khiến bọn chúng đều đi xem vậy?"

"Hank Aaron sắp đánh banh và hắn sẽ phá kỷ lục của Babe Ruth."

"Ông tuyệt đối đúng, Abe. Đấy không thể là lý do để bọn chúng hành động giống như đám Cộng Hòa kém văn minh. Nhớ gọi lại tôi sau khi trận đấu kết thúc, tôi sẽ có thái độ với họ... Và tiện đây, trận đấu đang phát hình trên đài nào vậy?"

Không chỉ con người, mà đến cả Thượng Đế cũng còn dán đít lên ghế để coi truyền hình!

Phật dạy: Đang làm việc gì... dù nhỏ nhiệm – ăn uống, đi đứng, tắm gội, lội sông, nằm phơi nắng... – đều nên hết lòng, đều hoàn toàn ý thức. Hãy trở thành giác quan của mình; hãy rời bỏ tâm trí để chú ý tới giác quan, nếu bất giác thì nên trở về với giác quan ngay.

Nhưng suốt hai mươi lăm thế kỷ qua, nhiều phật tử đã làm điều ngược lại: càng tập trung trên đầu nhiều hơn, họ đã hoàn toàn phá hủy giác quan của họ. Về phương diện cơ thể, họ trở thành bất động; duy chỉ cái đầu của họ là liên tục hoạt động, ngày đêm bận rộn diễn dịch. Và, nhân danh đức Phật, họ đã tạo ra nhiều giới luật nực cười tới mức bạn không thể nào tin nổi. Ba mươi ba ngàn giới luật phải trì giữ; ngay cả chỉ nhớ tên chúng cũng là chuyện bất khả thi!

Đức Phật chỉ biết một giới duy nhất là ý thức tỉnh giác – thế là đủ, là có thể thành toàn mọi sự việc. Ngài đưa cho bạn chiếc chìa khóa chánh; bạn không cần phải mang theo mình một lúc đến ba mươi ba ngàn chìa khác nhau. Bằng không, bạn sẽ chới với lúc muốn mở một ổ khóa vì phải lục lọi trong số ba mươi ba ngàn chìa! Tôi không nghĩ là bạn sẽ tìm được đúng chìa. Không thể được, bởi đấy là cách mọi sự vận hành: nếu cần hai viên thuốc, thì khi trút từ hộp ra bạn luôn luôn được ba viên, ít khi nào có hai! Nếu cần ba, bạn sẽ được hai, không bao giờ là ba viên. Đời sống vô cùng bí ẩn!

Ba mươi ba ngàn chìa khóa… và bạn tưởng mình sẽ tìm ra đúng chiếc khi cần mở một ổ khóa? Không thể nào… hay bạn phải mất ba mươi ba ngàn kiếp mới gặp được; đến lúc đó thì ổ khóa chắc không còn. Hoặc bạn sẽ có chìa khóa, hoặc sẽ có ổ khóa, chứ không bao giờ được cả hai cùng lúc. Làm thế nào bạn có thể mang ba mươi ba ngàn giới luật trong vô thức của mình?

Đêm đã khuya, Mulla Nasruddin say mèm về đến nhà. Với một chìa khóa duy nhất, hắn cứ cố mở cho được cánh cửa, nhưng không thể vì tay chân cứ run lẩy bẩy.

Để ý thấy Mulla cứ thử tới thử lui cả hơn nửa giờ qua, người cảnh sát đi đến nói, "Khoan đã! Đưa chìa khóa đây để tôi mở cho."

Mulla trả lời, "Không cần chìa khóa đâu. Chỉ cần ông giữ cái nhà đứng yên là tôi có thể mở cửa được ngay!"

Với tình trạng vô ý thức và ba mươi ba ngàn chìa khóa! Bạn sẽ oằn vai mang gánh nặng! Đấy là thực trạng xảy ra cho Phật giáo nói riêng, cũng như cho mọi tôn giáo nói chung. Quá nhiều giới luật đến độ trở thành gánh nặng cho tín đồ; vì không thể tuân thủ hết nên họ hoàn toàn quên tuốt luốt về chúng.

Tôn giáo rất giản dị bởi chỉ bao hàm một giới luật duy nhất là ý thức tỉnh giác, và đó là chiếc chìa khóa vạn năng. Hãy làm mỗi hành vi của đời bạn với trạng thái tỉnh giác viên mãn; hãy tập trung ý thức của bạn vào mỗi mỗi hành động, và chính sự tập trung đó chuyển hóa hành động, khi ấy nó trở nên sống động bởi bạn đang trút hết sức sống của mình vào đó. Giác quan của bạn sẽ hoàn toàn bén nhạy và, vì tỉnh giác nên bạn vẫn giữ cương vị chủ nhân ông. Nô lệ nghĩa là bất giác.

Karl the Knaidel, ông vua của Kansas City, sở hữu mọi thứ trên đời người ta có thể đòi hỏi, ngoại trừ một thứ: muốn có đứa cháu nội trai để nối dõi tông đường, chứ đừng nói gì đến doanh nghiệp gia đình. Thế nên có thể thông cảm được nỗi sung sướng của ông khi nghe đứa con trai độc thân của mình tuyên bố hắn đang yêu và dự định làm đám cưới.

Karl cố vấn, "Con đang làm một việc khôn ngoan. Đàn ông chưa hoàn tất cuộc sống cho đến khi có vợ."

Ông ta trầm tư một chút về chiều sâu trong câu tuyên bố của mình, rồi nghiêm nghị nói thêm, "Không chỉ hoàn tất – đời hắn cũng kết thúc luôn!"

Bạn không chỉ rơi vào một thứ – tình yêu – nhưng vào hàng ngàn thứ: sân hận, tham lam... Bạn đang liên tục rơi, liên tục làm nạn nhân của những năng lực vô thức nào đó bên trong bản thể, thứ bạn mang theo từ di sản thú vật của mình.

Chúng ta phải làm cho vô thức của mình trở nên hoàn toàn quang đãng; không một góc kẹt nào trong bản thể bạn còn nằm trong bóng tối. Chỉ một phần mười tâm trí của chúng ta là có ý thức, chín phần còn lại đều ở trong bóng tối dày đặc; chúng ta giống như tảng băng, chỉ một phần mười nổi lên mặt, còn bao nhiêu đều bị chôn giấu bên dưới – và chín phần mười đó lại chín lần mạnh bạo hơn một phần mười kia.

Thế nên khi quyết định làm việc gì đó, nhưng bạn không thể theo đuổi tới cùng, thì cái chín-phần-mười này sẽ dẹp nó sang một bên bất cứ lúc nào. Ngày mai, bạn quyết chí thức dậy vào lúc năm giờ sáng, nhưng quyết định này chỉ do một phần mười của tâm trí, trong lúc chín phần mười kia hoàn toàn chẳng hay biết, tuyệt đối không chút ý thức gì về quyết định của bạn. Thế nên vào buổi sáng, khi đồng hồ báo thức kêu vang, chín-phần-mười, "Vội gì? Buổi sáng đẹp đẽ ấm cúng dễ chịu thế này mà dậy sớm làm chi? Buổi Thiền Động có thể chờ! Ngày mai thiền cũng được." Và dĩ nhiên, ngày mai không bao giờ đến. Thế nên khi thức dậy đúng giờ như đã dự định, bạn sẽ cảm thấy có tội; lần nữa, cái tâm trí cảm thấy có tội này không phải là kẻ không muốn bạn dậy sớm, nhưng một phần mười kia của tâm trí mới chính là kẻ cảm thấy có tội.

Và trò trốn-kiếm này cứ tiếp diễn trọn đời bạn. Một phần của bạn quyết định, một phần khác lại hủy bỏ; và phần hủy bỏ này lại chín lần mạnh hơn phần quyết định. Nhiều lần bạn nhất quyết sẽ không nổi giận nữa, nhưng mọi quyết định của bạn đều bất lực bởi cái vô-thức-chín-lần-mạnh-hơn này bao giờ cũng có mặt và không cho phép cái một-phần-mười lớn mạnh tiếm quyền.

Do đó, không thể chuyển hóa tâm thức qua quyết định, qua tâm nguyện, mà phải qua một giải pháp hoàn toàn khác. Bạn phải thay đổi vô thức thành ý thức tỉnh giác một cách từ từ. Đấy là tất cả mục đích của thiền: làm cho ánh quang minh của bạn phát triển rộng hơn, lan tỏa sâu hơn, dần dần thấm đẫm vào trong bản thể.

Khi nhiều phần của vô thức được thuần hóa thành ý thức, thì những quyết định của bạn sẽ bắt đầu được thực hiện trọn vẹn. Khi ấy bạn có thể tự hứa với mình điều gì đó; còn ngay bây giờ mọi hứa hẹn của bạn chỉ là đồ giả và bạn dư biết chúng sẽ không làm nên trò trống gì. Bạn biết mình đã thất bại nhiều lần, cũng biết luôn mình sẽ thất bại lần nữa, nhưng vẫn cứ hy vọng – hy vọng hão huyền.

Tôn giáo thông thường được dạy trong chùa và nhà thờ bởi các giáo sĩ dạy bạn phẩm cách; còn tôn giáo đích thực – tôn giáo của chư phật, của các bậc giác giả – dạy bạn ý thức tỉnh giác. Phẩm cách chỉ là sản phẩm phụ; nó tự phát sinh khi bạn có ý thức. Tôn giáo thông thường dạy bạn lương tâm, một loại phẩm chất rẻ tiền; trong lúc chư phật dạy bạn ý thức tỉnh giác.

Phật dạy:

Làm chủ mọi sự việc,
Ý thức việc mình làm,
Cùng lời nói, ý nghĩ
Thì sẽ được tự do.

Con người có thể được chia làm bốn thành phần. Vòng ngoài cùng bao gồm hành động, bạn làm gì. Tầng thứ hai, sâu hơn hành động một chút, bao gồm lời nói, bạn nói gì. Sâu hơn chút nữa, tầng thứ ba bao gồm suy nghĩ, bạn liên tục nghĩ gì. Và phần thứ tư không phải tầng lớp, nhưng là thực tại, là bản thể của bạn. Phần này là trung tâm, là tâm của cơn lốc xoáy. Tâm của bạn, bản thể của bạn được bao quanh bởi ba vòng tròn đồng tâm: suy nghĩ, nói năng, hành động.

Đức Phật dạy: *Làm chủ mọi sự việc, Ý thức việc mình làm...* Bạn có ý thức mình đang làm gì không? Phải chăng bạn đang làm một cách có ý thức hay chỉ làm theo người khác? Phải chăng bạn là kẻ bắt chước, chỉ đi theo đám đông như một con cừu? Hãy làm con người, đừng làm con cừu! Đừng chạy theo đám đông, nên là cá nhân độc lập. Chỉ khi ấy bạn mới có thể là chủ nhân ông; chỉ những cá nhân mới trở thành ông chủ. Trong đám đông bạn phải làm nô lệ, bởi đám đông chỉ gồm có nô lệ; nó muốn bạn luôn luôn là nô lệ để nó nắm giữ quyền lực trong tay. Mọi chính khách và giáo sĩ trên trái đất này đều muốn bạn miên viễn là kẻ nô lệ, để họ được làm những nhà đại lãnh tụ; bằng không, ai sẽ chạy theo các vị lãnh tụ ngu xuẩn của bạn chứ? Ai sẽ chạy theo những người được mệnh danh là giáo sĩ tôn giáo của bạn chứ?

Nếu có một chút cảnh giác, một chút nhận thức, bạn sẽ thấy rõ rằng các lãnh tụ của bạn chỉ là lũ bịp bợm, rằng các giáo sĩ của bạn chỉ là thứ giả hiệu, rằng bạn chẳng cần đi theo họ, rằng đi theo họ là bạn đang sa xuống mương. Ai là người chạy theo Adolf Hitler hoặc Joseph Stalin hay Ayatollah Khomeini? Ai chạy theo mấy người này? Phải chăng chỉ là đám nô lệ, đám người không biết mình đang làm gì.

Tay mê xe đua trẻ tuổi dành đủ tiền mua một chiếc xe thể thao đời mới nhất.

Sau khi chạy thử chiếc xe mới, anh đi tới quán rượu quen để ba hoa về việc này. "Hê, mấy người biết không. Chiếc xe mới của tao hết sẩy! Tao chạy từ London tới Liverpool chỉ một tiếng đồng hồ!"

Hôm sau, quay lại quán rượu, lại chích chòe, "Bữa nay, chạy từ London tới Liverpool chỉ mất bốn mươi phút!"

Hôm sau nữa, lại khoác lác, "Mẹ! Các bạn có tin không? London tới Liverpool vỏn vẹn hai mươi tám phút!"

Sau hai ngày vắng mặt, anh bạn trẻ mê xe thể thao làm mọi người ngạc nhiên khi đi bộ đến quán.

"Xe mày đâu rồi?"

"Bán rồi."

"Tại sao?"

"Không thể khác hơn. Tao éo biết phải làm gì ở Liverpool mỗi ngày!"

Nhưng người ta cứ tiếp tục làm thế! Anh bạn trẻ này ít ra cũng còn một chút thông minh. Họ cứ đi Liverpool mà không bao giờ thắc mắc tại sao mình đi. Tại sao bạn đi nhà thờ? Tại sao bạn đi giáo đường hay đền thờ hay chùa chiền? Tại sao bạn cứ chạy theo những ý thức hệ ngu ngốc, những chính trị gia lố bịch? Tại sao? Bạn chưa hề thắc mắc.

Tôi nghe chuyện một người ra tòa để xin đổi tên. Tuy khó xử, nhưng chánh án không thể phản đối. Khó xử bởi cái tên mới được chọn rất lạ đời: 'Không tên nào kể trên'.

Quan tòa hỏi, "Loại tên gì thế này?"

Anh ta trả lời, "Nhưng đấy là tên tôi muốn." Thế là anh được phép đổi tên mới.

Sau khi đứng ra ứng cử tổng thống, bí mật của sự đổi tên này mới được biết. Các ứng cử viên khác đều phản đối vì tên của anh tạo nên bất lợi cho họ. Bất cứ cử tri nào chọn tên 'Không tên nào kể trên' trong danh sách, thì mọi ứng cử viên khác đều bị loại! Họ đưa vụ này ra tòa.

Tòa phán, "Tên của anh có ẩn chút lừa bịp."

Anh ta trả lời, "Dù nó là gì vẫn là tên của tôi, bởi tôi có ý định thay đổi tổng thống. Tôi muốn cho mọi người cơ hội để loại bỏ mọi người khác. Bản thân tôi chẳng thích thú gì về việc làm tổng thống, mà chỉ quan tâm đến việc bỏ hết tên mọi ứng viên khác, vì mọi người đều biết họ là đám ngu ngốc nhưng vẫn phải chọn một tên. Bởi thế tôi muốn cho cử tri một cơ hội để tẩy chay hết cả bọn một cách dễ dàng bằng việc chọn tên tôi: *'Không tên nào kể trên'.*"

Nếu nhìn tình huống của thế giới bạn sẽ thấy đám chính khách và giáo sĩ đã làm gì cho nhân loại: họ đã biến thế giới thành địa ngục. Chẳng cần phải trưng ra bằng chứng nào cho thực trạng này. Bây giờ không cần phải hỏi liệu địa ngục có tồn tại hay không bởi, cùng âm mưu với nhau, giới giáo sĩ và chánh khứa, đã biến địa ngục thành hiện thực ngay trên mặt đất. Ai là người sẽ đi theo họ? Đấy là lý do họ không muốn bạn thông minh, không muốn bạn suy nghĩ, không muốn bạn cảnh giác; họ chỉ muốn bạn sống trong loại trạng thái như say ngủ, muốn bạn như những cỗ máy, chứ không phải là con người.

Phật dạy: *Làm chủ mọi sự việc, Ý thức việc mình làm...* Để bạn khỏi bị hạ thấp xuống thành máy móc.

Hãy quan sát việc mình đang làm và tại sao, để thấy việc đó đáng làm hay không? Có đáng để phí đời sống và hơi thở của mình hay không? Hay bạn chỉ hành động vì không biết phải làm chuyện gì khác? Chẳng thà không làm gì, còn hơn làm mà không biết tại sao, không biết... *việc đang làm, cùng lời nói, ý nghĩ.*

Bạn cứ tiếp tục nói những lời và bị đau khổ nhiều vì những lời nói đó. Đã bao lần quyết định không thốt ra những điều như thế, bởi chúng gây cho bạn quá nhiều phiền phức không cần thiết. Thế mà bạn vẫn cứ tái diễn, để rồi lại rơi vào cùng mấy thứ rắc rối hệt khuôn lúc trước; giống như chưa bao giờ bạn tự quan sát bản thân, tự quan sát mình đang làm gì. Bạn đang hoạt động như người mộng du trong giấc ngủ của bạn.

Và bạn đã từng nhìn vào điều mình nghĩ không? Đã từng nội quán chưa? Bạn sẽ ngạc nhiên khi thấy mình đang mang rất nhiều nhiều kẻ khùng điên bên trong. Nhưng chẳng ai nhìn vào nội tâm, mà chỉ liên tục bận bịu bên ngoài; không ai suy nghĩ đến việc mình đang làm, lời mình đang nói, điều mình đang nghĩ.

Giáo sĩ Isaacs rất có cảm tình với gia đình Shapiro bởi thành viên nhà này là giáo dân lâu năm trong thánh đường của ông. Nên phản ứng quá xúc động của ông khi họ nhờ ông nói chuyện nghiêm khắc với Rachel, đứa con gái chưa chồng nhưng đang mang bầu lần thứ ba của họ, là điều có thể thông cảm được.

Đối mặt với cô gái trẻ vào tối hôm sau, ông gay gắt nói, "Ta không hiểu tại sao một cô gái Do Thái tử tế lại có thể cho phép chuyện nhục nhã như thế xảy ra. Ba lần rồi đấy! Ta tin rằng ba đứa nhỏ đều khác cha!"
"Thưa không, đều cùng một người."
"Hắn còn độc thân, phải không?"
"Chắc rồi. Ông nghĩ là con đi lại với người có vợ hay sao?"
"Thế tại sao con không làm đám cưới với hắn?"
Rachel trả lời một cách thật thà, "Thế này, thật tình thì hắn không có sức lôi cuốn con."

Hãy nhìn lại bản thân rồi bạn sẽ không cười Rachel. Sống chung với nhau nhưng người ta không biết tại sao.

Nhiều người gặp tôi hoặc viết thư hỏi tôi, *"Suốt mười lăm năm sống với người đàn ông, tôi chẳng nhận được gì ngoài khổ đau và chịu đựng. Không biết tại sao tôi vẫn còn sống với hắn?"* Có lẽ đây là lý do: bạn là người khổ dâm. Bạn thích bị đau khổ, bị hành hạ, và người đàn ông đó làm đúng việc bạn muốn! Có người viết cho tôi, *"Đang sống chung với người đàn bà và cuộc đời tôi chỉ là địa ngục."* Nhưng tại sao bạn lại phải sống với người đó? Nào ai ép buộc bạn đâu! Cũng có người nói với tôi, *"Tôi đang làm công việc mà tôi hết sức thù ghét"* – tại sao? Tại sao không bỏ việc ngay lập tức? Bước ra khỏi chỗ đó!

Tôi đã là giáo sư của một trường đại học. Một hôm, lúc đang nói chuyện với ông phó viện trưởng, tôi bảo, "Toàn bộ công việc thực hoàn toàn vô nghĩa. Đưa giùm tờ giấy để tôi viết thư từ chức."

Ông nói, "Làm gì thế? Bộ thầy điên hay sao vậy? Việc làm sướng như thế, chỉ chút ít công việc!" Ông tiếp, "Tôi còn biết rõ thậm chí thầy còn không thèm làm!" Nhận xét này là sự thật! "Tại sao thầy lại bỏ đi?"

Tôi trả lời, "Toàn việc vô nghĩa. Đủ là đủ!"

Ông cố gắng, "Nhưng khoan đã! Trong nghề này đã hơn ba mươi năm, tôi cũng biết nó là vô nghĩa. Nhưng làm thế nào thầy có thể bỏ nghề này? Riêng tôi không thể làm được dù đã quyết định nhiều lần, nhưng bây giờ, nhìn xem tôi đã thành công; tôi đã là phó viện trưởng! Ngày nào đó thầy sẽ thế chức này."

Tôi đáp, "Quên hết chuyện này đi!"

Khi thấy tôi rời văn phòng, ông tất tả chạy tới kéo tôi trở vào bên trong, "Thầy đang làm gì vậy? Hãy suy nghĩ kỹ đi nào!"

Tôi trả lời, "Dứt là dứt! Tôi không suy nghĩ hai lần!"

Ông viện phó tưởng tôi bị bệnh hay đau ốm gì đó, hoặc đã dùng cần sa ma túy. Ông bảo, "Khoan đã! Tôi không nghĩ thầy đang ở trong tình trạng thích hợp để lái xe về nhà. Tôi sẽ đi với thầy."

Tôi nói, "Ông đừng lo. Thật ra, đây là lần đầu tiên tôi bình thường! Khi gia nhập vào trường đại học này tôi mới bất bình thường!"

Nhưng ông vẫn đi với tôi chỉ để xem liệu tôi có thể lái xe về nhà được không. Ông đến thăm tôi hai ba ngày liền. "Nghĩ lại xem. Tôi vẫn còn giữ bức thư từ chức của thầy chứ chưa gửi đi, cũng như chưa nói chuyện này cho ai biết."

Tôi nói. "Gửi hay không tùy ý ông. Tôi sẽ không quay trở lại."

Đến ngày thứ tư, ông tâm sự, "Thầy thật sự là một con người! Nhiều lần tôi có nghĩ đến chuyện ly dị vợ, nhưng không thể làm được. Và bây giờ tôi có tới bảy đứa con!" Bảy đứa con từ người vợ mà lúc nào bạn cũng muốn ly dị... thế bạn đã làm gì với nàng?

Tôi hỏi, "Có chắc mấy đứa nhỏ là con của ông không? Nếu muốn ly dị người đàn bà, tại sao ông còn làm tình với cô ấy?"

Ông trả lời, "Thầy nói đúng, nhưng biết làm gì khác hơn?"

Và suốt ba mươi năm ông cứ nghĩ đến bỏ nghề, vì ông luôn muốn được làm nhạc sĩ. Và hôm nay người đàn ông đáng thương đã quá cố – mới mất hai năm trước. Không bao giờ có thể trở thành nhạc sĩ, ông chết khi vẫn còn là phó viện trưởng trường đại học. Thất bại làm sao! Thất vọng làm sao! Nhưng đấy là cách vạn pháp như thị.

Quan sát đời bạn. Đức Phật hoàn toàn ủng hộ tính chú tâm quan sát. *Làm chủ mọi sự việc, Quan sát việc mình làm, Cùng lời nói, ý nghĩ, Thì sẽ được tự do.* Nếu có thể làm chủ, có thể chú tâm quan sát, tự do giải thoát sẽ đến theo cách riêng của nó. Tự do giải thoát là cái bóng của sự tự làm chủ cuộc đời của bạn.

Là một người cầu đạo.

Nên nhớ, hãy luôn luôn nhớ. Đức Phật cứ lặp đi nhắc lại: Hãy nhớ bạn là người tìm cầu. Bạn đang truy tìm căn nhà đích thực của mình nhưng chưa gặp. Kiếp này, cũng như nhiều kiếp trước, bạn vẫn đang tìm; vậy bạn đã gặp nó chưa? Đừng phí hoài thời gian của bạn, đừng đi trật đường. Hãy trút hết toàn bộ năng lượng của bạn vào công cuộc truy cầu, bởi không ai biết được ngày mai sẽ ra sao; có thể hôm nay là ngày cuối cùng cũng không chừng. Hãy tìm ra căn nhà của mình để bạn có thể sống và chết một cách vui vẻ. Bạn *là một người cầu đạo.*

Sẽ có được hoan hỷ,
Khi chế ngự hành động,
Lời nói và ý nghĩ.

Hoan hỷ duy nhất trong đời sống là khi bạn chế ngự được thứ gì đó. Đối với người đã làm chủ hoàn toàn, chế ngự hoàn toàn bản thể của mình – hành động, lời nói, ý nghĩ – thì sự hoan hỷ của người ấy bất tận.

Đức Phật không bao giờ chia chẻ thân/tâm của bạn. Ngài dạy: Hãy làm chủ cả hai bởi bạn là tâm thể (psychosomatic), là thân/tâm (bodymind). Thế nên phải làm chủ thân thể và làm chủ tâm trí của bạn. Khi ấy bạn sẽ biết mình là ai, sẽ biết người chủ là chính bạn ở đằng sau tâm thể đó. Bạn là giác tính chân tịnh.

Sẽ có được hoan hỷ,
Với thiền định, độc cư,

Hoan hỷ trong sự im lặng, tĩnh tịch; đấy là thiền định.
Hoan hỷ sống một mình. Vui thích sống cô độc đến mức có thể thực hiện được, có thể thực hành được. Hoan hỷ với cuộc sống độc cư.

Chỉ ngồi im, chẳng làm gì,
Mùa xuân sẽ đến xanh rì cỏ non.

(Sitting silently, doing nothing,
The spring comes and the grass grows by itself.)

Nếu có thể ngồi im không dụng động, thì mùa xuân không ở xa mấy và nhất định sẽ đến. Bao giờ nó cũng đến trong im lặng. Nó luôn luôn xuất hiện khi bạn biết cách vui sướng trong sự cô độc của mình, vì chỉ khi ấy bạn mới thực sự độc lập. Nếu mừng vui với sự bầu bạn của người khác nghĩa là bạn còn bị lệ thuộc. Nếu cảm thấy cô đơn khi độc cư là bạn chưa biết được sự cô độc.

Cô đơn (loneliness) và cô độc (aloneness) là hai trạng thái khác nhau, bất kể tự điển nói gì. Chúng đồng nghĩa trong tự điển, nhưng trong thực tại thì hoàn toàn khác biệt. Cô đơn có tính tiêu cực; nó có nghĩa bạn bị lệ thuộc, bạn đang khao khát người khác, bạn đang chịu đựng. Sự ở một mình của bạn là nỗi thống khổ, chứ không có niềm vui. Bạn muốn được bận rộn.

Người coi sở thú hướng dẫn khách tham quan tới chuồng bên cạnh. "Bây giờ tại đây, kính thưa quý ông bà, chúng ta có con linh cẩu cười. Đặc biệt, con linh cẩu cười chỉ động dục một đêm duy nhất trong năm."

Một cậu trong nhóm hỏi, "Này, nó có gì để cười chứ?" "A! Thế này, đêm ấy là đêm nay đó!"

Người ta thấy vui sướng với người khác, nhưng sự vui sướng đó còn bị lệ thuộc; nó có thể bị lấy đi mất. Nó sẽ bị lấy đi, nhất định phải biến mất; nó mang tính chất phù du nên không thể trường tồn.

Raleigh Rosenblum, một tay trẻ tuổi độc thân lãng mạn và cũng rất chịu chi sộp, gọi điện thoại cho cô gái hắn vừa gặp đêm trước. Không chỉ tuyệt đẹp, cô ta còn chứng tỏ là một người thật sự tân thời. Raleigh muốn một cuộc hẹn khác, nhưng bất ngờ cho hắn, cô nàng từ chối.

"Tại sao lại từ chối đi chơi với anh đêm nay? Mới hôm qua em bảo là anh có gì làm em mê thích kia mà."

Nàng ngân nga với giọng khàn khàn, "Có thật, cưng à, nhưng cưng đã xài hết rồi."

Mọi vui sướng lệ thuộc vào người khác đều tạm thời, phù du, ảo ảnh; nên nhất định sớm muộn gì nó cũng biến mất. Chỉ niềm hoan hỷ tràn ngập bên trong bản thể là của riêng bạn. Do đó đức Phật dạy: *Sẽ có được hoan hỷ, Với thiền định, độc cư.*

Cô độc là niềm vui của việc sống một mình, là sống vui với chính bản thân, là hân hoan với sự bầu bạn của chính mình. Rất hiếm người biết thưởng thức tình bằng hữu của chính họ. Thực là một thế giới hết sức lạ lùng: không ai thích làm bạn với mình, nhưng mọi người đều muốn người khác là bạn của họ! Họ sẽ cảm thấy bẽ mặt nếu người khác không chịu kết bạn, trong khi một mình thì họ lại cảm thấy tự chán ghét bản thân. Trên thực tế, nếu không thể thích thú với bản thân thì ai là người sẽ thích nó?

Cô độc, độc cư là tích cực, là tràn đầy niềm vui không vì lý do gì. Nó chính là bản chất hân hoan tự nhiên của chúng ta, do đó không cần tùy thuộc vào người khác; niềm vui cô độc đơn giản có mặt, chứ không do động cơ nào thúc đẩy. Giống như nước chảy xuống thấp, bản thể bạn vươn lên cao. Hãy cho bản thể bạn cơ hội – cho nó sự độc cư. Và lần nữa, hãy nhớ độc cư không phải là ẩn dật, như cô độc không phải là cô đơn.

Hạnh phúc trong tiết độ,
Đích thực bậc cầu đạo.

Đức Phật nhắc nhở bạn lần nữa: Bạn là người cầu đạo, hãy tự tiết độ... Hãy hòa hợp, nhân hậu. Hãy học cách sống độc cư mà hoàn toàn hạnh phúc. Rồi một ngày, trong nỗi quạnh hiu cô tịch đó, có điều gì bạn không bao giờ trông đợi bắt đầu xảy ra. Điều gì đó mênh mông, bao la phủ trùm lên bạn; điều gì đó từ cõi siêu phàm xâm chiếm bạn. Cảm giác khinh an, cảm giác thăng hóa khởi sinh trong bạn; bạn như được nâng lên, như được vươn lên đến đỉnh tối thượng. Muốn gọi đỉnh tối thượng này là Thượng Đế, là chân lý, là gì gì tùy bạn. Phật gọi trạng thái này là tự do giải thoát, là niết bàn: sự chấm dứt của bản ngã; sự giải thoát khỏi bản ngã, khỏi mọi thúc phược, khỏi mọi lệ thuộc vào người khác. Khi ấy bạn trở nên vô biên, bạn trở thành bao la như bầu trời, thậm chí bầu trời vẫn chưa phải là giới hạn của bạn.

Hãy làm chủ giác quan:
Ý thức cái đang nếm,
Cũng như cái đang ngửi,
Đang thấy và đang nghe.

Làm chủ mọi sự việc,
Quan sát việc mình làm,
Cùng lời nói, ý nghĩ
Thì sẽ được tự do.

Là một người cầu đạo,
Sẽ có được hoan hỷ,
Khi chế ngự hành động,
Lời nói và ý nghĩ.

Sẽ có được hoan hỷ,
Với thiền định, độc cư,
Hạnh phúc trong tiết độ,
Đích thực bậc cầu đạo.

Đã đủ cho hôm nay.

VẤN ĐÁP
• BÀI GIẢNG 10

Tình Thương Là Phần Thưởng Của Chính Nó

Bài giảng tại Phật Đường sáng ngày 01 tháng Ba, 1980

KINH PHÁP CÚ: PHẬT ĐẠO
BỘ 12 QUYỂN • QUYỂN MƯỜI

Câu hỏi thứ nhất:

Thưa Sư phụ,

Tại sao con nghiêm trọng hóa bản thân và mọi sự việc?

PREMBODHI, bản ngã chỉ có thể tồn tại nếu bạn tự nghiêm trọng hóa chính mình và mọi sự việc. Không gì giết chết bản ngã cho bằng sự vui đùa, cười giỡn. Khi bạn khởi sự xem cuộc đời như cuộc vui chơi, thì bản ngã chết là cái chắc, nó không thể tồn tại thêm nữa. Là sự bệnh hoạn nên bản ngã cần không gian buồn thảm để sinh tồn, và chính sự nghiêm trọng là đầu mối tạo ra nỗi bi đát trong tâm hồn bạn. Buồn rầu là mảnh đất thích hợp nhất cho bản ngã. Do đó mà các vị thánh của bạn bao giờ cũng tỏ ra nghiêm trọng, chỉ vì lý do đơn giản họ là những người hầu như ích kỷ nhất trên mặt đất này. Có thể họ cố gắng làm ra vẻ khiêm hạ, nhưng lại hết sức tự hào và nghiêm trọng hóa về tư thái khiêm cung của mình.

Chân thánh nhân thì không thể nghiêm trọng. Người thật sự có đạo tâm phải là người thích mở hội. Thử nhìn xung quanh… để xem cây lá, chim chóc, mặt trời, mặt trăng, tinh tú… có thứ gì nghiêm trọng không? Cuộc tồn sinh hoàn toàn nhẹ nhàng thư giãn; nó cứ liên tục nhảy múa trong mùa lễ hội tưng bừng bất tận.

Chỉ con người mới có tính nghiêm trọng, bởi chỉ có con người mới là kẻ cố gắng tạo ra sự tách biệt giữa nó với thực tại. Con người không muốn dự phần vào cái toàn thể vì sợ bị mất tích; nó muốn có tông tích, tên họ, tướng trạng, xác định riêng. Chỉ cần được mấy thứ này, thì dù chúng có tạo ra đau khổ cũng mặc, ngay cả phải sống như ở trong địa ngục, nó cũng sẵn sàng chịu đựng.

Có lần George Bernard Shaw được hỏi: sau khi chết, ông muốn tới địa ngục hay thiên đàng. Ông trả lời, "Bất cứ nơi nào miễn tôi là người đứng nhất, tôi không muốn đứng thứ hai." – nhưng trên thiên đàng thì không bao giờ có cơ hội đứng nhất, vì đã có quá nhiều bậc thánh tới đó trước rồi: Jesus, Zarathustra, Mahavira, Phật... Ai sẽ là người để ý đến tên George Bernard Shaw tội nghiệp kia? Ông bằng lòng xuống địa ngục nếu dưới đó ông có thể đứng vào hàng thứ nhất.

Bản ngã thích đứng hàng đầu, nó muốn đẩy mọi người về phía sau, vì vậy nên nó tự xem mình quan trọng. Do đó nó là kẻ cầu toàn: nó đòi hỏi sự toàn hảo, một đòi hỏi bất khả thi. Không ai hoàn hảo, không một người toàn hảo nào có thể tồn tại dù chỉ trong giây phút ngắn. Bất toàn là cách vận hành của đời sống, vì nhờ tính chưa toàn hảo nên đời sống mới có khả năng phát triển. Nếu bạn kiện toàn thì không còn tăng trưởng nữa, không còn tiến hóa nữa; bạn sẽ bị bế tắc. Toàn hảo nghĩa là chết; còn bất toàn nghĩa là trôi chảy, phát triển, chuyển dịch, năng động.

Bản ngã đòi hỏi sự toàn hảo của bản thân và của người khác nữa. Bản ngã đòi hỏi điều không thể thực hiện được, và nhờ vào điều bất khả thể này nên nó có thể cứ tiếp tục sống còn. Nó chỉ muốn thứ phi thường, chứ không thỏa mãn với thứ thông thường, và cuộc đời chỉ gồm những điều bình thường mà thôi. Nhưng điều bình thường vẫn tốt đẹp, vẫn tuyệt vời, đâu cần gì đến điều phi thường. Đời sống bình thường mang đậm tính chất thiêng liêng, thế mà bản ngã cho nó là phàm tục, và đòi hỏi đời sống siêu phàm. Do đó, mọi tôn giáo đều sáng tác ra những câu chuyện hoàn toàn giả tạo về tổ sư của họ: Moses chẻ biển thành hai phần, Jesus bước đi trên mặt nước... hết thảy mấy chuyện này đều là thứ bịa đặt, láo khoét, được tạo ra bởi đám tín đồ chỉ để chứng minh tổ sư của họ là siêu nhân, chứ không phải hạng phàm nhân.

Trên thực tế, bạn không thể tìm gặp ai là một con người bình thường hơn Phật, Mahavira, Jesus, Moses, Lao Tzu. Họ vô cùng giản dị! Họ chấp nhận họ như họ đang là, họ sống trong cõi chân như, trong *tathata*. Họ không đòi hỏi bất kỳ sự toàn hảo nào, nhưng sống hoàn toàn thoải mái và hài lòng với thế gian bất toàn này. Họ cũng không tự quan trọng hóa mình là phải chứng đắc cảnh giới cao siêu này nọ, là phải vượt lên trên hết thảy mọi người. Họ không bất thường! Họ là những con người tuyệt vời, và nét tuyệt vời của họ chứa đựng trong thái độ chấp nhận cái bình thường như là cái phi thường, điều phàm tục như là điều thiêng liêng.

Prombodhi, bạn hỏi, *"Tại sao tôi nghiêm trọng hóa bản thân và mọi sự việc?"*

Mọi người đều xem bản thân mình cũng như người khác quá quan trọng. Đấy là cách để bản ngã tồn tại. Bắt đầu có thái độ bớt nghiêm túc một chút và bạn sẽ thấy bản ngã bốc hơi. Hãy nhìn đời một cách nhẹ nhàng hơn, như một trò cười – vâng, như một chuyện đùa về vũ trụ. Hãy cười thêm một chút.

Cái cười mang nhiều ý nghĩa hơn cầu nguyện. Cầu nguyện có thể không phá hủy được bản ngã, ngược lại, cầu nguyện còn có thể làm cho bản ngã thiêng liêng hơn, sùng tín hơn; nhưng cái cười chắc chắn giết chết nó. Thử để ý quan sát lúc thực sự ở trong trạng thái vui cười, bạn sẽ thấy bản ngã biến mất trong chốc lát. Khi ấy bạn trẻ lại thành đứa bé đang cười khúc khích; khi ấy bạn quên tuốt mình là đặc biệt. Trong khoảnh khắc ấy, bạn lột được bộ giáp cứng đang mang bên ngoài, nên không còn cảm thấy nghiêm trọng nữa.

Chính vì vậy nên tôi thích chuyện khôi hài – nó là độc dược cho bản ngã của bạn! Bạn muốn tôi nói về những đề tài nặng ký: cõi trung ấm và con người có bao nhiêu thân, bảy hay chín, và bao nhiêu luân xa. Ngày nào cũng những câu hỏi về bí truyền, về huyền tông. Những người thắc mắc về các vấn đề này đều nghiêm trọng, và họ đã đậu lộn bến rồi!

Tôi hoàn toàn chẳng nghiêm túc chút nào. Nhưng lý do tôi không cười với các bạn là một phần của nghệ thuật kể chuyện khôi hài: người kể chuyện phải hết sức nghiêm trang, không được cười chung với người nghe. Thành thử, tôi chỉ còn cách là cười một mình. Cách tôi tiếp cận cuộc đời hoàn toàn nhẹ nhàng, không gì nghiêm trọng, không gì nghiêm túc, bởi theo kinh nghiệm của tôi, đây là cách làm cho bản ngã biến mất.

Hãy quan sát khi bạn cười: bản ngã ở đâu? Bất chợt bạn bị tan chảy, bạn không còn là cố thể mà bị biến thành chất lỏng đang trào dâng. Bạn không còn là người có tuổi, kinh nghiệm, thông thái.

Lắng nghe chuyện khôi hài này rồi thử tìm xem liệu bản ngã vẫn còn lại hay không.

Trong tuần trăng mật, ngay sau khi bước vào phòng, chú rể vẫn còn bồn chồn quan tâm về tình trạng ngây thơ của cô dâu. Quyết định làm cuộc tiếp cận trực tiếp, chú nhanh chóng cởi hết quần áo, chìa của quý ra ngoài, rồi hỏi người bạn tình, "Em biết đây là cái gì không?"

Chẳng chút chần chừ, cô dâu vừa thẹn thùng vừa trả lời, "Là con chim nho nhỏ."

Thích chí với ý tưởng dạy cô vợ ngây thơ, chú rể thầm thì, "Từ hôm nay, cưng à, cái này sẽ gọi là 'của quý'."

Cô dâu mắng, "Ah, thôi đi. Em thấy nhiều 'của quý' lắm rồi, nên cam đoan với anh đây là 'con chim nho nhỏ.'"

Câu hỏi thứ hai:

Thưa Sư phụ,

Hạnh phúc là gì?

Jayananda, còn tùy. Ý nghĩa của hạnh phúc tùy thuộc vào bạn, vào trạng thái ý thức hay vô ý thức của bạn, bạn đang ngủ say hay thức tỉnh.

Một câu châm ngôn nổi tiếng của Murphy: Có hai hạng người. Một, luôn chia nhân loại thành hai hạng, và hạng kia, hoàn toàn không chia nhân loại thành hạng nào.

Tôi thuộc về hạng thứ nhất... Nhân loại có thể được chia thành hai hạng: những người đang ngủ mê và những người tỉnh thức – và, dĩ nhiên, một phần nhỏ ở giữa hai hạng đó.

Hạnh phúc tùy thuộc vào chỗ bạn đang ở trong tâm thức của bạn. Nếu đang ngủ mê, thì hạnh phúc là khoái lạc. Khoái lạc nghĩa là cảm giác, là cố tìm cảm giác nào đó qua thân xác, thứ mà cơ thể không thể đạt được, là ép buộc thân xác phải có cảm giác nào đó, thứ nó không có khả năng. Bằng mọi cách có thể, người ta cố gắng thủ đắc hạnh phúc qua thân xác. Thân xác chỉ có thể cho bạn khoái lạc nhất thời, và mỗi khoái cảm đều được cân bằng bởi cùng số lượng và cường độ của đau đớn. Mỗi lạc thú đều kèm theo cái đối nghịch của nó bởi thân thể tồn tại trong thế giới nhị nguyên, giống như ngày-đêm sống-chết chết-sống. Đây là một cái vòng lẩn quẩn; khoái lạc sẽ được theo sau bởi đau đớn, đau đớn sẽ được theo sau bởi khoái lạc.

Nhưng bạn sẽ không bao giờ thoải mái. Khi ở trong trạng thái khoái lạc bạn lo sợ sẽ mất khoái cảm, và nỗi sợ này nhiễm độc cảm giác của bạn. Khi bị rơi vào trạng thái đau đớn, dĩ nhiên bạn sẽ đau khổ, nên sẽ dùng mọi nỗ lực khả thể để thoát ra – chỉ để rơi lại vào vòng tròn này.

Đức Phật gọi vòng này là bánh xe luân hồi sinh tử. Chúng ta cứ quay tròn và bám lấy bánh xe... và bánh xe cứ tiếp tục xoay quanh. Đôi khi khoái lạc xuất hiện, đôi lúc đau đớn xuất hiện, nhưng chúng ta bị nghiền nát giữa hai khối đá cảm giác này.

Nhưng người ngủ mê không biết điều gì khác hơn ngoài một vài cảm giác của thân xác: thức ăn và tính dục. Đây là toàn bộ thế giới của họ, nên họ cứ di chuyển giữa hai đối tượng này. Đây là hai cứu cánh của thân xác họ: thực phẩm và tính dục. Nếu kềm chế dục tính thì họ trở nên ghiền thức ăn; nếu kiêng cử ăn uống thì họ lại say mê với tính dục. Năng lượng của họ cứ tiếp tục chạy qua lại như quả lắc đồng hồ. Và bất cứ thứ gì bạn gọi là lạc thú, cùng lắm, cũng chỉ là sự giảm nhẹ trạng thái căng thẳng mà thôi. Năng lượng tính dục dồn lại, tích tụ, khiến bạn trở nên căng thẳng và nặng nề nên bạn muốn giải tỏa nó.

Với người đang ngủ mê, hoạt động tình dục của họ chẳng gì khác hơn là một sự giải tỏa, giống như động tác hắt hơi mạnh; nó không cho bạn cảm giác gì ngoài sự khuây khỏa nào đó. Căng thẳng xuất hiện ở đó, bây giờ không còn nữa, nhưng nó sẽ tích tụ trở lại. Thức ăn chỉ cho bạn một chút khẩu vị trên đầu lưỡi, chứ không đáng để sống vì nó; nhưng nhiều người sống chỉ để ăn, rất hiếm người chỉ ăn để sống.

Câu chuyện về Kha Luân Bố rất nổi tiếng. Ấy là một cuộc hành trình dài; suốt ba tháng trường họ chẳng thấy gì ngoài nước với nước. Thế rồi một ngày Kha Luân Bố nhìn về phía chân trời và trông thấy rặng cây. Nếu nghĩ ông sung sướng khi nhìn thấy rừng cây, bạn phải thấy con chó của ông ấy!

Đấy là lý do tại sao chó Siberian chạy nhanh nhất trên thế giới: vì khoảng cách giữa mấy cây cách nhau khá xa.

Nhưng đây là thế giới của khoái lạc. Con chó còn có thể tha thứ được, nhưng bạn thì không.

Trong ngày hẹn đầu tiên, chàng trai, tìm cách giải trí, hỏi cô gái có thích chơi bowling không. Nàng trả lời là chẳng hề quan tâm đến bowling. Rồi chàng đề nghị đi xem chiếu bóng, nàng cũng không thèm. Trong lúc suy nghĩ để tìm trò chơi gì khác, chàng mời nàng điếu thuốc nhưng cũng bị từ chối. Chàng hỏi nàng có thích đi nhảy disco và uống rượu không, nàng nói không.

Trong tuyệt vọng, chàng liều mạng hỏi nàng muốn về phòng để làm tình qua đêm không. Trước sự ngạc nhiên của chàng, nàng sung sướng chấp nhận, hôn chàng say đắm, "Thấy chưa, anh chẳng cần mấy thứ đó để có hạnh phúc!"

Cái gì được gọi là hạnh phúc còn tùy theo mỗi người. Với người đang ngủ mê, cảm giác khoái lạc là hạnh phúc. Họ sống từ khoái cảm này đến khoái cảm khác. Họ vội vã chạy từ cảm giác này sang cảm giác khác; họ sống cho những xúc động nhỏ. Đời sống của họ rất cạn cợt, chứ không sâu sắc và có phẩm chất; họ sống trong thế giới số lượng.

Có hạng người sống ở giữa, họ không ngủ cũng chẳng thức, chỉ mơ màng giữa hai trạng thái. Đôi lúc bạn có kinh nghiệm này vào buổi sáng sớm: vẫn còn buồn ngủ, nhưng không thể nói là đang ngủ vì có thể nghe được tiếng ồn trong nhà, vợ đang nấu bình trà, tiếng động của người giao sữa ngoài cửa hoặc mấy đứa nhỏ chuẩn bị đi học. Có thể nghe những thứ này, nhưng vẫn chưa thức dậy. Những tiếng động này lờ mờ ngờ ngợ như đến từ một khoảng cách rất xa, khiến bạn có cảm giác như chúng là một phần của giấc chiêm bao. Chúng không nằm trong giấc mơ, nhưng do bạn đang ở trong trạng thái mơ màng giữa thức và ngủ.

Cũng giống trạng thái như vậy xảy ra khi bạn mới bắt đầu thiền định. Người không thiền định chỉ ngủ và chiêm bao; người thiền định khởi sự dời từ giấc ngủ sang thức tỉnh. Họ đang ở trong trạng thái chuyển tiếp. Hạnh phúc của họ mang ý nghĩa hoàn toàn khác hơn so với hạnh phúc của hạng ngủ mê: nhiều phẩm hơn lượng, thiên về tâm lý hơn sinh lý. Họ yêu thích âm nhạc thi phú hơn, thích sáng tạo hơn. Họ thích thiên nhiên và sự mỹ lệ của nó. Họ thích sự im lặng. Họ bắt đầu yêu thích những thứ mà trước đây họ chưa từng chú ý đến, và cảm giác này lâu dài hơn khoái cảm rất xa. Ngay cả khi không còn tiếng nhạc, nhưng âm hưởng nào đó vẫn còn nấn ná quyến luyến trong bạn. Đây không phải là trạng thái giảm căng thẳng.

Điểm khác biệt giữa khoái lạc và thứ hạnh phúc này là sự phong phú chứ không phải giải tỏa căng thẳng. Bạn trở nên sung mãn, tràn trề. Đang lắng nghe âm nhạc thì một cảm xúc nào đó, một sự hài hòa nào đó, chợt khởi lên trong bản thể – bạn trở thành âm nhạc. Hoặc đang khiêu vũ, đột nhiên bạn quên mất cơ thể của mình. Cơ thể của bạn bỗng dưng trở thành phi trọng lượng, dường như áp lực trọng trường trên người bạn vừa bị mất đi. Hốt nhiên bạn lọt vào một cõi giới khác: bản ngã không còn ở thể rắn chắc nữa, người khiêu vũ tan chảy và hòa nhập vào trong điệu vũ. Niềm vui này thanh thoát hơn, thấm đẫm hơn sự vui thích mà bạn có được từ thực phẩm hoặc tính dục. Niềm vui này có chiều sâu, nhưng vẫn chưa phải là tối hậu.

Niềm vui tối hậu chỉ xảy ra khi bạn tỉnh thức viên mãn, khi bạn là một vị phật, khi mọi cơn ngủ mê và giấc chiêm bao đều biến mất, khi toàn bản thể của bạn tràn đầy ánh sáng, khi nội tại của bạn hoàn toàn không còn bóng tối. Bóng tối đã biến mất kèm theo bản ngã. Tất cả mọi căng thẳng, âu lo, phiền não đều không còn nữa. Bạn ở trong trạng thái hài lòng toại ý, trạng thái tri túc; khi ấy bạn sống trong hiện tại, không còn quá khứ cũng như tương lai. Bạn an trú trong cõi *tha hóa tự tại thiên*.

Khoảnh khắc này dung nhiếp tất cả. Bây giờ là thời gian duy nhất, tại đây là không gian duy nhất. Thế rồi bỗng nhiên cả bầu trời thu mình vào bên trong bạn. Đấy là hỷ lạc, là chân hạnh phúc.

Khoái lạc thuộc về cầm thú, hạnh phúc thuộc về con người, hỷ lạc thuộc về siêu phàm. Dục lạc là tù ngục, là xiềng xích trói buộc bạn. Hạnh phúc cho bạn sợi dây dài hơn, chút đỉnh tự do hơn, nhưng cũng chỉ là chút ít. Còn hỷ lạc thì tuyệt đối tự do; nó cho bạn đôi cánh để bạn khởi sự thăng thiên. Bạn trở thành thành phần của bầu trời bao la chứ không còn lệ thuộc vào trái đất thô kệch này. Bạn trở thành ánh sáng, trở thành niềm vui.

Dục lạc lệ thuộc vào người khác. Hạnh phúc không mấy tùy thuộc tha nhân, nhưng vẫn là trạng thái tách biệt với bạn. Hỷ lạc thì không bị lệ thuộc cũng không tách biệt, bởi hỷ lạc là chính tự thể của bạn, là chính bản chất tự nhiên của bạn. Trực nghiệm hỷ lạc là thể nhập Thượng Đế, là đạt niết bàn.

Câu hỏi thứ ba:

Thưa Sư phụ,
Ích kỷ là gì?

Yoga Chetana, ích kỷ là cái bóng của ý tưởng về một cái ngã tách biệt. Nó là cái bóng của một cái bóng, là phản ánh của một phản chiếu. Giống như bạn thấy bóng trăng phản chiếu trong hồ và sau đó thấy bóng trăng này phản chiếu trong tấm gương. Hiện tượng này quá xa vời với thực tại; ngay cả phản ảnh trong hồ đã phi thực, huống hồ gì phản ảnh của hồ trong gương còn phi thực đến chừng nào.

Bản ngã là phản ảnh trong hồ của chân bản thể của bạn. Chân tánh của bạn là mặt trăng, còn bản ngã chỉ là sự phản chiếu của nó trên mặt hồ. Cái bóng trăng trong hồ này có thể bị xáo động ngay cả bởi một hòn sỏi nhỏ. Thử ném viên sỏi xuống hồ và bạn sẽ thấy bóng trăng bị nhiễu loạn, bị méo mó; những lượn sóng nhỏ khởi lên làm mặt trăng vỡ ra thành nhiều mảnh vụn.

Tính ích kỷ là cái bóng của bản ngã, thậm chí còn phi thực hơn chính bản ngã. Bạn không phải là cái ngã. Theo ngôn ngữ của Phật, bạn không là bản ngã – *atta*, nhưng là vô ngã – *anatta*. Do đó, đức Phật không dạy bạn về lòng vị tha, ngay cả tôi cũng thế. Điểm này phải được hiểu cho tường tận: Tôi không dạy bạn vị tha. Vị tha là đề mục được các giáo sĩ của hầu hết mọi tôn giáo giảng dạy. Họ bảo, "Ích kỷ là xấu xa," chứ không nói, "Ích kỷ là không thật." Họ luôn nhắc nhở, "Ích kỷ là xấu, là tội lỗi." Nhưng họ chấp nhận, họ không bác bỏ thực tại của nó. Nếu cho ích kỷ là phi thực, thì họ không thể lên án nó; làm thế nào bạn có thể gọi thứ gì không có thật là tội lỗi được? Trước hết, nếu nó không hiện hữu, làm sao nó có thể gây tội và mang tính xấu xa? Nhưng họ vẫn nói, "Ích kỷ là xấu, là tội lỗi." Và để tránh thói ích kỷ, họ dạy bạn tính vị tha, "Hãy phục vụ người khác, hãy làm người phục vụ nhân loại, phục vụ quần chúng."

Nhiều lần những người bị ước định bởi các giáo sĩ và nhà truyền giáo đến gặp tôi, dĩ nhiên là họ bị bất ngờ vì tôi không bao giờ nói về vị tha. Và họ thắc mắc tại sao tôi không dạy các sannyasins của tôi về đặc tính này.

Tôi không thể làm việc đó, bởi trước hết, tự ngã không có thật; thế nên bảo họ đừng ích kỷ là tuyệt đối không đúng. Dạy họ nên phục vụ tha nhân, nên có tính vị tha, là kéo họ càng lúc càng xuống sâu vào trong tính chất phi thực.

Nỗ lực của tôi ở đây là giúp họ thấy được bản ngã là hư ngụy. Do đó tôi không chống lại tự ngã – vì nó không hiện hữu. Làm thế nào tôi có thể chống lại cái không tồn tại? Và tôi không dạy bạn vị tha. Nếu căn bệnh không có thật thì cho bạn uống thuốc có ích lợi gì?

Tôi chỉ đơn giản bảo bạn hãy nhìn vào trong bản thể của mình, im lặng quan sát… và sẽ không gặp bản ngã ở bất cứ nơi nào. Tự ngã biến mất. Thực ra, nói "biến mất" cũng không đúng, vì nó chưa bao giờ có mặt ở đấy, nhưng tại bạn không nhìn vào nên tưởng nó đang hiện hữu. Nhìn kỹ lại, bạn không tìm ra nó.

Giống như khi bạn nói, "Có bóng tối trong căn phòng của tôi," và tôi đưa cây đèn cho bạn, "Mang cây đèn vào phòng để tìm xem bóng tối ở đâu." Với cây đèn trên tay, bạn đi vào phòng lục lạo nhưng không thể tìm gặp bóng tối, rồi trở lại nói với tôi, "Tôi không thể tìm thấy bóng tối!" Tôi bảo, "Xong việc rồi! Đừng bận tâm về nó nữa. Bất cứ khi nào có sự ngứa ngáy, sự thôi thúc, sự nghi ngờ này khởi lên trong bạn, hãy cầm cây đèn lên đi tìm kiếm nó." Dần dần sự thật sẽ lắng đọng để hiện rõ cho bạn thấy là không có bóng tối, nhưng chỉ là sự vắng mặt của ánh sáng.

Bản ngã là sự thiếu chú tâm của bạn, là thiếu ý thức tỉnh giác, chứ chẳng có gì khác. Nếu hướng nội, nếu soi chiếu vào bên trong, bạn không tìm thấy bản ngã ở đâu cả. Và nếu không có bản ngã, thì ích kỷ ở đâu?

Và khi ấy đời bạn là cuộc đời của tình thương, của từ ái, là cuộc đời đầy tính vị tha. Tôi không gọi phẩm tính này là "không ích kỷ," nhưng sẽ gọi là "vô ích kỷ," bởi trong chữ "không ích kỷ" hàm chứa sự công nhận tính thực tại của cái ngã. Tôi thích dùng thuật ngữ Phật giáo 'vô ngã - *anatta*'.

Trí huệ của đức Phật tuyệt vời, vô cùng ý nghĩa. Không cần phải dạy người ta sống không ích kỷ, nhưng chỉ cần cho họ biết: không có bản ngã, thế là cả đời họ sẽ trở thành cuộc đời của tình nhân ái mà không cần cố gắng gì cả. Sẽ không trở thành những nhà truyền giáo, bởi họ không có gì đặc biệt để truyền bá; họ sẽ không ba hoa rằng mình đã làm việc đại sự cho nhân loại, nếu có giúp được gì, chẳng qua chỉ vì niềm vui cho chính họ mà thôi. Họ đã được tưởng thưởng xứng đáng; phần thưởng không ở đâu đó trong tương lai, trên thiên đàng sau khi chết, nhưng nằm ngay trong chính tình thương yêu. Tình thương là phần thưởng riêng của chính nó.

Khi sống bằng tình thương, đời sống của bạn vô cùng hân hoan, hoan hỷ; đấy là phần thưởng. Khi sống bằng bản ngã giả tạo, đời của bạn là nỗi chịu đựng, thống khổ, là địa ngục; đấy là hình phạt, chứ chẳng cần phải đợi đến lúc chết mới bị quẳng xuống dưới. Quên hết mấy chuyện tào lao này đi! Thứ này chỉ hữu dụng để nói với đám con nít vì chúng không biết thứ gì khác ngoài truyện kể. Nhưng với người trưởng thành, mấy truyện nhảm nhí này không còn thích đáng.

Mỗi hành động đều có phần thưởng phạt của riêng nó. Nếu hành động khởi lên từ thực tại của bạn, nó mang lại niềm vui, sự tươi đẹp, hỷ lạc, phúc lành. Nếu khởi lên từ ý tưởng hư ngụy nào đó, nó mang lại thống khổ, đau đớn, phiền não. Đấy chính là địa ngục.

Yoga Chetana, ích kỷ là cái bóng của tự ngã, mà tự ngã là thứ hoàn toàn không tồn tại. Nhưng đừng vội công nhận suông điều tôi nói chỉ vì tôi nói, bạn phải nhìn vào trong để tự biết, phải để điều tôi nói trở thành trực nghiệm của riêng bạn. Để nội quán, bạn phải tỉnh táo một chút, phải thoát ra khỏi giấc ngủ ngon lành của bạn.

Trạm xe lửa, nằm trong vùng phía Nam của một tiểu bang cấm bán rượu, đầy nghẹt đám người đang chờ xe để đi xem trận bóng. Baxter, một người nhỏ thó ít nói, đứng dựa vách phòng chờ đợi với dáng điệu bồn chồn như đang cố ẩn mình trong đám đông.

Một nhân viên liên bang, người được giao nhiệm vụ giám sát vùng chuyên môn nấu rượu lậu này, để ý thấy bên dưới áo khoác của Baxter có giấu thứ gì đó đang chầm chậm nhỏ xuống từ giọt một. Lóe lên hy vọng, người nhân viên bước tới bên Baxter, đưa ngón tay hứng một giọt rồi nếm thử.

"Phải rượu Scotch không?"

Baxter trả lời, "Không đâu, con chó con Airedale đấy!"

Nếu hiểu chưa kịp! Thử lại lần nữa xem sao... không phải Scotch, là của con chó con Airedale.

Có một đám nhậu khá đông trên căn chung cư ở San Francisco. Khi mọi thứ lên đến đỉnh say sưa và điên dại nhất, thì – động đất. Ống khói lò sưởi đổ nhào xuống đường, ống nước chính gãy làm hai. Mọi người khách ùa ra bên ngoài, ngoại trừ một người. Người chủ nhà anh hùng lao vào bên trong và tìm thấy anh chàng mất tích đang đứng trong phòng tắm bị ngập nước tới đầu gối. Người khách say mềm chỉ còn biết lẩm bẩm, "Nói thiệt nghe, Paul, tao thề là chỉ kéo cái cần thôi chứ không làm gì cả!"

Yoga Chetana, bạn phải trở nên có ý thức một chút, thế thôi. Hãy tỉnh táo; nhiều nhiều kiếp bạn đã sống trong trạng thái say sưa, cơn say của bạn đã trở nên cổ đại rồi. Bạn phải cố gắng thêm nữa để tự kéo bản thân ra khỏi vũng bùn vô thức. Khi ấy bản ngã sẽ biến mất và để lại cho bạn một không gian thuần tịnh.

Những đóa hoa sen sẽ bừng nở từ khoảng không gian thuần tịnh này – những đóa sen của từ bi, tình thương, hân hoan. Không những bạn được ban phúc lành, mà bạn còn trở thành phúc lành của toàn thể cuộc tồn sinh.

Hãy nhớ đừng nên chiến đấu chống lại thói ích kỷ theo cách bạn từng được dạy bảo. Đừng chống đối tánh ích kỷ, bởi thái độ này có nghĩa là bạn đã chấp nhận thực tính của nó; vì thế nên tôi không dạy bạn cách tranh đấu với bản ngã của bạn. Nếu tranh đấu với bản ngã, bạn sẽ trở nên khiêm hạ, nhưng tánh khiêm hạ này lại làm nơi ẩn trốn của bản ngã. Rồi bản ngã sẽ liên tục ba hoa chích chòe về sự khiêm tốn của nó; nó có thể tuyên bố, "Tôi là người khiêm cung nhất, vĩ đại nhất thế giới."

**

Ba giáo sĩ Cơ Đốc trò chuyện khi bất ngờ gặp nhau ngoài đường. Một vị thuộc dòng khổ hạnh tu nói, "Về phương diện khổ hạnh thì không ai có thể cạnh tranh lại chúng tôi. Chúng tôi là những người khổ hạnh nhất trong toàn thể vương quốc Cơ Đốc."

Giáo sĩ thứ hai thuộc một dòng tu khác, lên tiếng, "Có lẽ là vậy, nhưng khi liên quan đến uyên bác, các ông chẳng có chỗ đứng. Người của dòng chúng tôi đã hy sinh trọn đời họ cho kinh điển để tìm ra chân lý và những giáo nghĩa trân bảo."

Người thứ ba mỉm cười bảo, "Cả hai ông có thể đều đúng, nhưng nói về tính khiêm hạ thì chúng tôi đứng trên đỉnh cao nhất!"

Do đó, Yoga Chetana, tôi không nói hãy chiến đấu với thói ích kỷ của bạn, bởi cách này không những chẳng giúp được gì, mà còn tạo nên những kẻ hợm mình là người ngoan đạo trên khắp thế giới. Đề nghị của tôi là hãy theo dõi tánh ích kỷ, nhìn ngắm nó, quan sát nó. Quan sát cách vận hành của nó, cách bạn cứ tiếp tục tạo ra nó – bởi ích kỷ là sáng tác phẩm của bạn.

Thói ích kỷ rất thất thường, nó là thứ hư cấu do bạn bảo trì và quản lý. Việc bảo trì này rất tốn kém vì nó giữ bạn lại trong địa ngục; để duy trì thứ gì đó phi thực sẽ phá hủy toàn bộ đời sống của bạn. Hãy theo dõi nó; và ngay khoảnh khắc khi bạn nhận ra tính phi thực của nó, nó không còn tồn tại; khi ấy nó tự rơi xuống, tự động biến mất, chứ bạn chẳng cần phải có thái độ vứt bỏ gì cả.

Thế rồi một đời sống hoàn toàn mới lạ bắt đầu. Bạn được tái sanh. Đấy là điều tôi gọi là sannyas.

Câu hỏi thứ tư:

Thưa Sư phụ,

Có thật là trọn đời sư phụ chưa hề làm việc hay không?

Sandesh, thật sự là như thế. Tôi là tên hippie chính hiệu! Có lẽ bạn không biết, chứ tôi chính là người sáng lập ra phong trào hippie đấy!

Khó chịu ra mặt, người đốc công bước nhanh tới Sheldon, anh chàng hippie, nghiến răng, "Nghe này, làm ơn làm phước cho tôi và mọi người trong xưởng, anh đừng huýt gió trong lúc làm việc được không?"

Sheldon chống chế hỏi vặn, "Hê ông, ai đang làm việc?"

Tôi sống nhưng không làm việc! Tôi thích thú với bất cứ việc gì tôi làm; đấy là niềm vui, là trò chơi của tôi, chứ không phải việc làm. Yêu thích nó, là lý do tại sao tôi làm. Tôi không phục vụ cho ai, cũng chẳng có động lực nào khác, vì vậy công việc là niềm vui, chứ hoàn toàn không phải tôi làm việc.

Đang nói chuyện với bạn là sự thích thú của tôi chứ không phải làm việc. Việc nói dai nói dài… không phải là làm việc! Tôi đơn giản yêu thích nó; gọi nó là công việc thì không đúng, nhưng gọi là trò vui thì chính xác hơn!

Bất cứ việc gì tôi từng làm qua trong đời đều không bao giờ là việc làm cả. Tôi chỉ đơn giản huýt sáo!

Câu hỏi thứ năm:

Thưa Sư phụ,

Sư phụ chính xác là điều con đã tìm kiếm suốt hai mươi năm qua trong nghiên cứu, chính trị, yoga, gia đình và cộng đồng. Rốt cuộc hôm nay con được tới đây và cảm thấy tuyệt vời! Ngày mai con đi, nhưng vẫn còn cảm giác sung sướng. Tại sao?

Hans Peter Finger, không có ngày mai. Hôm nay bạn có mặt tại đây, và việc này quá đủ, còn nhiều hơn người ta có thể đòi hỏi. Ai biết về tương lai? Chính bản thân tôi có thể sẽ ra đi, thậm chí còn trước hơn lúc bạn rời khỏi nơi này!

Ở đây không thành vấn đề. Vấn đề là nếu bạn đã tìm gặp tôi, bạn gặp tôi, thì dù ở bất cứ nơi nào bạn cũng sẽ ở cùng tôi, và tôi sẽ ở cùng bạn. Toàn bộ sự việc là một khi gặp đúng người thích hợp, người mà bạn thấy tuyệt đối hòa hợp, giao cảm, thì không không gian nào có thể phân chia được bạn. Đấy là lý do tại sao bạn cảm thấy sung sướng. Tôi có thể hiểu vấn đề của bạn.

Bạn hỏi, *"Tại sao tôi vẫn còn cảm giác sung sướng?"*

Thông thường, nếu yêu mến tôi nhưng ngày mai sẽ chia tay, chắc bạn nghĩ mình phải đau khổ, bởi "Ngay đây là người mình từng tìm suốt hai mươi năm dài mới gặp được, nhưng mình phải rời khỏi vào ngày mai." Nhưng bạn không đau khổ, và đấy là chỉ dấu rõ rệt rằng bạn thật sự đã tìm thấy tôi. Tìm gặp tôi và cảm thấy khổ sở là điều không thể xảy ra!

Có vài người đã ở đây nhưng vẫn khổ sở, bởi họ không tìm thấy tôi. Và cũng có những người không ở đây nhưng vô cùng vui sướng vì đã tìm được tôi, dù họ đang ở tại bất cứ nơi nào.

Bạn sẽ thuộc về tôi từ nay trở đi.

Một khoảnh khắc hài hòa sâu sắc là đầy đủ, một khoảnh khắc của thương yêu là vĩnh cửu.

Thời gian không thành vấn đề, không gian không thành vấn đề.

Con tim bạn biết được điều này, nhưng tâm trí bạn đang thắc mắc bởi sự kiện dường như phi lý. Tâm trí bảo, "Nếu thật sự mến yêu đến thế, mừng vui đến thế, tại sao bạn ra đi? Đã bỏ ra hai mươi năm tìm kiếm mới gặp được, giờ lại giã từ! Và vẫn cảm thấy sung sướng! Chuyện gì đang xảy ra với bạn?" Đấy là tâm trí đang vẽ lên dấu hỏi, nhưng trái tim biết bạn đã tìm thấy tôi rồi. Từ nay, dù bạn đang ở đâu, sự giao cảm này sẽ vẫn tiếp tục.

Mọi thứ diễn ra giữa tôi và bạn là điều gì đó vượt ngoài không gian và thời gian. Thế nên bạn có thể đi một cách sung sướng, vui vẻ. Và bất cứ khi nào nhắm mắt lại, bạn sẽ nhớ đến tôi, sẽ ở đây và ngay bây giờ.

Phật trường của tôi không chỉ hạn chế trong công xã này, mà còn trải rộng trên toàn trái đất. Thế nên bất kỳ nơi nào có người yêu mến tôi đậm đà, thì người ấy sẽ tự tạo ra chung quanh mình một phật trường nhỏ.

Hans-Peter, không những chỉ giữ mối liên hệ với tôi, bạn sẽ còn trở thành nhịp cầu cho nhiều người đi đến với tôi nữa. Bạn sẽ là người mang thông điệp – không phải nhà truyền giáo, nhưng là một sứ giả. Nhà truyền giáo là thứ giả hiệu, là người mà chính bản thân đã hoàn toàn chẳng hiểu biết, chẳng chứng nghiệm được điều gì cả. Hắn chỉ là tay nhà nghề mượn tôn giáo làm nghề nghiệp để kiếm sống. Bạn sẽ là sứ giả, sẽ loan truyền thông điệp đi tới nhiều người – tới bạn bè, tới người bạn quen biết, người bạn thương mến.

Vâng, sự việc hoàn toàn tốt đẹp; hãy đi và chia sẻ tôi với nhiều người khác. Bạn sẽ được gọi đến khi cần thiết, bạn sẽ trở lại nơi này; và nếu cần ở đây mãi mãi bạn sẽ ở đây mãi mãi. Điều gì cần thiết sẽ xảy ra.

Hãy tin tưởng!

Câu hỏi thứ sáu:

Thưa Sư phụ,

Tại sao chẳng ai quan tâm đến con?

Narendra, hãy thiền quán trên câu châm ngôn của Murphy: Không ai để ý khi mọi thứ trơn tru.

Chắc bạn phải đang trơn tru lắm. Người ta chỉ để ý khi có việc gì không đúng, nếu mọi việc tuyệt đối trôi chảy thì ai đi chú tâm đến bạn làm gì.

Tương truyền Mahavira muốn từ bỏ hoàng cung nên đến xin phép mẹ. Bà mẹ trả lời, "Dừng ngay lời vô lý này lại, đừng hỏi mẹ thêm lần nữa! Cho đến chết, mẹ vẫn không cho phép con bỏ đi. Nếu trốn mẹ là con làm một hành động vô cùng bạo động với mẹ, trong khi con luôn luôn nói về bất bạo động. Nên nhớ!"

Mahavira không bao giờ hỏi mẹ nữa, mãi đến hai năm sau khi bà mất. Trên đường về nhà từ lễ an táng, ông hỏi người anh, "Bây giờ em có thể đi được chưa? Em còn ở lại đây chỉ vì mẹ dặn đừng hỏi việc này trong lúc bà còn sống. Hôm nay, may mắn thay, bà không còn nữa, thế nên em có thể ra đi?"

Người anh trả lời, "Dừng ngay lời vô lý này lại! Mẫu hậu vừa mất. Tai họa đã trùm lên gia đình chúng ta, vậy mà em còn đòi bỏ đi. Em sẽ không được phép từ bỏ hoàng cung cho tới khi anh chết."

Là người rất ngoan ngoãn, Mahavira vâng lời. Bắt đầu sống trong hoàng cung như người đã xuất gia, suốt cả ngày ông chỉ thiền định, im lặng, đi đứng nhẹ nhàng lặng lẽ, đến độ hầu như không còn hiện diện. Dần dần, trong gia đình không còn ai để ý đến ông nữa. Thật là một câu chuyện hay.

Thế rồi một ngày, người anh chợt nhận ra, "Mấy tháng nay chúng ta không để ý đến nó. Nó đang ở đâu?" Người anh đi tìm và hỏi mọi người trong thân tộc, "Phải làm gì đây? Nó gần như không còn ở đây! Nó trở nên im lặng, bình an, không gây tiếng động, không quấy rầy, không nói năng với ai. Giống như nó hoàn toàn không hiện hữu chút nào! Thế thì còn ngăn cản nó để làm gì?"

Cả gia đình họp lại, người anh hỏi Mahavira, "Bây giờ em có thể đi. Thật ra, em đã đi rồi vì mọi người không còn để ý tới em nữa."

Mahavira trả lời, "Bây giờ, đi hay ở chẳng còn khác nhau. Nhưng nếu anh muốn, em sẽ ra đi."

Narendra, đừng bận tâm. Thiên hạ chỉ chú ý khi bạn làm điều gì không đúng. Chó cắn người là chuyện thường, người cắn chó mới đáng làm tin tức! Thế nên nếu muốn có tên trên báo thì hãy cắn con chó một phát! Làm việc ngu ngốc gì đó, trở thành một loại gây khó chịu nào đó; chỉ người tạo ra phiền hà khó chịu mới được quan tâm.

Có giá trị quấy rầy người khác chính là lý do tại sao bạn thấy hầu hết các chính khách đều được đưa lên báo chí hằng ngày. Bạn có thể hỏi thủ tướng hay tổng thống của bất cứ quốc gia nào trên thế giới về lý do chọn người để thành lập nội các của ông. Đó là giá trị phiền toái! Bất cứ nhân vật nào tạo ra phiền toái, dù không muốn cũng được chọn. Hiển nhiên, càng tạo ra phiền toái chừng nào, bạn càng được chú ý chừng nấy. Nếu là người lặng lẽ sống hài hòa giữa bản thân và cuộc đời thì ai sẽ quan tâm đến bạn? Hãy làm chuyện bậy bạ gì đó, chuyện gì cũng được!

Đấy là lý do tại sao các bậc thánh nhân của bạn cứ tiếp tục làm những việc ngu xuẩn – chỉ gây chú ý. Đứng trồng chuối ngược trong chợ trên đường M.G. là mọi người sẽ tụ lại; đang đi đâu, dù bận rộn cỡ nào, hễ thấy đám đông bu quanh một tên khùng đang đứng bằng cái đầu, họ đều phải dừng lại để thưởng thức. Hãy làm chuyện ngu ngốc nào đó!

Robert Ripley, người nổi tiếng đã viết nhiều sách, một trong số sách của ông là quyển "Tin hay không." Thu thập mọi loại sự việc không thể tin nổi, ông là chuyên gia về những sự kiện chưa từng thấy – sự thật không thể tin được. Có người hỏi ông làm thế nào để được nổi tiếng.

Ông bảo, "Hãy làm một việc: Cạo nửa bên đầu rồi im lặng đi khắp New York. Trong ba ngày, cứ im lặng đi, đừng nói lời nào, chỉ để người ta quan sát thôi."

Sau ba ngày, người ấy xuất hiện trên mọi tờ báo! Có người lạ lùng với cái đầu cạo phân nửa đang đi khắp phố New York chẳng nói một lời. Dù có hỏi đến, hắn cứ nín thinh. Thật quái đản!

Mục đích tôi chọn màu cam cho đồng phục của bạn là để

mọi người chú ý, dù bạn ở bất cứ nơi nào – New York, Berlin, Paris, Rome... Điều này giúp ích cho công việc của tôi! Người ta bắt đầu thắc mắc, "Chuyện gì đã xảy ra cho bạn vậy?" Các sannyasin của tôi đều giống như chúa Jesus tái thế!

Narendra, chắc quá đàng hoàng nên chẳng ai chú ý tới bạn; hãy nên vui vẻ với thực kiện này.

Câu hỏi thứ bảy:

Thưa Sư phụ,

Tại sao lại chỉ trích các tu sĩ nặng nề như vậy? Họ nào có bắt sư phụ phải ngưng uống rượu, còn sư phụ chỉ phải nghe họ thuyết giảng mỗi tuần một lần thôi mà.

Naranjin, chỉ nghe mấy thứ vô nghĩa đó mỗi tuần một lần cũng đủ bị nhiễm độc mất rồi. Bị tuyên truyền cả bao thế kỷ... đến độ những thứ đó đã đầy trong không khí, đã là thành phần của bầu khí quyển. Nghe họ giảng mỗi tuần một lần không phải là vấn đề, nhưng vấn đề là sự chấn động của họ đụng tới khắp nơi. Họ cứ nhắc nhở bạn bằng đủ mọi cách có thể làm được. Bất cứ nơi nào bạn đi qua đều có nhà thờ hoặc chùa chiền hay đền thờ; bạn không nghĩ rằng những thứ ấy gợi lên cho bạn điều gì sao? Và họ cứ đánh chuông trong nhà thờ chỉ để nhắc bạn nhớ, "Đừng quên chúng tôi vẫn còn có mặt tại đây!" Và bạn có thể nhìn thấy những nóc nhà thờ cao ngất từ mọi phía; họ đang nhắc khéo bạn đó! Tất cả những thứ đó là tiến trình vi tế để làm cho bạn ghi nhớ.

Ở Ấn Độ, bạn không thể đi hết con đường mà không gặp một đền thờ – chỗ nào cũng có đền thờ. Dựng đền thờ trong xứ sở này hết sức dễ dàng: bạn chỉ cần phết sơn lên bất cứ cục đá nào. Thử xem! Thử mang một cục đá từ đâu cũng được, tô sơn đỏ lên trên rồi đặt nó dưới tàn cây và ngồi nhắm mắt bên cạnh. Trong vòng vài phút bạn sẽ thấy người ta dừng lại; vài người cúng bông hoa, vài người quỳ xuống bái lạy cục đá. Họ sẽ nghĩ đó là tượng thần khỉ Hanumanji!

Người Ấn không tin vào những vật đắt tiền; họ làm cái gì cũng bằng những thứ rẻ mạt. Là một xứ nghèo, bạn biết mà, thế nên mọi cái đều phải rẻ tiền để vừa khả năng của mọi người. Bạn muốn có bao nhiêu thần thánh cũng được. Bất cứ cục đá nào đều dùng được: nếu tròn tròn thì thành Shankara hay Shiva; nếu hình thù méo méo và được sơn màu đỏ thì thành Hanuman! Chỉ cần ngồi đợi bên cạnh rồi bạn sẽ thấy những người sùng tín kéo đến.

Tôi không chỉ trích nặng nề các giáo sĩ. Thực ra, những giáo sĩ thông minh còn rất thích tôi là đằng khác.

Mới mấy hôm trước tôi có nhận được tấm thiệp từ một giáo sĩ cho biết ông rất vui sướng vì đã nghe băng và đọc sách của tôi. Ông vui mừng vì tôi ở đây – tấm thiệp chúc mừng từ một giáo sĩ! Tôi không làm khó những giáo sĩ thông minh. Không, tôi đơn giản đang chỉ cho họ lối thoát! Và một vài người đã trốn thoát; có nhiều giáo sĩ, tu sĩ và ni sư đã trở thành sannyasin. Nếu thực trạng này cứ tiếp tục xảy ra sẽ tạo nên nguy hiểm cho nhiều tổ chức tôn giáo, vì thế họ đang lo sợ.

Các thẩm quyền của đạo Tin Lành ở Đức đã ra lệnh cho toàn thể nhà thờ Tin Lành của Đức không được nhắc đến tên tôi trong bất cứ buổi giảng đạo nào. Một ủy ban đặc biệt do hội thánh Tin Lành ủy nhiệm để khảo sát về tôi, đã phát hành bản báo cáo dày tám mươi trang về các quyển sách và bài giảng của tôi. Họ đã đọc tất cả sách của tôi... và cảm nghĩ của tôi là ít nhất phân nửa số người trong ủy ban này sẽ cải đạo, bởi bản phúc trình có vẻ hết sức rối rắm! Có đoạn họ tán thành, có đoạn họ chống lại tôi; dường như tâm trạng của họ không thể kết luận dứt khoát liệu người mà họ điều tra là đúng hay sai. Bản phúc trình cho thấy rất rõ điều này.

Họ bảo, "Người này nói giống như chúa Jesus – nhưng hãy coi chừng hắn." Bây giờ tôi nghĩ nhiều giáo sĩ, đặc biệt là giáo sĩ Tin Lành ở Đức, sẽ đọc sách của tôi. Bởi trong bản báo cáo, họ đã trích dẫn và nêu tên tất cả quyển sách của tôi, nên ngay cả những giáo sĩ chưa hề biết về tôi sẽ biết tôi là ai! Đấy là cách sự việc xảy ra trên đời! Đây là một thế giới hết sức lạ lùng!

Tôi chẳng trêu chọc ai cả. Quá lắm, tôi chỉ kể những câu chuyện cười về các tu sĩ. Và cảm nghĩ của tôi là khi ở một mình chắc họ thích xem mấy chuyện khôi hài này của tôi lắm!

Vị trưởng giáo đứng trước đám dân làng im lặng chăm chú lắng nghe, ông nói, "Các con không được dùng thuốc ngừa thai!"

Một bà duyên dáng bước lên, vừa lắc ngón tay vừa quở trách vị giám mục, "Trông này, cha không chơi trò chơi, cha không quyền đưa ra luật lệ!"

Câu hỏi chót, câu thứ tám:

Thưa Sư phụ,

Chồng con điên, nhưng đôi lúc ông ấy nói đúng. Người điên có khả năng làm chuyện này không?

Neelam, người điên có thể làm bất cứ chuyện gì – họ điên mà! Thậm chí còn có thể nói lên sự thật. Chính những người được gọi là bình thường tỉnh táo mới không thể tin cậy, mới là tay tổ nói láo; còn người điên rất giản dị, họ chẳng bận tâm cũng như bất cần, nên có thể nói lên sự thật.

Hãy lắng nghe ông chồng của bạn. Ông tỉnh táo hơn so với những người được gọi là tỉnh táo. Nếu thỉnh thoảng bạn nghe ông ấy nói sự thật, có thể những lần khác ông cũng nói thật nhưng bạn không để ý.

Người điên là những người tốt đẹp. Họ điên chỉ vì quá nhạy cảm đến mức không thể sống trong thế giới điên loạn này. Thế giới điên loạn này làm họ nổi điên! Họ quá nhạy cảm và dễ bị tổn thương nên trở thành nạn nhân. Họ là những người hồn nhiên, chân thành và lương thiện, chứ không láu cá mưu mẹo. Tôi biết nhiều người điên, thật ra, tôi chỉ biết người điên và kính trọng họ.

Bạn hỏi tôi, *"Người điên có khả năng nói lên sự thật không?"*

Chỉ người điên mới có thể nói lên sự thật.

Chắc chúa Jesus phải là một người điên, bằng không ông đã không nói lên sự thật. Nếu không điên, ngài đã nhập vào cuộc chơi của đám đông và trở thành giáo sĩ nổi danh, đã được đội vương miện chứ không bị hành hình trên thập tự giá. Nhưng ngài điên nên đã nói lên sự thật.

Socrates cũng điên, điên nặng, nếu không, tại sao lại bận tâm đến sự thật làm gì? Cứ sống như mọi người, cứ bắt chước theo họ, cứ nói láo như họ, cứ lừa đảo như họ, cứ đạo đức giả như họ. Đám đông là như thế, tại sao phải sống thật? Tại sao phải khẳng định sự thật? Nhưng chắc ông đã điên nặng.

Trong giây phút sau cùng, quan tòa cũng cảm thấy thương tiếc cho con người chính trực này, nên bảo ông sẽ được tha tội chết nếu chịu rời bỏ thành Athens và không bao giờ quay trở lại.

Socrates khẳng khái, "Tôi không thể làm điều này. Tôi đã sống ở Athens, đã dạy học ở đây, đệ tử và người thân của tôi đều ở đây. Bây giờ với tuổi già này, tôi sẽ đi đâu để tạo lập lại việc kinh doanh của mình chứ?"

Vâng, ông thực sự đã dùng câu 'việc kinh doanh'.

Quan tòa thắc mắc, "Ông nói 'việc kinh doanh' là có ý gì?"

Socrates trả lời, "Việc nói lên sự thật – đấy là nghề kinh doanh của tôi."

Quan tòa thật sự có cảm tình với ông nên cố gắng, "Thế ông chỉ làm một điều là cứ sống ở Athens, nhưng không được nói gì cả, phải tuyệt đối im lặng."

Ông đáp, "Không thể được. Thà chết còn tốt hơn, bởi cái chết của tôi sẽ nói. Để tôi cho ngài biết, thậm chí hàng nhiều thế kỷ về sau, cái chết của tôi cũng sẽ tiếp tục nói cho mọi người nghe về sự thật. Và ngài chỉ được nhắc đến là nhờ tôi, bằng không, chẳng ai màng nhắc tới làm gì. Tôi không thể ngừng công việc nói lên sự thật của mình. Tôi sẵn sàng chết."

Chắc ông đã điên! Ngay cả nhiều môn đệ của ông cũng nghĩ như thế! Mạng sống hết sức quý giá; nhưng với con người của chân lý, sự thật còn có giá trị hơn nhiều.

Và người điên có thể làm bất cứ việc gì. Hãy giúp chồng bạn chứ đừng cản trở; giúp ông sống trung thực, chân chính, và đừng gọi ông ấy là người điên. Ai biết ai điên? Thật ra, không có định nghĩa nào hiện hành cả. Các nhà phân tâm học gọi Jesus là người bị bệnh tâm thần. Friedrich Nietzsche nói đức Phật điên. Freud bảo Nietzsche loạn trí. Jung cho Freud là người bất bình thường. Biết tin ai bây giờ?

Một bác sĩ danh tiếng giải phẫu bao tử bệnh nhân và cả bầy bươm bướm bay ra.

Bác sĩ nói, "Này, người này thực sự đang nói lên sự thật!"

Cũng có thể ông ấy đang diễn một vai trò, chỉ đóng tuồng, bởi đôi khi cách này thực sự cũng hay ho lắm. Tôi biết một người điên. Ông tuyệt đối tỉnh táo khi một mình với tôi, nhưng lại nổi cơn điên khi về nhà. Tôi hỏi ông ấy, "Chuyện gì thế?"

Ông bảo, "Trò này giúp tôi thoải mái. Tôi chẳng phải làm gì, chẳng phải bận tâm đến công việc kinh doanh của gia đình, chẳng phải lo lắng chi cả. Chỉ hưởng thụ! Hết tắm sông, tôi nằm phơi nắng, và mọi người nghĩ tôi là kẻ điên. Vợ tôi trông nom cửa hàng, còn mấy đứa con, thay vì phải lo cho chúng, bây giờ chúng lại lo lắng cho tôi. Tôi đang thưởng thức và tận hưởng đời mình! Tôi đã làm đủ rồi, bây giờ đây là cách duy nhất để nghỉ ngơi."

Có nhiều người chỉ giả điên.

Nên giúp chồng bạn. Có thể chỉ vì bạn mà ông ấy giả điên cũng không chừng. Neelam, đàn bà rất nguy hiểm! Bạn phải gặp Aseema mới được...

Aseema là một sannyasin xinh đẹp. Tôi đã gặp hai người chồng cũ của cô ấy – cả hai đều bị điên. Một là Sarvesh, người có biệt tài nói tiếng từ bụng; chàng này hết sức tỉnh táo trước khi gặp Aseema, bây giờ thì cô sannyasin xinh đẹp đã khiến anh ấy thành người điên! Người kia là Nikunji cũng bị điên luôn. Toàn bộ công đức đều đến từ Assema! Nếu có người nào khác đang nghĩ đến việc nhào vô Assema, thì nên suy nghĩ cẩn thận, và tự đứng lại!

Một bà đi xem chỉ tay được tiên đoán, "Chồng bà sẽ chết bất đắc kỳ tử."

Bà ta hỏi, "Cho hỏi thêm câu nữa. Liệu tôi sẽ trắng án không?"

**

Lúc đi ngang qua căn nhà gỗ của một người thượng, nhóm người tản bộ dã ngoại mỉm cười chào người chủ nhà khi họ trông thấy ông đang nằm đu đưa trên ghế ngoài hiên. Họ cũng để ý thấy bà vợ đang bước vào nhà qua cánh cửa cái duy nhất; rồi chỉ vài giây sau họ bỗng thấy con mèo rừng phóng qua cửa sổ đang mở toang.

Họ hấp tấp chạy đến người thượng và la to, "Lẹ lên! Có con mèo rừng vừa phóng ra khỏi phòng và vợ ông đang ở trong đó."

Người thượng đáp, "Tới số nó rồi! Dù sao chăng nữa, tôi không bao giờ làm giống như con mèo rừng."

Thế nên, Neelam, hãy thiền quán một chút về bạn. Tại sao người đàn ông đáng thương này hành động như một kẻ điên?

Ngay lúc cao điểm của cuộc chiến bất hạnh do người Mỹ can dự ở Đông Nam Á, một thanh niên trông như cú bước đến bàn làm việc của sĩ quan tuyển mộ.

"Tôi phải làm gì để tới Việt Nam càng sớm càng tốt?"

"Thế này, đầu tiên phải làm đơn xin nhập ngũ."

"Người tình nguyện phải khám sức khỏe không?"

"Chắc chắn rồi."

"Mẹ, việc này làm chậm tôi lại. Tôi muốn ra tuyến đầu ngay tức khắc."

"Bất luận là gì, anh phải qua khóa huấn luyện căn bản. Không ai ra trận khi chưa được huấn luyện chu đáo."

"Thế ít ra quân đội sẽ chở tôi tới Việt Nam bằng máy bay chứ? Tôi ghét đi tàu chậm rì."

"Anh nóng như lửa để làm gì thế? Bộ không biết là anh có thể chết hay bị thương ở ngoài đó hay sao?"

"Thì chết hay bị thương. Hễ tôi được vinh thăng thì có gì khác nhau đâu?"

"Nghe này, anh bạn. Tại sao anh không đi về nhà và quên hết chuyện này? Anh điên quá!"

Chàng thanh niên đột ngột móc trong túi áo khoác ra một tờ giấy rồi nhét vào tay người sĩ quan tuyển mộ, "Đây, ký tên ngay đi!"

Đã đủ cho hôm nay.

VẤN ĐÁP
• BÀI GIẢNG 11

Không Có Gì Mất, Chỉ Không Kịp

Bài giảng tại Phật Đường sáng ngày 02 tháng Ba, 1980

KINH PHÁP CÚ: PHẬT ĐẠO
BỘ 12 QUYỂN • QUYỂN MƯỜI

Câu hỏi thứ nhất:

Thưa Sư phụ,

Tại sao sư phụ liên tục bị người ta hiểu lầm và bị giải thích sai lạc?

REJESH, thực kiện này tuyệt đối phải xảy ra, không thể tránh khỏi được. Phải như thế vì đó là phần số của những ai nói lên sự thật. Nhất định họ phải bị hiểu lầm, bị giải thích lệch lạc; nếu không, thì đấy là một phép mầu, vì điều này mãi đến hôm nay chưa từng xảy ra cũng như không có hy vọng sẽ xảy ra.

Chư phật luôn luôn bị hiểu lầm bởi lý do đơn giản là họ nói từ viễn kiến, từ chứng nghiệm hoàn toàn khác với tầm nhìn, với kinh nghiệm thường tình của quần chúng. Chứng nghiệm của họ thâm viễn đến độ không thể diễn bày qua ngôn ngữ, nhưng họ vẫn nỗ lực dùng ngôn ngữ để diễn đạt –

họ cố gắng làm điều bất khả thi. Chuyển tải siêu nghiệm qua lời nói tạo ra vấn đề. Chư vị dùng lời nói theo cách riêng, từ ngữ của họ mang sắc thái riêng, nhưng khi những lời này đến tai bạn thì chúng hoàn toàn mất hết ý nghĩa được chư vị ngụ ý; chúng lập tức được giải thích, được thông dịch theo kinh nghiệm của bạn.

Chư phật nói từ trên chót vót đỉnh cao rực nắng, còn bạn đang sống dưới thung lũng tối tăm. Họ nói về ánh sáng, thứ mà bạn chưa hề biết qua; họ nói về con mắt trí huệ, thứ mà bạn chưa từng mơ thấy. Họ diễn đạt về vĩnh hằng, trong khi mọi điều bạn biết chỉ là thời gian hạn cuộc; bạn chỉ biết pháp vô thường, trong khi họ nói về pháp thường hằng, về cái không biến dịch, về cái tồn tại miên viễn. Do đó có khoảng cách không thể nối giữa hai bên; trừ phi bạn cũng trở nên tỉnh thức như chư vị, khoảng cách này vẫn còn mãi mãi.

Vì thế nên chỉ một số ít đệ tử dần dần đắc được ý chỉ của các tôn sư. Từ từ, vài người được tỉnh thức và thoát ra khỏi cơn trường mộng. Đây cũng là điều gian nan, vì mọi thứ bạn biết về đời sống của mình chỉ là giấc ngủ và chiêm bao. Bỏ lại cuộc đời và giấc chiêm bao đằng sau nào phải chuyện dễ dàng; đó là hành động phá hủy toàn bộ dĩ vãng của bạn, là việc đi vào vùng hoang địa mà không có bản đồ trên tay – khiến người ta cảm thấy sợ hãi.

Chỉ đệ tử mới có thể hiểu được chư vị, còn đám đông thì không thể. Đại chúng đặt hết mọi đầu tư trong sự *không* hiểu. Thậm chí nếu có khả tính để hiểu, họ cũng tránh né. Không những không muốn đến gần các bậc giác giả, họ còn tạo ra tin đồn, đủ loại tin đồn. Họ bủa vây chư vị với quá nhiều màn khói tự tạo, đến độ chư vị gần như biến thành vô hình đối với họ. Vì sự thật gây đau đớn nên họ chẳng muốn lắng nghe. Toàn bộ cuộc đời bám rễ trong giả dối hư ngụy, cho nên sự thật làm họ tổn thương, khiến họ tan nát.

Và quần chúng quá đông đảo, có hàng ngàn hàng triệu kẻ mù lòa. Người có đôi mắt sáng rất hiếm, chỉ một vài và rất lâu mới có. Thỉnh thoảng mới xuất hiện một Zarathustra, một Lão Tử, một Jesus, một Moses, một Phật. Những bậc sáng mắt này làm điều gì đó không thể tưởng tượng được. Họ cố gắng giải thích ánh sáng cho hàng triệu triệu người mù; người mù có thể nghe danh từ 'ánh sáng', nhưng không thể hiểu – hoặc hiểu theo cách riêng, theo bất cứ ý tưởng hay quan điểm nào về ánh sáng của họ. Tuy mù lòa, nhưng họ có hàng ngàn quan điểm. Họ có rất nhiều kiến thức, nhưng hoàn toàn chẳng chút chứng nghiệm nào. Trong đầu họ chứa đầy ắp kinh điển; họ che giấu sự mù lòa của mình đằng sau những chồng kinh sách. Họ có thể trích dẫn kinh văn, có thể và cũng rất sắc bén trong việc tranh biện.

Thật ra, không thể bàn cải gì về chân lý; hoặc bạn biết hoặc không biết. Chân lý cũng không thể chứng minh được, hoặc bạn biết hoặc bạn không biết. Khả hữu tính của nó chỉ là biết hay không biết, chứ chẳng có cách nào chứng minh được.

Một lần nọ:

Người ta dẫn một người mù đến gặp đức Phật. Người này là một luận sư, triết gia, rất giỏi biện bác. Ông đã tranh cãi với dân làng rằng không có ánh sáng, "các người đều mù như tôi thôi. Tôi biết không có ánh sáng, còn các người thì không biết, chỉ khác nhau thế thôi." Ông nói câu này với những người có mắt sáng! Nhưng lý luận của ông hết sức sắc bén đến mức dân làng chẳng biết phải đối phó thế nào.

Ông bảo họ, "Mang ánh sáng tới đây để tôi nếm hoặc ngửi hay đụng chạm nó. Chỉ khi ấy tôi mới tin là nó có thật."

Tuyệt chiêu! Ánh sáng không thể sờ, nếm, ngửi, nghe. Và đấy là bốn giác quan còn lại của người mù. Không ai có thể mang ánh sáng tới, nên ông cả cười trong chiến thắng, "Thấy chưa! Không có ánh sáng, bằng không thì đưa cho tôi bằng chứng đi nào!"

Khi đức Phật đi ngang qua, dân làng nghĩ nên đưa người này đến gặp Phật là tốt nhất. Đức Phật lắng nghe toàn bộ câu chuyện rồi bảo, "Người này không cần đến tôi. Tôi cũng chữa lành bệnh cho người mù, nhưng khác loại: những người mù tâm linh. Nhưng bệnh mù này thuộc về cơ thể, các người nên đưa hắn tới gặp y sĩ; hãy đưa ông ấy đi gặp y sĩ của tôi."

Y sĩ riêng của ngài là bậc lương y đại tài vào thời đó, Jivaka (Kỳ Bà), được vua cha cho đi theo để chăm sóc sức khỏe cho ngài. "Đưa hắn đến gặp Jivaka, tôi chắc chắn y sĩ sẽ có khả năng giúp hắn. Người mù này cần y sĩ để thấy ánh sáng, chứ không cần triết lý thâm sâu. Nói về ánh sáng là ngu ngốc; và hắn sẽ thắng cuộc nếu các người tranh luận với hắn, vì hắn có thể chứng minh là không có ánh sáng."

Nên nhớ, chứng minh không có Thượng Đế rất dễ dàng, nhưng tin Thượng Đế hiện hữu thì không thể chứng thực được. Chứng minh điều phủ định thì dễ, bởi tất cả luận lý đều có khuynh hướng tiêu cực; nhưng với điều khẳng định lại không dễ, vì luận lý không mở về hướng tích cực. Do đó mà người vô thần có nhiều luận chứng hơn và người hữu thần cảm thấy hầu như bị đánh bại bởi không thể đưa ra bằng chứng về sự hiện hữu của Thượng Đế hay linh hồn.

Jivaka chữa lành mắt của người mù; trong vòng sáu tháng người này có khả năng nhìn thấy. Ông tung tăng mang bông hoa và trái cây đến cúng dường đức Phật. Sụp lạy dưới chân ngài, ông thổ lộ, "Nếu không có thế tôn ở đấy, chắc trọn đời con còn tranh luận về ánh sáng – và ánh sáng là hiện thể! Bây giờ con biết!"

Đức Phật nói, "Ông có thể chứng minh được chăng? Ánh sáng ở đâu? Tôi muốn nếm, chạm và ngửi nó!"

Người mù – người bị mù trước đây – trả lời, "Không thể được. Bây giờ con biết được là ánh sáng chỉ có thể thấy được, chứ không còn cách nào khác hơn. Con xin lỗi. Con bị mù, mù hoàn toàn, và trong sự mù lòa đó đã nói lên những điều không đúng. Con đã phản biện điều gì đó không những thực hữu, mà còn là kinh nghiệm tuyệt vời nhất của đời sống. Nếu thế tôn không có mặt hôm đó, chắc con cứ mãi tranh cãi về cái hiện thể và vẫn còn miên viễn là một kẻ mù. Và ngài đã xử sự tuyệt vời bằng cách không nói một lời nào về ánh sáng, bằng không, bởi con đã chuẩn bị để tranh luận với ngài, và con cũng biết luôn là ngay cả chính ngài cũng không thể chứng minh được. Nhưng sự minh triết của thế tôn quá sâu sắc, ngài có thể thấy rõ con không cần bằng chứng, mà chỉ cần y học. Con không cần triết lý, nhưng cần y sĩ. Ngài đã hướng dẫn con đến gặp đúng người. Con vô cùng biết ơn."

Và người này không bao giờ rời bỏ đức Phật. Ông nói, "Việc mà thế tôn làm với đôi mắt thể chất của con, xin ngài cũng làm như thế với đôi mắt tâm linh của con nữa."

Ông trở thành đệ tử của Phật, trở thành một sannyasin.

Làm một người đệ tử nghĩa là sẵn sàng được mổ xẻ. Đấy là cuộc giải phẫu nội khoa: mổ vết thương trong cốt lõi sâu nhất của bản thể bạn. Chỉ khi ấy bạn mới có thể hiểu tôi, có thể hiểu được điều tôi nói với bạn.

Nhưng đám đông phàm tục không sẵn sàng làm việc này. Đừng nên bận tâm về họ, Rajesh. Chẳng phải chuyện của chúng ta. Nếu hiểu lầm, đối với chúng ta không thành vấn đề; nhưng với họ, họ bỏ lỡ điều gì đó. Nếu diễn giải sai, đấy là sự mất mát của họ. Cố gắng đưa họ đến gần tôi hơn, nhưng đừng nên tranh luận với họ.

Tôi là thầy thuốc, chứ không phải triết gia. Công việc của tôi ở đây là công việc của bác sĩ mổ xẻ, không phải của người thầy giáo. Sư phụ lúc nào cũng là một nhà phẫu thuật; ông, từng mảng một, cắt bỏ tất cả mọi thứ hư ngụy bên trong bạn, để dần dần phá hủy hết toàn bộ cấu trúc giả tạo của bạn. Sau khi ấy, cái gì còn lại bên trong bạn là sự thật của bạn, là bản thể của bạn. Chỉ khi chứng nghiệm được điều này, bạn mới có khả năng hiểu biết những gì được chuyển tải tới bạn qua lời nói, qua im lặng, qua giao cảm.

Tôi tìm đủ mọi cách để chạm đến bạn, nhưng việc này chỉ khả thể nếu bạn mở lòng ra với tôi. Nhưng tôi không thể tới với đám đông quần chúng, vì bất khả tiếp cận chính là bản chất của mọi sự việc.

Câu hỏi thứ hai:

Thưa Sư phụ,

Làm thế nào con có thể trở thành con người mới mà sư phụ nói về?

Bhagwato, Jesus nói: *Trừ phi được sinh trở lại, ngươi không thể bước vào vương quốc của Thượng Đế của ta.* Tôi nói với bạn cũng chính xác như thế: Trừ phi bạn được tái sinh...

Có hai lần sinh. Một lần nhờ cha mẹ của bạn; đây là lần sinh thuộc về vật lý. Đây là cơ hội duy nhất cho lần sinh thứ hai. Nếu nghĩ chỉ lần sinh thứ nhất là tất cả, thì bạn bỏ lỡ toàn bộ vấn đề. Lần sinh thứ nhất chỉ là một hạt giống, nó sẽ có giá trị vô biên nếu lần sinh thứ hai xảy ra; nếu không, nó sẽ hoàn toàn vô dụng. Bạn phải là người được *sinh-hai-lần*. Đấy là cách người Đông phương chúng tôi định nghĩa các bậc giác ngộ.

Lần sinh thứ hai phải xảy ra bên trong bạn; lần này là của tâm thức chứ không phải của thân xác, ngay cả cũng không phải tâm trí của bạn, nhưng là của ý thức tỉnh giác.

Thông thường, lần sinh thứ nhất chỉ làm bạn thành một bộ máy. Bạn bắt đầu sống theo cách rất nông cạn chứ không có chút sâu sắc nào, chút linh hồn nào. Bạn ăn uống, đi đứng, làm việc, ngủ nghĩ, đều giống như người máy. Bạn không thấy, chắc chắn không thể thấy nét đẹp của thực tại; bạn không nhìn ra được thượng đế tính của mỗi khoảnh khắc, vì đấy là hiện tượng bất khả kinh nghiệm cho bạn. Muốn nhìn thấy nó cần phải có một sự chuyển hóa nội tại toàn diện, cần một đối tượng tính mới, một kiến quan mới, một viễn cảnh mới.

Bạn thấy, bạn nghe, bằng một cảm thức nào đó. Vâng, bạn nghe lời nói, nhưng bỏ mất ý nghĩa của chúng. Bạn chỉ đọc Thánh kinh, kinh Koran, kinh Vedas, như mấy con vẹt. Ngay cả mấy con vẹt còn thông minh hơn các ngài được mệnh danh là học giả, là trí thức của bạn. Bạn cứ tiếp tục lặp lại như cái máy ghi âm. Và bạn quá qui ngã tới mức không dám chấp nhận, không thể nói, "Tôi không biết."

Jascha Heifetz, nhạc sĩ vĩ cầm lỗi lạc, đến Luân Đôn để biểu diễn trong một buổi đại hòa tấu. Vài giờ trước khi mở màn, phát giác một sợi dây đàn bị đứt, nên ông vội vã đi đến tiệm bán dụng cụ âm nhạc để mua dây đàn thay thế. Tiếp ông là một cô gái mới vô nghề.

Heifetz nói, "Tôi muốn mua một sợi dây 'Mi' cho cây vĩ cầm."

Cô gái ngơ ngác hỏi, "Dây gì?"

"Dây mi."

Cô gái trả lời một cách biện hộ, "Xin lỗi, ông yêu, chắc ông phải tự đi tìm, chứ tôi không thể phân biệt cái của ông với cái của bà!"

Người ta rất miễn cưỡng chấp nhận thực kiện là mình không biết bằng mọi cách có thể làm được. Đấy là lầm lỗi trầm trọng nhất trong đời. Chưa được sinh ra, nhưng nếu bạn tưởng mình đã ra đời rồi, thì cơ hội được sinh ra lần thứ hai này sẽ bị mất, sẽ trôi xuống rãnh.

Bạn có thể học những từ ngữ đao to búa lớn bởi chúng sẵn có khắp nơi. Bạn có thể học nhiều đến độ nếu gặp Jesus, có lẽ bạn sẽ lặp lại lời ngài nói còn giỏi hơn chính bản thân ngài, vì bạn đã tập luyện trong thời gian lâu dài. Có lẽ bạn sẽ hạ Jesus trong cuộc thi tài; chắc chắn ngài sẽ không chịu nổi! Vài giáo sĩ ngu ngốc nào đó sẽ thắng cuộc nhờ lặp đi lặp lại chính xác từng chữ một của lời ngài giảng, trong lúc chúa Jesus không thể làm được. Không thể được, bởi ngài phải tự nhiên, phải đáp ứng với tình huống. Có lẽ ngài nói lên điều gì mới lạ – bởi hai mươi thế kỷ thời gian đã trôi qua, ngài không thể cứ nói hoài mấy thứ cũ mèm ấy nữa. Không thể được!

Đấy là lý do tại sao người tin rằng mình biết, là những người dốt nát nhất trên đời. Ngu dốt thật ra không tệ lắm, nhưng cả tin mình biết trong khi chẳng biết gì ráo, là thái độ rất nguy hiểm.

Dường như két biết nói tiếng người đã trở thành phong trào, nên vợ của Mulla Nasruddin nhất quyết tìm cho mình một con về nuôi là điều có thể thông cảm được. Mặc dù các chỗ bán két đều hết sạch, cuối cùng cô ấy cũng gặp một tiệm còn một con duy nhất.

Người chủ tiệm căn dặn, "Con chim này được nuôi bởi một bà chủ động nên ngôn ngữ của nó hơi mặn một chút.

Có lẽ nếu cô che nó lại chừng tuần lễ, nó sẽ quên mấy thứ nó đã nghe thấy."

Vợ Mulla mua con két, mang về nhà và làm theo lời người chủ tiệm căn dặn. Một tuần lễ chờ đợi rồi cũng qua, con két được mở màn che. Trước hết nó chớp mắt để điều chỉnh ánh sáng rồi nhìn quanh, "Hùm… nhà mới đẹp quá. Hùm… bà chủ mới rất xinh. Hùm… mấy em mới cũng xinh nữa."

Ngay lúc ấy Mulla Nasruddin vừa bước vào, con két nhìn hắn một cái rồi nói, "À, chết rồi! Cùng những người khách cũ. Xin chào Mulla!"

Vâng, ngay cả mấy con két cũng còn tự nhiên thích ứng với tình huống hơn mấy tay học giả của bạn. Bạn cứ tiếp tục lặp lại. Cha mẹ của bạn tin rằng họ đã sống, và cha mẹ của họ cũng tin rằng họ đã sống, và những người này cho bạn ý tưởng rằng bạn đang sống. Bạn không đang sống, mà chỉ kéo lê cuộc đời vô vị. Đang sống nghĩa là tỉnh thức.

Bhagwato, khi nói con người mới, tôi ngụ ý là con người có ý thức. Nhân loại không được cứu rỗi nếu không có con người loại này xuất hiện. Điều này đã không mấy quan trọng trong quá khứ, nhưng bây giờ thì tuyệt đối cần thiết, là bức thiết. Trái đất này sẽ tận số nếu không có con người mới, nếu vẫn có càng thêm nhiều người không trở nên ý thức, cảnh giác, tỉnh thức. Vận mệnh của nhân loại đang nằm trong tay của đám chính khách ngu ngốc, và hôm nay họ lại sở hữu thêm quyền lực hủy diệt nhiều lần hơn từng có trước đây. Đấy là điều gì đó mới mẻ.

Chỉ năm năm trước họ đã có khả năng khả dĩ giết chết mỗi mạng người trên mặt đất này bảy lần – dù một lần cũng đủ rồi, cần chi nhiều thế! Năm năm về trước, chúng ta có năng lượng nguyên tử – bom nguyên tử, bom khinh khí –

những vũ khí có thể tiêu diệt trái đất bảy lần. Và trong vòng năm năm nay, kỹ thuật chiến tranh đã thực sự tiến bộ vượt bực: có thể phá hủy địa cầu bảy trăm lần! Chúng ta có thể hủy diệt bảy trăm hành tinh giống như quả đất này, và khí tài tân tiến vẫn cứ chồng chất cao thêm... Bất cứ lúc nào, bất cứ tên chính khách điên khùng nào cũng có thể kích hoạt tiến trình tự hủy diệt.

Hai mươi năm tới đây sẽ là khoảng thời gian nguy hiểm nhất trong toàn thể lịch sử nhân loại; con người chưa bao giờ bị nguy hiểm đến thế – chúng ta đang ngồi trên ngọn hỏa diệm sơn. Chỉ ý thức tỉnh giác hơn, cảnh giác hơn, mới có thể cứu vãn được tình huống; không còn cách nào khác. Chúng ta phải giải-tự-động những con người đã bị xã hội tự động hóa; xã hội tạo ra những bộ máy có hiệu năng, chứ không là con người.

Nỗ lực của tôi ở đây là giải-tự-động cho bạn. Tôi đang làm chuyện chống lại xã hội: xã hội biến bạn thành cỗ máy, còn tôi cố gắng phá hủy tác dụng này của nó. Tôi muốn ngọn lửa này được lan tỏa khắp hang cùng ngõ hẻm trên toàn mặt đất, để giúp được càng nhiều người trở nên ý thức càng tốt. Nếu số lượng ý thức tỉnh giác lớn lao phát triển trên mặt đất, thì khả tính, thì hy vọng cứu vãn nhân loại vẫn còn. Không có gì mất, chỉ không kịp. Mọi thứ đang được điều khiển bởi các nhà chính trị và máy điện toán, và cả hai đều nguy hiểm. Chính khách điên rồ; không thể làm chính trị gia nếu bạn khùng điên chưa tới mức. Bạn phải tuyệt đối mất trí, bởi chỉ loại người này mới bị quyền lực ám ảnh.

Người lành mạnh sống cuộc đời nhẹ nhàng thoải mái chứ không bị ám ảnh bởi quyền lực. Có thể họ chú ý tới âm nhạc, ca hát, nhảy múa, nhưng không thích thống trị bất cứ ai. Có thể họ quan tâm đến việc làm chủ bản thân, chứ chẳng màng gì đến việc làm chủ người khác.

Chính khách là những người điên khùng, và lịch sử đủ bằng chứng về thực kiện này. Và ngày nay bắt đầu thời đại máy điện toán có ảnh hưởng vô cùng lớn lao.

Bạn biết câu châm ngôn: *nhân vô thập toàn...* Điều này đúng, nhưng nếu bạn thực sự muốn tạo nên một tình trạng hỗn độn kinh hoàng, thì chỉ con người không chưa đủ, mà phải cần đến máy điện toán. Bây giờ máy móc và người điên đang cùng thống trị toàn thể thế giới. Chúng ta phải thay đổi từ chính nền tảng; đấy là ngụ ý của tôi khi nói về con người mới.

Con người mới nghĩa là một con người có ý thức hơn, thương yêu hơn, sáng tạo hơn. Toàn bộ tiến trình này chỉ khả hữu qua thiền định nhiều hơn. Hãy trở nên tĩnh lự hơn, tịch tĩnh hơn; hãy tự quán chiếu sâu sắc, và trong trực nghiệm đó, mùi hương linh diệu sẽ lan tỏa qua bạn. Nếu có nhiều người trở thành thiền giả thì trái đất này có thể tràn đầy hương thơm.

Câu hỏi thứ ba:

Thưa Sư phụ,

Không hề biết chuyện gì sắp xảy ra, thì chuẩn bị có ích lợi gì.

Sư phụ đang giết chết con, nhưng con sung sướng, tuy rất đau và sợ hãi.

Tái bút: Chỉ vài nét, xin đừng gây rắc rối thêm.

Prem Samarpan, vài nét cũng đủ gây rắc rối rồi. Và khi đòi hỏi điều gì, bạn sẽ được điều đó! Đôi khi người ta không hỏi nhưng vẫn được. Bất cứ cái gì bạn cần và bất cứ khi nào bạn cần, đều được đưa cho.

Đau đớn không phải lúc nào cũng tệ hại, đôi khi còn tuyệt đối cần thiết. Đấy là phúc lành trá hình. Bạn trưởng thành qua nỗi đau chứ không thể tránh né nó; qua nỗi đau người ta mới trở nên tích hợp, xác định. Điều kiện duy nhất cần được thực hiện là bạn phải trải nghiệm nó một cách có ý thức. Khi ấy, đau đớn cũng là món quà của Thượng Đế, giống như cái chết. Khi bạn có thể thực chứng thực trạng một cách có ý thức, thì mọi thứ đều là tặng phẩm; khi ấy vạn pháp chuẩn bị bạn cho lần sinh mới, cho con người mới.

Bạn nói, *"Tôi không hề biết chuyện gì sắp xảy ra."*

Không ai biết trước và chẳng ai cần phải biết. Samarpan, không bị tương lai làm phiền là tốt; hiện tại thôi cũng đủ lắm rồi. Sống toàn tâm toàn lực trong hiện tại là phương châm của sannyasin.

Chúa Jesus nói với môn đệ của ngài, *"Hãy nhìn những đóa hoa huệ ngoài đồng, chúng xinh đẹp biết bao!"* Bí mật của hoa huệ là gì? – chúng sống trong hiện tại và không bao giờ nghĩ về ngày mai. Toàn thể cuộc tồn sinh đều sống trong hiện tại, ngoại trừ con người. Do đó, trừ loài người ra, không có sự lo âu thống khổ. Tất cả mọi nỗi âu sầu khổ não đều là thứ do con người tạo ra, đều là *hành nghiệp* của chính chúng ta; nó chỉ tồn tại trong tâm trí của chúng ta mà thôi. Hoặc chúng ta bị phiền hà về quá khứ – thật là ngu dại, bởi ta không thể thay đổi cái đã qua; việc gì đã xảy ra đã xảy ra rồi, ta không thể quay trở lại để đổi khác nó. Nhưng bạn cứ suy nghĩ, "Phải chi mình làm việc nọ, phải chi mình nói câu này…" chỉ đơn giản phí thêm thời giờ. Người ta cứ tiếp tục ân hận về chuyện đã qua – cái không còn thực hữu thì không đáng ân hận! Hoặc cảm thấy mặc cảm với quá khứ của mình; cái đã qua rồi là vĩnh viễn không tồn tại nữa. Hãy ý thức, hãy trở nên tách rời với quá khứ.

Samarpan, mỗi khoảnh khắc ta phải đoạn tuyệt với quá khứ, và chỉ khi nào làm được điều này, bạn mới không còn lo nghĩ đến tương lai, bởi tương lai không gì khác hơn là phóng ảnh của quá khứ. Người sống trong quá khứ cũng sống trong tương lai, vì tương lai là phản ảnh của quá khứ. Ý tưởng về tương lai của bạn chính xác là gì? Phải chăng là bạn sẽ không tái phạm những lỗi lầm đã phạm trong quá khứ – xóa bỏ những sai trái này. Và sẽ tận hưởng hết mọi lạc thú mà mình đã hưởng thụ trong quá khứ một cách đắm say hơn. Đấy là tương lai của bạn: tăng cường độ hưởng lạc và xóa bỏ nỗi đau của quá khứ.

Nhưng bạn không hiểu sự sống. Đau đớn và khoái lạc tương dung tương nhiếp lẫn nhau. Nếu muốn hưởng khoái cảm giống như trong quá khứ nhưng mãnh liệt hơn, nghĩa là bạn cũng đang cùng lúc đòi hỏi nỗi đau mà bạn đã chịu đựng trong quá khứ. Đương nhiên, khổ sẽ mãnh liệt như lạc. Giống như hai mặt của một đồng tiền, hai trạng thái này luôn quân bình và không thể phân ly nên luôn dịch chuyển đồng bộ.

Dù suy nghĩ về quá khứ hay tương lai đều phí thời giờ của bạn. Vả lại, tương lai sẽ không xảy ra theo ý bạn; bạn là ai mà quyết định được tương lai? Cái vũ trụ mênh mông này không thể bị liệu định bởi ý muốn cá nhân, bởi bản ngã của bạn. Bạn phải ngưng ngay thái độ xô đẩy dòng sông, mà nên học cách đi cùng dòng sông, học cách đi cùng với gió.

Lão Tử nói: *Hãy như chiếc lá khô, gió thổi tới đâu thì bay tới đó*. Chiếc lá khô không có vận mệnh của riêng nó, không có mục tiêu cá nhân, không ý định cho chính mình; nó hoàn toàn quy phục. Đấy là ý nghĩa của tên bạn, Samarpan. Samarpan nghĩa là "hoàn toàn quy phục": người đã để ý chí của mình vào trong ý chí của cái toàn thể.

Trên thập tự giá, Jesus nói, *"Nước cha trọn đến, ý cha trọn nên."* Đấy là samarpan, là quy phục. *"Ý của người, không phải ý của con."* Đấy là lời cầu nguyện sau cùng của ngài và là chính bản chất của sự cầu nguyện, là chính linh hồn của người có đạo tâm.

Không cần chuẩn bị cho tương lai, chỉ sống trong hiện tại một cách toàn triệt là đủ, thế thôi. Đấy là thái độ chuẩn bị mà không cần chuẩn bị gì cả. Tại sao? – vì khi hoàn toàn sống trong hiện tại, thì tương lai sẽ khởi sinh từ đó. Tương lai sẽ đến từ đâu? Nó sẽ đâm chồi lên từ khoảnh khắc này. Nếu ngay giây phút này bạn sống trọn vẹn với nét đẹp, niềm vui, lễ hội, thì giây phút tới bạn sẽ hưởng được nhiều hơn. Nhưng đừng nghĩ cũng như đừng chuẩn bị về nó, bởi làm thế nghĩa là bạn đang bỏ lỡ hiện tại này; và nếu lỡ hiện tại này bạn cũng sẽ lỡ luôn khoảnh khắc tới, vì nó xuất phát từ hiện tại trống không mà bạn vừa bỏ mất.

Thế nên một hiện tượng lạ lùng xảy ra, một định luật lạ đời của sự sống: những ai chuẩn bị cho tương lai đều là những người cứ tiếp tục lỡ chuyến đò, còn người không chuẩn bị nhưng sống trọn vẹn trong hiện tại, hoàn toàn quy phục cái toàn thể, thì không bao giờ lỡ mất bất cứ điều gì. Tương lai của họ xuất phát từ hiện tại, bắt nguồn từ hiện tại. Khi ấy, khi bạn quy phục, toàn thể sự sống sẽ chăm sóc bạn; ngược lại, bạn phải tự lo lắng chăm sóc chính mình. Tình trạng này giống như cố gắng tự kéo bạn lên bằng cách kéo sợi dây cột giày của mình vậy.

> Mulla Nasruddin đi máy bay lần đầu tiên. Lúc về nhà, hắn trông rất mệt mỏi, mặt mày xanh lét, đang run lẩy bẩy, dù chuyến bay từ Bombay đi Poona chỉ mất mười lăm phút.
> Tôi hỏi, "Chuyện gì vậy?"
> "Chuyện gì! Hai chuyến bay đó!"
> "Hai chuyến bay gì? Anh chỉ đi một chuyến thôi mà."
> "Hai chuyến: chuyến đầu tiên và chuyến cuối cùng của tôi! Từ đây dứt khoát với thứ vô lý này! Quá sợ nên tôi chỉ dám ngồi trên mép ghế."
> "Nhưng tại sao lại ngồi trên mép ghế?"
> "Để toàn thể trọng lượng của tôi không dồn hết lên phi cơ, đó là lý do tại sao."

Đấy là cách hàng triệu triệu người đang sống trên thế giới: để toàn thể trọng lượng của họ không dồn lên cái toàn thể, bằng không thì điều gì đó có thể không được ổn. Toàn thể sự sống dư sức cưu mang bạn; bạn hầu như rỗng tuếch nên chẳng thành vấn đề.

Một người sau lúc mạng chung, đi gặp Thượng Đế. Thượng Đế xem xét lại cuộc đời của ông và để cho ông thấy nhiều bài học đã học được. Khi duyệt xong, Thượng Đế hỏi, "Con của ta, còn điều gì con muốn hỏi không?"

Người này trả lời, "Trong lúc ngài cho thấy lại toàn bộ cuộc đời của con, con để ý có hai cặp dấu chân trong những giai đoạn vui vẻ, và con biết là ngài đang đi bên cạnh con. Nhưng trong những thời điểm khó khăn thì chỉ còn một cặp. Tại sao thế, thưa Cha, có phải ngài đã bỏ con một mình trong lúc này?"

Thượng Đế trả lời, "Con đã diễn giải sai rồi, con của ta. Đúng là ta đã đi bên cạnh trong những giai đoạn vui vẻ để chỉ đường cho con. Nhưng trong thời điểm khốn khó, ta đã ẵm con trên tay của ta."

Bạn nói, *"Không hề biết chuyện gì sắp xảy ra, thì chuẩn bị có ích lợi gì."*

Chắc chắn chuẩn bị là vô ích – hoặc, có cách hoàn toàn khác để chuẩn bị. Đấy là cách tôi đang cố gắng chỉ cho bạn thấy: hãy sống trọn vẹn, đầy nhận biết, từng khoảnh khắc một. Đó đích thực là cách chuẩn bị mà không chuẩn bị. Bạn sẽ sẵn sàng cho giây phút tới một cách tự nhiên, không vương chút lo toan nào.

Bạn nói, *"Sư phụ đang giết chết con."*

Đúng, ở khía cạnh nào đó. Nhưng ở khía cạnh khác...

Hãy thiền quán về câu chuyện này:

Một người đi tản bộ trong công viên lúc khá khuya, chợt nghe đằng sau mấy bụi rậm có tiếng thở hổn hển khác thường và tiếng la như nghẹn họng. Lo sợ, ông hỏi lớn, "Có người đang bị giết ở đó phải không?"

Có tiếng vọng lại, "Không, không. Chỉ là ngược lại!"

Vâng, một mặt, tôi đang giết chết bạn; nhưng mặt khác, tôi cho bạn lần sinh mới. Tôi đang làm chuyện ngược lại.

Sư phụ là thai tạng. Ông mang đệ tử vào trong bào thai của ông; chúng tôi gọi bào thai này là phật trường. Thế rồi người đệ tử lớn lên trong, được nuôi dưỡng bằng, tình yêu và ánh sáng của ông; được liên tục tắm gội với lòng từ bi, với sự hiểu biết của ông. Và một ngày, người đệ tử bước ra khỏi thai tạng của sư phụ như một con người hoàn toàn mới. Con người cũ đã chết và con người mới vừa được sinh ra. Đấy là cách làm thế nào bạn trở thành 'người được sinh hai lần'.

Câu hỏi thứ tư:

Thưa Sư phụ,

Sư phụ nói về sự khác biệt giữa 'hiểu biết' và 'kiến thức'. Nhưng để trở thành đạo sự, phải chăng ta cần cả hai thứ? Với tôi, dường như trong các buổi diễn giảng, sư phụ cho thấy nhiều kiến thức. Con đường của ai đó có thể không cần cả hai thứ này chăng?

Nicholas Mosley, sự khác biệt giữa kiến thức và hiểu biết rất lớn. Nhưng đối với bạn, hiểu biết có vẻ như là kiến thức, bởi bạn chỉ biết kiến thức chứ chưa được làm quen với hiểu biết. Do đó, bạn có thể tìm thấy nhiều kiến thức trong những buổi nói chuyện của tôi, nhưng với tôi thì không phải kiến thức, nhưng là hiểu biết. Hiểu biết nghĩa là của chính tôi, còn kiến thức nghĩa là thứ gì đó được vay mượn.

Hiểu biết của tôi không cần thiết phải tương phản với sự hiểu biết của Phật hay Jesus hoặc Krishna. Thật ra, hiểu biết không thể đi ngược lại hiểu biết của bất kỳ người nào khác. Hiểu biết giống nhau, tiến trình để đi đến hiểu biết giống nhau, dù Phật hiểu biết hay Zarathustra cũng thế.

Hiểu biết nghĩa là bạn bước vào nội tâm của mình, bạn hướng vào bên trong để gặp được chính trung tâm của bản thể mình. Bạn trực nghiệm được mình là ai… và trong chính trải nghiệm đó, bạn biết mình là Thượng Đế, bởi khi ấy chỉ duy nhất Thượng Đế hiện hữu. Nói "Thượng Đế hiện hữu," là sự lặp lại không cần thiết, vì Thượng Đế nghĩa là "hiện hữu"; *"hiện hữu tính"* chính là Thượng Đế.

Điều gì tôi nói ở đây, đối với bạn đều có vẻ như kiến thức, bởi nó có thể tìm thấy trong Kinh Thánh, trong kinh Koran, trong Chí Tôn ca, trong Pháp Cú. Và bạn sẽ nghĩ, "Dĩ nhiên đấy là kiến thức." Nhưng không phải; sự khác biệt rất vi tế và nhạy cảm.

Người ta có thể biết về tình yêu – hàng ngàn quyển sách viết về tình yêu chất đầy trong thư viện, nên bạn có thể góp nhặt bao nhiêu kiến thức về tình yêu tùy ý. Bạn có thể làm ra quyển tự điển bách khoa về tình yêu; có thể trở thành quyển tự điển bách khoa về lãnh vực này cũng được. Nhưng, nếu chưa chứng nghiệm được tình yêu thì, mọi điều bạn biết về nó chỉ là rác rưởi, chỉ là thứ ngoài miệng, lý trí, chứ chẳng có chút giá trị hiện thực nào.

Đức Phật thường nói: *Giống như người cứ mỗi ngày đi đếm trâu bò của người khác, trong khi bản thân chẳng có con nào*. Có thể trở thành chuyên viên, trở nên đáng được tin cậy với việc đếm trâu bò cho người khác, nhưng trừ phi sở hữu chúng, bạn sẽ không được nuôi dưỡng bằng công việc này.

Hiểu biết nghĩa là im lặng, tuyệt đối im lặng, để bạn có thể nghe được tiếng nói nhỏ nhẹ trong lòng; hiểu biết nghĩa là vứt bỏ tâm trí. Khi tâm trí ở trong trạng thái tuyệt đối tĩnh mặc, bất động, không gợn chút ý tưởng nào, thì các cánh cửa đang đóng kín sẽ mở ra. Bạn hòa nhập vào thực tại huyền bí. Bạn biết được thực tại bằng cách trở thành thành phần của nó, bằng cách tham dự vào nó. Đấy là hiểu biết.

Một khi sự hiểu biết xảy ra thì việc đọc kinh sách là điều tốt đẹp, vì khi ấy tất cả những gì được ghi lại trong đó đều trở thành bằng chứng. Bằng không, bạn có thể vẫn đọc, vẫn lặp lại, nhưng chỉ toàn là những chữ vô nghĩa cũng như không chứa đựng nội dung.

Kiến thức là thứ không có nội dung, là những ngăn kéo trống rỗng. Nhưng nếu chỉ biết kiến thức, thì ngoài mặt của cả hai sẽ trông gần giống như nhau. Kiến thức được tích lũy qua học vấn, hiểu biết xảy ra qua thiền định. Tiến trình của chúng khác nhau. Với kiến thức bạn phải đi vào lời nói, ngôn ngữ, kinh sách; với hiểu biết bạn phải đi vào bên trong bản thể. Hai quá trình không những chỉ khác nhau mà còn là hai đối cực. Với hiểu biết, trước nhất bạn phải dẹp bỏ kiến thức, vì kiến thức trở thành chướng ngại. Tiên khởi, bạn phải biết là "Tôi không biết." Bạn phải trở thành ngây thơ trong trắng.

Chúa Jesus nói: *Trừ phi ngây thơ như trẻ con, ngươi sẽ không bước vào vương quốc của Thượng Đế của ta.*

Vị mục sư đang kể chuyện cho mấy người khách, chợt đứa con gái nhỏ của ông ngắt ngang.

"Daddy, đấy là chuyện có thật hay chỉ là lời rao giảng?"

Sự thật và lời rao giảng khác nhau rất xa – "chỉ là lời rao giảng."

Vị linh mục già phải đi khỏi giáo xứ vào ngày thứ Bảy, ngày mà mọi giáo dân đến xưng tội. Ông đã dạy vị linh mục trẻ, người sẽ thay ông làm việc này, những căn bản cần thiết: "Nếu bà vợ ăn cắp tiền của ông chồng – đọc ba lần kinh Kính Mừng 'Ave Maria' và hai lần Kinh

Lạy Cha 'Paster Noster'; ai đó ngoại tình: năm lần 'Ave Maria' và ba lần 'Pater Noster'; cho người nào nói dối: một lần 'Ave Maria' và hai lần 'Pater Noster', vân vân và vân vân."

Người xưng tội đầu tiên là một cô gái quê xinh đẹp.
"Thưa cha, con đã phạm tội."
"Con đã làm gì, con của ta?"
"Con đã 'thổi kèn' thằng nhỏ cạnh nhà."

Vị linh mục trẻ lúng túng vì chưa được chỉ dẫn về tình huống này. May thay, ông trông thấy vị linh mục già chuẩn bị rời nhà thờ, đang cầm va li đi ngang qua; ông nhanh chóng gọi ngài lại hỏi, "Thưa cha, chờ một chút. Có một cô gái trẻ ở đây. Tôi phải đưa cho cô ấy cái gì cho việc 'thổi kèn'?"

Linh mục già trả lời, "Năm mươi đô."

Kiến thức là vay mượn; hiểu biết là của bạn, của chính bạn nên đích thực. Kiến thức chỉ là thông tin, còn hiểu biết mới là sự chuyển hóa.

Bạn hỏi tôi, *"Sư phụ nói về sự khác biệt giữa 'hiểu biết' và 'kiến thức'. Nhưng để trở thành đạo sự, phải chăng ta cần cả hai thứ?"*

Hiểu biết là đủ. Để làm đạo sư, hiểu biết là đủ.

Bạn nói, *"Với tôi, dường như trong các buổi diễn giảng, sư phụ cho thấy nhiều kiến thức."*

Tôi không làm đạo sư chỉ vì kiến thức của mình, nhưng nhờ bất chấp kiến thức! Từng làm giáo sư đại học, nên tôi đã phải cố gắng hết sức để thoát ra khỏi kiến thức của mình. Tuy nhiên, một phần nào đó của nó vẫn còn nấn ná chung quanh tôi; tha thứ cho tôi về vấn đề này! Nhưng kiến thức chẳng dính dáng gì đến việc tôi là một đạo sư.

Chúa Jesus may mắn hơn nhiều nhờ ngài không có kiến thức. Ngài không là giáo sư đại học, mà chỉ là con của người thợ mộc nghèo. Mohammed cũng may mắn, bởi ngài tuyệt đối dốt nát. Tôi mới là người bất hạnh vì đã chịu nhiều khổ sở từ kiến thức của mình. Toàn bộ vấn đề của tôi là làm thế nào để giải trừ nó. Đấy là lý do tại sao tôi lại quá quan tâm đến bạn và, liên tục nhấn mạnh đến việc nhận thức về kiến thức – đừng trở thành trí thức. Tôi nói lên vấn đề này từ chính kinh nghiệm của tôi.

Từ bỏ giàu sang, quyền lực, danh vọng thì không khó lắm, bởi chúng chỉ là thứ ngoại thân; Từ bỏ kiến thức mới là vấn đề tuyệt khó, vì nó ăn sâu trong tâm trí của bạn. Nó gần như đã trở thành một phần của bản thể bạn, đã trở thành thâm căn cố đế. Bạn có thể bỏ lại sau lưng vợ con gia tài sự sản các cái để trốn lên Hy Mã Lạp Sơn, nhưng không thể bỏ trốn kiến thức. Kiến thức sẽ đi theo bạn tới bất cứ chân trời góc biển nào. Nó không phải là cái bóng, nhưng là thứ gì đó bên trong lớp da của bạn; thoát ra khỏi lớp da thì dễ, thoát ra khỏi kiến thức mới khó khăn nhiều hơn. Vì thế nên tôi cứ luôn nhắc nhở bạn: Hãy lưu ý, hãy coi chừng mình biến thành trí thức. Và muốn trở thành người trí thức là khuynh hướng rất mạnh trong tâm trí, vì danh dự này thỏa mãn bản ngã.

Nhưng người ta không cần trí thức để trở thành đạo sư. Nếu bạn đã có trí thức rồi, hãy để nó sang một bên. Hãy trở lại tính hồn nhiên để bạn có thể hiểu biết bởi chính mình, và khi đã hiểu biết rồi thì bạn có thể sử dụng kiến thức. Kiến thức chỉ hữu dụng sau hiểu biết; hiểu biết phải đến trước. Khi ấy việc dùng kiến thức của bạn sẽ hoàn toàn khác so với việc sử dụng kiến thức của các học giả.

Đấy là lý do tại sao tôi giải thích các bậc giác ngộ như Jesus, Phật, Mahavira, một cách hoàn toàn không giống cách các học giả diễn dịch. Nhất định phải như thế, bởi cách diễn dịch của họ chỉ là thứ đầu môi chót lưỡi, chỉ là thứ thuần lý giải. Họ là những luận sư vĩ đại, có khả năng chẻ sợi tóc thành nhiều phần một cách tài tình.

Những diễn giải của tôi có tính nghịch lý chứ không mang tính luận chứng, trí năng. Nếu không ưa tôi, bạn có thể gọi chúng là phản trí thức; còn như yêu thích tôi, bạn có thể gọi chúng là siêu trí thức. Tùy bạn, tính chất phi lý hay siêu lý, tự mâu thuẫn hay khó hiểu hoặc nghịch lý của chúng đều dựa vào tình cảm bạn dành cho tôi.

Khi nói lên điều gì đó, tôi không để ý đến khía cạnh liệu tôi có nói đúng theo Phật hay không, nhưng quan tâm tới vấn đề liệu mình có đúng với chính mình hay không. Nếu đúng với chính mình thì tôi biết mình phải đúng với Phật, không thể khác hơn được. Thế nên tôi không mấy lo lắng liệu mình có nói chính xác từng chữ một theo đức Phật, theo chúa Jesus, hay không. Tôi dùng hết mọi tự do.

Đôi lúc tôi thay đổi cốt truyện vì thấy nó không thể khả hữu, không thể xảy ra cho một người đã giác ngộ… đôi khi tôi cũng chế biến...

Có lần một đại học giả Phật giáo, Bhadant Anand Kausalyayan, gặp tôi. Ông nói, "Mọi điều ông nói đều hay, nhưng tôi bắt gặp vài mẩu chuyện mà tôi không tìm thấy trong kinh sách."

Tôi hỏi, "Thí dụ như?"

Ông nói, "Chẳng hạn, ngày nọ tôi đọc một câu chuyện ông kể rất hay: Phật đang đi trên đường với Ananda, và phát hiện con ruồi đang đậu trên đầu mình. Ngài đưa tay lên phủi con ruồi cho nó bay đi trong lúc vẫn tiếp tục nói chuyện, nhưng rồi bất ngờ ngài đứng lại giữa đường. Con ruồi đã bay mất, nhưng ngài cứ từ từ đưa tay lên hệt như nó vẫn còn tại đó. Anand lấy làm lạ hỏi, 'Thế tôn đang làm gì thế? Con ruồi đâu còn ở đấy nữa!" Phật trả lời, "Đúng, ta biết, nhưng đây mới là cách mà ta phải làm trước đó. Bởi ta đã tự động cho phép cánh tay đưa lên trong lúc vẫn tiếp tục nói chuyện. Việc này không đúng, đúng ra ta phải đưa tay lên một cách ý thức tỉnh giác hơn. Thế nên bây giờ ta đang làm việc này như ta đã phải làm."

Anand Kausalyayan tiếp, "Mặc dù đã đọc hết kinh sách Phật giáo, nhưng tôi chưa hề gặp qua câu chuyện này."
Tôi hỏi ông, "Nhưng ông có nghĩ câu chuyện này có ý nghĩa không?"
Ông trả lời, "Hết sức có ý nghĩa."
"Vậy là tốt rồi. Tại sao phải phiền hà về kinh điển? Ông có nhìn thấy hương vị Phật giáo trong đó không?"
"Tôi có thấy."
"Đấy là toàn bộ vấn đề!"

Chỉ là một con người của hiểu biết, nên tôi không hành xử theo kiểu của người trí thức,

Câu hỏi thứ năm:

Thưa Sư phụ,

Con đang lo lắng gần chết về việc mất hết trí nhớ của mình. Con phải làm gì đây?

Mamta, vô lý! Quên hết mấy thứ đó đi!

Câu hỏi thứ sáu:

Thưa Sư phụ,

Sư phụ sẽ nói gì không đúng với người Ấn độ?

Madhuri, gần như mọi thứ!

Câu hỏi thứ bảy:

Thưa Sư phụ,

Vâng! Con không chắc cho đến bây giờ! Con đã nói cùng những lời này với Aseema chừng tháng trước đây: "Em đã khiến hai người đàn ông khác phát điên, đừng để anh là người thứ ba." Chao ơi! Hai đứa yêu nhau thắm thiết gần cả năm nay, và nói thật với sư phụ là con thực sự để cho nàng ảnh hưởng lên con trên mọi mặt. Nikunj và Sarvesh cả hai đều bị tác động bởi cô ấy, và tự bản thân con thấy sự tác động đó là gì: tình yêu với bà phù thủy! Hãy giải cứu con, sư phụ ơi! A… Con sẽ làm gì?

Narayana, muộn quá! Vả lại, tôi chẳng phải là bác sĩ chuyên khoa về phù thủy! Bây giờ, không gì có thể cứu vãn được. Kỳ thực, bạn đã phát điên rồi.

Mulla Nasruddin chơi đàn sita, nhưng chỉ đàn một note duy nhất trong nhiều giờ làm cho mọi người trong nhà phát điên lên được.

Một ngày, trong lúc anh đang tiếp tục chơi theo kiểu 'độc âm' này, có người hàng xóm hỏi, "Mulla, chúng tôi thấy nhiều người chơi đàn sita, nhưng họ đổi note, chứ không làm như anh."

Nasruddin đáp, "Tôi biết họ cứ luôn thay đổi note, nhưng làm thế là tại họ chưa tìm ra được đúng note. Còn tôi đã tìm được rồi, tại sao phải thay đổi chứ?"

Người hàng xóm nói, "Nhưng bây giờ đã hai giờ khuya rồi. Làm ơn đừng đàn nữa, tôi sẽ phát điên nếu anh chơi tiếp. Ngưng chơi đi!"

Nasruddin trả lời, "Muộn quá, vì tôi đã ngừng đàn gần hai tiếng đồng hồ rồi. Anh đang nói về chuyện gì thế?"

Narayana, một năm với Aseema là đủ xong đời bạn rồi! Cô ấy rất nguy hiểm; tất cả đàn bà xinh đẹp đều nguy hiểm. Đàn bà đều là phù thủy cả! Thật sự, danh từ 'phù thủy – witch' nghĩa là 'khôn ngoan, có trí tuệ - wise'. Danh từ này chính xác tương đương với 'phật, giác giả - buddha'. Nếu một người đàn bà trở nên giác ngộ, người ấy trở thành phù thủy.

Aseema đang ở trên bờ mé của giác ngộ, và trên đường đạt đến sự chứng đắc, cô cúng dường bất cứ sự giúp đỡ khả thể nào cho bất kỳ người nào gặp cô. Bạn đã được cô ấy giúp đỡ, và bây giờ thì chẳng còn cách nào cho bạn thoát khỏi. Mọi thứ đã an bài! Tốt hơn là bạn nên ổn định trong hoàn cảnh đó.

Nikunj và Sarvesh phát điên vì cố gắng bỏ chạy. Chỉ khi đó họ mới phát hiện được mình bị điên, chứ nếu vẫn còn với Aseema, chắc họ sẽ không bị vấn đề gì.

Thế nên đừng cố trốn Aseema, đấy là lời khuyên duy nhất của tôi. Tôi rất yêu mến người đàn bà xinh đẹp này.

Câu thứ tám:

Thưa Sư phụ,

Có bất cứ phẩm chất tốt đẹp nào trong thể chế hôn nhân hay không?

Jagdeesh, một cổ thư ghi lại... đây là kiến thức: Hôn nhân là một thể chế dạy người đàn ông tính quy củ, tiết kiệm, tự kiềm chế, chịu đựng cùng nhiều đức tính tuyệt vời khác mà hắn không cần tới nếu sống độc thân.

Đang ăn mừng lễ sinh nhật thứ một trăm của mình, cụ già đáng kính được ký giả phỏng vấn, "Sống đến tuổi thượng thọ cao niên và điều kiện sức khỏe vẫn còn tráng kiện của cụ như thế này là do nguyên nhân gì?"

Người sống trăm tuổi trả lời, "Để tôi nói cho nghe. Hôm lễ tân hôn của chúng tôi, vị giáo sĩ chủ tế đã khuyên nếu thấy sắp xảy ra chuyện cãi cọ thì tôi nên tản bộ một vòng chung quanh khu nhà. Nghe theo lời khuyên của ông, và suốt bảy mươi năm qua nhờ thường xuyên tập thể dục như thế đã tạo nên điều kỳ diệu cho sức khỏe của tôi."

Câu hỏi chót, câu thứ chín:

Thưa Sư phụ,

Nói về đoạn sư phụ ủng hộ những cuộc hôn nhân dị chủng. Con có gốc gác từ dòng họ Hòa Lan truyền thống và hiện đang sống chung với một dân chơi Luân Đôn mê uống bia và có tính hồn nhiên. Kể từ đó con bắt đầu nhảy disco, hát nhạc rock 'n' roll, tham gia những buổi tiệc tùng nhậu nhẹt. Con rất vui thích với loại sinh hoạt này – nhưng sư phụ có chắc đây là cách để nâng cao tâm thức trên đời không?

Arup, tôi tuyệt đối chắc chắn!

Đã đủ cho hôm nay.

VẤN ĐÁP
• BÀI GIẢNG

Con Người Mới Với Tri Kiến Mới

Bài giảng tại Phật Đường sáng ngày 03 tháng Ba, 1980

KINH PHÁP CÚ: PHẬT ĐẠO
BỘ 12 QUYỂN • QUYỂN MƯỜI

Câu hỏi thứ nhất:

Thưa Sư phụ,

Là một người thất học, con có thể giác ngộ được chăng?

JOHN, bạn còn có nhiều cơ hội để giác ngộ hơn người có học. Nền giáo dục hiện hành trên thế giới không phải là giáo dục đích thực. Giáo dục đích thực sẽ giúp nhân loại hướng về sự giác ngộ bởi nó mang đến cho bạn nhiều thiền tính hơn, tĩnh lặng hơn, tỉnh giác hơn, hướng nội hơn.

Nền giáo dục đang tồn tại trên thế giới làm cho bạn có nhiều khát vọng hơn, hướng ngoại hơn, quy ngã hơn, hời hợt thiển cận hơn. Nó cho bạn mọi loại giá trị sai lạc. Là thứ độc dược nên, trên bất cứ phương diện nào, nó đều không giúp bạn trở thành chính mình, mà trở thành một người nào khác; vong thân chính là nền tảng của nó. Sự đầu độc của nền giáo dục này rất tiệm tiến đến mức bạn không thể nhận ra được; nó bắt đầu từ ngày bạn mới chào đời và cứ dần dần phá hủy bạn, từ từ làm bạn xao lãng với tự tánh của mình.

Đến lúc rời khỏi đại học thì bản chất tự nhiên của bạn không còn nữa, bạn trở thành con người nhân tạo, giả định. Hệ thống trường đại học giống như những xưởng đúc máy, những cơ xưởng lắp ráp, nơi con người bị hủy hoại và máy móc được tạo ra, nơi con người bị tối giản thành bộ máy.

Giác ngộ nghĩa là khám phá ra bản thể của chính bạn, chứ không dính dáng gì đến học vấn. Trên thực tế, muốn đạt được giác ngộ, người học thức sẽ phải, theo ý nghĩa nào đó, trở nên phi học thức; người có kiến thức sẽ phải giải trừ hết tri kiến của họ. Phải trở lại trạng thái ngây thơ trong trắng như đứa bé để đôi mắt của họ có thể chứa đầy những ngạc nhiên kỳ thú, để có thể nhìn thấy lại nét đẹp tuyệt vời của cuộc tồn sinh, của niềm vui bất tận, của cuộc luân vũ đang diễn ra xung quanh. Nhưng người đầy ắp kiến thức thì tuyệt đối không ý thức được hiện tượng này vì họ luôn tưởng mình biết; thái độ này là chướng ngại cho sự giác ngộ của họ.

Càng biết nhiều, bạn càng ít ngạc nhiên bởi bất kỳ sự việc gì; càng biết nhiều, bạn càng ít kinh ngạc. Và Thượng Đế chỉ dành riêng cho những ai biết kinh ngạc, biết kinh phục, biết nhảy múa với mưa gió trăng sao; cho những ai khi nhìn thấy đóa hoa hồng mà bị vẻ đẹp của nó làm choáng váng tới độ không thốt nên lời, tới mức đầu óc trở nên mê mẩn. Chỉ vài người đó mới có thể thể nhận Thượng Đế, mới có thể trở nên giác ngộ.

John, bạn rất may mắn. Nếu có học, đương nhiên bạn sẽ có khả năng kiếm được nhiều tiền hơn – nhưng không nhiều thiền định hơn. Sẽ có khả năng nắm giữ nhiều quyền lực chính trị hơn, vì bạn quỷ quyệt xảo trá hơn – nhưng không có sự minh triết về chính bản thể của mình. Bạn sẽ có khả năng sở hữu được nhiều thứ, nhưng đấy chỉ là một sự lừa dối, bởi thực ra những thứ đó sẽ sở hữu bạn vì bạn không tự là chủ nhân chính mình. Thà làm chủ bản thân còn hơn làm chủ thiên hạ. Thà làm một vị phật – khất sĩ – còn hơn làm đại đế A Lịch Sơn, bởi vị phật sống và chết một cách viên mãn, trong khi A Lịch Sơn sống một cuộc đời rỗng không cạn cợt, nhưng bằng cách nào đó, cố nhồi nhét vào đó để tự thuyết phục mình là nó đầy đủ, rồi khi chết cũng hoàn toàn trống rỗng.

Khi sắp chết, ông ra lệnh cho tướng lãnh của ông, "Hãy để hai tay của ta ra ngoài quan tài."

"Tại sao?" họ thắc mắc vì đấy không phải là cách đưa xác chết đi chôn cất.

Ông bảo, "Có lẽ việc này không đúng theo tục lệ, nhưng lý do muốn để hai tay của mình ra khỏi quan tài là muốn mọi người có thể thấy ta chết đi với hai bàn tay trắng."

Đấy là cách xác thân của ông được đưa đi chôn. Hàng triệu người chứng kiến cảnh này và mọi người đều ngạc nhiên. Nhưng dần dần ai nấy cũng hiểu được khi nghe tin đồn rằng A Lịch Sơn muốn mọi người biết ông đang ra đi với hai bàn tay không. Cuộc đời của ông đã hoàn toàn vô ích.

John, không cần phải bận tâm về học vấn, kiến thức. Thế giới nội tại không cần loại giáo dục thông thường, nhưng cần thứ khác – giáo dục chân chính.

Danh từ 'giáo dục – *education*' rất hay, nó có nghĩa là "rút tỉa ra điều gì đó": rút tỉa điều gì đó từ bên trong bạn. Thực ra, chúng ta không nên dùng từ này cho việc giáo dục thông thường; dùng danh từ tốt đẹp như 'giáo dục', dù nghĩa đen của nó, cho hệ thống trường học, cao đẳng, đại học hỏng bét này là không đúng. Bởi thay vì rút tỉa điều gì đó từ bên trong bản thể của bạn, hệ thống giáo dục đương thời bắt buộc bạn phải chấp nhận những thứ từ bên ngoài. Đấy là sự áp đặt.

Giáo dục chân chính giống như múc nước ra khỏi giếng, chứ không phải đổ thứ gì vào trong đó. Giáo dục đích thực là sự khai thác tiềm năng trong bản thể để tinh quang nội tại khởi sự thấm nhuần qua thân thể, qua thái độ ứng xử của mình.

Tôi nhớ một câu chuyện hay, chuyện thật ngoài đời chứ không chỉ là tiểu thuyết.

Stosh, một người mới nhập cư vừa bước lên bờ đảo Ellis Island, bắt đầu tự đi tìm việc làm. Đi xin việc khắp nơi nhưng chẳng ai nhận, cuối cùng anh bấm chuông nhầm một động điếm. Bà chủ thương tình cho anh giúp việc lau dọn tầng hầm trong nhà. Sau khi nhanh chóng hoàn tất công việc, anh hỏi xin công việc kế tiếp để làm, bà chủ đề nghị anh giữ vai kế toán thường trực.

Khi Stosh giải thích là anh chẳng biết đọc biết viết gì cả, bà chủ trả anh mười xu rồi mời anh ra khỏi nhà với lời chúc may mắn.

Với mười xu, Stosh ghé qua chợ mua hai trái táo, ăn một trái, anh đi vào trung tâm thành phố và bán trái còn lại được mười xu. Anh quay về chợ mua hai trái khác rồi trở lại bán được mười xu mỗi trái. Cứ tiếp tục theo cách mua bán này dần dần anh làm chủ một xe bán trái cây, rồi vài chiếc, rồi một tiệm bán trái cây nho nhỏ, rồi một siêu thị và, sau cùng là một hệ thống siêu thị.

Khi vài hệ thống cung cấp thực phẩm quốc gia đề nghị mua đứt thương hiệu của mình, anh đồng ý bán với giá cao nhất: bảy triệu rưỡi đô la. Hợp đồng được soạn thảo xong, giám đốc điều hành công ty bên mua và Stosh, cùng với nhóm luật sư, gặp nhau tại văn phòng sang trọng trong một cao ốc thanh thế nhất khu Manhattan. Hợp đồng được luật sư hai bên xem qua và cùng đồng ý, đến lượt giám đốc ký tên lên lằn dành cho chữ ký. Kế đến, Stosh cầm cây viết bằng vàng ròng lên rồi chăm chỉ nguệch ngoạc chữ 'X' của ông ở cuối trang.

Vị giám đốc điều hành công ty bật người ra khỏi ghế, la lớn, "Trời đất, ông ơi! Ông muốn nói là ông đã tích lũy thương nghiệp trị giá bảy triệu rưỡi đô la này mà không biết đọc biết viết hay sao?"

Stosh cười khẩy, "Khỉ mốc! Nếu có thể đọc hay viết được thì chắc Stosh vẫn còn làm nhân viên kế toán quèn cho một nhà thổ mà thôi!"

Câu hỏi thứ hai:

Thưa Sư phụ,

Đức hạnh máy móc là gì?

Gina Goyt, chẳng có đức hạnh nào là máy móc cả. Thiện tính không thể là máy móc, và bất cứ hành động máy móc nào đều không thể là thiện hạnh được. 'Đức hạnh máy móc' tự nó đã là cụm từ mâu thuẫn. Thiện chỉ có thể phát xuất từ ý thức tỉnh giác, từ trạng thái phi máy móc; và bất thiện chỉ được sinh ra trong bất giác, trong trạng thái máy móc.

Nhưng tôi hiểu câu hỏi của bạn. Thắc mắc của bạn thích đáng bởi hàng bao thế kỷ qua người ta được dạy về đức hạnh máy móc vì điều này dễ dàng. Con người vốn hành xử một cách cơ học; thế nên muốn mang đức hạnh chân thực đến đời sống họ, bạn phải chuyển hóa trạng thái vô ý thức của họ thành ý thức tỉnh giác, phải đổi phần bóng tối của họ thành ánh sáng. Đấy là một nỗ lực hết sức gay go, hơn nữa, xã hội hoàn toàn chẳng có chút thích thú gì về chuyện phải thay đổi nó; trên thực tế, xã hội lo sợ thực trạng này thay đổi, bởi bất cứ người đức hạnh đích thực nào xuất hiện trên thế giới đều tạo rắc rối cho xã hội.

Một Jesus, một Lão Tử, một Phật, một Kabir, chư vị này là những người nổi loạn vĩ đại nhất vì lý do đơn giản là họ ý thức tỉnh giác đến mức có thể nhìn xuyên qua toàn bộ trò chơi ngu ngốc mà chúng ta đang cứ tiếp tục tham dự. Họ có thể nhìn thấu tính dối trá, lừa phỉnh của chúng ta. Họ là những người không thể bị lừa dối, bị lợi dụng hay bị nô dịch hóa, chẳng những thế, họ còn tạo ra những phong trào tâm thức vĩ đại trên thế giới. Họ tạo ra, khởi động, những mạng lưới ý thức, và nhờ nỗ lực của họ mà nhiều nhiều người đã trở nên giác ngộ. Nhưng nỗ lực của họ bị xem là chống lại xã hội. Đấy là lý do tại sao Jesus bị hành hình trên thập tự giá.

Bạn có thể tìm đâu ra một người đức hạnh hơn chúa Jesus? Ngài phạm tội gì? Tội của ngài là làm người đức hạnh chân chính. Nếu chỉ là người tốt một cách máy móc, như nhiều thầy giảng khác, chắc ngài đã không bị rắc rối. Xã hội chẳng hề lo sợ về bọn người có tính máy móc này vì họ có thể kiểm soát được; họ lệ thuộc vào xã hội, họ luôn sống với tập thể, luôn đi theo đám đông. Đám đông rất sung sướng với hạng người này. Và rất dễ tạo ra đức hạnh máy móc vì, tiên khởi, con người có tính máy móc, nên chỉ cần thay thế quan niệm tà ác của họ bằng quan niệm thiện lành là đủ, chứ chẳng cần phải thay đổi chút nào về bản thể của họ.

Chẳng hạn như địa ngục được dựng lên – ý tưởng về địa ngục, chứ không phải địa ngục – để tạo ra đức hạnh máy móc. Ý tưởng về địa ngục làm người ta hoảng sợ, khiến người ta sống trong phập phồng lo sợ; và các giáo sĩ ý thức được điều này từ lúc nhân loại mới hình thành: làm cho chúng sợ hãi hơn để có thể dễ dàng trục lợi. Họ đã mô tả địa ngục với đầy đủ chi tiết đến độ những hình ảnh này tạo ra nỗi ám ảnh trong đầu mọi người, khiến con người trở thành bị ước định – từ sự sợ hãi.

Ngày nay với sự phát triển của kỹ thuật, cùng một kiểu ước định như thế có thể được thực hiện theo cách dễ dàng hơn. Không cần phải mất hai mươi lăm năm để dạy dỗ ý tưởng về địa ngục để một người trở nên tốt lành một cách máy móc. Bây giờ bạn chỉ cần hỏi Pavlov, Skinner và các nhà hành vi học khác là họ sẽ dạy bạn cách thức nào đó. Như gây sốc bằng điện cũng có thể tạo ra tác dụng.

Khi muốn ai đó bỏ thuốc lá, thì mỗi lần người đó hút thuốc, bạn chỉ cần châm dòng điện vào người hắn. Người đó sẽ, trong vòng ba ngày, bỏ hút vì ngay lúc cầm điếu thuốc là tay hắn bắt đầu run lên vì quá sợ cú sốc điện sắp xảy đến. Đấy là cách họ huấn luyện thú vật như chuột, khỉ, tinh tinh. Và đấy cũng là cách họ cố gắng dạy con người.

Người tôn giáo tạo ra địa ngục, chính trị gia tạo ra nhà tù – chỉ để hành hạ tra tấn con người. Nếu hành hạ tới mức, thì họ sẽ trở thành thích nghi. Pavlov gọi tình trạng này là "conditioned reflex – *phản xạ có điều kiện.*" Ông đã dành cả cuộc đời để thử nghiệm nguyên lý phản xạ có điều kiện này với mấy con chó.

Nếu bạn mang thức ăn tới trước mặt con chó, đương nhiên là đồ ăn ảnh hưởng tới nước miếng của nó. Lưỡi nó le dài ra ngoài và nước dãi bắt đầu nhỏ giọt xuống; chảy nước miếng khi thấy thức ăn ngon là điều tự nhiên! Nhưng nếu bạn rung chuông thì hiện tượng này không xảy ra, bởi chẳng có sự liên hệ nào giữa tiếng chuông và tuyến nước bọt. Nhưng Pavlov làm điều này: ông rung chuông mỗi lần đưa đồ ăn cho con chó, hoặc mỗi lần đưa đồ ăn cho nó là ông lại rung chuông. Tiếng chuông và thức ăn trở nên kết hợp, liên đới, dính liền vào nhau. Sau mười lăm ngày lặp đi lặp lại cách này, ông chỉ cần rung chuông lên là lưỡi con chó tức thời le dài đầy nước dãi. Trước đó không có sự liên hệ tự nhiên giữa tiếng chuông và cái lưỡi, nhưng bây giờ thì có sự liên kết mới phi tự nhiên được thiết lập.

Pavlov trở thành người sáng lập nền tâm lý cộng sản. Đấy là cách con người bị điều kiện hóa ở Nga Xô Viết, ở Tàu và những quốc gia theo chủ nghĩa cộng sản khác. Chánh quyền nghĩ con người chẳng khác gì con chó, chỉ phát triển hơn một chút, phức tạp hơn một chút, nhưng vẫn là chó.

Skinner tiếp tục thử nghiệm để tìm cách ước định trên loài chuột, và ông tuyên bố những kết quả mà ông có được đều có thể áp dụng lên con người. Bạn chỉ cần tạo ra nỗi sợ là người ta sẽ không làm một số sự việc nào đó; và bạn tạo ra tính tham lam… đấy là lý do địa đàng, thiên đàng được sáng tạo. Mấy ý tưởng này chỉ là chiến lược đơn giản để thống trị con người; tạo sợ hãi cho những điều bạn không muốn người ta làm và tạo ra ý niệm về thưởng công cho những điều bạn muốn họ làm – thế là bạn tạo ra một lối hành xử máy móc. Người ta sẽ không làm ác và sẽ làm việc thiện.

Nhưng thiện lành theo kiểu gì thế? Đấy chỉ sự khai thác trục lợi của xã hội, của nhà thờ, của nhà nước – của đám đặc quyền đặc lợi. Cách hành xử này không chuyển hóa được bản thể con người; nó chẳng làm cho con người ý thức hơn, cảnh giác hơn, hoan hỷ hơn, vui mừng lễ hội hơn. Nó không mang lại cho con người bất cứ hỷ lạc nào, không mở được cánh cửa nào để họ có thể thoáng thấy Thượng Đế. Tôi không gọi nó là thiện lành, là đức hạnh; theo quan niệm của tôi thì đức hạnh phải là phụ sản của ý thức tỉnh giác. Bạn phải hết sức ý thức rằng mình *không thể* làm ác – không phải vì bị ước định nhưng do bạn có thể thấy được hành xử của mình là bất thiện.

Thí dụ, tôi sinh ra trong một gia đình Kỳ Na giáo, thứ tôn giáo tuân thủ cách ăn chay cuồng tín nhất thế giới. Gia đình tôi không được ăn cà chua vì màu đỏ của chúng nhắc nhở đến thịt và máu. Thậm chí đến quả cà chua quá ngây thơ tội nghiệp kia! Thuở nhỏ, chỉ cần ý tưởng ai đó ăn thịt cũng đủ làm tôi ói ra mật xanh. Không có chuyện ăn đêm trong gia đình Kỳ Na giáo; người theo đạo Kỳ Na không ăn ban đêm vì chẳng muốn bị đọa xuống địa ngục.

Lần đầu tiên ăn ban đêm là lúc tôi khoảng mười tám tuổi. Việc này đi ngược lại toàn bộ bối cảnh của tôi, nhưng không còn cách nào khác vì tôi đi cắm trại với đám bạn trai toàn người Ấn Độ giáo. Họ chẳng muốn bỏ ra cả ngày để chuẩn bị thức ăn, còn tôi thì ngay cả pha bình trà cũng không biết cách! Thế nên tôi phải lệ thuộc vào họ, mặc dù cố nhắc nhở vài lần, nhưng họ chẳng màng để ý đến chuyện ăn uống, bởi mối quan tâm của họ là khám phá vùng núi non nơi chúng tôi đã tới, và pháo đài rất cổ cũng như những bức tượng và nhiều thứ khác.

Tới chiều tối mệt đừ rồi họ mới bắt đầu sửa soạn và mãi đến tối mới nấu xong bữa ăn. Mệt, đói… và thức ăn ngon họ mới dọn lên… và mùi thơm phưng phức! Và tôi là người đau khổ duy nhất trong đám! Không thể ăn vì chỉ một đêm nao núng là đau khổ triền miên nơi miền địa ngục. Nhưng tôi là tên nao núng – tự nhiên rồi! Khi cả bọn thuyết phục tôi ăn, dù ngoài mặt vẫn cố giữ thản nhiên bình tĩnh, nhưng trong lòng tôi đã sẵn sàng để bị thuyết phục. Thực ra, tôi đang hy vọng họ sẽ làm tôi nghe theo! Cuối cùng thì tôi làm theo lời họ. Nhưng sau đó tôi bị khổ sở suốt đêm vì đau bụng và ói mửa, trong lúc mọi người không hề hấn gì. Đấy chỉ do ước định của tôi mà thôi.

Bây giờ tôi thấy kiểu ăn chay như thế không tốt chút nào, vì chỉ có tính máy móc chứ không xuất phát từ ý thức tỉnh giác của bạn.

Thiện lành một cách máy móc thì không phải là thiện lành đích thực, mà chỉ là thứ ngoài mặt. Đức hạnh cần thông minh và tỉnh giác.

Một tay Ba Lan râu ria xồm xoàm, nặc nồng mùi hèm, bị bắt về tội say rượu nơi công cộng, đang đứng trước mặt quan tòa.

Hắn biện hộ, "Thưa quý tòa, tôi thực tình không cố ý uống một lúc cả lít vodka."
Quan tòa hỏi, "Vậy tại sao anh đã làm điều đó?"
"Tôi bị mất cái nút chai."

**

Một thầu khoán làm việc cho chính phủ Mỹ ở Việt Nam đệ trình hóa đơn cho chi phí lợp mái nhà. Văn phòng chính phủ quá đỗi ngạc nhiên khi thấy tổng số tiền lên đến trên hai mươi ngàn đô la, phần lớn trong số đó là chi phí y tế cho tai nạn xảy ra trong lúc làm việc. Một viên trung úy được gửi đến bệnh viện để điều tra.

Đây là lời giải thích của người thầu khoán: "Lúc khởi đầu công việc, tôi cột cái ròng rọc vào mé của mái nhà rồi luồn sợi dây vào đó. Một đầu dây được buộc vào cái thùng lớn, còn đầu kia tôi quấn vào cái nọc đóng xuống đất. Tôi chất ngói vào chừng phân nửa thùng, mở dây, kéo thùng lên mái nhà, quấn dây vào cọc lại, rồi leo thang lên trên mái, lấy ngói ra khỏi thùng, hạ thùng xuống đất, leo thang xuống, và cứ lặp lại các động tác này nhiều lần đến khi tất cả ngói được chuyển lên mái nhà.

"Đến xế thì mái được lợp xong, tôi bắt đầu chất số ngói còn dư vào thùng. Vì ước tính số ngói cần lợp quá cao, nên tôi còn đến đầy thùng phải mang xuống. Leo thang xuống rồi mở đầu dây ra khỏi cọc; khi ấy tôi mới nhận ra sai lầm của mình. Cái thùng chứa đầy ngói, giờ đây nặng hơn tôi, đang rơi xuống. Hoảng hồn quên buông sợi dây đang cầm nên nó kéo tôi lên cao; tôi và cái thùng gặp nhau giữa đường làm xương mông bên trái của tôi bị gãy. Tôi được tiếp tục kéo lên, bị gãy thêm mấy ngón tay và cánh tay khi tay đụng vào rìa mái nhà. Trong lúc đó thì cái thùng đã đụng đất, lật úp và đổ ra gần hết số gạch; bây giờ nó nhẹ hơn tôi nên được kéo lên cao, còn tôi thì bắt đầu rơi xuống. Chúng tôi lại hội ngộ nhau ở nửa đường, lần này tôi bị dập be sườn. Chân trái bị gãy khi tôi rớt xuống đất.

"Tới lúc này tôi mới hoàn hồn để buông sợi dây. Chỉ vài giây sau, cái thùng từ trên rơi thẳng ngay lên đầu tôi khiến tôi bị chấn não!"

Cần nhiều thông minh cũng như ý thức tỉnh giác, khi ấy đời sống trở thành thiện lành một cách tự nhiên, tự ý.

Câu hỏi thứ ba:

Thưa Sư phụ,

Là người đồng tính luyến ái, con cảm thấy bị áp lực và tác động khủng khiếp bởi vết nhơ đồng dục. Dường như tới đây để tìm con đường tiếp cận bản thân và cùng lúc không đủ can đảm thổ lộ thân phận mình là thái độ giả dối. Thế nên con muốn hủy bỏ ý định ở lại và trở về nhà để không còn phải bận tâm về chuyện này nữa. Con có thể làm gì?

Hein Steff, không có gì sai trái trong đồng tính luyến ái cả, vì vậy, bạn chẳng cần phải cảm thấy tội lỗi về thực kiện này. Hẳn nhiên ta phải vượt qua tính dục, nhưng thái độ siêu việt này áp dụng cho cả dị tính cũng như đồng tính. Dị tính hay đồng tính luyến ái chỉ là những kiểu ngu xuẩn giống nhau! Bạn không cần cảm thấy mặc cảm.

Trên thực tế, nếu nhìn dân số trên thế giới, thì hiện tượng đồng tính phải được ủng hộ. Ít ra bạn sẽ không làm tăng thêm dân số, sẽ không làm trái đất nặng thêm trong lúc nó đang quá tải. Đồng tính luyến ái phải được xem là có giá trị, phải được tôn trọng – nó là cuộc vui thuần túy! Dị tính luyến ái mới nguy hiểm. Có gì sai trong sự đồng tính? Không gì sai khi hai người thưởng thức thân thể của nhau; đấy là mối quan tâm của họ, chứ không phải công việc của bất cứ người nào khác can dự vào.

Nhưng xã hội liên tục can dự vào mọi thứ; nó không chừa bất cứ sự riêng tư nào cho bất kỳ cá nhân nào. Nó còn dám xông luôn vào phòng ngủ của bạn nữa! Mặc dù luôn nói về tự do dân chủ và mọi thứ vớ vẩn, nhưng xã hội của bạn không phải là một xã hội tự do, mà mang tính nô lệ thuần túy. Nó là một nhà tù to lớn; các giáo sĩ và cái được mệnh danh là Thượng Đế của bạn đều là những kẻ tò mò tọc mạch. Họ luôn chọc mũi vào đời tư của bạn, rình rập xem bạn đang làm gì. Đời tư là của riêng bạn, chẳng mắc mớ gì đến người khác.

Có gì sai khi yêu người đàn ông hay người đàn bà? Hai người đàn ông có thể yêu nhau, cũng như hai người đàn bà có thể yêu nhau. Tình yêu là giá trị trong chính tự thân của nó; và không nên kết tội sự vui thích. Cuộc sống đã là gánh nặng, lê thê, buồn chán; vì thế ít nhất cũng nên chừa lại chút gì đó trong đời để con người có thể cảm thấy đỡ chán chường hơn.

Tại đây bạn không cần phải sợ khi muốn biểu lộ bản thân mình. Toàn bộ phương pháp của tôi là giúp bạn sống theo cách bạn đang hiện thể, bởi đấy là cách duy nhất để siêu việt thực trạng. Mặc cảm tội lỗi chỉ giữ bạn y nguyên như cũ, vì mặc cảm không bao giờ chuyển hóa được bất cứ người nào.

Đồng tính luyến ái là một hiện tượng hết sức vô tội; nhưng tại sao nó bị lên án nặng nề đến thế? Lý do là nếu không bị kết án, xã hội sợ rằng hầu hết mọi người sẽ thiên về đồng tính vì mỗi đứa trẻ đều có khuynh hướng này. Mỗi đứa trẻ đều trải qua giai đoạn đồng tính khi chúng ở lứa tuổi mà con trai thích con trai và con gái thích con gái. Xã hội lo rằng nếu nhiều người quay sang đồng tính luyến ái thì quá nguy hiểm; đặc thù là ngày xưa khi dân số còn ít ỏi và mọi xã hội đều muốn có thêm nhiều nhân lực, bởi nhân lực là sức mạnh. Thực trạng này phải bị kết án, tuyệt đối bị lên án đến mức trở thành tội ác nặng nhất ở vài quốc gia.

Chẳng hạn như trong xứ Iran vào thời của nhà độc tài Ayatollah Khomeiniac, đồng tính luyến ái là một trọng tội; bạn có thể bị tù chung thân hoặc lãnh án tử hình nếu phạm tôi này. Tệ trạng này có vẻ như tuyệt đối nực cười, lố bịch, nhưng có lý do nào đó trong quá khứ. Mỗi xã hội đều muốn sở hữu nhiều quyền lực hơn nên cứ tạo ra cuộc chiến đấu liên tục – chiến đấu giữa các phe nhóm, bộ lạc, thị tộc... và yếu tố quyết định là nhân lực, là có được bao nhiêu người. Nếu dân chúng thiên về đồng tính thì dân số sẽ giảm sút; do đó mà đồng tính luyến ái bị lên án là tội lỗi nghiêm trọng.

Vấn đề có thể mang ý nghĩa nào đó khi bạn nghĩ về quá khứ, nhưng trong hiện tại này thì hoàn toàn vô nghĩa. Thực ra, toàn bộ tình huống phải trở thành ngược lại: dị tính luyến ái nguy hiểm hơn vì không cần thêm người nữa. Nếu nhân loại cứ tăng lên theo cách này thì chúng ta không thể nuôi nổi, không thể sống nổi nữa. Đến cuối thế kỷ này, dân số sẽ quá đông, nghèo đói sẽ quá nhiều, đến mức dường như không còn cách giải quyết ngoại trừ thế chiến thứ ba, cuộc chiến sẽ tiêu diệt gần hết nhân loại – để một ít người có thể bắt đầu lại toàn thể câu chuyện.

Tôi được nghe một câu chuyện của thế kỷ hai mươi mốt:

Thế chiến thứ ba vừa mới xảy ra. Một con khỉ đực đang ngồi tắm nắng trên tảng đá thì có con khỉ cái đi đến đưa cho nó trái táo. Con khỉ đực nói, "Lạy Chúa, có phải chúng ta sẽ khởi sự làm lại từ đầu không?"

Đồng tính luyến ái bị lên án vì nếu không làm thế thì khả tính nhiều người sẽ thiên về nó rất cao. Trong mỗi người đều mang khuynh hướng nội tại này; thực ra, người chống lại nó… càng chống kịch liệt chừng nào thì khuynh hướng này trong người họ càng mạnh. Sâu trong vô thức, họ biết được sự hiện diện của nó, nên muốn đè nén thì chỉ còn cách là chống lại nó; họ cảm thấy ghê tởm bởi chính ý tưởng này.

Nhưng không ai bảo họ là người đồng tính luyến ái. Nếu người khác cảm thấy hấp dẫn, thì đấy không phải là việc của bạn để can thiệp hoặc lên án họ; đấy là quyền tự do của họ, và họ cũng chẳng gây phương hại cho người nào khác. Đấy là một trò chơi vô hại – chắc chắn là ngu xuẩn rồi, nhưng không phải là tội lỗi. Mà khi liên quan đến ngu xuẩn thì luyến ái dị tính hay đồng tính đều giống nhau, bởi lý do đơn giản vì tính dục chỉ là sự thôi thúc sinh lý và bạn không thể tự chủ nên biến thành nạn nhân của nó.

Bạn chẳng cần phải lo lắng nhiều về vấn đề này, Hein, bởi đồng tính luyến ái có nguồn gốc rất đẹp: nó bắt nguồn từ trong các tu viện. Nên có hương vị tôn giáo nào đó! Những người đồng tính luyến ái đầu tiên là các nam và nữ tu sĩ – Ki Tô giáo, Phật giáo, Kỳ Na giáo; tất cả mọi tôn giáo lớn đều góp phần vào hiện tượng này. Hiện tượng này nhất định phải xảy ra vì ngay cả đến bây giờ nhiều tu viện vẫn không cho phép phụ nữ bước vào.

Mount Athos, một tu viện Ki Tô giáo ở Âu châu, hàng ngàn năm qua chưa hề có người phụ nữ nào được đi vào bên trong, thậm chí đến bé gái mới sáu tháng tuổi cũng không được phép. Hạng người nào đang sống trong đó? Người ta sợ đến độ không dám thấy đứa bé gái mới sáu tháng tuổi! Họ có thể làm được gì? Nhưng đè nén tính dục tạo nên sợ hãi, nên người trong cả tu viện chỉ hoàn toàn là nam giới; và đồng tính luyến ái là phụ sản tự nhiên nếu chỉ có con trai hay con gái ở chung với nhau.

Các nhà tôn giáo và giáo dục góp phần lớn lao vào việc đồng tính luyến ái, bởi bọn con trai phải được học hành ăn ở từ những trường lớp tách biệt với nơi ăn chốn học của đám con gái. Nếu để toàn đám con gái ở chung với nhau thì nhất định chúng sẽ thành phái nữ đồng tính, bởi khi bị tính dục thôi thúc và không thể tìm gặp đứa con trai nào thì, 'có còn hơn không'.

Ngay cả loài vật trong sở thú cũng có khuynh hướng đồng tính – chỉ trong sở thú thôi, nên nhớ. Trong môi trường hoang dã chúng không cần làm thế vì con cái lúc nào cũng sẵn sàng khả dụng; nhưng trong thảo cầm viên, nếu không có con cái khi hữu sự, chúng sẽ trở nên đồng tính. Sở thú là nơi đáng được nghiên cứu; tôi thường quan sát sở thú bởi nơi đây cho bạn nhiều biểu thị về xã hội con người. Xã hội loài người là một sở thú vĩ đại vì mọi thứ đều trở thành phản thiên nhiên.

Đi tới sở thú để quan sát các con vật và bạn sẽ thấy ra được nhiều điều. Chúng trở nên có khuynh hướng đồng tính, thứ trạng thái không bao giờ xảy ra trong khung cảnh hoạt động hoang dã của chúng. Chúng bị ép buộc phải trở thành đồng tính luyến ái; chúng trở nên điên cuồng, bất bình thường, mất trí. Điều này không bao giờ xảy ra khi chúng ở trong môi trường thiên nhiên. Sự lành mạnh của chúng cần một chút tự do.

Khi ở trong tình trạng hoang dã, sư tử có lãnh thổ rộng lớn hàng nhiều dặm và làm vua một cõi. Khi tham quan thảo cầm viên bạn sẽ thấy con sư tử cứ bước tới bước lui như thế suốt ngày khi nó ở trong cái chuồng nhỏ hẹp. Việc này khiến cho bất cứ ai cũng có thể phát điên lên. Nó cần tự do, cần một lãnh thổ nào đó; bị nhét vào một không gian nhỏ bé chật chội khiến nó nổi giận, điên tiết, bạo động.

Nhiều bệnh tật chưa bao giờ xảy ra trong vùng thiên nhiên hoang dã; chẳng hạn như không con vật nào bị lao hoặc ung thư, nhưng trong sở thú thì chúng lại bị. Lạ đời! Sở thú có đầy đủ các loại dụng cụ y khoa, trong khi ngoài hoang dã chẳng có tiện nghi gì cả. Trong sở thú có bác sĩ thú ý giỏi chăm sóc chúng tận tình; những tật bệnh mà chúng không tự lo liệu được đều được bác sĩ thú y trị liệu. Mấy con thú trong thảo cầm viên trở thành nạn nhân của những thứ đau ốm chúng chưa bao giờ biết trước đó.

Xã hội con người bị cưỡng bức phải sống trong hoàn cảnh phản tự nhiên, và tu viện là một trong những nơi phản tự nhiên nhất. Đấy là một sở thú, sở thú tôn giáo! Đồng tính luyến ái được sinh ra từ đó, thế nên bạn đừng cảm thấy xấu hổ về nó. Là người tôn giáo đấy! Và bạn có được một dòng truyền thừa vĩ đại...

Nếu tìm trong giới đồng tính bạn sẽ ngạc nhiên khi thấy không biết bao nhiêu thi sĩ, tác giả, họa sĩ, nhạc sĩ, vũ công, những người nổi danh, những người sáng tạo, kể cả những người đoạt giải Nobel đều đồng tính luyến ái.

Cũng đừng lo về chuyện giác ngộ, bởi tôi biết ít nhất là một người đồng tính đã giác ngộ – Socrates; ông là người đồng tính. Và còn một điểm nghi ngờ về chúa Jesus, tôi không chứng minh được, chỉ nghi ngờ thôi, bởi ngài luôn đi với đàn ông. Mười hai thánh tông đồ này của ngài... ai biết? Nhưng nếu ngài đồng tính thì cũng chẳng có gì sai trái. Chắc chắn Socrates, Plato, Aristotle đều đồng tính. Hy Lạp là những người vĩ đại!

Cô gái Mỹ sắp làm đám cưới với chàng Hy Lạp. Mẹ cô hết sức lo ngại về việc này, "Khoan đã! Nếu con có thể tránh cuộc hôn nhân này...."

Cô gái phát cáu, "Không. Anh ấy trông rất đẹp trai như một vị thần Hy Lạp!"

Bà mẹ nói, "Mẹ biết, nhưng sau vài ngày là con sẽ biết nó chẳng là ai khác hơn một thằng Hy Lạp phải gió! Thêm điều này nữa, nếu lấy nó, con phải nhớ đừng bao giờ quay lưng về hướng của nó, đừng bao giờ! Bất cứ chuyện gì xảy ra con cũng phải nằm ngửa suốt đêm!"

Cô gái làm đám cưới. Cô nhớ lời mẹ dặn nên cứ khăng khăng nằm ngửa, và chẳng lâu sau thấy mẹ mình nói đúng: thần Hy Lạp chẳng là gì ngoài tên Hy Lạp phải gió! Và cô cũng lấy làm khó hiểu khi anh chồng cứ luôn bảo cô, "Tại sao em không nằm sấp lại?" – nhưng cô rất bướng nên không làm theo!

Sáu tháng sau, khi mọi cố gắng đều thất bại, chàng Hy Lạp bảo cô Mỹ, "Nghe này, nếu em không chịu nằm sấp thì chúng ta sẽ không bao giờ có con với nhau."

Vì muốn có con nên cô Mỹ quay lại nằm sấp. Luận lý là mánh lới nhà nghề của người Hy Lạp.

Người Hy Lạp đã từng là những người đồng tính luyến ái hàng bao thế kỷ nay. Tất cả những bậc vĩ nhân của họ đều như thế. Nên không cần phải lo ngại – bạn có một lịch sử to lớn đàng sau lưng! Walt Whitman, một trong những nhà thơ lớn của mọi thời đại, là người đồng tính luyến ái.

Dường như có điều gì đó trong tính dục đồng giới khiến người ta sáng tạo, hoặc người sáng tạo là tính dục đồng giới. Tôi có thể thấy ra điểm này: khi không còn tạo ra con cái, tính sáng tạo của bạn chuyển sang hướng mới, chiều kích mới; bạn sáng tác thơ phú, tranh ảnh....

Và những người từng lên án đồng tính luyến ái hàng bao thế hệ cũng còn có thêm một lý do khác. Trên phương diện có liên quan đến sự quan hệ giữa đàn ông/đàn bà, thì mối quan hệ này luôn luôn đi đến chỗ bế tắc, bởi đàn ông không thể hiểu nổi tâm trí của đàn bà, và ngược lại. Họ là những đối cực cách xa nhau; đấy là hấp lực giữa hai bên, nhưng cũng là sự mâu thuẫn liên tục của họ. Nếu đồng tính luyến ái được cho phép, được công nhận, e rằng nhiều người sẽ đi theo chiều hướng này vì đàn ông có thể hiểu đàn ông và đàn bàn bà có thể hiểu đàn bà, dễ dàng hơn – họ có tâm trí giống nhau.

Đấy là lý do tại sao những người đồng tính được gọi là những người *'gay* – vui vẻ'. Họ thật sự vui vẻ! Người dị tính trông buồn bã. Khi nhìn thấy một cặp nam nữ, bạn tức thời có thể biết họ là vợ chồng hay không: nếu trông có vẻ buồn thảm, chán ngắt, chai điếng, thì chắc chắn họ đã cưới nhau. Hôn nhân giết chết hết mọi niềm vui chỉ vì lý do đơn giản là nó tạo ra quá nhiều xung đột. Do đó mọi xã hội đều lên án đồng tính luyến ái vì nếu tình trạng này được chấp nhận thì chuyện gì sẽ xảy ra cho việc sinh sản? Trong quá khứ, thái độ lên án này có chút ý nghĩa, nhưng bây giờ thì hoàn toàn vô nghĩa.

Bây giờ đến lúc đồng tính luyến ái có thể được chấp nhận, phải được chấp nhận như là lối thoát tự nhiên cho năng lượng tính dục của bạn. Tôi không chống lại, cũng chẳng ủng hộ việc này, nhưng chỉ đơn giản nói rằng nếu phải sống với tính dục của bạn thì bạn có thể chọn lựa cũng như có tự do để lựa chọn kiểu cách cho mình. Nếu quyết định làm kẻ ngu ngốc, tối thiểu bạn phải có quyền tự do chọn lựa loại ngu ngốc bạn muốn! Tôi cho bạn tự do hoàn toàn.

Nỗ lực của tôi ở đây là giúp bạn vượt qua tính dục, thế nên dù là người đồng tính hay dị tính, bạn đều phải siêu việt nó. Và có những người không phải cả hai, những người thủ dâm, tự dâm; những người này cũng phải vượt qua tình trạng tính dục của họ. Con người phải siêu việt tính dục, bất cứ kiểu loại nào, vì trừ phi vượt qua khỏi chướng ngại sinh học, bạn sẽ không bao giờ biết được linh hồn của mình. Nhưng trong lúc này, trước khi siêu việt nó, làm bất cứ kiểu gì bạn thích là quyền tự do của bạn.

Bạn bảo, *"Là người đồng tính luyến ái, con cảm thấy bị áp lực và tác động khủng khiếp bởi vết nhơ đồng dục."*

Không cần phải bị "áp lực khủng khiếp" đâu. Bạn phải chấp nhận sự lên án của người ta. Sâu đâu đó trong lòng, bạn cũng chống lại bản thân mình, nếu không, tại sao lại cảm thấy bị áp lực? Nếu người ta chống đối thì cứ để họ chống đối! Bạn không cần phải tuyên bố với mọi người, không cần phải trương cờ để cho biết mình là người đồng tính. Bạn có thể vẫn giữ kiểu cách của mình. Đương nhiên là không thể nào che giấu được thực trạng, bởi kiểu cách của bạn làm thay đổi ngôn ngữ cơ thể: người đồng tính có tướng đi, giọng nói… hoàn toàn khác với người dị tính. Và trông họ vui vẻ, sung sướng đến thế!

Vậy nên bạn chỉ cần bớt vui sướng một tí là được rồi; đừng tỏ ra quá hạnh phúc và nên bước đi một cách ý thức tỉnh giác hơn một chút, vậy thôi. Đừng cảm thấy bị áp lực và tác động bởi vết nhơ đồng tính. Đấy toàn là những thứ vô nghĩa!

Bạn nói, *"Dường như tới đây để tìm con đường tiếp cận bản thân và cùng lúc không đủ can đảm thổ lộ thân phận mình."*

Bạn đang nói về can đảm nào vậy? Tại đây không có vấn đề can đảm. Nếu bạn là người đồng tính thì bạn là người đồng tính! Ở đây không cần can đảm để tuyên bố sự thật; bạn có thể viết lên trên áo của mình "Tôi là người đồng tính" và sẽ thấy chẳng ai màng để ý đến. Người ta sẽ nói, "Vậy thì sao?"

Ở đây là một thế giới hoàn toàn khác; chúng tôi chấp nhận đủ mọi hạng người: bình thường, bất bình thường, khùng điên… Chúng tôi không có sự chống đối, ngoại trừ bạn cố ý phương hại người khác. Và đồng tính luyến ái là một trò chơi vô hại, tuyệt đối vô tội vạ. Nhưng bạn nghĩ mình cần can đảm để thổ lộ thân phận thì, chỉ đúng ở chỗ khác, chứ tại đây không cần. Và tôi cũng không khuyên bạn nên tuyên bố điều này ở bất kỳ nơi nào khác, bởi chẳng cần thiết. Tại sao phải ba hoa về nó? Hãy im lặng chấp nhận nó, hãy thư giãn với thực trạng.

Nhưng bạn muốn nói ra vì nó đang sôi sục trong lòng. Đừng bận tâm đến lời người khác nói mà nên tự nhìn vào nội tâm để nghe bạn đang nói gì về tính đồng dục của riêng mình. Bạn không cảm thấy thoải mái với nó. Xã hội đã làm bạn sai lạc, đã khiến bạn bị nhiễm bẩn, đã cho bạn quan niệm, đã tạo cho bạn một lương tâm nào đó và lương tâm này đang cắn rứt, đang liên tục cảm thấy đau đớn.

Bây giờ bạn nói, *"Thế nên tôi muốn hủy bỏ ý định ở lại và trở về nhà để không còn phải bận tâm về chuyện này nữa."*

Chỉ bằng vào việc quay trở về nhà sẽ không giúp bạn thoát khỏi mặc cảm. Hoặc bạn phải dẹp bỏ tính đồng dục, hoặc phải dứt khoát với cảm giác sỉ nhục cũng như áp lực của nó. Phải quăng bỏ cái lương tâm mà xã hội đã tạo ra trong tâm trí; phải tự hiểu biết và tự thanh tẩy hết mọi khái niệm mà người khác đã áp đặt lên bản thân bạn. Chỉ khi ấy bạn mới có thể nhẹ nhàng thảnh thơi.

Bạn hỏi tôi, *"Tôi có thể làm gì?"*

Hein, đừng tạo ra vấn đề từ nó; chẳng cần phải làm gì cả. Tôi không giải quyết những vấn đề cá nhân. Toàn bộ phương cách trị liệu của tôi là có hàng triệu căn bệnh, nhưng chỉ một cách điều trị duy nhất – đấy là thiền định.

Bạn thiền quán – đồng tính, dị tính, lưỡng tính…. Hãy thiền định. Bạn sẽ trở nên an tịnh hơn, trầm mặc hơn để tạo ra một khoảng trống nội tâm. Khi trở nên trong suốt là lúc mọi sự việc sẽ bắt đầu thay đổi và, bạn sẽ có khả năng nhìn thấy mình đang làm gì cho chính bản thân. Nếu bạn thấy đúng cho mình thì cứ tiếp tục làm với nhiều niềm vui hơn, toàn bộ hơn, mãnh liệt hơn, đam mê hơn. Nếu thấy sai, nó sẽ đơn giản rơi rụng như chiếc lá chết lìa cành.

Vì vậy tôi không thể đề nghị bất cứ phương pháp đặc thù nào, bởi với tôi, mọi vấn đề đều phát sinh từ sự đồng hóa với tâm trí và chúng ta quên rằng từ thâm sâu nội tại còn có một không gian có thể được gọi là *phi tâm*. Thể nghiệm được cảnh giới phi tâm này sẽ cho bạn viễn cảnh, tri kiến, sáng suốt.

Hãy thiền định. Chỉ ngồi im lặng quán chiếu tư tưởng của bạn – đồng tính, dị tính, lưỡng tính gì gì đó đều không thành vấn đề. Hãy quan sát và trở thành chứng nhân; dần dần một khoảng cách sẽ được tạo ra giữa bạn và ý nghĩ của bạn. Rồi một ngày, hốt nhiên bạn trực nhận được mình không phải là tâm trí; đấy là ngày cuộc cách mạng nội tâm xảy ra. Khi ấy bạn sẽ vĩnh viễn không còn là con người cũ vì sự siêu việt đã khởi động. Khi ấy, bạn làm bất cứ điều gì cũng đúng; bạn không thể làm sai giống như trước đây.

Khi nói không chống lại đồng tính luyến ái, không có nghĩa là tôi ủng hộ nó, nên nhớ. Tôi không nói, "Hãy làm người đồng tính." Cũng vậy, tôi không chống nhưng cũng chẳng ủng hộ dị tính luyến ái. Tôi chẳng ủng hộ thứ nào cả, bởi đấy chỉ toàn là những trò chơi tâm trí – và bạn phải vượt qua khỏi tất cả mọi trò chơi.

Tâm trí của bạn do xã hội tạo ra.

Cậu bé mười lăm tuổi chạy tháo ra khỏi rạp chiếu phim nơi nó mới vừa xem đoạn phim khiêu dâm. Viên quản lý chặn lại hỏi, "Tại sao cháu chạy một cách hấp tấp vậy?"

"Tại mẹ bảo nếu nhìn thấy điều gì xấu thì con sẽ biến thành cục đá – và con đang bắt đầu thành cục đá rồi đây!"

**

Hai thành viên của câu lạc bộ dành riêng cho những người thám hiểm ở Luân Đôn đang nhâm nhi ly rượu và bàn bạc về người bạn chung của họ.

Lão thứ nhất nói, "Ái chà, tôi thật không ngờ. Anh nói Parkhurst đã đi Phi châu và đã cưới một con giả nhân à?"

"Đúng thế, bạn già."

Im lặng một chút rồi lão già thứ nhất hỏi với giọng dè dặt, "Cố nhiên là một con khỉ cái chứ?"

"Dĩ nhiên. Chẳng có gì khả nghi về lão Parkhurst cả!"

Tâm trí vận hành như một tên nội gián của xã hội.
Siêu việt tâm trí là vượt qua khỏi xã hội.
Siêu việt tâm trí là vượt qua toàn bộ lịch sử.
Siêu việt tâm trí là vượt qua quá khứ.
Siêu việt tâm trí là thể nhập Thượng Đế.
Khi ấy bất cứ điều gì xảy ra đều tốt đẹp, đều là đức hạnh.

Câu hỏi thứ tư:

Thưa Sư phụ,

Dường như Tây phương bị ám ảnh bởi tính dục. Người ta không ngừng bị nhồi nhét với kỹ thuật và hình ảnh khiêu dâm. Nhưng tại sao, suốt đến giờ này, họ vẫn bế tắc và không thể thể nghiệm kinh nghiệm mật tông về tính dục, tình yêu và đời sống?

Prem Karin, Tây phương hay Đông phương không thành vấn đề, cả hai phương đều bị ám ảnh bởi tính dục, tất nhiên là theo những cách khác nhau. Tây phương ham mê, còn Đông phương đè nén, nhưng nỗi ám ảnh thì giống nhau. Và câu hỏi có ý nghĩa là: Tại sao Tây phương ham mê tính dục đến thế? Tại vì hai ngàn năm ảnh hưởng của Ki Tô giáo và phương pháp ức chế của nó đã mang lại sự ham mê này.

Đông phương ức chế tính dục, nhưng sớm muộn gì người ta cũng sẽ trở nên ham mê. Tâm trí con người di chuyển giống như cái quả lắc đồng hồ, từ trái sang phải, rồi từ phải sang trái; nên nhớ, khi quả lắc di chuyển sang phải cũng là lúc nó lấy xung lực để quay về bên trái, và ngược lại. Có vẻ như đang hướng về phía trái, nhưng thật ra nó đang lấy đà để đi qua bên phải. Khi một xã hội đang ức chế nghĩa là xã hội ấy đang gom xung lực để trở thành mê đắm, và ngược lại.

Thế nên hiện tượng kỳ lạ nhất định phải xảy ra, và trên thực tế, đang xảy ra: Tây phương đã đam mê tính dục trong vài thập kỷ và chiều hướng kềm nén đang phát khởi trở lại. Hiện nay đang có nhiều giáo phái cố gắng thuyết phục tín đồ của họ sống đời sống độc thân tịnh dục. Phong trào Hare Krishna thuyết giảng tính trinh khiết, *brahmacharya*, và được hàng ngàn người quan tâm. Đã xuất hiện nhiều giáo phái có cùng một quan điểm: tính dục phải được kềm nén. Nhiều tông phái nhân danh Yoga, Thiền, Cơ Đốc, đang mọc lên để xiển dương sự đè nén trở lại. Tây phương sẽ sớm trở nên có tính ức chế.

Trong lúc ở Đông phương thì con số những tạp chí khiêu dâm mỗi ngày mỗi tăng; phim ảnh khiêu dâm càng lúc càng nhiều. Trên mọi bình diện, Đông phương hơi chậm chậm, hơi lười lười, nên cần nhiều thì giờ hơn một chút; trong khi Tây phương chạy hết tốc lực. Nhưng Đông đang chuyển mình thành Tây, và Tây đang biến thành Đông, và đấy là một trong những vấn đề trầm trọng nhất. Nếu hiện tượng này xảy ra thì nỗi thống khổ vẫn còn nguyên như cũ. Cái quả lắc lại đu đưa và bạn sẽ cứ tiếp tục làm cùng những công việc như trước.

Thực trạng này đã xảy ra nhiều lần trong quá khứ: xã hội có tính ức chế trở thành đam mê chẳng chóng thì chầy. Khi sự đè nén đi đến giai đoạn mà bạn không còn sức để đè tiếp thì nó bùng nổ: người ta phát cáu lên. Hoặc ở một xã hội quá sức đam mê bắt đầu thấy ra tính chất phù phiếm của nó, bắt đầu nhận ra sự hoàn toàn phí hoài năng lượng của nó; khi đam mê chẳng những không mang đến hài lòng, mà còn làm cho ta cảm thấy thất vọng nhiều hơn, thì ta khởi sự nghĩ đến *brahmacharya* – tiệt dục. Có lẽ các '*rishis* – nhà khổ hạnh' đã đúng!

Ở Đông phương, sự đổi chiều này cũng đã xảy ra nhiều lần. Khởi thủy, Ấn Độ giáo rất đam mê, chứ không phải là tôn giáo có tính ức chế sắc dục. Chư vị tiên tri Ấn Độ giáo là những người có gia đình; không những chỉ lập gia đình, họ còn được phép có thêm một số đàn bà khác làm thê thiếp. Thậm chí họ còn được quyền mua đàn bà – bởi ở Ấn Độ vào thời kỳ đó, đàn ông và đàn bà được bày bán ngoài chợ giống như bất kỳ loại hàng hóa nào.

Cẩn thận với mấy tay hay ba hoa về thời Hoàng Kim của Ấn; chẳng bao giờ có thời hoàng kim nào cả. Ngay cả vào thời kỳ của Rama… Người Ấn nói quá nhiều về Ramarajya, vương quốc của Rama được cho là tuyệt đỉnh. Con người được mua bán không khác hàng hóa ngoài bãi chợ, đặc biệt là đàn bà được xem như bất động sản nên ai cũng có thể bán hoặc mua. Người ta thường dùng đàn bà như món quà để biếu xén nhau; khách đến nhà chơi và thích một trong các hầu thiếp của bạn và bạn tặng nàng hầu đó cho khách. Thậm chí các bậc mệnh danh là thánh nhân cũng thường có nhiều đàn bà. Tất cả mọi câu chuyện vào thời đó, ngay cả đến thần thánh, đều đam mê sắc dục; họ toàn là những kẻ mê đắm.

Chắc bạn đã đến những đền thờ dành riêng cho thần Shiva. Tượng Shiva không gì khác hơn là biểu tượng sinh dục của đàn ông. Nếu nhìn thật kỹ, nếu quan sát từng chi tiết, bạn sẽ ngạc nhiên khi thấy cả hai cơ quan sinh dục nam nữ đều được khắc trên đó. Nó mô tả cuộc gặp gỡ giữa hai phái. Câu chuyện như thế này:

Một hôm, Vishnu và Brahma đi gặp Shiva… đây là tam thể của Ấn giáo: Brahma, đấng tạo hóa; Vishnu, đấng bảo hộ; Shiva, đấng hủy diệt. Cả ba vị đều cần thiết để giúp thế giới hoạt động. Một kiến tạo, một bảo trì, một phá hoại; và tiến trình cứ được lặp lại để vạn vật liên tục lưu thông.

Brahma và Vishnu đến gặp Shiva, nhưng lính gác đang ngủ say nên họ đi thẳng vào nhà không xin phép trước, trong lúc Shiva đang làm tình với vợ là Parvati. Ông say sưa ngây ngất chẳng còn biết đất trời gì – có lẽ đã dùng loại ma túy nào đó, vì người ta biết rõ là ông đã dùng ma túy. Cần sa, xái, á phiện, đều được ông biết đến.

Ông tiếp tục làm tình và hai vị thần này đứng đấy quan sát. Đúng là những vị thần vĩ đại! Thậm chí họ không thể nói câu xin lỗi rồi đi ra ngoài. Chắc họ phải thích thú cảnh này lắm – cảnh khiêu dâm sống thực mà! Cuộc làm tình kéo dài sáu tiếng đồng hồ và hai vị thần cứ đứng đó thưởng thức. Một cuốn phim dâm dài! – chẳng có gì ngoại việc làm tình! Chẳng tình tiết gì khác… chỉ có Shiva đang… thế thôi.

Đợi đến khi Shiva xong việc, họ bảo ông, "Đứng chờ ông suốt sáu giờ đồng hồ và ông chẳng thèm đếm xỉa gì đến chúng tôi cả. Chúng tôi hết sức tức giận nên nguyền rủa rằng ông sẽ được người ta nhớ đời đời bằng bộ phận sinh dục của ông."

Đấy là lý do tại sao trong đền thờ Shiva bạn thấy biểu tượng bộ phận sinh dục đàn ông: Shiva được nhớ đến qua của quý của ông.

Những người Ấn giáo này chắc phải hết sức đắm say tính dục; ngay cả các vị thần của họ cũng thế. Nhưng phản ứng xảy ra, quả lắc đã di chuyển. Phật giáo và Kỳ Na giáo nổi dậy chống đối sự mê đắm này và tạo ra một thế giới vô cùng đè nén đam mê, một nền đạo đức ức chế tính dục.

Ấn Độ vẫn còn sống dưới ảnh hưởng này, nhưng đang dần dần đi trở lại về hướng đam mê tính dục. Tây phương đang chi phối xứ Ấn bằng phim ảnh, tiểu thuyết, sách báo; người Ấn đọc báo Playboy giấu bên trong quyển kinh Chí Tôn Ca của họ! Còn Tây phương bị chi phối bởi đức Phật, bởi Thiền Tông, bởi Patanjali, bởi Yoga, bởi thiền định.

Prem Karin, bạn hỏi, *"Dường như Tây phương bị ám ảnh bởi tính dục."*

Điều này không những chỉ đúng cho Tây phương, mà cho toàn thể nhân loại, mãi đến giờ, vẫn còn ám ảnh bởi tính dục, và nó sẽ giữ nguyên tình trạng như thế nếu chúng ta không thay đổi toàn bộ hành trạng. Cho tới bây giờ, hành trạng chỉ là sự thay đổi qua lại giữa hai thái cực ức chế/mê đắm và mê đắm/ức chế. Chúng ta phải dừng lại chính xác ngay trung điểm. Có bao giờ bạn thử dừng quả lắc đồng hồ ngay chính giữa chưa? Chuyện gì xảy ra? Đồng hồ ngưng chạy; thời gian dừng lại.

Đấy là nỗ lực của tôi ở đây. Tôi không muốn bạn bị quá lậm, cũng như không muốn bạn ức chế sắc dục; nhưng muốn bạn quân bình, chỉ ở ngay chính giữa. Chỉ ngay trung điểm này thì sự siêu việt mới khả hữu, và chỉ tại đây chúng ta mới có thể tạo ra loại người không mang tính chất Đông hay Tây phương. Một loại người mới với tri kiến mới, hoàn toàn không bị ràng buộc bởi quá khứ Đông hay Tây phương xuất hiện trên mặt đất này là nhu cầu bức thiết nhất.

Bạn hỏi, *"Nhưng tại sao, suốt đến giờ này, người ta vẫn bế tắc và không thể thể nghiệm kinh nghiệm mật tông về tính dục, tình yêu và đời sống?"*

Kinh nghiệm mật tông nghĩa là không kềm nén cũng không buông thả. Kinh nghiệm này chỉ khả hữu khi bạn thể nhập được thiền định sâu xa, bằng không thì không thể sở đắc được nó. Chỉ khi nào trở nên hoàn toàn tĩnh mặc, tỉnh giác, nhạy bén, thì bạn mới khả dĩ biết được chút gì về mật tông. Bằng không, mật tông cũng có thể trở thành cớ cho mê đắm – một cái tên mới, một chiêu bài tôn giáo. Bạn có thể cứ trầm mình trong hoan lạc dưới danh nghĩa của mật tông. Danh từ sẽ không thay đổi con người bao nhiêu, cái cần thay đổi là chính bản thể của bạn.

Zelda, con ngựa vằn gốc Do Thái, đang đi trên con đường làng trong vùng hoang vu nào đó của tiểu bang Pennsylvania, chợt gặp một bầy cừu. Cô nói to, "Du-hu, tôi có thể nói chuyện với bạn được không?"

Một con cừu trong đám bước đến bên hàng rào, "Chị muốn nói về chuyện gì?"

"Tôi đại diện cho hội ái hữu ngựa vằn Hadassah Nam Phi. Bạn là Do Thái?"

"Ồ đúng rồi, ở đây chúng tôi toàn là Do Thái."

"Tốt quá, tôi đang làm công tác thu thập dữ kiện. Hội ngựa vằn chúng tôi muốn biết sinh kế của thú vật Do Thái ở Mỹ ra sao. Có thể vui lòng nói cho tôi biết bạn đang làm công việc gì?"

Con cừu ngạc nhiên kêu lên, "Tôi làm gì à? Câu hỏi gì lạ thế? Tôi chỉ cho lông cừu, đâu còn làm gì khác? Mỗi năm họ cắt hết lông rồi mùa tới họ cũng làm như thế. Bộ ở Nam Phi khác hơn sao?"

"Ồ không, cũng giống vậy thôi. Tốt, tôi phải đi đây. Ta-ta, cám ơn bạn rất nhiều."

Zelda tiếp tục đi làm nhiệm vụ của mình cho tới khi gặp một chị bò cái.

"Xin lỗi, thưa bà, tôi từ hội ái hữu ngựa vằn Hadassah Nam Phi. Tôi đang làm cuộc phỏng vấn về đề tài gia súc Mỹ gốc Do Thái. Bà có thể vui lòng mô tả công việc của bà không?

Chị bò lầm bầm, "Hân hạnh. Tôi làm việc cho công ty bơ sữa phục vụ chế độ ăn kiêng nghiêm khắc, đương nhiên bản thân tôi cũng là người chính thống. Chị hỏi công việc của tôi à? Thế này, là giống bò Guernsy thuần chủng, tôi cho sữa hạng A. Tôi sống trong căn trại đẹp màu trắng trên kia kìa. Xin lỗi không mời chị lên chơi được, chúng tôi không liệu trước là có bạn nên chỗ nơi bê bối lắm."

"Không gì đâu. Cám ơn sự cung cấp thông tin và giúp đỡ tận tình của bà. Tu-lu."

Không lâu sau, Zelda trông thấy một con ngựa đực trên đồng cỏ, tính chất Do Thái của hắn là không thể lầm lẫn được. Cùng lúc đó con ngựa đực cũng sực thấy Zelda nên phóng thẳng đến bên hàng rào, bốn vó cùng lúc đứng lại lù lù trước mặt Zelda với hai lỗ mũi thở phì phò.

Zelda e dè hỏi, "Ngài làm nghề gì thế?"

"Cưng à, hãy tuột bộ đồ ngủ hoa hòe hoa sói kia xuống, rồi qua sẽ cho cưng thấy nghề của qua ngay!"

Toàn thể nhân loại đều đang chịu đựng sự cám dỗ của sắc dục, hoặc qua buông lung hoặc qua ức chế; mọi người hầu như đều quan tâm tới tính dục hai mươi bốn giờ một ngày.

Các tâm lý gia đã phát hiện ra rằng đàn ông nghĩ tới đàn bà ít nhất mỗi ba phút một lần, còn đàn bà nghĩ đến đàn ông tối thiểu một lần trong mỗi sáu phút. Sự khác biệt này đủ tạo ra vấn đề, có lẽ đấy là toàn bộ rắc rối giữa hai phái.

Tính dục trong mật tông hoàn toàn chẳng liên hệ tới tính dục chút nào, mà liên quan đến thiền định. Thiền định phải lan tỏa khắp mọi hoạt động trong đời sống của bạn. Bất cứ làm việc gì cũng làm với trạng thái thiền định: đi đứng, ngồi nằm, ăn uống... ngay đến làm tình! Thiền phải trở thành đời sống của bạn hai mươi bốn giờ mỗi ngày, chỉ có thế mới có sự chuyển hóa. Khi ấy bạn siêu việt tính dục, siêu việt thân lẫn tâm. Và lần đầu tiên bạn ý thức được thượng đế tính, được hương vị hỷ lạc của cơn xuất thần, được chân lý, được giải thoát.

Câu hỏi chót, câu thứ năm:

Thưa Sư phụ,

Tại sao người Ấn lại là những người kiêu hãnh đến thế?

Paul, chỉ có trời biết! Chẳng có gì để kiêu hãnh cả, ngay cả tôi cũng ngạc nhiên. Không có gì đáng – nhưng bản ngã luôn bám vào mọi thứ hoặc chế biến thứ gì đó để tự hào. Ấn Độ cứ liên tục sáng chế ra một quá khứ tốt đẹp, nhưng đấy chỉ thuần túy là sáng tác phẩm của họ chứ nó chưa bao giờ xuất hiện, chưa bao giờ hiện hữu.

Vâng, có những người như Krishna, như Mahavira, như Phật, nhưng họ hoàn toàn không phải là người Ấn. Cũng giống như Jesus không phải người Do Thái và Lão Tử không là người Trung Hoa. Những vị này là người của vũ trụ, chẳng ai có thể giành họ được. Toàn thể trái đất là của họ; họ là di sản của chúng ta, thế nên bạn không thể ba hoa về chư vị.

Nhưng mỗi xứ sở đều phải sáng chế ra thứ gì đó tốt đẹp để tự hào. Giống như mỗi cá nhân, mọi quốc gia, sắc tộc, tôn giáo, đều cần bản ngã. Và người Ấn có bản ngã to lớn khủng khiếp; họ nghĩ mình là những người có tính tâm linh nhất trên mặt đất này, nhưng đấy chỉ là điều vớ vẩn! Chính cái ý tưởng này đã là vô tâm linh rồi.

Có tính tâm linh nghĩa là khiêm hạ, là vô danh, là không thuộc về quốc gia dân tộc nào. Có tính tâm linh ngụ ý không là tín đồ Ấn giáo, Hồi giáo, Cơ Đốc giáo, gì gì cả. Nhưng ngay cả tâm linh cũng được dùng như một điểm tựa.

Chuyện này xảy ra hàng ngày tại đây: thỉnh thoảng có vài người Ấn mới đến, những người không hiểu tôi... bởi không thể nào hiểu tôi nếu bạn chỉ như người khách một lần đến đây để nhìn ngắm chung quanh. Bạn không thể hiểu tôi nếu đến như người đi du lịch; và người Ấn đến với tính cách như thế.

Với những người Ấn đến đây rồi trở nên thấm nhập vào công xã của tôi, rồi trở thành sannyasin, thì tôi không còn xem họ như người Ấn nữa. Họ đã trở thành công dân của thế giới, đã hòa nhập vào tình huynh đệ thế giới.

Nhưng những người Ấn mới đến đều là người Ấn Độ, hết sức Ấn Độ. Họ mang theo bản ngã to lớn biết bao! Lúc đi quanh trong Phật Đường, tôi chắp tay cúi đầu chào họ trong tình thương và cầu nguyện, nhưng họ chẳng hề phản ứng lại, mà chỉ ngồi yên như tượng đá. Ngay cả một chút điệu bộ hình thức chiếu lệ họ cũng không thể bày tỏ; thấy họ lố bịch và ngu ngốc đến mức phải chạnh lòng. Làm thế nào để giúp họ? Dường như những con người này không thể giúp được, không thể tiếp cận được. Nhìn thấy cả đoàn sannyasin chắp tay vui mừng cúi chào đáp lại trong tình thương yêu giao cảm, nhưng họ không thể làm giống đám đông. Họ chỉ ngồi đấy cứng người như tảng đá. Lạ lùng... nhưng không quá kỳ lạ, bởi sâu trong lòng họ nghĩ rằng họ đã biết; họ nghĩ rằng họ là những người thừa hưởng di sản truyền thống tâm linh vĩ đại, họ biết kinh Vệ Đà và Chí Tôn Ca và Áo Nghĩa Thư.

Tôi quan sát họ, quan sát phẩm tính tâm linh của họ, nhưng họ không nhìn tôi mà nhìn chiếc xe Rolls Royce của tôi! Đấy là lý do tôi dặn người thư ký mang theo chiếc xe này: ít ra người Ấn có cái để nhìn! Rất quan tâm tới xe hơi, trong khi họ là những người duy linh chứ không phải duy vật! Khi đến thiền viện, câu đầu tiên họ hỏi người hướng dẫn là, "Chiếc Rolls đậu ở đâu?"; họ không thích nhìn những buổi thiền định, chỉ thích xem các vũ công Sufi thôi, ngoài ra chẳng quan tâm tới bất cứ thứ gì khác. Toàn bộ tâm trí của họ thiên về vật chất, nhưng cứ làm bộ là người duy linh. Bạn luôn luôn có thể sáng chế thứ này thứ nọ để tự hào.

Xứ sở quá nghèo nên họ không thể ba hoa về sự giàu có, thất học nên không thể khoác lác về giáo dục, kỹ nghệ lạc hậu nên không thể khoe khoang về kỹ thuật. Thế nên họ phải dựa trên thứ gì đó vô hình: chỉ còn duy nhất là tâm linh. Bạn có thể luôn luôn ba hoa chích chòe về tâm linh vì không ai có thể chứng minh điều bạn nói là sai, tất nhiên, bạn cũng không thể chứng minh nó đúng. Nhưng lợi điểm của tâm linh là chẳng ai có thể bác bỏ nó; vì vậy bạn cứ việc nói về tâm linh của mình, nói về thứ chẳng hiện hữu ở đâu cũng như chưa bao giờ tồn tại.

Cá nhân đã từng có những người có tính tâm linh, nhưng xã hội thì không bao giờ. Chúng ta vẫn đang chờ đợi ngày trọng đại đó, ngày mà có nhiều cá nhân giác ngộ đến độ xã hội bắt đầu khởi sắc tâm linh. Mãi tới hôm nay, hiện tượng này chỉ là niềm hy vọng chứ chưa xảy ra. Nhưng mọi tôn giáo đều tin rằng mình có tín ngưỡng. Chỉ tin vào một số quan niệm nào đó khiến bạn có cảm tưởng hư ngụy rằng mình là người có tín ngưỡng, nên khi nào đối diện với người có đạo tâm đích thực thì bạn thu rút lại vì sợ phải lòi mặt thật.

Do đó họ quay ra chống đối tôi – nhất định phải như thế, bởi tôi đập tan tành hết mọi mô hình của họ. Tôi phá nát toàn bộ khuôn mẫu quy ngã của họ để mang họ trở về với thực tế, với thực tại – và hành động này gây đau đớn cho họ.

Người Ấn chưa bao giờ chống đối ai mãnh liệt như họ chống lại tôi, chỉ vì lý do đơn giản là chưa có bất kỳ người nào từng đập vỡ bản ngã của họ. Tôi đang tận dụng mọi nỗ lực khả thể để làm điều đó bởi đấy là hy vọng duy nhất để tỉnh thức họ. Nếu mất đi bản ngã, xứ sở này có khả tính tái tạo rất cao. Ấn Độ có tiềm năng lớn, tương tự như mảnh đất không được trồng trọt trong nhiều năm thì tiềm lực của nó càng tăng dần theo thời gian.

Trong nhiều thế kỷ, Ấn Độ đã không triển khai được bất kỳ sáng tạo nào, nên nó đã trở thành quốc gia có tiềm năng nhất trên thế giới. Nếu có thể vỡ bùng trong sáng tạo, nó thực sự sẽ là điều gì đó lớn lao, điều gì có tầm quan trọng đến toàn thế giới. Nhưng trước khi hiện tượng này có thể xảy đến, cái vỏ bên ngoài của hạt giống phải bị đập tan tành, phải bị bể ra từng miếng.

Tôi sẽ bị lên án, bị chỉ trích, bị bác bỏ; thực trạng này nhất định là định mệnh của tôi. Nhưng tôi là niềm hy vọng duy nhất. Nếu thành công trong việc giúp đỡ một vài người Ấn thông minh bước ra bên ngoài trời cao đất rộng từ cái bản ngã bưng kín của họ thì, việc này không những chỉ giúp riêng Ấn Độ, mà còn cho cả thế giới nữa. Nó sẽ là một cống hiến vĩ đại cho sự phát triển tâm thức.

Có thể thực hiện được, và tất cả các bạn ở đây để tiếp tay cho điều đó xảy ra.

Đã đủ cho hôm nay.

VẤN ĐÁP
• BÀI GIẢNG 13

Tôn Giáo Là Bài Ca, Thơ Phú, Vũ Khúc Của Con Tim

Bài giảng tại Phật Đường sáng ngày 04 tháng Ba, 1980

KINH PHÁP CÚ: PHẬT ĐẠO
BỘ 12 QUYỂN • QUYỂN MƯỜI

Câu hỏi thứ nhất:

Thưa Sư phụ,

Có phải sư phụ đang chuyển đổi mọi người sang tôn giáo của sư phụ không?

CHRISTINA, tôi hoàn toàn không có tôn giáo, có một loại *tôn giáo tính* nào đó, nhưng không là một tôn giáo đặc thù. Đấy là lý do tại sao tôi dễ dàng hấp thu Jesus, Phật, Lão Tử, Zarathustra, Moses, Mohammed, Mahavira. Nếu có một tôn giáo thì tôi không thể nào có tính phổ quát như thế được.

Có một tôn giáo nghĩa là trở thành bị giới hạn, nghĩa là bạn phải xác định đời sống, phải làm ra giáo điều từ đời sống, phải triệt khử huyền bí tính của đời sống. Thái độ này khiến cho đời sống không còn vô hạn, không còn là cái không biết, không còn là cái không thể biết. Bạn phải tối giản nó xuống thành một hệ thống của tư duy.

Toàn bộ nỗ lực của tôi ở đây là làm tan chảy tất cả mọi hệ thống tư duy, là nấu chảy tâm trí vốn bị đóng băng thành những định kiến của bạn để có được một loại năng nhiệt mới bao quanh trái đất. Nó sẽ là một loại tôn giáo tính – chỉ là cảm giác mơ hồ chứ không phải một ý tưởng xác định.

Bạn có thể chứng nghiệm, nhưng không thể giải thích kinh nghiệm, bởi nó không giống như đóa hoa, mà giống như mùi hương; nếu không bị cảm lạnh đến nghẹt mũi, bạn sẽ có khả năng cảm nhận được nó, mùi hương. Nhưng đầu óc con người cũng đầy ắp sự lạnh lẽo, nên họ đang chịu đựng cái lạnh đến độ trở thành bị đóng băng. Người này là tín đồ Ấn giáo, người kia là Ki Tô hữu.

Christina, đấy là ý nghĩa của tên của bạn: Christian – tín đồ của chúa Ki Tô – Christ.

Hãy làm một đấng đăng quang, 'a christ', chứ đừng làm một Ki Tô hữu! Hãy làm một vị phật, 'a buddha', chứ đừng bao giờ làm một Phật tử, 'Buddhist'! Đấy là sự ổn định vô lý. Khi tự mình có thể chứng nghiệm chân lý, tại sao lại đi chấp nhận thứ kiến thức thứ cấp? Tất cả mọi tôn giáo đều chỉ là thứ kiến thức thứ cấp cả.

Khi còn sinh thời, vị đạo sư chắc chắn phải có riêng một môi trường nào đó xung quanh ngài, nơi môn đồ bắt đầu phát triển – phát triển vào trong chính họ. Đấy là sự chuyển đổi đích thực. Chuyển đổi không có nghĩa là từ Ấn giáo chuyển thành Ki Tô hay từ Ki Tô đổi thành Ấn giáo. Đấy không phải là sự chuyển đổi, là sự cải đạo, mà chỉ đơn giản là việc dọn từ nhà tù này sang nhà tù khác, thay đổi từ một hệ thống tư duy đã chết này sang một hệ thống tư duy cũng đã chết khác – nhưng bạn vẫn còn y nguyên như cũ.

Chuyển đổi nghĩa là sự thay đổi triệt để trong bản thể, chứ không phải vấn đề thay đổi ý thức hệ, thay đổi tâm thức của bạn. Theo ý nghĩa đó, người ta chắc chắn đang bị cải đạo. Tôi không cải đạo họ, nhưng họ tự cho phép được chuyển đổi. Hãy nhớ sự khác biệt này. Tôi chẳng thích thú việc cải đạo bất cứ ai, mà chỉ đơn giản tạo ra không gian khả dụng cho những ai muốn trải qua cuộc cách mạng này. Họ có thể trải qua, nhưng tôi không cố gắng, trực tiếp hoặc gián tiếp, biến bạn làm thành viên của bất cứ tôn giáo nào.

Mới hôm nọ tôi đọc một lá thư của ai đó viết, chắc từ một tín đồ Ấn giáo, rằng tôi đang cải đạo người ta sang Kỳ Na bởi vì tôi sinh ra từ một gia đình theo Kỳ Na giáo. Và Kỳ Na nghĩ rằng tôi đang cải đạo người Kỳ Na sang Ấn giáo vì màu cam là màu của Ấn Độ giáo – kiểu như màu sắc cũng có thể là tín đồ Ấn hay Hồi vậy! Và những người Ki Tô từng viết thư cho tôi, viết bài chống đối tôi, về tội cải đạo tín đồ của họ sang Ấn Độ giáo. Thật là một thế giới hết sức kỳ lạ! Ki Tô nghĩ tôi cải đạo bạn thành Ấn giáo, người Ấn giáo nghĩ tôi cải bạn sang Kỳ Na, người Kỳ Na nghĩ tôi đổi bạn sang Hồi giáo, người Hồi giáo tưởng tôi cải đạo bạn thành Phật giáo, và Phật giáo cho rằng tôi biến bạn thành thứ tôn giáo nào khác.

Tôi không chuyển đổi bạn thành bất kỳ hệ thống tư tưởng có tổ chức nào, trực tiếp hay gián tiếp. Tôi hoàn toàn chẳng hề bận tâm chút nào về mấy chuyện lỉnh kỉnh này. Nhưng chắc chắn là tôi đang tạo ra một chiều kích khả dụng, để nếu thích, bạn có thể bước vào cuộc cách mạng tâm thức. Nếu đủ dũng lực và can đảm bạn có thể sở đắc một ý thức mới.

Nhưng tôi hiểu được thắc mắc này, đặc biệt là từ phía Ki Tô giáo, vì truyền thống Ki Tô đã từng làm dịch vụ cải đạo này trên toàn mặt đất hàng bao thế kỷ bằng mọi cách, bất chấp đúng sai. Nếu không thể cải đạo người ta bằng cách thuyết phục thì ép họ vâng lời bằng lưỡi gươm mũi súng. Nếu khí giới trở thành lạc hậu và trông xấu xí thì dùng tiền bạc, bánh mì và bơ sữa – bởi có nhiều người nghèo đói.

Ở Ấn Độ, tôi chưa hề gặp một gia đình giàu có nào trở thành tín đồ Ki Tô giáo; chỉ những người quá nghèo đang luôn luôn cận kề với cái chết vì đói khát mới cải đạo để đi theo họ. Lý do cải đạo không phải vì quan tâm đến đấng Ki Tô, mà vì bận tâm đến sự nghèo đói của họ và các nhà truyền giáo Ki Tô có rất nhiều tiền. Giáo hội có thể cho họ tiền bạc, việc làm, quần áo, thuốc men, trường học, nhà thương. Khi đụng tới vấn đề sinh tử thì ai màng đến việc lựa chọn tôn giáo? Theo tôn giáo nào không thành vấn đề, đòi hỏi đầu tiên là phải sống còn rồi tính sau. Thế nên ở Ấn Độ hầu hết những người nghèo, thật nghèo, đều bị cải đạo. Đây là cách đổi đạo bằng hối lộ; hôm nay thay vì lưỡi gươm mũi súng, thì một phương pháp hết sức vi tế được dùng để cải đạo họ.

Tôi chẳng màng đến việc chuyển đạo cho bất cứ người nào. Yêu kính chúa Jesus cũng bằng như kính yêu đức Phật, bởi tôi không thấy sự khác biệt giữa hai vị. Cả hai đều có tính tôn giáo vì đều đã giác ngộ, và tâm thức của các bậc giác ngộ hoàn toàn giống nhau. Nhưng hệ thống nhà thờ chẳng hề quan tâm gì đến việc chứng đắc hay chư vị đã chứng đắc; bận tâm của họ là con số tín đồ, nên bằng mọi cách, trực tiếp hay gián tiếp, trắng trợn hay tinh tế, cải đạo người khác.

Do đó, Christina, thắc mắc mới khởi lên trong tâm trí bạn: có lẽ tôi đang làm giống như các nhà truyền giáo Ki Tô. Tôi không phải là một người truyền giáo.

Ông bà Chotnik hy vọng đứa con trai của họ, Stanley, sẽ đi theo con đường chính thống của riêng họ để theo đuổi chương trình giáo dục cao cấp tại đại học Yeshiva. Thay vì, mặc cho nhiều lời quan tâm của họ, Stanley vào học trường cao đẳng Ki Tô giáo. Nhưng lúc đứa con về nhà trong dịp nghỉ hè, họ hết sức yên tâm khi thấy nỗi lo của mình là vô căn cứ. Stanley đã không bỏ quên lời hứa với tổ tiên, nó không cải đạo, rõ ràng là nó không bị ảnh hưởng tí ti gì bởi môi trường phi Do Thái của nó. Thật thế, ngày thứ Sáu sau đó, nó đồng ý đi với họ đến giáo đường.

Chiều hôm đó, khi xong thánh lễ, vị giáo tế, cũng là bạn thâm niên với gia đình Chotnik, đón anh sinh viên trẻ với nụ cười toe toét, vừa bắt tay cậu bé, vừa niềm nở, "Rất mừng được gặp lại con ở giáo đường này, Stanley. Thật tình mà nói, cha mẹ con và ta đều lo sợ con bị Ki Tô hóa ở dưới South Bend."

Stanley nhướng mày ngạc nhiên, "Không thể nào. Không ai có thể cải đạo con được đâu, thưa Cha."

Có nhiều cách tinh tế để cải đạo. Người được cải đạo hoàn toàn không ý thức được việc gì đang xảy ra. Bạn cứ từ từ ước định họ, cứ tiếp tục lặp lại kinh phúc âm, rồi dần dà, tâm trí của họ sẽ chứa đầy những điều mà được bạn lặp đi lặp lại một cách vô ý thức. Họ đang bị ước định, và đấy là một tiến trình thôi miên.

Nỗ lực của tôi ở đây lại là cách ngược lại: đó là tiến trình giải thôi miên, giải ước định. Tôi giúp bạn thoát ra khỏi ước định, bất kỳ bạn là ai, Ki Tô giáo, Ấn giáo, Hồi giáo. Tôi chỉ đơn giản hóa giải hết những thứ bạn bị quy định, rồi dành cho bạn phần quyết định bản thân mình là ai. Tôi không tái ước định bạn lần nữa; tôi dừng lại tại đây để bạn tự do khỏi khuôn mẫu cũ, khỏi hình thái cũ đã được áp đặt lên bạn. Một khi bạn được tự do thì công việc của tôi cũng chấm dứt. Khi ấy bạn có thể tự phát triển theo ánh sáng của riêng bạn, theo những nhu cầu nội tại của riêng bạn. Quyền bẩm sinh của mỗi cá nhân là trở thành chính mình.

Thế giới chẳng cần tới những người theo đạo Ki Tô, Ấn giáo hay Hồi giáo... nhưng chắc chắn cần người có tính tôn giáo. Ý của tôi là gì khi dùng cụm từ 'người có tính tôn giáo'? Tôi muốn nói đến những người ý thức rằng thế giới này không chỉ có vật chất, nhưng còn có thêm nhiều thành tố khác, cái gì đó thêm nữa. Nó không chấm dứt với vật chất, bởi vật chất chỉ là vòng ngoại vi, còn tâm thức, *tánh biết*, mới là trung tâm. Chỉ khi trực nghiệm được tâm thức này tại chính trung tâm của mình, bạn mới khả dĩ kinh nghiệm được tâm thức ở mọi nơi; khi ấy, bạn gặp được thượng đế tính. Chứng nghiệm này gọi là tôn giáo.

Tất nhiên tôi quan tâm đến việc giới thiệu với bạn cái kinh nghiệm mênh mông này, nhưng bạn phải tự mình thể nghiệm. Bạn phải đến với nó mà không mang theo bất kỳ đức tin nào, thành kiến nào; bạn phải mở lòng, phải nhạy cảm, phải sẵn sàng để thấy cái đang là thay vì phóng hiện cái *phải là*. Không nêu ra cho bạn những gì phải hay chẳng phải, không đưa những điều răn, tôi chỉ giúp bạn như người làm vườn chăm sóc hạt giống, chứ không phải là nỗ lực làm cho bụi hồng nở ra hoa sen, hay ngược lại. Người làm vườn chỉ giúp cây hồng trổ ra bông hồng, bụi sen nở ra hoa sen, thế thôi. Hãy trở thành bất cứ tiềm năng nào của bạn.

Tôi không ở đây để quyết định bạn phải là gì, nhưng chỉ có thể đưa cho bạn những gợi ý làm thế nào để phát triển vào trong chính bản thể của mình. Và đấy là cách một người trở thành một Jesus, một Phật, một Zarathustra.

Câu hỏi thứ hai:

Thưa Sư phụ,

Tây phương dư thừa các nhà tâm lý trị liệu và bệnh nhân của họ, nhưng tại sao dường như không người nào được lành bệnh?

Patrick, chỉ bậc giác ngộ mới có thể chữa lành bệnh tâm lý. Sự giúp đỡ chỉ khả hữu qua người đã tỉnh thức.

Các nhà tâm lý trị liệu cũng đang ngủ mê như bạn; bạn và các ông ấy đều là những người đồng hội cùng thuyền. Chẳng có gì khác biệt giữa bạn và họ cả, kỳ thực, không chừng họ còn khùng điên hơn bạn. Có lẽ tâm trí của họ ở trong tình trạng hỗn độn hơn bạn, bởi họ thường xuyên đối phó với những người điên, ngày này qua ngày khác, họ bị bao vây bởi đám người bất bình thường. Thay gì giúp những người này trở lại trạng thái bình thường, thì trường hợp ngược lại lại xảy ra: bởi luôn giao tiếp với người điên, dần dần chính bản thân họ cũng hóa điên theo.

Thực trạng này là tự nhiên, vì họ chưa ý thức tỉnh giác nên không thể tách biệt, không thể không bị ảnh hưởng bởi môi trường làm việc. Họ không có được khoảng cách đó, tính miễn cảm đó, tính buông xả đó. Không phải đang sống trên đỉnh cao đầy nắng, họ cũng sờ soạng trong thung lũng tối đen như bạn đang làm; tâm thức của họ cũng mù lòa giống hệt như bạn, nhưng họ phải giả vờ sáng mắt – và điều này nguy hiểm hơn.

Nếu người mù biết mình bị mù và không hề giả vờ sáng mắt, thì có thể hắn sẽ đi đứng một cách cẩn thận. Nhưng nếu giả vờ sáng mắt, nếu tưởng mình sáng mắt, nếu muốn thuyết phục người khác là mình không bị mù, dần dần hắn sẽ bị thôi miên bởi chính ý tưởng của hắn, tự kỷ ám thị. Hắn sẽ bắt đầu tin mình sáng mắt và sẽ đi đứng ít cẩn thận hơn. Và thái độ này nguy hiểm hơn.

Tôi nghe chuyện này:

Một lần có người mù đến viếng một thiền sư. Khi người mù này từ giã thì trời đã tối và đầy mây che kín trăng sao, nên thiền sư bảo người mù mang theo cây đèn.

Người mù cười lớn tiếng, "Ngài đang đùa đấy chăng? Cây đèn có thể giúp tôi được gì? Tôi nào có thấy chi đâu? Có đèn hay không cũng chẳng khác biệt với tôi."

Nhưng thiền sư nói, "Tôi biết là ông không thể thấy, nhưng ít ra người khác sẽ thấy được ông đang đi trong đêm tối để khỏi va vào người ông."

Luận chứng có vẻ hợp lý, nên người mù cầm đèn ra về. Mới đi được hơn trăm thước, ông bị một người đang đi ngược chiều tông vào. Ông bực tức nói, "Chuyện gì thế? Ông cũng bị mù à? Bộ không nhìn thấy ngọn đèn sao vậy?"

Người lạ trả lời, "Tôi không đui, xin lỗi, nhưng cây đèn của ông đã tắt từ hồi nào rồi."

Người mù quay trở lại gặp vị thiền sư, phàn nàn, "Nhìn đây, đừng bao giờ đưa cây đèn cho người mù nào khác nữa, vì nếu không có đèn tôi sẽ đi đứng cẩn thận hơn. Với cây đèn tôi cứ đi như một người mắt sáng, và tôi không thể nào biết được nó tắt lúc nào. Vì cây đèn này mà lần đầu tiên trong đời tôi bị người khác đụng phải, nếu không có nó, chắc tôi đã không sao. Cả đời tôi đi trên mọi địa thế có thể đi được với sự thận trọng, lúc nào cũng dùng gậy để gây tiếng động trên mặt đường cho mọi người biết có người mù đang đi, lúc nào cũng dùng gậy dọ dẫm trong bóng tối để biết mình đang ở đâu, liệu có húc đầu vào tường hay vào cánh cửa... Vừa rồi là lần đầu tiên tôi đi mà chẳng biết sợ, nên không còn cẩn thận."

Nên, Patrick, đấy là điều đang xảy ra với các bác sĩ tâm thần của bạn. Họ tưởng họ biết, nhưng họ chẳng biết gì ráo. Họ có nhiều thông tin, nhưng thông tin không phải là hiểu biết. Họ có học thức cao, nhưng bản thể của họ không cao hơn bạn. Sự giúp đỡ chỉ khả hữu khi có người có bản thể cao hơn bạn đưa tay kéo bạn lên.

Con số các nhà tâm lý trị liệu phát điên hoặc tự sát cao hơn những người thuộc ngành nghề khác, và thực kiện này là lẽ tự nhiên. Ta có thể thông cảm vì tình thần của họ bị ảnh hưởng khi sống chung đụng với những người điên loạn.

Vài cảnh sau đây sẽ giúp hiểu thêm về các bác sĩ tâm thần của bạn…

Màn thứ nhất:

Người đàn ông bước vào phòng mạch của bác sĩ tâm thần, kêu to, "Bác sĩ phải giúp tôi!"
Nhà chữa trị tâm lý hỏi, "Anh đang sống bằng nghề gì?"
"Tôi làm thợ sửa xe hơi."
"Hãy chui xuống gầm giường!"

Màn thứ hai:

Bác sĩ tâm thần thứ nhất: "Hello!"
Bác sĩ tâm thần thứ hai: "Tôi chẳng biết ý anh muốn nói gì?"

Màn thứ ba:

Bệnh nhân: "Bác sĩ, tôi rất tức giận, sau khi có với nhau mười một đứa con, tôi mới khám phá ra chồng tôi chẳng yêu tôi chút nào."
Bác sĩ: "Bà quá may mắn rồi. Cứ tưởng tượng nếu ông ấy vẫn còn yêu bà!"

Màn thứ tư:

"Bác sĩ, vợ tôi kết tội tôi quá ham mê cờ bạc."
"Đúng là lố bịch. Câm miệng lại rồi chia bài đi!"

Màn thứ năm:

"Bác sĩ, ông đã chữa tôi khỏi thiên hướng đồng tính luyến ái và đây là lần trị cuối cùng, vậy tôi có thể hôn ông một cái được không?"

"Đừng có tào lao, đàn ông không hôn nhau. Lẽ ra tôi không nên nằm chung với anh!"

Patrick, bạn hỏi tôi, *"Tây phương dư thừa các nhà tâm lý trị liệu và bệnh nhân của họ, nhưng tại sao dường như không người nào được lành bệnh?"*

Giúp chữa lành tâm bệnh chỉ khả hữu từ những nguồn năng lượng cao hơn, chứ người cùng bình diện như bạn không thể giúp ích gì cho bạn được. Sự cứu giúp chỉ xảy ra khi một người có ý thức viên mãn cố gắng giúp đỡ một người vô ý thức. Giống như đang ngủ mê, bạn có nghĩ rằng một người nào khác cũng đang mê ngủ, bằng mọi cách, có thể giúp bạn được sao? Chỉ người nào tỉnh thức mới có khả năng đánh thức bạn dậy. Nếu muốn thức dậy vào giờ giấc nhất định nào đó, bạn không bảo người đang ngủ, "Vui lòng đánh thức tôi lúc năm giờ sáng, vì tôi phải đi tập lớp Thiền Động chết tiệt!" Bạn phải nhờ người nào đang thức, bởi chỉ người đang thức mới có thể đánh thức bạn dậy. Trên thực tế, người đang ngủ có thể giúp bạn rơi vào giấc ngủ sâu hơn.

Có lẽ bạn đã quan sát hiện tượng này. Nếu vài người đang ngồi bên mình ngáp dài ngáp vắn thì bạn bắt đầu cảm thấy buồn ngủ. Họ tạo ra một trường rung động nào đó, một môi trường mà trong đó bất cứ ai dễ cảm sẽ cảm thấy tốt hơn là nên đi ngủ.

Cũng trường hợp giống như thế xảy ra với người đã tỉnh thức: bậc giác ngộ tạo ra trường rung động khác; vị ấy lay bạn dậy, đánh thức bạn dậy. Vị ấy tìm ra nhiều phương pháp khiến bạn giật mình; vị ấy cứ chấn động bạn bằng mọi cách.

Kavita đã hỏi, *"Sư phụ, thỉnh thoảng sư phụ dùng những từ ngữ làm con giật thót cả người – con thường tưởng rằng ngôn ngữ không bao giờ có thể chấn động mình được. Sư phụ không còn lời nào nhẹ nhàng hay sao?"*

Kavita, tôi sẽ cứ tiếp tục dùng mấy từ ngữ đó cho đến khi bạn thức tỉnh. Bạn thích nghe những câu hát ru em – nhưng thứ nhẹ nhàng du dương này chẳng giúp ích gì; âm thanh hấp dẫn bạn, âm thanh mà bạn muốn nghe, sẽ không hữu dụng. Cần phải có thứ gì đó làm bạn giật thót người... và tôi sẽ tiếp tục dùng những từ ngữ thô lỗ cho tới khi nào bạn thôi ngáp.

Bất cứ khi nào nhìn thấy đâu đó có người ngáp, tôi lập tức cố tình nói câu gây sốc và thấy cái ngáp của người ấy biến mất! Xương sống của hắn thẳng lên, các luân xa của hắn hướng lên trên!

Trừ phi mọi người đều tỉnh thức, tôi sẽ không để các bạn thoải mái, mà sẽ tiếp tục đập các bạn bằng mọi cách có thể làm được.

Patrick, sự giúp đỡ chỉ khả thể từ những bậc đã tỉnh thức. Bạn không cần các nhà tâm lý trị liệu, nhưng cần chư phật. Thứ đến, bạn gặp bác sĩ tâm thần nhưng lại chẳng muốn được chữa lành, bởi bạn có cuộc đầu tư quá lớn vào tâm bệnh của mình.

Lại thêm vài cảnh nữa:

Màn thứ nhất:
"Bác sĩ, vợ tôi nghĩ bản thân cô ấy là cái tủ lạnh."
"Tại sao anh không ly dị cô ta?"
"Muốn lắm, nhưng tôi lại cần nước đá."

Màn thứ hai:
"Bác sĩ, bạn gái của tôi cứ nghĩ cô ấy là một con thỏ."
"Đưa cô ấy tới đây. Xem tôi có thể làm gì?"
"Vâng, nhưng dù bất cứ xảy ra chuyện gì, tôi hy vọng bác sĩ đừng chữa lành cho cô ta."

Chẳng ai thực lòng muốn cái bệnh tâm lý của mình được chữa lành, nhưng chỉ lấy đó làm trò chơi. Họ đi gặp nhà tâm lý trị liệu với hy vọng ông này sẽ bó tay, sẽ không thực sự thay đổi họ. Không ai muốn bị thay đổi, mọi người đều muốn giữ nguyên tình trạng cũ, bởi bạn đã trở nên quá quen thuộc với nỗi thống khổ của mình, với bệnh trạng của mình rồi… đấy là cuộc đời, là kiểu cách sống của bạn.

Nếu bạn muốn được thay đổi thì hãy đi tìm vị đạo sư, chứ không phải nhà tâm lý trị liệu.

Câu hỏi thứ ba:

Thưa Sư phụ,

Có chân lý nào trong triết lý về thân thể bất tử, thứ triết lý nói rằng chỉ vì niềm tin của chúng ta về cái chết không thể tránh khỏi mà phát sinh ra lão, bệnh, tử? Tư duy của chúng ta biểu hiện kết quả tới chừng mực nào?

John Fisant, con người rất sợ cái chết, do đó nó cứ liên tục tạo ra mọi loại khái niệm ngu xuẩn. Thân thể bất tử là thứ ý tưởng hoàn toàn vô lý, bởi bất cứ thứ gì có bắt đầu đều nhất định phải có kết thúc. Thân thể bất tử chỉ khả thể nếu bạn không sinh ra từ cha mẹ, nhưng được chế tạo từ một cơ xưởng sản xuất. Hiện tượng này có thể xảy ra nếu bạn được làm bằng nhựa, nếu bạn không là con người thật. Dường như chỉ có nhựa hóa học mới bất tử.

Thế nên, nếu da của bạn bằng nhựa hóa học, nếu máu của bạn bằng máu nhân tạo, loại máu mà bạn có thể đến trạm xăng để thay bất cứ lúc nào, và tất cả mọi bộ phận trong cơ thể: xương, khớp, mọi thứ… để khi có trục trặc gì thì chúng đều có thể được thay thế; bạn chỉ cần thay đổi vài cơ phận và phụ tùng lúc nào cũng sẵn sàng… Có lẽ bạn phải bỏ chút thì giờ đi đến xưởng sửa chữa để vài món gì đó được tháo ra rồi vặn lại. Khi ấy bạn có thể ở trong tình trạng thân thể bất tử – nhưng bạn sẽ là một cái máy chứ không còn là con người.

Nếu được sinh ra thì nhất định bạn phải chết. Vâng, đời sống của bạn khả dĩ có thể kéo dài – mạng sống đã được kéo dài. Khi y học đã tiến hóa, khi khoa học kỹ thuật đủ sức giúp ích con người, khi chúng ta bắt đầu ý thức càng nhiều hơn về sự bí mật của sự sống, sự sống đã được tăng thêm. Nó có thể dài thêm từ bảy mươi năm đến bảy trăm năm, nhưng rồi thân thể của bạn cũng không thể nào bất tử.

Tôi không nghĩ nhiều người thích sống đến bảy trăm tuổi; thậm chí bảy mươi cũng là nhiều lắm rồi! Người sống quá lâu bắt đầu suy nghĩ, "Thà chết còn sướng hơn!" Chết là sự giảm nhẹ, sự nghỉ ngơi. Mọi thứ đều muốn nghỉ ngơi và cái chết là sự an nghỉ. Cơ thể của bạn cũng thấm mệt, vật chất cũng biết mệt; nó muốn về trở lại với cội nguồn của nó: tứ đại về với tứ đại. Vạn hữu đều muốn về lại với uyên nguyên để yên dưỡng, để tự trẻ trung hóa, rồi thị hiện trở lại; nhưng duy nhất chỉ có con người là ấp ủ những thứ ý tưởng về thân thể bất tử này. Không chỉ người bình thường, mà ngay cả những người được xem là phi thường cũng có luôn tư tưởng ngu xuẩn như thế.

Sri Aurobindo và mẹ của ông, cả hai cùng tin vào thuyết thân thể bất tử – và họ đều đã chết! Không người đệ tử nào tin Sri Aurobindo chết, bởi họ tụ tập lại vì lý do ông biết bí mật về sự bất tử, và là đệ tử của ông, họ cũng sẽ trở nên bất tử. Làm thế nào họ có thể tin ông chết?

Cái chết của ông được giữ kín suốt ba ngày; họ chờ đợi với hy vọng là ông đang lọt vào đại định và sẽ quay trở lại. Nhưng sau ba ngày vẫn chưa thấy dấu hiệu hồi sinh, cũng như cơ thể của ông đã bắt đầu bốc mùi, nên họ phải đem đi chôn cất. Sau đó họ lại hy vọng bà mẹ sẽ bất tử; bà sống rất thọ, nhưng sống dai không có nghĩa là không chết. Họ lại bị choáng váng khi bà chết. Toàn bộ triết lý của họ bị lộn xộn bởi cái chết của hai người.

Nhưng cái chết của Sri Aurobindo cho thấy một lợi điểm: bây giờ bạn không thể hỏi ông ấy, "Tại sao cả đời ông cứ tuyên bố rằng thân thể bất tử là khả thể, rằng ông biết bí mật này, rằng ông có khả năng mang Thượng Đế đến với thế giới vật chất?"

Nhưng đám người ngu tụ lại; người ngu luôn luôn bị hấp dẫn bởi mấy chuyện lạ. Chỉ vì sâu trong lòng họ rất sợ chết. Tạo sao? Tiên khởi, tại sao bạn lại sợ chết? Cái chết đâu phải là kẻ thù. Với người thực sự sống trọn vẹn thì cái chết là bạn, giống như giấc ngủ. Không ai muốn thức suốt hai mươi bốn giờ một ngày cả.

Có vài người nghĩ giấc ngủ cũng chỉ là thói quen lâu ngày nên nỗ lực giảm thiểu nó. Họ đã cố gắng trong nhiều thế kỷ. Vâng, bạn có thể ngủ ít lại, có thể ngủ hai giờ mỗi ngày vì hai giờ là giấc ngủ cần thiết; bạn cũng chỉ ngủ thật sâu trong hai tiếng đồng hồ. Trong giấc ngủ đâu đó giữa hai và bốn hoặc ba và năm tiếng, bạn ngủ được hai tiếng thật sâu; thời gian này là khoảnh khắc làm cho bạn khỏe khoắn trở lại. Tất cả mọi mộng mị đều biến mất trong giấc ngủ sâu này, bạn cơ hồ như đã chết. Do đó cổ nhân thường nói ngủ là cái chết nhỏ. Nhưng cũng có người muốn né tránh giấc ngủ.

Họ lý luận: nếu bạn có thể tránh giấc ngủ thì một ngày nào đó bạn sẽ có thể tránh được cái chết. Nếu có thể chiến thắng cái chết nhỏ, giấc ngủ, thì bạn cũng sẽ có khả năng chiến thắng giấc ngủ lớn, cái chết, nữa. Nhưng tại sao? Chết có gì không đúng? Những người sợ chết là những người không thực sự sống cuộc đời của họ; không phải họ sợ chết, mà đơn giản sợ rằng họ chưa được sống và cái chết đã đến.

Thay vì suy nghĩ về thân thể bất tử, hãy nghĩ về cách sống sao cho trọn vẹn cuộc đời mình. Trong lúc có mặt trên thế gian này, hãy sống cuộc đời trong tính phong phú đa chiều của nó; để khi cái chết xuất hiện, bạn sẽ cảm nhận nó như là một đỉnh cao, là một điểm tối thượng, là sự sống đang chạm tới điểm tận cùng của nó. Khi ấy bạn sẽ hân hoan với cái chết cũng như đã từng hân hoan với đời sống; bạn sẽ hoàn toàn hài lòng với cái chết vì nó cho bạn yên nghỉ, tĩnh dưỡng, làm mới bạn lại. Cái chết sẽ lấy đi y phục cũ và cho bạn bộ quần áo mới toanh.

Nhưng người ta cứ triết lý hóa cái chết. Họ đã tạo ra những thứ như Khoa Học Cơ Đốc – *Christian Science, tinh thần đứng trên vật chất;* những người này nghĩ rằng nếu tin mình không chết thì bạn sẽ không chết.

Tôi được nghe chuyện về một người là nhà khoa học Cơ Đốc. Ngày nọ ông gặp một thanh niên và hỏi anh ta, "Có tin tức gì về cha của anh không?"
Thanh niên trả lời, "Ông rất yếu."
Nhà khoa học Cơ Đốc nói, "Hoàn toàn vô lý! Bảo ông ấy, 'tinh thần đứng trên vật chất.' Ông ấy tin mình bệnh, thế thôi; chính niềm tin của ông tạo ra bệnh tật. Đừng tin bệnh tật là anh sẽ khỏe mạnh."

Vài ngày sau họ bất ngờ chạm trán, nhà khoa học tâm linh hỏi, "Bây giờ mọi sự ra sao với ông già của anh rồi? Ông ấy thế nào?"
Thanh niên trả lời, "Bây giờ ông tin rằng ông chết chắc!"

Không phải là vấn đề niềm tin: bệnh tật là thực tại, và cái chết cũng là một thực tại nữa. Vâng, bằng vào niềm tin bạn có thể tạo ra một vài sự đau yếu – những thứ hư ngụy, không có thật – và cũng bằng vào sự không tin những thứ đau yếu này, bạn có thể triệt phá chúng. Nhưng trước hết, bệnh tật này phải là thứ không có thật, nếu tin vào nó, bạn tạo nó ra; khi đó, nếu không tin vào nó, nó có thể bị dẹp bỏ; chứ bạn không thể nào triệt phá được căn bệnh có thật.

Nhưng chết không phải do niềm tin của bạn, nếu do niềm tin thì tại sao thú vật chết? Chúng không tin, chúng không tin rằng chúng sẽ chết. Tại sao cây cối chết? Chúng không tin rằng chúng sẽ chết bởi chúng chẳng có hệ thống đức tin nào cả. Tại sao mặt trời mặt trăng tinh tú chết? Tại sao những hành tinh chết? Chúng chẳng có niềm tin! Cái chết là hiện tượng phổ quát, nó xảy ra ở bất cứ nơi nào; nó là một phần của sự sống, là mặt bên kia của cùng một đồng tiền.

Tôi hoàn toàn không ủng hộ Khoa Học Cơ Đốc. Nó là thứ lai căng, chẳng phải khoa học cũng chẳng phải Cơ Đốc; nó chỉ đơn giản vô lý.

Hai người đàn ông trung niên bước ra khỏi sân quần vợt chỉ mới sau vài phút đánh banh. Người lớn tuổi hơn, hơi béo phì một chút, thở phì phò một cách mệt nhọc.

Anh già buồn bã thú nhận, "Tôi đoán tôi hơi xuống sức rồi."

Anh trẻ hỏi, "Anh chơi quần vợt được bao lâu rồi, Herbie?"

"Chừng hai tuần lễ."

"Để tôi cho anh một lời khuyên thực tế. Hãy thử cách Khoa Học Cơ Đốc 'tinh thần đứng trên vật chất' xem sao."

Anh già thú nhận, "Tôi đã thử qua rồi. Khi đối thủ giao bóng, tâm trí Khoa Học Cơ Đốc của tôi nói, 'Nào, Herbie, đua nhanh lên lưới, nã một phát chớp nhoáng tới tận góc sân sau rồi nhảy về vị trí cũ.' Đấy chính xác lời của tâm trí Khoa Học Cơ Đốc của tôi bảo tôi như thế… Nhưng cái cơ thể Do Thái của tôi nói, "Herbie, không cần phải chơi dại để lấy tiếng ngu đâu!"

Thực ra, thân thể và tâm trí không phải là hai thứ riêng biệt, thân thể là phần ngoại biên của tâm trí, và tâm trí là phần nội tại của thân thể. Dùng tập hợp 'thân thể *và* tâm trí' là không đúng; bạn là thân/tâm, thậm chí không có gạch nối giữa hai chữ; chúng ta nên dùng như một danh từ đơn 'bodymind – psychosomatic – thân/tâm'. Thế nên, tất nhiên là nội tại của bạn ảnh hưởng tới ngoại giới và ngược lại, vì bạn là thân/tâm, nhưng bạn không chấm dứt tại đây, mà còn có một chứng nhân nữa.

John Fisant, thay vì lo lắng về thân thể bất tử, bạn nên liên lạc với *tâm thức chứng kiến* của mình, cái đang quan sát cả thân thể lẫn tâm trí. Nó quan sát sự sống cũng như cái chết, do đó siêu việt luôn hai trạng thái sinh tử. Chỉ tâm thức chứng kiến này là bất tử bởi nó chưa từng sinh ra và không bao giờ chết đi.

Các thiền giả gọi nó là *bản lai diện mục*; cái tâm thức chứng kiến này là bản lai diện mục của bạn. Và thiền định không gì khác hơn là nghệ thuật phát hiện diện mạo nguyên thủy này của mình. Bạn bất tử, nhưng không phải trên bình diện thân thể; chỉ trong ý thức tỉnh giác, chỉ trong tâm thức chứng kiến, bạn mới là bất diệt, bạn mới là vạn hữu.

Câu hỏi thứ tư:

Thưa Sư phụ,

Đức Phật không là nhà thơ sao? Ngài không có tâm trí luận lý sao? Làm thế nào để những người mới như chúng con vượt qua điều mà sư phụ gọi là 'một chiều' của đức Phật, khi dường như giáo nghĩa căn bản của sư phụ cũng như của Phật chỉ đơn giản là ý thức tỉnh giác.

Roderick, nếu bạn hiểu ngài một cách trực tiếp, đức Phật Cồ Đàm không phải là thi sĩ, nhưng nếu hiểu ngài qua tôi, thì ngài *là* một thi sĩ. Khi nói về Phật, màu sắc của tôi phản chiếu lên ngài là lẽ tự nhiên.

Tôi yêu thơ nên cứ tìm ra thi vị ngay cả nơi nó không có mặt.

Đức Phật giống như bãi sa mạc, nhưng tôi thích ốc đảo nên cứ tiếp tục phát hiện chúng. Nếu được gặp Phật, chắc bạn lập tức thấy ngài không thể có gì dính dáng đến thơ phú. Với ngài, thơ ca chỉ là thứ hư cấu cũng giống như với Plato. Plato viết trong quyển *Republic* – thi sĩ không được phép có trong nền *Cộng Hòa* của ông, bởi lý do đơn giản là họ nói láo, họ sống trong dối trá. Thơ là gì? Là lời nói dối đẹp! Phật cũng là người có tâm trí giống như thế, nên chắc ngài sẽ đồng ý với Plato. Phật hết sức khẳng định về sự thật.

Phương pháp của tôi lại khác. Tôi không nhìn tôn giáo như thứ gì đó khô khan, chết cứng; với tôi, tôn giáo là bài ca, là vũ khúc. Nếu tôi tạo được một cộng hòa, một thế giới không tưởng, thì chỉ có thi sĩ là những cư dân ở đó, chỉ họ là những người được phép, bởi cái đẹp có giá trị nhiều hơn bản thân chân lý. Và thi sĩ khám phá ra cái đẹp, không chỉ khám phá, họ còn sáng tác ra cái đẹp. Thi sĩ là những người mang tính sáng tạo.

Nhờ tôi mà bạn thấy thi vị trong đức Phật; xin lỗi, tôi không thể làm khác hơn. Đấy là lý do tại sao Phật tử không hài lòng với tôi, đặc biệt là đối với các học giả Phật giáo; họ bảo là tôi cứ luôn tìm ra những điều không có trong kinh sách. Chẳng chút quan tâm đến liệu chúng được hay không được ghi lại, tôi chỉ dùng đức Phật như một cái cớ, cũng như đã dùng Jesus và Mahavira và Patanjali vậy. Không phải nhà bình luận, nên tôi có cái nhìn riêng của tôi và chỉ dùng chư vị như những cái móc để tự treo mình lên đó.

Khi bạn nghe đức Phật qua tôi thì lại là một hiện tượng hoàn toàn khác. Bạn nhìn xuyên qua mắt tôi, thế nên ngài trông giống như một thi sĩ; nhưng ngài không phải nhà thơ, mà là một người rất luận lý, do đó nên tôi mới nói ngài là người có khuynh hướng một chiều. Ngài hoàn toàn có tính phân tích cỡ như Ludwig Wittgenstein.

Wittgenstein tuyên bố là bạn không nên nói gì về cái không thể nói được. Điều này chính xác là quan điểm của Phật, chắc ngài sẽ lập tức đồng ý với Wittgenstein. Đấy đích thực là điều ngài đã nói ở hai mươi lăm thế kỷ trước thời Wittgenstein. Đức Phật không bao giờ nói về Thượng Đế bởi Thượng Đế là bất khả tư nghị, nên đừng nói gì về phạm trù này. Thậm chí nói rằng không có gì có thể nói về Thượng Đế cũng đã nói gì về Thượng Đế rồi; tốt hơn là không nên nói gì cả.

Áo Nghĩa Thư nói: *Không gì có thể nói về Thượng Đế, vì Thượng Đế không thể định nghĩa được.* Phật không nói như thế, vì điều này tự mâu thuẫn với chính nó, bởi bạn đã nói gì đó rồi. Ngay cả nói rằng không gì có thể nói là đang nói điều gì đó. Là người hoàn toàn luận lý, tuyệt đối phân tích, nên đức Phật tuyệt nhiên im lặng.

Khi Phật sắp đi vào làng mạc, thị trấn, thành phố, đệ tử của ngài đã đến nơi trước để căn dặn mọi người, *"Đừng nên hỏi Như Lai mười hai câu hỏi này, vì ngài sẽ không trả lời, thế nên đừng làm mất thì giờ của quý vị và của Phật."* Mười hai thắc mắc này là thành tố cấu trúc cốt lõi của triết học, thần học và siêu hình học. Nếu không nêu lên mười hai câu hỏi này, bạn không còn lại điều trừu tượng nào để hỏi. Thế nên bạn chỉ còn có thể hỏi về những vấn đề thực tế như tham, sân, si; có thể hỏi về nỗi thống khổ của mình và cách thức diệt trừ nó, nhưng bạn không thể hỏi liệu Thượng Đế có tồn tại hay không. Bạn không thể hỏi chuyện gì xảy ra sau cái chết; không thể hỏi chân lý là gì, vẻ đẹp là gì, bởi ngài không cho phép. Đức Phật là người có tính rất luận lý và một chiều.

Đời sống gồm cả ba chiều, nhưng cho đến bây giờ, những bậc thầy vĩ đại của chúng ta đều chỉ có khuynh hướng một chiều. Chẳng hạn như Phật, như Socrates, đều hoàn toàn luận lý. Có những đại thi hào như Kalidas, Rabindranath, Shelley, Shakespeare... nhưng họ chỉ một chiều: nét đẹp là thần thánh của họ. Và có những nhà đạo đức, tuyệt đối đạo đức, những người suốt đời chỉ dành cho đức hạnh, như Mahavira, Lão Tử. Nhưng tất cả chư vị này đều xiển dương duy nhất một chiều.

Nhân loại đang đối diện với một giao lộ. Chúng ta đã sống hết đời với đời sống của con người một chiều, bây giờ phải cần người có khuynh hướng phong phú hơn, con người của ba chiều kích. Tôi gọi những người này là người của ba chữ "C", giống như ba chữ "R" vậy.

Chữ C thứ nhất là *Consciousness* (ý thức), chữ C thứ hai là *compassion* (từ ái), chữ C thứ ba là *Creativity* (sáng tạo).

Ý thức là bản thể, từ ái là cảm tính, sáng tạo là hành động. Các sannyasin của tôi phải đồng loạt có cả ba chiều này. Tôi đang đưa cho bạn thách đố mãnh liệt nhất chưa từng được giao phó trước đây, đưa cho bạn công việc khó khăn nhất để hoàn tất. Bạn phải có đầy thiền tính như đức Phật, đầy thương yêu như Krishna, đầy sáng tạo như Michelangelo, Leonardo da Vinci. Chỉ khi cùng lúc có ba phẩm tính này thì bạn mới đạt tới con người toàn vẹn, bằng không, đời bạn vẫn còn lỡ làng điều gì đó; và điều mất mát này làm cho bạn bất đối xứng, bất toại nguyện. Nếu chỉ một chiều, bạn có thể đạt tới đỉnh rất cao, nhưng chỉ được một đỉnh; còn tôi muốn bạn trở thành toàn thể rặng Hy Mã Lạp Sơn, chứ không là một ngọn duy nhất.

Con người một chiều đã thất bại, đã không tạo nên trái đất xinh đẹp, đã không đủ khả năng để tạo ra địa đàng. Khuynh hướng này đã thất bại, hoàn toàn thất bại! Dù đã tạo ra được vài người tuyệt vời, nhưng nó không thể chuyển hóa toàn thể nhân loại, không thể mang tâm thức nhân loại lên cao hơn. Đây đó chỉ được vài người giác ngộ sẽ không còn giúp ích được nữa; chúng ta cần có nhiều người giác ngộ hơn. Và giác ngộ trên cả ba phương diện.

Đấy là định nghĩa về con người mới của tôi.

Roderick, bạn hỏi, *"Phải chăng Phật là thi sĩ?"*

Ngài không phải! Nhưng những người sẽ trở nên giác ngộ tại đây với tôi sẽ là những thi sĩ. Khi nói 'thi sĩ' tôi không có ý là bạn phải làm thơ, nhưng muốn nói là bạn phải có tâm hồn thi vị; đời sống của bạn, cách tiếp cận đời sống của bạn phải đầy thi vị. Đầu óc phân tích luận lý thì rất khô khan, chỉ thi tứ mới sinh động; bởi người có tính luận lý không thể hát ca nhảy múa, còn người có tâm hồn thi sĩ làm việc này từ tận đáy lòng. Thấy người thuần luận lý nhảy múa chẳng khác nào thấy Mahatma Gandhi nhảy nhót! Việc này sẽ trông hết sức nực cười. Tuy có thể nói về tình yêu, nhưng luận lý không thể yêu; chỉ thơ ca mới có thể yêu, mới có thể nhảy ngay vào tính nghịch lý của tình yêu. Luận lý lạnh lùng, rất hờ hững; nó hữu dụng khi liên quan đến toán học, nhưng chẳng mấy tốt đẹp khi liên quan đến con người. Nếu nhân loại trở nên quá luận lý thì con người sẽ biến mất; khi ấy chỉ còn lại những con số, những con số thì có thể thay thế được.

Thi ca, tình yêu, cảm tính cho bạn cảm giác sâu lắng, nhiệt tình; bạn trở nên dễ tan chảy hơn, bạn không còn lạnh lùng nên có tình cảm của con người nhiều hơn.

Không còn gì nghi ngờ về tính siêu phàm của đức Phật, nhưng ngài thiếu chiều hướng của con người. Đức Phật là siêu nhân, là một bản thể phi phàm tuyệt vời, nhưng ngài lại thiếu vắng cái trần tục như của Zorba the Greek.

Tôi muốn bạn cùng được cả hai phẩm chất của Zorba và của Phật! Ta phải có thiền tính nhưng không chống lại cảm tính; đầy thiền tính nhưng cũng tràn đầy tình yêu và sáng tạo. Nếu lòng thương yêu của bạn chỉ là cảm tính mà không chuyển đổi thành hành động thì nó sẽ không ảnh hưởng đến nhân loại; bạn phải biến tình yêu của mình thành thực tại, phải hiện thực hóa nó.

Đây là ba chiều kích của bạn: *bản thể, cảm tính, hành động*. Hành động bao gồm tất cả mọi sáng tạo: âm nhạc, thơ phú, hội họa, điêu khắc, kiến trúc, khoa học, kỹ thuật. Cảm tính bao gồm mọi thứ trong lãnh vực thẩm mỹ: tình yêu, vẻ đẹp. Và bản thể gồm có thiền định, ý thức tỉnh giác.

Bạn hỏi tôi, *"dường như giáo nghĩa căn bản của sư phụ cũng như của Phật chỉ đơn giản là ý thức tỉnh giác…"*

Tôi không có giáo nghĩa căn bản, cũng như không thể có phương pháp dạy dỗ căn bản nào cả. Hoàn toàn không phải người thầy, tôi không dạy bạn mà chỉ đơn giản là một sự hiện diện. Bạn có thể học nhưng tôi không dạy. Bạn có thể thẩm thấu tinh thần của tôi, và tinh thần của tôi cùng với gợi ý của nó sẽ tùy thuộc vào bạn.

Có những người mà từ chính họ ý thức tỉnh giác sẽ giúp họ như giáo nghĩa căn bản, họ sẽ học được ý thức tỉnh giác nơi tôi. Có những người thiên về thương yêu, họ sẽ học được tình yêu như giáo lý căn bản từ tôi. Vấn đề tùy thuộc vào bạn, phần tôi có tính đa chiều nên có thể thâm nhập vào mọi hạng người khác nhau.

Đức Phật, cũng như Jesus hay Mahavira sẽ lựa chọn, chứ không chấp nhận hết tất cả các bạn, nên nhớ. Một số được chọn bởi Phật, một số được chọn bởi Jesus, một số khác được chọn bởi vị nào đó khác. Nhưng tôi hoàn toàn không chọn lựa; tôi chấp nhận bất cứ người nào đến với tôi, chấp nhận một cách tuyệt đối, bởi tôi chẳng có giáo lý căn bản gì cả. Tôi chỉ có gợi ý – gợi ý cho tất cả mọi hạng người.

Tôi không dạy bảo, vì dạy bảo trở thành cứng ngắt, trở thành xác định. Tôi chỉ là sự hiện diện, chỉ là cánh cửa sổ mà xuyên qua đó bạn có thể nhìn vào Thượng Đế. Một khi đã nhìn vào Thượng Đế, khi ấy chính bạn có thể tự làm việc này và không còn cần đến tôi nữa.

Câu hỏi thứ năm:

Thưa Sư phụ,

Tại sao tất cả chư vị giác ngộ đều chống lại ham muốn? Ham muốn có gì không đúng?

Sujata, hãy thiền quán trên câu cách ngôn này của Murphy: Hãy cẩn thận với điều mình muốn, vì bạn có nghĩa vụ nhận nó.

Câu hỏi thứ sáu:

Thưa Sư phụ,

Tại sao con luôn gặp khó khăn khi quan hệ với vợ mình?

Richard, vì bạn là dân Ăng Lê và bạn biết mấy bà vợ Ăng Lê!

Được gửi sang Úc một mình cho một thương vụ lâu dài, nhà doanh nghiệp người Anh được hỏi có nhớ vợ ở nhà không.

Ông giải thích, "Hoàn toàn không nhớ lắm đâu. Cứ mỗi tuần một ngày tôi mướn một phụ nữ địa phương đến để cằn nhằn."

Sau cả giờ đồng hồ thảo luận về vấn đề của mình với người cố vấn hôn nhân, bà người Anh khó tánh nói, "Tôi nghĩ giả thuyết tôi không thích làm tình mà ông đưa ra là không công bằng. Ông có thể nói gì về người đàn ông mà trong cả năm chỉ muốn cái ấy năm hay sáu lần?"

Chuyện chót:

Bà vợ Ăng Lê mặt nhăn như quả mận khô nói với đức lang quân đau khổ kinh niên của bà, "Tôi đang tập Kung Fu để tự vệ trong trường hợp bị mấy thằng hiếu dâm hãm hiếp trong đêm tối."

Ông chồng nhận xét, "Bận tâm làm gì? Sẽ không bao giờ tối đến thế đâu!"

Câu hỏi thứ bảy:

Thưa Sư phụ,

Tất cả chư vị giác ngộ đều dạy ta nên học cách im lặng, nhưng chúng ta phải nói chuyện trong giao tiếp hằng ngày, thế ta phải làm gì?

Shakti, trước hết hãy thiền quán về câu cách ngôn này của Murphy: Suy nghĩ hai lần trước khi nói, rồi không nói gì cả.

Nhưng nếu phải nói gì đó, thì nên quán chiếu thêm về câu chuyện này:

Trong kỳ nghỉ hè ở Maine, ký giả Walker đi ngang qua một túp lều trơ trọi bên đường và bắt đầu phỏng vấn người chủ nhà với ý định viết một bài phóng sự về địa phương.
"Nhà của ai thế?"
"Chó."
"Nó làm bằng vật liệu gì?"
"Gỗ."
"Thú vật tự nhiên ở địa phương này là gì?"
"Ếch."
"Loại đất ở đây là gì?"
"Lầy."

"Thời tiết ra sao?"
"Mù."
"Thức ăn chính của ông là gì?"
"Heo."
"Có bạn bè gì không?"
"Chó."

Hãy nên vắn tắt như bức điện tín!

Câu hỏi thứ tám:

Thưa Sư phụ,

A ha! Con đã nghĩ có gì quen thuộc với Murphy. Ông ta người Do Thái! Có phải ông thường được gọi là Moshe Kapoyer?

Tao, đây là một phát hiện đáng chú ý! Tôi tự hỏi bạn đã làm cách nào tìm ra được bí mật này. Đấy là sự thật. Moshe Kapoyer là dân Do Thái duy nhất trong thị trấn và đã đổi tên từ khi công việc làm ăn xuống dốc. Cũng còn nhiều lý do khác cho việc đổi tên của ông: ông là người Do Thái duy nhất nên bị mọi người tránh né, do đó ảnh hưởng tới doanh nghiệp. Lý do thứ hai: vì tên Moshe Kapoyer có nghĩa là Ông Lộn Đầu Xuống Đất, nên bản thân cũng chẳng thích thú gì về tên cúng cơm của mình.

Ông ra tòa và trở thành Jones. Nhưng chỉ tuần sau, ông quay lại gặp cùng vị quan tòa xin đổi tên lần nữa thành Murphy.

"Tôi vừa mới đổi tên anh hồi tuần rồi. Tại sao phải đổi thêm lần nữa?"

"Thưa, để khi người ta hỏi tên tôi là gì trước khi có tên Murphy, thì tôi có thể trả lời là Jones."

Câu hỏi thứ chín:

Thưa Sư phụ,
Con cũng có thể là Thượng Đế không?

Krishna Deva, tôi đã đặt tên cho bạn là Krishna Deva, nghĩa là Thượng Đế Krishna. Vâng, chẳng có trở ngại gì cả. Thực ra bạn đã là Thượng Đế rồi; thậm chí bạn muốn là người nào khác cũng không thể được. Ai cũng cố gắng trở thành người khác nhưng chưa hề có người nào thành công. Thượng Đế là bản chất tự nhiên của bạn; nên dù có thể quên hết toàn bộ về thực trạng này, bạn cũng không thể thay đổi nó.

Flaherty và Gluckstein đang thảo luận về phước báu của tôn giáo của họ.

Flaherty, người Ái Nhĩ Lan, nói, "Trả lời tôi. Một trong những người của ông có thể trở thành giáo hoàng được chăng?"
Gluckstein trả lời và hỏi lại, "Không. Một trong những người của ông có thể trở thành Thượng Đế không?"
Flaherty đáp, "Đương nhiên là không rồi!"
Gluckstein nói, "Thế này, một trong những người của tôi đã làm được việc này!"

Nếu Jesus, nếu Phật có thể làm được, tại sao bạn lại không thể? Thực ra, họ làm được là vì đấy không phải là điều gì để đạt tới, nhưng là thứ gì đó được phát hiện. Chúng ta đã quên mất nó, nhưng nó bao giờ cũng hiện hữu như mạch nước ngầm. Thượng đế tính của chúng ta luôn có mặt, luôn đi theo bạn mọi nơi mọi chốn. Nó là bạn. Nó ở trong kẻ tội lỗi cũng như ở trong bậc thánh!

Câu hỏi chót, câu thứ mười:
Thưa Sư phụ,
Hiểu lầm là gì?

Dhyanesh, có ba câu chuyện dành cho bạn:

Thứ nhất:
Anna: "Tôi nghe chồng bạn hạn chế hút thuốc là sự thật chứ?"
Hannah: "Thật, bây giờ ông ấy chỉ hút sau bữa ăn – bữa ăn của ông ấy, của tôi, của mấy đứa con, của mọi người!"

Thứ hai:
Bị cáo, theo lời khai của nạn nhân, bị buộc tội làm hoen ố danh dự của một cô gái trẻ trong trắng, đang gặp khó khăn để giải thích sự tình.
"Thưa quý tòa, tôi vô tội. Mọi việc tôi làm chỉ là mời cô ấy một ly scotch với soda, và cô ấy ngã ngửa ra!"

Chuyện cuối:

Anh bạn trẻ Moishe sắp cưới vợ. Trong ngày lễ cưới, người cha kéo anh ta sang một bên dặn dò, "Thế này, Moishe, nếu muốn có cuộc hôn nhân thành công, con phải làm ba điều này ngay lúc mới bắt đầu: phải chứng tỏ con là người chủ gia đình, phải cho thấy con là người đàn ông, và là người độc lập."

Moishe cám ơn cha rồi đi dự lễ cưới và bắt đầu tuần trăng mật.

Kativa, nếu bạn đang ngủ gục, hãy thức dậy!

Họ trở về nhà sau tuần trăng mật, nhân lúc vắng người, người cha hỏi đứa con trai lời khuyên của ông có tác dụng như thế nào.

"A, tuyệt vời! Con thực hành ngay đêm đầu tiên của tuần trăng mật. Khi chúng con ở trong phòng khách sạn, trước hết con xé toạc quần áo của cô ấy ra để cho thấy ai là chủ nhân; kế đến con cũng xé luôn quần áo của mình để cho cô ta biết con là một người đàn ông; xong rồi con tự giải quyết trước mặt cô ấy để chứng tỏ con là một người độc lập."

Đã đủ cho hôm nay.

NGUYỄN DIỆU THẮNG

SÁCH CHUYỂN NGỮ
ĐÃ XUẤT BẢN:

01. *Yoga, khoa học của tâm hồn* - OSHO (NXB SỐNG - 2015 - Amazon phát hành)

02. *Kinh Pháp Cú* - *Phật Đạo, con đường đưa đến chân lý tối thượng* - OSHO - **QUYỂN 1** (NXB SỐNG - 2017 - Amazon phát hành)

03. *Kinh Pháp Cú* - *Phật Đạo, con đường đưa đến chân lý tối thượng* - OSHO - **QUYỂN 2** (NXB SỐNG - 2017 - Amazon phát hành)

04. *Kinh Pháp Cú* - *Phật Đạo, con đường đưa đến chân lý tối thượng* - OSHO - **QUYỂN 3** (NXB SỐNG - 2018 - Amazon phát hành)

05. *Kinh Pháp Cú* - *Phật Đạo, con đường đưa đến chân lý tối thượng* - OSHO - **QUYỂN 4** (NXB SỐNG - 2019 - Amazon phát hành)

06. *Kinh Pháp Cú* - *Phật Đạo, con đường đưa đến chân lý tối thượng* - OSHO - **QUYỂN 5** (NXB SỐNG - 2020)

07. *Kinh Pháp Cú* - *Phật Đạo, con đường đưa đến chân lý tối thượng* - OSHO - **QUYỂN 6** (NXB SỐNG - 2021)

08. *Kinh Pháp Cú* - *Phật Đạo, con đường đưa đến chân lý tối thượng* - OSHO - **QUYỂN 7** (NXB SỐNG - 2022)

09. ***Kinh Pháp Cú*** - *Phật Đạo, con đường đưa đến chân lý tối thượng* - OSHO - **QUYỂN 8** (NXB SỐNG - 2023)

10. ***Kinh Pháp Cú*** - *Phật Đạo, con đường đưa đến chân lý tối thượng* - OSHO - **QUYỂN 9** (NXB SỐNG - 2023)

11. ***Kinh Pháp Cú*** - *Phật Đạo, con đường đưa đến chân lý tối thượng* - OSHO - **QUYỂN 10** (NXB SỐNG - 2024)

SẼ XUẤT BẢN:

Tuần tự các quyển tiếp theo của bộ sách 12 quyển: *Kinh Pháp Cú - Phật Đạo, con đường đưa đến chân lý tối thượng* - OSHO.

ĐÃ PHÁT HÀNH 6 QUYỂN KINH PHÁP CÚ

Sách có bán trên mạng Amazon và Nhà sách Tự Lực

Sách có bán trên mạng Amazon và Nhà sách Tự Lực

Sách có bán trên mạng Amazon và Nhà sách Tự Lực

Gáy từng quyển gộp lại của bộ Bài Giảng về Kinh Pháp Cú gồm 12 quyển, được trình bày với hàng chữ tựa "the Dhammapada."

Tác giả
OSHO
Chuyển Ngữ
NGUYỄN DIỆU THẮNG

Yoga
khoa học
của tâm hồn
Yoga – The Science of The Soul

 SÔNG Publishing 2015

Sách có bán trên mạng Amazon và Nhà sách Tự Lực

www.ingramcontent.com/pod-product-compliance
Lightning Source LLC
LaVergne TN
LVHW091657070526
838199LV00050B/2186